மௌனத்தின் அலறல்

மௌனத்தின் அலறல்

ஊர்வசி புடாலியா

தமிழில்: கே.ஜி. ஜவர்லால்

கிழக்கு

மௌனத்தின் அலறல்
Mounathin Alaral
by Urvashi Butalia ©

First Edition: December 2012
352 Pages

ISBN: 978-81-8493-784-8
Title No. Kizhakku 728

Kizhakku Pathippagam
177/103, First Floor,
Ambal's Building, Lloyds Road,
Royapettah, Chennai 600 014.
Ph: +91-44-4200-9603

Email : support@nhm.in
Website : www.nhm.in

Kizhakku Pathippagam is an imprint of New Horizon Media Private Limited

பிரிவினை குறித்து கற்றுக்கொடுத்த
அம்மா சுபத்ரா, அப்பா ஜோகிந்தர்.
ஒவ்வொரு நாளும் பிரிவினையில் வாழும்
ராணாமாமா.
பிரிவினையால் வாழ்வைப் பெற்ற, இழந்த
பாட்டி தயாவந்தி/ஆயிஷா
ஆகியோருக்கு.

உள்ளே

நன்றியுரை

இந்த நூலை எழுதியதைக் காட்டிலும் நூலுக்கான அங்கீகாரங்களைக் குறிப்பிடுவதில் எனக்குத் தயக்கங்கள் இருந்தன. வெறும் உதவியாக இருப்பதற்கும் மேலாக, என் கையை ஆதரவாகப் பிடித்தபடி இறுதி வரை துணை நின்ற நண்பர்களுக்கு எந்த விதத்தில் நன்றி சொல்வது? அவர்களை மறக்காமல் இருக்க நான் என்ன செய்யவேண்டும்? ஒருவேளை மறந்துவிட்டால் என்ன செய்வது? இந்த முயற்சியில் இறங்கி ஆய்வு மேற்கொண்டு முடித்து பல ஆண்டுகள் ஆகிவிட்டன. அது ஒரு நூலாக அமையும் என்பது அப்போது எனக்குத் தெரியாது. இப்போது அப்படி ஒரு முடிவு எடுத்திருப்பதால் மனதைப் பல ஆண்டுகள் பின்னோக்கிச் செலுத்த வேண்டியிருக்கிறது. பல்வேறு விதங்களில் நண்பர்களின் பங்கேற்பும் அதன் விளைவான தாக்கமும் இந்நூலில் எவ்விதம் வெளிப்பட்டிருக்கிறது என்பதைச் சொல்ல வேண்டும். நூலில் காணப்படும் குறைகளுக்கு நானே காரணம் என்கிற வழக்கமான குறிப்பையும் இங்கே சொல்லியாகவேண்டும்.

என் முதல் நன்றியை பீட்டர் சேப்பலுக்கும், சாட்டி கன்னாவுக்கும் தெரிவித்துக்கொள்கிறேன். அவர்களின் A Division of Hearts என்ற திரைப்படம்தான் இந்த ஆய்வைத் தொடங்குவதற்குக் காரணம். என் வேலையை விமரிசித்து, விவாதித்து, குறை கண்டுபிடித்து வழி நடத்திய நண்பர் சி.வி. சுப்பாராவ் அவர்களுக்கு நான் நன்றிக்கடன் பட்டிருக்கிறேன். இன்று அவர் என்னுடன் இல்லாதது பெரிய சோகம். மக்களின் கதைகளைக் கேட்க மனதுக்கு ரொம்ப வருத்தமாக இருக்கிறது என்று கலக்கமடைந்திருந்தேன்; அப்போது துணைக்கு வந்த சுதேஷ் வைத் என் பணி பாதியில் விட்டுப்போகாமல் காப்பாற்றினார்.

உலகம் முழுக்க என் நட்புக் குடும்பங்கள் விரவியிருக்கின்றன. லண்டனைச் சேர்ந்த ஒலிவியா பென்னெட், ஸ்டீஃபன் க்ளூஸ், சாரா ஹாப்சன், அபர்னா ஜேக், நைலா கபீர், முன்னி கபீர், மேரியான் ஆகியோரும் ராபர்ட் மால்ட்டெனோ, பன்னி பேஜ், ஆன் ரேட்ஃபோர்ட், ரூபர்ட் ஸ்னெல், பால் வெஸ்ட்லேக் ஆகியோரும் ஆதரவளித்தவர்களில் ஒரு பகுதியினர். அவர்களுக்கு நன்றி சொல்ல வார்த்தைகளே இல்லை. பல அறிமுகங்கள் செய்து வைத்தது மட்டு மில்லை, அறிமுகம் செய்த மனிதர்களின் நேரத்தை எனக்காக ஒதுக்கித் தந்தது, வேலைக்குப் போகும் அவசரத்திலும் என் வேலை குறித்த விளக்கத்தைப் பொறுமையாக அவர்களுக்கு எடுத்துச் சொன்னது உள்ளிட்ட பல உதவிகளைச் செய்தார்கள். அவர்களுக்கு என் நன்றிகள். லண்டனில் இயான் ஜேக், டேவிட் பேஜ் மற்றும் ரால்ஃப் ரஸ்ஸல் தங்கள் அன்பான விமரிசனங்களையும் அவ்வளவு அன்பு இல்லாத விமரிசனங்களையும் சில சமயம் கொடுத்து வழி நடத்தினார்கள்.

என் ஆய்வுக் கட்டுரைகளின் ஒரு பகுதியைத் தங்கள் இதழின் இந்தியா குறித்த சிறப்பு மலரில் வெளியிட்டு என்னை ஆதரித்த Granta இதழில் ஆசிரியர்களுக்கு என் நன்றி உரித்தாகிறது. பணியைத் தொடரலாம் என்ற நம்பிக்கையை அதுதான் கொடுத்தது. மின்னஞ்சல்கள் மூலம் என்னை உற்சாகப்படுத்திய ஹாங்காங்கின் கீதா சந்தாவுக்கும், என் ஆய்வில் நம்பிக்கை கொண்டிருக்கும் நாயன் சந்தாவுக்கும் நன்றி. அரேனாவைச் சேர்ந்த நண்பர்கள் ஆ கிங், ஈத், ஜேம்ஸ், ஜென்னி, காத்தி, நெங், சுமி, டைடோஸ், மிக முக்கியமாக லாவ் கின் சீ ஆகியோருக்கு தங்கள் ஆய்வை என்னுடன் பகிர்ந்து கொண்டதற்கும் என் ஆய்வில் நம்பிக்கை கொண்டதற்கும் நன்றி.

பாகிஸ்தானில் என்னை அன்பாக வரவேற்று உபசரித்து ஆதரவு நல்கிய ஃபரிதா, ஃபிர்ஹானா, லாலா, நீலம், அவர்களின் பெற்றோர் ஆகியோருக்கு ஷுக்ரியா! மொராக்கோவில் நான் எழுதிக் கொண்டிருந்த போது, என்னை அறைக்குள்ளேயே உட்காரவைத்து நகரத் தேவையின்றி, தேவைப்பட்ட எல்லாவற்றையும் அங்கே கொண்டுவந்து கொடுத்த நண்பர்கள் ஃபாத்திமா மெர்னிஸ்ஸிக்கும், லைலா சௌனிக்கும் நன்றி. எப்போ முடியும் என்று ஃபாத்திமா கேட்கிற போதெல்லாம் திருத்தியமைக்கப்பட்ட புதுத் திட்டத்தைச் சொல்லிக் கொண்டிருந்தேன்.

உள்நாட்டில்? எங்கே யாரிடம் தொடங்குவது? ஒவ்வொருவரும் இந்நூலில் ஒரு பகுதியையாவது படித்திருக்கிறார்கள். யாராவது ஒரு நண்பர் வந்து உரையாடி, வாசித்து, எப்போ முடிக்கப் போறே என்று ஆவலுடன் கேட்காத வாரமே இல்லை எனலாம். சீக்கிரம் முடியேன்,

ஏதாவது உதவி வேணுமா என்றெல்லாம் கேட்டு என்னை ஊக்குவித்த கௌரி சேட்டர்ஜி, ரோபி சேட்டர்ஜி, எல்லா தத்தா, பீட்ரிஸ் காச்செக் ஆகியோருக்கு நன்றி. படித்து தங்கள் கருத்துக்களைச் சொன்ன அனுராதா கபூர், அர்விந்த் குமார், சார்லஸ் லூயிஸ், மீனாட்சி, சுஜீத் முகர்ஜி, மஞ்சுளா பத்மனாபன், ரஜ்னி பல்ரிவாலா, வினோத் ரெய்னா, சஞ்சீவ் சைத், கும்கும் சங்காரி, ராதிகா சிங்கா, டிராகோ ஸ்டாம்பக் ஆகியோருக்கு நன்றி. தலைப்பைக் குறித்து ஆலோசனைகள் சொன்ன ரம்யா சுப்ரமணியன், ரவி வாசுதேவனுக்கு நன்றி.

நூலின் எடிட்டர் உதயன் மித்ரா, பிரசுரகர்த்தா டேவிட் தாவிதார் ஆகியோருக்கு என்மீது வைத்த நம்பிக்கைக்கும், பொறுமைக்கும், என் எழுத்துகளுக்கு விவரங்கள் கொடுத்த பாங்குக்கும் நன்றி. பதிப் பகத்தைச் சேர்ந்த ஸமீர் அன்சாரியால் என் எழுத்துகளைப் படிக்க இயலவில்லை என்றாலும் அதில் நம்பிக்கை வைத்ததற்கு நன்றி. சுபத்ரா சன்யாலும் ராம் நாராயணும் உன்னதமான உதவிகளை ஆய்வுக்கு நல்கினார்கள். புதுப் புது ஆச்சரியமான தகவல்களைத் தோண்டித் துருவியெடுத்து புதுப் பாதை வகுத்துக் கொடுத்தார்கள். என் எழுத்துகளை அதிவிரைவில் தட்டச்சு செய்வதிலேயே தங்கள் விடுமுறை நாள்களைச் செலவு செய்த சங்கர், சஞ்சய் இருவருக்கும் நன்றி. எழுத்துப்பிழை நீக்க உதவிய உபாலி சக்ரவர்த்திக்கும் கீதாஞ்சலி கங்கூலிக்கும் நன்றி.

தாங்கள் செய்வது என்னவென்றே அறியாமல் எனக்கு உதவிய தோழர்கள் பீம்சிங், எல்ஸி, ஜெயா, ரீட்டு, சத்தீஷ் ஆகியோருக்கு நன்றி. நிறையப் படிக்க உதவிய ஹென்றி அராஸனுக்கும் கிளாடியா நேப்போவுக்கும் நன்றி.

இன்னும் மூன்று நன்றிக் கடன்கள் மீதமுள்ளன.

உமா சக்ரவர்த்தி, பிரிமிலா லூயிஸ், தனிகா, சுமித் சர்கார் மற்றும் ஹர்ஷ் சேத்தி அடங்கிய நண்பர் குழு முதலாவது. இவர்களுக்கு நன்றி என்று எளிதாகச் சொல்லி விடுவது சுலபமல்ல. உதவி என்று சொல்வதைவிட அல்லும் பகலும் இரவும் பகலும் உடனிருந்து, படித்து, விமரிசித்து, திருத்தி நூலின் அங்கமாக இருக்கிறார்கள்.

என்னுடன் பேச ஒப்புக் கொண்டு பொறுமையாகப் பேட்டியளித்த நண்பர்கள் அனைவருக்கும் நன்றி. அவர்கள் தங்கள் அனுபவங்களைப் பகிர்ந்து கொண்டிருக்காவிட்டால் இந்த நூலை எழுதியே இருக்க முடியாது. இந்தப் பட்டியல் வெகு நீளமானது என்பதாலும், சிலர் தங்கள் பெயரை வெளியிட விரும்பவில்லை என்பதாலும் அவர்கள்

அனைவரின் பெயரையும் குறிப்பிட முடியவில்லை. என் நன்றிகள் அவர்கள் அனைவருக்கும் உரித்தாகுகிறது.

இறுதியில் என் சொந்தக் குடும்பம்.

எனக்குத் தூக்கம் வந்து விடாமல் அவ்வப்போது காபி கொடுத்து பார்த்துக் கொண்ட அம்மா, அப்பா, அத்தை, சகோதரி, பங்கஜ், நிலோஃபர் இவர்களுக்கு நன்றி. பல்வேறு விவாதங்களுக்கும் புத்தகங்கள் படிப்பதற்கும் உதவியாக இருந்த ராஹுல் மற்றும் மீராவுக்கு நன்றி. என் சகோதரன் சகோதரிகளின் குழந்தைகள் தாமினி, இஷானி, விதுர் இவர்களுக்கு எனக்கு அலுப்பு ஏற்படாமல் துணை நின்றதற்காக நன்றி.

எல்லை தாண்டி இருக்கும் ராணா மாமாவிடம் ஒருநாள் இந்நூலைக் காட்டி உங்கள் அனுபவங்களைச் சுற்றித்தான் இந்நூலின் பெரும்பகுதி பின்னப்பட்டிருக்கிறது என்பதைச் சொல்லும் வாய்ப்பு கிடைக்கும் என்று நம்புகிறேன்.

வேறுலகுக்குப் போய்விட்ட என் பாட்டி தயாவந்தி என்கிற ஆயிஷா வின் ஆத்மா இந்நூல் எழுதுகையில் எப்போதும் என்னுடனே இருந்தது.

நன்றி.

The New History of Cephallonia மிகுந்த சிரமத்தைக் கொடுத்தது. அவருடைய உணர்வுகளும் நியாயங்களுமின்றி அதை எழுத முடியாது என்று தோன்றியது. இலக்கை அடைவது அசாத்தியம் என்று தோன்றியது. அந்தத் தீவில் ஒரு ஆண்டு முழுதும் உபயோகிக்கப்படும் காகிதங்கள் அளவுக்குத் தப்பாக எழுதி எழுதி வீணாகியிருப்பதாக உணர்ந்தார். மீண்டும் மீண்டும் அவரது எண்ணங்களே ஒலித்துக் கொண்டிருந்தனவே ஒழிய வரலாறு சொற்பமாகவே வந்தது. உயர்வும், பாரபட்சமின்மையும் இல்லாதிருந்தது. உன்னதமாக அமையவில்லை.

உட்கார்ந்து எழுத ஆரம்பிப்பார். 'தன் மக்களை வெறுமனே பிழைத்திருக்கும் மனிதர்களாக இருக்க வைத்து துரோகம் செய்து கொண்டிருக்கிறது இந்தத் தீவு' என்று எழுதுவார். பிறகு திருப்தியின்றி அதைக் கசக்கி அறையின் மூலையில் வீசியெறிவார். ம்ஹூம்.. இது போதாது... ஏன் என்னால் ஒரு வரலாற்று ஆசிரியன் போல எழுத முடியவில்லை? ஏன் உணர்வுகள் கலக்காமல் எழுத முடியவில்லை? கோபங்களை ஏன் ஒதுக்கி வைக்க முடியவில்லை? விரக்தியும் காழ்ப்பும் இன்றி ஏன் எழுத முடியவில்லை? என்றெல்லாம் யோசித்தார். வீசியெறிந்த காகிதங்களில் ஒன்றை எடுத்து கசங்கல்களைப் பிரித்தார். முதல் பக்கம்.. ஸெஃபலோனியாவின் புதிய சரித்திரம் என்கிற தலைப்பை ஸெஃபலோனியாவின் அந்தரங்க வரலாறு என்று திருத்தி எழுதினார். இப்போது இலக்குகள், புராதனம் எல்லாம் உறுத்தவில்லை. ரோமானியர்கள், நார்மானியர்கள், வெனிஸ்காரர்கள், துருக்கியர்கள், பிரிட்டிஷ்காரர்கள் இவர்களை கந்தகச் சிந்தையுடன் பார்க்க முடிந்தது. மீண்டும் எழுத ஆரம்பித்தார்...

Louis de Berniers : Captain Corelli's Mandolin

உங்கள் ஒலிப்பதிவுகளைக் கேட்டு யாராவது திருந்துவார்கள் என்று நினைக்கிறீர்களா? மக்களின் அனுபவங்கள் பதிவாகின்றன என்பது நிஜமே. மக்கள் அறியாத அல்லது மறந்து போன வலிகள் இதில் இருக்கும். இவற்றையெல்லாம் தாண்டித்தான் நாம் சுதந்தரம் பெற்றோம் என்பது படிக்கிறவர்களுக்கு இதுவரை தெரிந்திருக்காது. இவற்றையெல்லாம் அறியவும், நினைவுகூரவும் பயன்படுமே ஒழிய அதற்கு மிகுதியாக மக்கள் மனப்பாங்கில் எந்த வேறுபாட்டையும் ஏற்படுத்தி விடாது.

அரசாங்கம் இவற்றைக் கேட்கிறது என்று வைத்துக் கொள்ளலாம்; ஐம்பது பதிவுகளில் ஒன்று, அரசாங்கத்துடன் தனக்கு ஏற்பட்ட கசப்பான அனுபவத்தை ஒருவர் சொன்னதாக அமைந்துவிடுகிறது என்று கொள்வோம்.. அப்படித்தான் அமையும்... அரசாங்கத்தை அவர் விமரிசித்திருக்கிறார், அதை அரசாங்கம் பொறுத்துக் கொள்ளும் என்று நினைக்கிறீர்களா?

இன்னொரு விஷயமும் இருக்கிறது. இந்தப் பதிவுகளை நீங்கள் வைத்திருக்கப் போகிறீர்கள்; யாருக்கு இது என்னவென்று தெரியும்? இந்திய பாகிஸ்தான் பிரிவினை குறித்தவை என்று லேபிள் போட்டு வைக்கப் போகிறீர்கள். ஒரு நம்பர், ஒரு அட்டை போட்டு வைப்பீர்கள். அட்டையில் இது இன்னாரின் அனுபவங்கள் என்று எழுதி வைப்பீர்கள். எங்கள் மனதில் அந்த அனுபவங்கள் பல்லாண்டுகளாக இருக்கின்றன. அது இந்த ஒலிப்பதிவு நாடாவில் ஏறியதும் அடுத்த ஆட்சியாளர்களிடம் மாறுதல்களை உண்டாக்கி விடுமா?

தமாலி கிராமத்தில் இருந்து மன்மோஹன் சிங்.

1

தொடக்கங்கள்

மனிதகுல வரலாறு சந்தித்த மிகப் பெரிய அழிவுகளில் ஒன்று இந்தியப் பிரிவினை. இதற்கு முன்பும் சரி, பின்பும் சரி இவ்வளவு பெரிய மக்கள் கூட்டம் தங்கள் வீடுகளையும் நாடுகளையும் மாற்றிக் கொண்டதில்லை.

சில மாதகால இடைவெளியில், சுமார் ஒன்றேகால் கோடி பேர் வெட்டுண்ட இந்தியாவில் இருந்தும் புதிய சிறகுகளான கிழக்கு மற்றும் வடக்கு பாகிஸ்தானில் இருந்தும் குடிபெயர்ந்தனர். இவர்களில் பெரும்பாலோர் சரித்திரப் புகழ் வாய்ந்த பஞ்சாப் மாநிலத்தின் எல்லைக் கோட்டைக் கடக்க வேண்டியிருந்தது. இஸ்லாமியர்கள் மேற்கு நோக்கியும் இந்துக்களும் சீக்கியர்களும் கிழக்கு நோக்கியும் இடம் பெயர்ந்தார்கள். அவர்களின் இடப் பெயர்ச்சிக்குக் கொலை சில சமயம் காரணமாகவும், சில சமயம் விளைவாகவும் இருந்தது. மரணங்கள் கொலைகளால் மட்டும் நிகழவில்லை. பட்டினியாலும், பாழான உணவாலும், தொற்று நோய்களாலும் கூட நிகழ்ந்தன.

மரணமடைந்தவர்களின் எண்ணிக்கை அப்போதைய பிரிட்டிஷ் அரசின் கணக்கில் இரண்டு லட்சமாகவும், பிந்தைய இந்தியப் புள்ளி விவரப்படி இருபது லட்சமாகவும் சொல்லப்பட்டது. இறந்தவர்கள் குறைந்தது பத்து லட்சம் பேராவது இருக்கலாம் என்பது பரவலாக ஒப்புக் கொள்ளப்பட்ட எண்ணிக்கை.

இது போன்ற அவலமான சந்தர்ப்பங்களில் பெண்மைக்கு மாசு விளைவிக்கும் குற்றங்கள் நிகழ்வது தவறுவதில்லை. சுமார் 75,000 பெண்கள் மாற்று மதத்து ஆண்களால் (சொந்த மதத்தவர்களாலும்கூட) கடத்தப்பட்டனர், வன்புணர்ச்சிக்குப் பலியாக்கப்பட்டனர். இது தோராயமான கணக்கு மட்டுமே.. ஆயிரக்கணக்கான குடும்பங்கள் துண்டு துண்டாகச் சிதறின, வீடுகள் தரைமட்டமாயின, பயிர்கள் நாசமாயின, கிராமங்கள் உயிர்களே இல்லாமல் சூன்யமாயின.

புதிதாக அமைந்திருந்த இந்திய, பாகிஸ்தான் அரசாங்கங்கள் இந்த நாசங்களைச் சரியான முறையில் எதிர்கொள்ளத் தயார்நிலையில் இருக்கவில்லை. இத்தனைக்கும் இப்படி ஏதேனும் நடக்கலாம் என்று முன்கூட்டியே பலர் எச்சரித்திருந்தனர். எச்சரிக்கைகளை மீறி இவை நடந்திருந்தன என்பது முக்கியமானது. அனைத்தையும் மீறி, இந்துக்கள், இஸ்லாமியர்களின் எண்ணிக்கையின் அடிப்படையில் அரசாங்கம் பூகோளக் கோடுகளைப் போட்டது. இதனால் மக்களுக்கு உண்டாகும் பாதுகாப்பின்மை உணர்வு, அவர்களைத் தன் இனம் அதிகமிருக்கும் இடத்துக்கு ஓட வைக்கும் என்பதை இரண்டு அரசுகளும் உணர்ந்திருக்கவில்லை. பஸ்களிலும், கார்களிலும், ரயிலிலும்

வெளியேறியவர்கள் போக, நடந்தே இடம் பெயர்ந்தவர்கள்தான் அதிகமாக இருந்தார்கள். இப்படி நடந்து போன மக்கள் கூட்டத்தினரின் நீளம் பல மைல்கள் இருந்தது. கஃபிலா என்று இந்த வரிசை அழைக்கப்பட்டது. பஞ்சாபின் மேற்குப் பகுதியிலிருந்து இந்தியா நோக்கி வந்த 4,00,000 மனிதர்கள் அடங்கிய ஒரு கூட்டம் குறிப்பிட்ட இடத்தைக் கடக்க எட்டு நாள்கள் ஆயினவாம்.

இவையெல்லாம் பிரிவினையின் பொதுவான அம்சங்கள். யாராலும் தெரிந்து கொள்ள முடியும் வகையில் இவையெல்லாம் சரித்திரப் புத்தகங்களில் இடம்பெற்றிருக்கின்றன. ஆனால், குறிப்பிட்டுக் காட்டும்படியான செய்திகளைக் கண்டறிவது கடினம். இந்திய, பாகிஸ் தானியக் குடும்பங்களுக்குள், அவர்களின் சிறிய வட்டத்தில் மட்டும் மீண்டும் மீண்டும் சொல்லப்படும் கதைகளாக அந்த விவரங்கள் இருக்கின்றன. அது போன்ற குடும்பங்களுக்கு மத்தியில் வளர்ந்தவள் நான். என் தலைமுறையைச் சேர்ந்த பல பஞ்சாபியர்களைப் போலவே பிரிவினைக் காலத்து அகதிக் குடும்பத்தைச் சேர்ந்தவள் நான். பிரிவினைக் காலத்துக் கதைகள் எல்லாவற்றையும் ஒருங்கிணைக்கும் பொதுவான அம்சங்கள் சில உள்ளன. பயங்கரமும் கொடூரமும் நிறைந்த சம்பவங்களின் நினைவுகளுடன், சீக்கியர்களும், இஸ்லாமியர் களும், இந்துக்களும் ஒற்றுமையாகவும் சந்தோஷமாகவும் இருந்த கடந்த காலத்துக்குத் திரும்பப் போகும் கனவும் அந்தப் பொதுவான அம்சங்களில் உண்டு.

என் அம்மாவும் அப்பாவும் லாகூரைச் சேர்ந்தவர்கள். பாகிஸ்தானின் எல்லைக் கோட்டிலிருந்து இருபது மைல் தூரத்திலிருக்கும் லாகூர் மீது அங்கே வாழ்ந்த மக்கள் உணர்வுமயமான நேசம் வைத்திருந்தார்கள். ரொம்ப இளையவர்களாக இருந்த தன் தம்பி, தங்கைகளை அங்கிருந்து அழைத்து வருவதற்காக இரண்டு முறை லாகூருக்குச் செய்த அபாய கரமான பயணங்கள் குறித்து அம்மா சொல்வதுண்டு. துப்பாக்கி மற்றும் வெடிகுண்டு சப்தங்களுக்கு இடையில் லாகூரிலிருந்து வெளியேறி யதை அப்பா சொல்வார். என் சகோதரர்களுடனும், சகோதரியுடனும் இந்தக் கதைகளை நான் கேட்டுக் கொண்டிருப்பேன், ஆனால் எதுவுமே மனதில் பதியாது. சகிப்புத்தன்மையும், மத உணர்வுகளற்ற பரந்த மனப்பான்மையும் மேலோங்கி இருந்த அமைதியான இந்தியாவின் நடுத்தர வர்க்கக் குடும்பம் எங்களுடையது. ஆகவே இந்தக் கொலை, கொள்ளை, கற்பழிப்பு, அடிதடி ஆகியவை வெறும் வார்த்தைகளாகத் தெரிந்தனவே ஒழிய உணர முடியவில்லை.

அக்டோபர் 1984 ல் அப்போதைய பாரதப் பிரதமர் திருமதி. இந்திரா காந்தி சீக்கிய மதத்தைச் சேர்ந்த அவரது பாதுகாவலர்கள் இருவரால்

படுகொலை செய்யப்பட்டார். இதைத் தொடர்ந்து இந்தியாவின் பல பகுதிகளில் சீக்கியர்கள் பழி தீர்க்கும் நோக்கத்துடன் வன்மையாகத் தாக்கப்பட்டார்கள். பல வீடுகள் தரைமட்டமாயின. ஆயிரக்கணக்கானோர் இறந்தார்கள். டெல்லியின் புறநகர்ப் பகுதிகளில் மட்டும் மூவாயிரம் பேர் கொல்லப்பட்டார்கள். அவர்களில் பெரும்பாலானவர்கள் மண்ணெண்ணெய் ஊற்றி உயிருடன் கொளுத்தப்பட்டார்கள். அவை கொடூரமான மரணங்கள். அவர்கள் இருந்த இடத்தில் கறுப்புத் திட்டுகளை மட்டுமே காண முடிந்தது. இந்திரா காந்தியின் மறைவைத் தொடர்ந்து பொறுப்பேற்றுக் கொண்ட அவர் மகன் ராஜிவ் காந்தியின் அரசாங்கம் இதையெல்லாம் தடுத்து நிறுத்த முயன்றதாகத் தெரியவில்லை. ஆனால் பொதுமக்களில் பலர் குழுக்களாகச் சேர்ந்து நிவாரணம் தர முன்வந்தார்கள். பாதிக்கப்பட்டவர்களுக்கு உணவும் இடமும் பாதுகாப்பும் கொடுத்தார்கள். இது போலக் குழுக்களாகச் சேர்ந்து உதவி செய்ய முன்வந்த நூற்றுக்கணக்கானவர்களில் நானும் இருந்தேன்.

ஒவ்வொரு நாளும் பாதிக்கப்பட்டவர்களுக்கு உணவும், போர்வையும் வழங்கிக் கொண்டும், இறந்தவர்கள், காணாமல் போனவர்களின் பட்டியலைத் தயாரித்துக் கொண்டும், இழப்பீட்டுத் தொகை வழங்கிக் கொண்டும் இருந்தோம். அப்போது, பாதிக்கப்பட்டவர்கள் சொல்லும் பழைய நினைவுகளைக் கேட்டறியும் வாய்ப்புக் கிடைத்தது. அவர்களில் மூத்தவர்கள், முதியவர்கள் பலர் 1947ல் அகதிகளாக டெல்லிக்கு வந்தவர்களாக இருந்தார்கள். இதே போன்ற வன்முறைக்கு ஏற்கெனவே தாங்கள் ஆளாகியிருப்பதை நினைவு கூர்வார்கள். ‘சொந்த நாட்டிலேயே எங்களுக்கு இப்படி ஒரு அவலம் நிகழும் என்று நாங்கள் நினைத்துக் கூடப் பார்த்ததில்லை’ என்றும், ‘மீண்டும் ஒரு பிரிவினை போல இது இருக்கிறது’ என்றும் சொல்வார்கள்.

நான் வசித்த பகுதியில் யமுனை ஆற்றின் அக்கரையில் சாதாரண அமைதியான பொதுஜனங்கள்கூட தங்கள் அண்டை அயலாரைத் துரத்தியடிப்பதிலும் கொலை செய்வதிலும் ஈடுபட்டார்கள். வேற்று மதத்தைச் சார்ந்தவர்கள் என்பதைத் தவிர அந்த வன்முறைக்கு வேறு தகுதியான காரணம் எதுவும் இல்லை. இந்தியப் பிரிவினையின் போது நடந்ததாகச் சொல்லப்படும் சம்பவங்கள் கற்பனை என்றோ கதை என்றோ நினைத்தவர்கள் தங்கள் எண்ணத்தை மாற்றிக் கொள்ள வேண்டியிருந்தது. ஒரே நாட்டின், ஒரே ஊரின், ஒரே கிராமத்தின் மக்கள் மதம் என்கிற அரசியல் காரணமாக வேறுபட்டு நின்றார்கள். அந்த வேற்றுமையின் காரணமாக ஒருவரை மற்றவர் என்ன வேண்டுமானாலும் செய்யத் துணிந்தார்கள்.

பிரிட்டனின் தொலைக்காட்சி அலைவரிசை ஒன்றுக்காக இந்திய பாகிஸ்தான் பிரிவினை பற்றிய படம் ஒன்றின் தயாரிப்பில் உதவியாக இருந்தேன். அப்போது அந்தப் பயங்கர நிகழ்விலிருந்து தப்பியவர்கள் சொன்ன விஷயங்களை நினைவுபடுத்திப் பார்த்தேன். நேரடி சாட்சியங்களிடம் இருந்து கேட்டறிந்தவர்கள் சொன்ன கதைகளையும் என் இளமைக் காலத்தில் கேட்டிருக்கிறேன். அவை என்னால் நம்ப முடியாத அளவு பயங்கரமானவை. கட்டாய மத மாற்றத்திலிருந்தோ, பாலியல் பலாத்காரத்தில் இருந்தோ தப்பிக்கக் கிணற்றுக்குள் குதித்து உயிரை மாய்த்துக் கொண்ட பெண்கள், இதே காரணங்களுக்காக, தங்கள் குழந்தைகளைத் தகப்பனாரே கொன்றது போன்றவை இதில் அடக்கம். ஆனால் இப்போதோ, டெல்லியில் துன்பத்தை அனுபவித்த வர்களும் அதை நேரில் பார்த்தவர்களும் தாங்களே சொன்னார்கள். அவர்களின் விரக்தியும், வெறுப்பும், மனக்கசப்பும் அவர்கள் சொல் வதன் உண்மையைப் பறைசாற்றின.

அவற்றைக் கேட்ட நான் மிகவும் பாதிக்கப்பட்டேன். இவ்வளவு கொடூரங்கள் நானறிந்த யாருக்கும் நேர்ந்ததில்லை. ஒன்று புரிந்தது. இந்திய பாகிஸ்தான் பிரிவினையின் துன்பங்கள் சரித்திரப் புத்தகத்தில் இடம் பெற்று விட்ட முடிந்த அத்தியாயங்கள் அல்ல. இரக்கமற்ற அரசியல் பூகோளப் பிரிவினை மக்களை இன்னும் பிரித்துக் கொண்டே இருக்கிறது. என் பெற்றோரும், தாத்தா பாட்டியும் லாகூரில் உடன் வசித்த இஸ்லாமிய நண்பர்கள் குறித்து அளவு கடந்த பிரியத்துடனும் பேசுவார்கள், ஓர் இஸ்லாமியப் பெண்ணை மணந்து கொண்ட அம்மாவின் சகோதரர் குறித்துக் காழ்ப்புணர்ச்சியுடனும் பேசுவார்கள். இந்த முரண்பாட்டுக்குக் காரணம் அரசியலும் பூகோளமும்! அரசாங்கம் போட்ட பூகோளக் கோடுகள் நிலத்தில் மட்டும் அல்ல நம் வாழ்க்கையிலும்தான் என்பது **1984**ல்தான் எனக்குப் புரிந்தது. வெறும் சரித்திரமாக அவற்றை ஒதுக்கி வைத்து மறந்துவிட முடியாது. அந்தக் கொடூரங்களை யாருக்கோ எப்போதோ நிகழ்ந்ததாக அந்நியப்படுத்திக் கொள்ளவோ அல்லது அப்படிப் பாசாங்கு செய்யவோ என்னால் இயலவில்லை.

★★★

ஆராய்ச்சியாளர்கள் எல்லாரும் ஆரம்பிக்கிற மாதிரிதான் நானும் ஆரம்பித்தேன்.

இந்திய-பாகிஸ்தான் பிரிவினை பற்றி எழுதப்பட்டிருக்கும் விஷயங் களைப் படிக்க ஆரம்பித்தேன். பஞ்சமே இல்லாமல் படிக்க நிறைய கிடைத்தது. ஆனால் எதுவுமே திருப்திகரமாக இல்லை, சில சமயம் கோபமாகக் கூட இருந்தது. நான் படித்த புத்தகங்களின்படி இந்தப்

பிரிவினை 1947 ஆகஸ்ட் மாதம் நடந்தது. அதற்கு முன்னால் தொடர்ச்சி யான சில விஷயங்கள் நடந்தன. காங்கிரஸ், முஸ்லிம் லீக் இடையில் கருத்து வேறுபாடுகள் வளர்ந்தன. ஜின்னாவுக்கும் காந்தி, நேரு, படேல் முதலானவர்களுக்கும் இடையே விவாதங்கள் நடந்தன. அரசியல் ரீதியான சில மாறுதல்கள் ஏற்பட்டன. பிரிவினையின் போதும், அதைத் தொடர்ந்தும் சில விஷயங்கள் நடந்தன. வன்முறை, மிகப் பெரிய அளவிலான குடிப் பெயர்ச்சி, அகதிகளான மக்கள், அவர்களின் மறுவாழ்வு போன்றவை. ஆனால் சரித்திரம், பிரிவினைக்குக் காரணமான அரசியல் மாற்றங்களுடன் நிறுத்திக் கொண்டு விட்டது. பிரிவினையுடன் சம்பந்தப்பட்ட லட்சக்கணக்கான மக்களுக்கு என்ன ஆயிற்று என்கிற 'மனிதப் பரிமாணத்துக்கு' சரித்திரம் முக்கியத்துவம் தரவில்லை. அந்த மனிதப் பரிமாணம் சங்கடமான விஷயங்களை உள்ளடக்கியதாக இருந்தது இதற்குக் காரணமாக இருக்கலாம்.

நிறைய இழப்புகளும் பகிர்வுகளும் இருந்தன. நட்பும் பகைமையும் இருந்தது. துயரமும் சந்தோஷமும் இருந்தது. துன்பத்தின் வலிகள் இருந்தன. இழந்துவிட்ட வீடு, நாடு, நட்பு என்று வருத்தமான நினைவுகளின் ஊடே அவற்றைத் திரும்பப் புதிதாக உருவாக்கிக் கொள்ளும் உத்வேகமும் இருந்தது. அனைத்தையும் முழுமையான உண்மைகளாகச் சரித்திரத்தில் பதிவு செய்வது சிரமம்தான். ஆனால் அவற்றுக்குச் சரித்திரத்தில் இடமே தேவையில்லை என்று நினைப்பது சரியாகுமா? அப்படி முக்கியத்துவம் அற்றவையாக இருந்தால் ஏன் இத்தனை தனிமனித மனங்களிலும் சமூகங்களின் நினைவிலும் அவை இன்னும் வாழ்கின்றன?

அரசியல் பார்வையில் சரித்திரம் என்னதான் சொல்கிறது என்பதைப் பார்த்தேன். நான் புரிந்து கொண்ட வகையில், பிரிவினை என்பது முடிந்து போன, கடந்த கால சமாசாரம் என்றுதான் சரித்திரம் சொல் கிறது. ஆனால் நம்மைச் சூழ்ந்திருக்கும் நிஜம் மாறுபட்டிருக்கிறது. எல்லா இடத்திலும் பிரிவினை, சமூகம் சார்ந்த பதற்றங்கள், மதம் சார்ந்த அடிப்படைவாதங்கள், முரண்பாடுகள்!

1984 இல் சீக்கியர்கள் மதவெறித் தாக்குதலுக்குப் பலியானார்கள். 1989 இல் பிகாரின் பகல்பூரில் இந்தியாவின் மோசமான மதக்கலவரம் ஒன்றில் நூற்றுக்கணக்கான இஸ்லாமியர்கள் கொல்லப்பட்டார்கள். சில ஆண்டுகள் கழித்து அயோத்தியில் பி.ஜே.பி., ஆர்.எஸ்.எஸ்., வி.ஹெச்.பி. போன்ற அரசியல் கட்சிகளின் வெளிப்படையான ஆதரவுடன் இந்து மதவாதிகளால் பாபர் மசூதி இடிக்கப்பட்டது. இன்னும் சில காலம் கழித்து ஆயிரக்கணக்கான இஸ்லாமியர்கள் சூரத்திலும், அகமதாபாத்திலும், மும்பையிலும் தாக்குதலுக்கு

ஆளானார்கள். எல்லாச் சம்பவங்களிலும் தீவிரவாதிகளால் பிரிவினை காலத்துச் சம்பவங்களில் அவர்களுக்குச் சாதகமானவை மட்டும் காரணங்களாகக் காட்டப்பட்டன. இஸ்லாமியர்கள் பிரிவினைக் காலத்தில் இந்துக்களைக் கொன்றார்கள் என்றும், இந்துப் பெண்களைக் கற்பழித்தார்கள் என்றும் ஒரு பக்கத்து நியாயங்களைக் காட்டி இந்துத் தீவிரவாதிகள் தயார் செய்யப்பட்டார்கள்.

தன் குடும்பத்தின் காழ்ப்புணர்ச்சியையும் சார்ந்திருக்கும் மதத்தின் காழ்ப்புணர்ச்சியையும் மீறி ஒரு இந்துவும் இஸ்லாமியரும் எளிதில் திருமணம் செய்து கொள்ள முடியாத நிலை சுதந்தர இந்தியாவில் நிலவியது. அப்படிச் செய்யப்பட்ட திருமணங்கள் நீதிமன்றங்களை எட்டும் நிலை வந்தால், சாதாரண மணமுறிவு என்னும் நிலையில் அவை முடிந்து விடவில்லை. அவை சட்டத்துறையின் ஒரு பொது அறிவிப்பாக ஆவது மட்டுமில்லை, அந்த அறிவிப்பில் பிரிவினையை ஆதரித்தவர்கள், எதிர்த்தவர்கள் இப்படிச் சிலரை சம்பந்தப்படுத்தும் சூழ்நிலையும் இருந்தது.

பிரிவினையை எளிதில் ஒதுக்கி வைத்து மறந்துவிட முடியாது என்பதையே இம்மாதிரி நிகழ்வுகள் நிரூபித்தன. பிரிவினையின் ஆழமான அந்தரங்க அர்த்தங்கள், அந்தப் பிளவின் அழுத்தமான உணர்வுகள், அது தூண்டிவிட்ட அல்லது மேலும் வலிமையாக்கிய வேறுபாட்டு உணர்வுகள் இவையெல்லாம் மக்கள் மனதிலிருந்து விலகவில்லை. சொத்துப் பிரிவினை போலச் சாதாரணமாக எடுத்துக் கொள்ளக்கூடிய எளிய அரசியல் பிரிவினை அல்ல இது என்பதை நான் மெல்ல உணர ஆரம்பித்தேன்.

இந்தத் துன்பமான அனுபவத்துக்கு உட்பட்டவர்கள் அடிக்கடி குறிப்பிடுவது போல இது இதயங்களின் பிரிவினை என்று சொல்வது மிகையல்ல.

மாறுபட்ட மதங்களைச் சார்ந்திருந்தாலும் ஏதோ ஒரு கட்டுக்கோப்பு, சமூக நிர்ப்பந்தம், எழுதாத ஒப்பந்தம் அவர்களைப் பிரிவினை நடக்கும் வரை இணைந்து வாழ வைத்துக் கொண்டிருந்தது. ஆனால், பிரிவினை என்கிற அரசியல் தீர்வு, வார்த்தைகளில் விளக்க முடியாத துயரங்களையும் துன்பத்தையும் வலிகளையும் வன்முறையையும் அனுபவிக்க வைத்து விட்டது. ஆழ்ந்த யோசனைகள் இன்றி வெறும் பூகோளக் கோடு என்று நினைத்து வரையப்பட்ட இரண்டு கோடுகள், மக்களை அதிவேகமாக, பலரை ஓரிரவுக்குள் பிரித்து விட்டன. பெற்றோர், சகோதர சகோதரிகள், பிள்ளைகள் இவர்களெல்லாம் இருக்கிறார்களா இறந்து விட்டார்களா என்று கூடத் தெரியாத அளவுக்குப் பல குடும்பங்கள் சிதறின.

இந்திய சுதந்தரத்தின் ஐம்பதாண்டு நிறைவைக் குறிக்கும் வகையில் கட்டுரை வெளியிட நினைத்தது ஒரு செய்தி இதழ். அதற்காக அதன் செய்தியாளரும் புகைப்படக்காரரும் பிரிவினையின் போது சிதறிய குடும்பங்களைத் தேடிச் சென்றார்கள். அதன் பலனாக ஐம்பதாண்டு களுக்கு முன் பிரிந்த ஒரு தாயும் மகளும் சந்தித்துக் கொள்ளும் வாய்ப்பு ஏற்பட்டது. இதே முயற்சியால் ஒரு சகோதரனும் சகோதரியும் எல்லை யில் சந்தித்துக் கொள்ளும் வாய்ப்பும் ஏற்பட்டது. பாகிஸ்தானிலிருந்து இந்துக்களால் கவர்ந்து செல்லப்பட்ட 13 வயது மகளைத் தேடி ஒரு அப்பா இந்தியாவுக்குப் பலமுறை வந்தார். அப்படிப்பட்ட முயற்சிகளில் ஒன்றின் போது அவர் அந்நிய உளவாளி என்று கருதப்பட்டுக் கைது செய்யப்பட்டார். தேடப்பட்ட மகள் கிடைக்கவே இல்லை.

★★★

பிரிவினை சம்பந்தப்பட்ட பல விஷயங்கள் சரித்திரத்தில் இடம் பெறவில்லை.

குடும்பங்கள் எப்படிச் சிதறின, எல்லைக் கோடுகளைத் தாண்டி எப்படி நட்புகள் தொடர்ந்தன, மக்கள் துயரங்களை எப்படிச் சகித்துக் கொண்டார்கள், எப்படி மறுவாழ்வு பெற்றார்கள், உடலுக்கும் மனதுக் கும் உரமாக நின்றவை எவை, இடப் பெயர்ச்சியும் புதிய நாடும் ஊரும் அவர்கள் வாழ்க்கையில் என்ன மாதிரியான மாற்றத்தை ஏற்படுத்தின என்கிற மாதிரி விவரங்கள் சரித்திரத்தில் இல்லை. குறிப்பாக 1984 சம்பவங்களுக்குப் பிறகு, இந்த விவரங்கள் பிரிவினையை முழுமை யாக உணர்வதற்கு அத்தியாவசியமானவை என்று உணர்ந்தேன்.

அப்படியானால், அந்த விவரங்களைச் சேகரிப்பதற்கான உபாயங்கள், கருவிகள் என்னென்ன? நான் நாட வேண்டிய வழிமுறைகள் என் னென்ன என்கிற கேள்விகள் மனதில் எழுந்தன. இரண்டாம் உலகப் போரின் போது நடந்த இனப் படுகொலையில் பாதிக்கப்பட்ட சுமார் அறுபது லட்சம் மக்கள் குறித்து இதே போன்ற ஆய்வு நடத்திய ஜேம்ஸ் யங் என்பவர் முன்வைத்த கேள்வி நினைவுக்கு வந்தது. பாதிக்கப் பட்டவர்களிடமிருந்து தகவல்கள் நம்மை (தாமே) வந்தடைகிற பல்வேறு வழிகளைத் தவிர வேறு வழிகளில் எப்படி நம்மால் விவரங் களை அறிய முடியும்? இந்தக் கேள்விக்கு அவர் சொல்லும் பதிலில், சரித்திரத்தின் மூலம் எவ்வளவு தெரிந்து கொள்கிறோமோ அதே அளவுக்கு அது குறித்த இலக்கியங்கள், புனைவுகள், அரசியல் - வர லாற்றுக் குறிப்புகள், தனிமனித அனுபவங்கள், அவர்களின் குறிப்புகள் ஆகியவை மூலமும் தெரிந்து கொள்ளலாம். ஏனென்றால் ஒரு நிகழ் வின் உண்மைகள் மாத்திரம் இல்லை, அதை மக்கள் எந்த விதத்தில்

நினைவில் பதித்திருக்கிறார்கள் என்பதும் அதை எந்த விதத்தில் முன் வைக்கிறார்கள் என்பதும் முக்கியமானவை என்கிறார்.

அவர் சொன்னவை பிரிவினைக்கும் பொருத்தமாகவே இருக் கின்றன.

பிரிவினையின் உண்மையான புரிதல் இந்திய தேசத்தின் சரித்திரத்தைக் காட்டிலும், தொடர்புடைய வட இந்தியக் குடும்பங்களின் சரித்திரத்தில் தான் இன்னும் அழுத்தமாகப் பதிந்திருக்கிறது. அந்த நிகழ்வின் பயங் கரமும், பாதகங்களும், நட்பும், பகிர்தலும் அந்தக் குடும்பங்களின் உறுப்பினர்கள் வாயிலாகத் திரும்பத் திரும்பச் சொல்லப்பட்டு தலை முறைகளைத் தாண்டி வந்து கொண்டிருக்கின்றன.

ஒரு பஞ்சாபிய அகதி தன்னைப் போன்ற இன்னொரு அகதியைச் சந்திக்க நேர்கிற போதுதான் அந்தக் காலக் கட்டத்தின் நாட்டு, வீட்டு நிலவரங்கள் பரிமாறிக்கொள்ளப்படுகின்றன. அல்லது ஓர் இந்திய அகதியும் பாகிஸ்தானிய அகதியும் சந்திக்க நேர்கிற போதுதான் இந்தப் பரிமாறல்கள் நடைபெறுகின்றன. இந்தத் துயர நினைவுகூரல்களில் தான் பிரிவினையின் நிஜமான பரிமாணத்தை உணர முடியும். சரித் திரத்தின் அடியில் புதைந்திருக்கும் விஷயங்களை இவை வெளிச்சம் போட்டுக் காட்டுகின்றன. ஒரு வகையில் பார்த்தால் இவைதான் அந்த நிகழ்வின் சரித்திரம் என்றே கூடச் சொல்லலாம். ஆகவே இந்தத் திசையில் செல்லத் தீர்மானித்தேன்.

இந்த வழிமுறையில் அதற்கே உரித்தான சில பிரச்னைகள் இருந்தன.

நினைவுகளை நம்பி ஒரு வேலையில் இறங்குவது எளிதான, பிரச்னை யில்லாத காரியமல்ல. நான் தேர்ந்தெடுத்திருந்த வழிமுறையில் இருந்த இந்தப் பிரச்னையை முழுமையாக உணர்ந்திருந்தேன். நினைவுகள் காலம் கடந்து தூய்மையாக இருப்பதில்லை என்பதையும், ஒரு வருடைய புரிதலின் அடிப்படையில் தொகுக்கப்பட்டவையாக ஆகி விடும் அபாயம் குறித்தும் போதுமான ஆய்வுகள் கூறியிருக்கின்றன. ஆகவே யார், எப்படி, யாரைக் குறித்து எவ்விதம் நினைவுகூர்கிறார் என்பதெல்லாம் கவனத்தில் கொள்ளப்படவேண்டியவை. என்னைப் பொறுத்தவரை ஒருவருடைய நினைவில் ஒரு விஷயம் பதிந்திருக்கிறது என்றால் சரித்திரத்தில் சொல்லப்படும் உண்மைகள் அளவுக்கு அவை முக்கியமானவை. சரித்திரம், இயல்பான உண்மைகளை மட்டும் உள்ளடக்கியதல்ல. சரித்திரங்களிலும் சில மனிதர்களின் புரிதல்களும் உணர்தல்களும் கலந்திருக்கின்றன.

இந்தச் சிரமங்களை மக்களுடன் பேசுகிற போது என்னால் உணர முடிந்தது..

நான் பேசிய எல்லாரிடமும் ஆரம்பிக்கிறபோதே தயக்கம் தெரிந்தது. 'ஒதுக்கி வைத்த விஷயங்களை நினைவிலிருந்து எதற்காகத் தோண்டி எடுக்க வேண்டும்?' என்று கேட்டார்கள். இந்தத் தயக்கம் ஒவ்வொரு முறையும் மக்களிடம் இருக்கிறதா என்று கவனிக்க ஆரம்பித்தேன். ஏனென்றால் இந்தத் தயக்கத்திலேயே ஒரு செய்தி இருப்பதாகப் பட்டது. எதனால் இந்தத் தயக்கம்? ஒரு நிகழ்வின் கொடுமைகளை வெறும் எண்ணிக்கைகளாக, புள்ளிவிவரங்களாகக் கழுவி எடுத்த சரித்திரத்தினாலா, அல்லது அந்த அனுபவங்களை நினைவு கூர்வதில் இருக்கும் தர்மசங்கடமான உணர்வுகளாலா? பிரிவினை தொடர்பான நிகழ்வுகளில் நல்லவர்கள் என்றோ கெட்டவர்கள் என்றோ யாரு மில்லை. ஒவ்வொரு குடும்பத்திலும் தாக்குபவர், தாக்குதலுக்கு பலி யானவர் இருவருமே இருந்தார்கள். அப்படி இருந்தால்தான் பொது வில் அந்த நினைவுகளைப் பகிர்ந்துகொள்வதில் தயக்கம் இருக்கும். தங்கள் குடும்பத்துக்குள் பகிர்ந்துகொள்ளும்போது வேண்டாத பகுதி களை வசதியாக மறைத்துவிட முடியும்.

அப்படியென்றால் ஜேம்ஸ் யங்கின் சூத்திரத்தை எப்படி உபயோகிப் பது? மக்கள் வழியாக நம்மை வந்தடையும் வழிமுறைகளை எப்படி உபயோகிப்பது? நினைவுகளிலும் எழுத்துகளிலும் மட்டுமில்லை, மக்களின் தயக்கத்திலும் பிரிவினையின் தாக்கத்தை உணர முடிந்தது. ஆகவே இந்த வழிமுறையில் நாம் அறியும் விஷயங்கள் நிர்வாணமான உண்மைகளாக இருக்க முடியாது. பிரிவினை குறித்த விவாதங்களால், சொந்த கருத்துகளுக்கும் எதிராளியின் கருத்துகளுக்குமான ஒரு சமநிலையாக அவை மாறி இருக்கலாம்.

பிரிவினை பற்றிய நூல் இது என்றாலும் பிரிவினை வருவதற்குக் காரணமான சம்பவங்களின் காலக்கிரமமான தொகுப்பாக இருக்காது. பிரிவினையைத் தொடர்ந்து நடந்த அரசியல் பேரங்களும் இதில் இல்லை. பிரிவினை என்னும் நிகழ்வின் முக்கியப் பாத்திரங்களான காந்தி, நேரு, படேல், ஜின்னா, லியாகத் அலி கான், மௌண்ட் பேட்டன் குறித்தெல்லாம் இதில் எதுவும் இருக்காது. அவர்களைக் கவனமாகத் தவிர்த்திருக்கிறேன். பிரபல்யம் இல்லாத எளிய சாதாரண மக்களே என் இலக்கு. பெண்கள், குழந்தைகள், தாழ்த்தப்பட்ட இன மக்கள் ஆகியோரின் நேர்காணலில் அவர்கள் வாய்வழிச் செய்தியாக வந்தவைதான் இங்கே இடம் பெற்றிருக்கின்றன.

மறுபடியும் சொல்கிறேன். பிரச்னைக்குரிய விஷயத்தில் இறங்கு கிறேன். வாய்வழிச் செய்திகள் மிகவும் விவாதத்துக்குரியவை. வாய் வழிச் செய்தியாக வரும் அனுபவங்களை, சரித்திரம் என்றழைக்கப் படும் செய்திகளுக்கு எதிராகவோ மாற்றாகவோ சொல்வது என்

விருப்பமில்லை. இரண்டுமே பிரச்னைகளுக்கு அப்பாற்பட்டவை அல்ல. நான் ஒரு வரலாற்று ஆள் இல்லை. சரித்திரம் நான் எடுத்துக் கொண்ட பொருளில்லை. அரசியல் தொடர்புடைய அந்தரங்க வேலை ஒன்றின் காரணமாகவும், நிகழ்கால கம்யூனிசமும், பெண்ணியத்தின் மேல் இருக்கும் ஆழ்ந்த நம்பிக்கையும்தான் நான் இந்த வேலையில் இறங்கியதற்குக் காரணங்கள். வாய்வழிச் செய்திகளில் இருக்கும் பிரச்னைகளால், கவனமாகக் கேட்பதும், கேட்டதைச் சரியாகப் புரிந்து கொள்வதும் அவசியம். மத வேற்றுமைகளில் நிலவும் உறுதியற்ற தன்மையை அடையாளம் காண வேண்டியதும் அவசியம்.

பிரிவினைக்குப் பிந்தைய இரண்டாம், மூன்றாம் தலைமுறை இந்துக் களிடமும் சீக்கியர்களிடமும்கூட பிரிவினையின் அநாவசியத் தாக்கம் இருக்கிறது. நாங்கள், அவர்கள் என்ற வார்த்தைகளின் பொருளைச் சார்ந்திருக்கும் மதத்துக்கும் வேற்று மதத்துக்குமான குறியீட்டுச் சொற் களாகக் குறுக்கி விட்டார்கள். அவர்களின் சமூகத்துக்கும், மிக முந்தைய தலைமுறைக்கும்தான் பிரிவினையில் தொடர்பு இருந்தது. பயமும் காழ்ப்புணர்வும் அவர்களுடைய நினைவுகளின் வசதியான பகுதிகளை மட்டுமே பகிர அனுமதித்தன. நட்பு, பகிர்வு போன்ற உயர்ந்த விஷயங்களை வெளிக் கொணர மேற்சொன்ன காழ்ப்பு உணர்வுகள் அவர்களை அனுமதிக்கவில்லை.

நான் தேர்ந்தெடுத்த வழிமுறையில் இது போன்ற சறுக்கல்கள் இருக்கும் என்று தெரியும். மக்கள் சொல்லும் விஷயங்கள் உண்மையா இல்லையா என்பதையோ, எதை மறைக்கிறார்கள் என்பதை அறி வதற்கோ எந்த வழியும் இல்லை. ஒரு சம்பவம் நடந்து நாற்பது, ஐம்பது ஆண்டுக் காலம் கழித்து நினைவுகூரப்படும் விஷயங்கள் கவனமாக ஒத்திகை பார்க்கப்பட்ட நாடகங்களாக இருக்காது என்று உறுதியாகச் சொல்ல முடியுமா? வெவ்வேறு மனிதர்களிடம் வெவ்வேறு விதமாக அவை சொல்லப்படுவதில்லை என்று எப்படி நிச்சயிப்பது? நேர் காணல் செய்கிறவர் என்ன கேட்கப் பிரியப்படுகிறாரோ அதற்கேற்ற வாறு புனையப்பட்டவையாக அவை இருக்கலாம்!

மௌனத்தை உடைத்துக் கொண்டு வருவதாலேயே அந்த வார்த்தைகள் நிஜமானவை, நல்லவை என்று எடுத்துக் கொள்ள முடியுமா? வார்த்தை களுக்கு அப்பாற்பட்டு, அவர்கள் ஒளித்து வைத்த மௌனங்களை எட்டிப்பிடிக்க சாத்தியம் உண்டா?

இது போல நூறு கேள்விகள் என் மனதில்.

ஒழுக்கமாக எழுதப்பட்டதாகக் கருதப்படும் சரித்திரத்துக்கு மாற்றாக வாய்வழிச் செய்திகளை முன்வைக்க நான் விரும்பவில்லை. ஆனால் ஒன்று மட்டும் கேட்க விரும்புகிறேன். சரித்திரத்தின் எல்லைகளையும்

வரையறையையும் தாண்டி, மக்களின் வெளிப்பாட்டில் இருக்கும் பிரச்னைகளை மீறி, அவை சரித்திரத்தில் இடம் பெற ஏதாவது வழி யுண்டா? சாதாரண எளிய மக்களின் குரலுக்குச் சரித்திரத்தில் இடம் கிடைக்குமா?

என்னதான் வரைமுறைகள் இருந்தாலும், கட்டுப்பாடுகள் இருந்தாலும் வாய்வழிச் செய்திகள் சரித்திரத்தை ஒரு மாறுபட்ட கோணத்தில் பார்க்க வைக்கின்றன. இதற்கு முக்கியமான காரணம் இந்தத் தகவல்கள், நிகழ்வு நடந்த இறுக்கமான சூழ்நிலையில் சொல்லப்படாமல் பிறி தொரு காலத்தில் சொல்லப்படுவதே ஆகும். கால மாறுபாட்டின் காரண மாக அந்த இறுக்கங்கள் கொஞ்சம் மழுங்குகின்றன. ஒரு நிகழ்வின் சரித்திரப்பூர்வமான கால அளவைகளும் அவற்றை நினைவில் பதிப் பவர்களின் கால அளவைகளும் ஒன்றாக இருப்பதில்லை. ஒழுக்கமாகச் செய்யப்பட்ட சரித்திரத்தைக் காட்டிலும் கூடுதலாகவோ குறை வாகவோ அவை இருக்கின்றன. இந்த வேறுபாடுகள், சரித்திரத்தை நோக்கும் பூதக்கண்ணாடியை வித்தியாசமான கோணத்தில் பிடித்து, இந்தப் புதிய பார்வையில் ஏதாவது செய்திகள் உள்ளனவா என்று நம்மைப் பார்க்க வைக்கின்றன. வாய்வழிச் செய்திகள் சரித்திரத்துக்கு மாற்றானவை அல்ல, ஆனால் சரித்திரத்தை இன்னும் சற்று நன்றாக அறிவிக்கும், புதிய கோணத்தை நமக்கு அளிக்கும் தன்மை அவற்றுக்கு உண்டு என்று மட்டும் கூறுவேன்.

பிரிவினையை மக்கள் எந்த விதத்தில் நினைவுகூர்கிறார்கள் என்பதைக் கவனமாகப் பார்க்க வேண்டியது அவசியம். அதுதான் பிரிவினையைப் புரிந்து கொள்வதற்கான ஆரம்பம். அதற்காக மக்கள் சொல்வதை எப்படிப் பார்ப்பது என்றும் அதில் பொதிந்திருக்கும் உண்மைகளை எப்படி அகழ்ந்தெடுப்பது என்றும் செய்முறை விளக்கம் அளிக்கப் போவதில்லை. அதைப் படிப்பவர்களுக்கே விட்டுவிடுகிறேன். ஜேம்ஸ் யங் சொல்கிறார்: ‘பாதிக்கப்பட்டவர்களின் வாய்வழிச் செய்தி கள் என்னதான் புனையப்பட்டவையாக இருந்தாலும் அவை உண் மைக்குப் புறம்பானவை அல்ல. உண்மையின் ஒரு பகுதியாகத்தான் அவற்றைக் கொள்ள வேண்டும். புனைவுத் தன்மை உண்மைகளின் ஏற்பின்மை அல்ல. அவற்றைப் புரிந்து கொள்வதிலும் முன்வைப் பதிலும் இருக்கும் தவிர்க்க முடியாத மாறுபாடுகளே அவை. தகவல்கள் ஆளுக்கு ஆள், மொழிக்கு மொழி, பண்பாட்டுக்குப் பண்பாடு வேறுபடும் காரணத்தால் ஏற்படும் மாறுபாடுகள் இவை.’

இந்தப் புத்தகத்தின் மூலம் நான் என்ன செய்திருப்பதாக நம்புகிறேன் என்பதை இதைவிடத் தெளிவாக, திறம்பட என்னால் சொல்ல முடியாது.

★★★

பொதுவாக விஷயங்களைச் சேகரிப்பது ஒரு புத்தகத்தைத் தொகுப்பதன் எளிய பகுதியாக இருக்கிறது. கடினமான பகுதி பின்னர்தான் வருகிறது.

எதைச் சேர்ப்பது, எதை விடுவது?

இந்த வேலையை நான் எடுத்துக் கொண்டதிலிருந்து, பல நீண்ட வருடங்களுக்கு எழுபதுக்கும் மேற்பட்டவர்களுடன் நேர்காணல் செய்தேன். எழுபது என்பது எண்ணிக்கை அளவில் சற்றுப் பெரிதாகத் தெரிந்தாலும் பிரிவினையால் பாதிக்கப்பட்ட மக்களின் எண்ணிக்கையுடன் ஒப்பிடும் போது இது ஏறக்குறைய நிராகரிக்கும் அளவு சிறியது. யாராலுமே இந்த வேலையை அறுதியான முழுமையுடன் செய்ய முடியாது என்பதற்கு இது ஒரு சான்று.

இந்தப் புத்தகத்தின் ஒரு பகுதி பிரிவினை குறித்த என் எண்ணங்களையும், மற்ற பகுதிகள் பிரிவினை பற்றிய மக்கள் நினைவுகளில் இருந்து வந்த கதைகளையும் சொல்கின்றன. ஆனால் நான் பேசியவர்களில் ஒரு சிலரின் அனுபவங்களை மட்டுமே சேர்த்திருக்கிறேன். மற்றவர்கள் சொன்னது உபயோகமான விஷயங்கள் அல்ல என்று இதற்கு அர்த்தமில்லை. ஒவ்வொன்றையும் பிரசுரத்துக்குரிய வகையில் திருத்துவது பல்வேறு காரணங்களால் இயலாமல் போயிற்று. ஆகவே எதையெல்லாம் சேர்ப்பது என்பதற்கு நானே ஒரு வழிமுறையைக் கையாண்டேன். முக்கியத்துவம் வாய்ந்தவை என்று எனக்குப் பட்டவை, நான் யாருடனெல்லாம் ஆழ்ந்த நட்பை வளர்த்துக் கொண்டேனோ அவர்கள் சொன்னவற்றை அல்லது எவையெல்லாம் என் மனதில் திரும்பத் திரும்ப வந்து ஒரு தாக்கத்தை ஏற்படுத்தினவோ அவற்றைத் தேர்ந்தெடுத்தேன்.

மக்களுடனான நேர்காணல்களைத் தொகுப்பதில் ஒரு சின்ன சுதந்தரம் எடுத்துக் கொண்டிருக்கிறேன். சம்பந்தப்பட்டவர்களிடம் கேட்கப்பட்ட கேள்விகளைத் தவிர்த்து விட்டு, பதில்களைத் தொடர்ச்சியான உரைகளாகத் தொகுத்திருக்கிறேன். அவற்றை கால வரிசையில் அமைக்க எந்த முயற்சியும் எடுக்கவில்லை. சில நேர்காணல்களில் அருகிலிருந்த மக்களின் தலையீட்டையும் சேர்த்திருக்கிறேன். காரணம், அவை சொல்லப்பட்ட விஷயத்துக்கு அதிகத் தெளிவையும் விவரங்களையும் தந்தன. இது போன்ற மாறுதல்கள் படிக்கவும் புரிந்துகொள்ளவும் எளிமையாக இருப்பதற்காக அறிந்தே செய்யப்பட்டவை. எந்த நேர்காணலின் தொகுப்பும் மாறுதல்களே இல்லாமல் இருப்பதில்லை என்று நான் நம்புகிறேன்.

ஒரு செய்தி, பேச்சிலிருந்து எழுத்தாக உருப்பெறும் போது பல இழப்புகள் நேர்கின்றன. சொல்லப்படும் தொனி, சில எண்ணங்களின்

மேலெழும் தயக்கங்கள், உணர்வுகள், உடல் மொழி இவையெல்லாம் இழக்கப்படும்போது பல நேரங்களில் சொல்லப்பட்ட விஷயம் வேறு விதமாகப் புரிந்து கொள்ளப்படும் அபாயம் இருக்கிறது. அதைத் தவிர்ப்பதற்காக, நேர்காணல் செய்தவர், இந்த இழப்புக்களைச் சரிக்கட்டத் தேவையான மாறுதல்களைச் செய்வது அவசியமாகிறது. இதை நான் நன்றாக அறிவேன். ஆகவே நான் செய்த மாறுதல் களால்தான் அவற்றுக்குத் தெளிவு வந்தது போலப் பாசாங்கு செய்ய மாட்டேன். திருத்தங்கள் இல்லாத முழு வடிவில், இந்த நூலில் சேர்க் காத பகுதிகளும் கூட நூலகத்தில் சேமிப்பில் வைக்கப்படும் என்று நினைக்கிறேன். அது, இதே துறையில் ஆய்வை மேற்கொள்ளும் மற்றவர்களுக்குப் பயனுள்ளதாக இருக்கும்.

பெரும்பாலான நேர்காணல்கள் குடும்பச் சூழலில் நடைபெற்றதால் பெண்கள் தனியாக இருக்கவில்லை. நேர்காணலின் பெரும்பாலான பகுதிகள் அவர்களின் வீட்டு வேலைகளினூடே கிடைக்கிற அல்லது உண்டாக்கிக் கொள்ளப்பட்ட சின்னச் சின்ன இடைவெளிகளில்தான் நடந்தது. அவர்களது கணவரோ, மகனோ அருகில் இருந்தால் நேர் காணலை அவர்கள் எதிர்கொண்டு பேச ஆரம்பித்தார்கள். இது சில சமயம் யதேச்சையாகவும் சில சமயம் திட்டமிட்டும்கூட நடந்திருக் கலாம். இது மாதிரி இடங்களில் பெண்கள் மௌனமாக இருக்க நேரிட்டது. இது ஒன்றும் அசாதாரணமானது அல்ல. பெண்களிடம் அல்லது பெண்களுடன் பேசுவது குறித்து இதே போன்ற ஆய்வில் ஈடுபட்டவர்கள் சொல்லியிருக்கிறார்கள். அவர்கள் பேசுவதைக் கொஞ்சம் வித்தியாசமாகக் கேட்க வேண்டியதையும், மறைமுகமான தொந்தரவுகளைக் கவனிக்க வேண்டியது குறித்தும், பேச்சைவிட அதிக அர்த்தம் வாய்ந்த மௌனங்களைக் கவனிக்க வேண்டியது குறித்தும் அவர்கள் சொல்லியிருக்கிறார்கள். ஒரு ஆணும் பெண்ணும் உரை யாடுவதும், பெண்ணும் பெண்ணும் உரையாடுவதும் வேறுபட்டவை என்று நினைக்கிறேன்.

நேர்காணல்களை இப்போது படிக்கும் போது பெண்களின் பேச்சுக்கும், ஆண்களின் பேச்சுக்கும் தெளிவான வித்தியாசம் இருப்பது புரிகிறது. அப்படியென்றால் பிரிவினைக்குப் பால் சார்ந்த உணர்வு வேறுபாடுகள் இருக்கிறதோ? இருக்கிறது என்பது அவர்கள் பேசிய விதத்திலிருந்து உடனடியாகத் தெரிந்தது. பெண்கள் பேசும்போது மனிதர்களின் வாழ்வு முறையும் குடும்பங்களும் பாதிப்படைந்த நுணுக்கமான விவரங் களைக் கூறினார்கள். ஆண்கள் பேசுகையில் பல்வேறு சமூகத்தின ரிடையே இருந்த உறவுகளிலும், அரசியல் ரீதியாகவும் உண்டான மாற்றங்களைப் பேசினார்கள். ஒரு குழந்தை தொலைந்து போனது அல்லது கொல்லப்பட்டது மாதிரியான விஷயங்களை ஆண்கள்

பேசவில்லை; ஆனால் அது மாதிரி தகவல்களைப் பெண்கள் மறந்தும் விட்டுவிடவில்லை. இது பற்றி முடிவுரையில் விரிவாக விவாதிக்க வுள்ளேன்.

யாரிடமெல்லாம் பேச வேண்டும் என்று தீர்மானிக்க எந்த வரை யரையும் வைத்துக் கொள்ளவில்லை. பிரிட்டனின் தொலைக்காட்சி நிறுவனமான சேனல்-4 என்கிற நிறுவனத்துக்காக A Division of Hearts என்னும் படத்தை என் நண்பர்கள் இருவர் தயாரித்தனர். அவர்களுடன் வேலை செய்தபோதுதான் முதன் முதலாகப் பிரிவினையுடன் தொடர் புடையவர்களுடன் பேசினேன். அப்படி ஆரம்பித்த சமயம் நான் திரும்பிய திசையிலெல்லாம் ஒரு கதை இருந்தது. முக்கியமாக டெல்லி யில், குறிப்பிட்ட வயதில் இருந்த ஒவ்வொரு பஞ்சாபியின் குடும்பத் திலும் பிரிவினை குறித்தான கதை ஒன்று இருந்தது. அந்த வயதில் இருந்த பஞ்சாபிகளைப் பார்க்கும் போதெல்லாம் சாலையில் போய்க் கொண்டிருந்தாலும் ஒதுங்கி நின்று பேசலானேன்.

ஒரு முறை ஜங்புராவில் இருந்த ஒரு குடும்பத்திடம் பேசிவிட்டு வீட்டுக்குப் போக ஆட்டோ பிடிப்பதற்காக வெளியில் வந்தேன். கிடைத்த ஆட்டோவின் ஓட்டுனர் பாகிஸ்தானியப் பஞ்சாபியர் களுக்கே உரித்தான சல்வார்-குர்த்தா அணிந்திருந்தார். எந்த ஊர்க்காரர் என்று அவரைக் கேட்டேன். வட இந்தியர்களிடம் இந்தக் கேள்வி கேட்கப்படும்போது வழக்கமாக அவர்கள் பதிலுக்குக் கேட்கும் கேள்வியை அவரும் கேட்டார்.

'இப்பொழுதா, முன்பா?'

முன்பா என்பதன் அர்த்தம் மறக்கப்பட்ட கடந்த காலத்தைக் குறிப்பது. இந்தியில் 'சிலர்' சொல்லும் 'பீச்சேஸே' க்கு இப்படி அர்த்தம் செய்து கொள்ள வேண்டியது அவசியம்.

பலுசிஸ்தான் அவருடைய ஊர் என்றும், பிரிவினைக்குப் பிறகு பத்தாண்டுகள் அங்கே இருந்ததாகவும் அவர் சொன்னார். பலுசிஸ் தானில் அவர் வசித்த கிராமத்தில் இந்து மதத்தைச் சேர்ந்த ஒரு பிரிவினர் எந்தப் பிரச்னையும் இன்றி அமைதியாக வாழ்ந்தார்களாம். உடனடியாக அவரது வீட்டுக்குச் சென்று அவருடன் பேச ஆரம்பித்தோம்.

இன்னொரு நாள் தெற்கு டெல்லியின் கையேந்தி பவன் ஒன்றிலிருந்து ரோட்டி, கபாப் சகிதம் வெளியில் வரும் போது ஒரு பிச்சைக்காரப் பெண்மணி வழிமறித்தார். அவர் பஞ்சாபியில் பேசியது சற்று ஆச்சரியமாக இருந்தது. டெல்லியில் பஞ்சாபிப் பிச்சைக்காரர்களைப் பார்ப்பது அபூர்வம். அவரிடமும் வழக்கமான 'எந்த ஊர்?' கேள்வி கேட்கப்பட்டு எதிர்பார்த்த 'இப்பவா முன்பா?' எதிர்க் கேள்வியும்

கிடைத்தது. சாக் 53 என்கிற சிறிய பாகிஸ்தானிய கிராமத்திலிருந்து கஃபிலா என்று அழைக்கப்பட்ட கால்நடையாக நாடு கடக்கும் கூட்டத்தில் கலந்து டெல்லியை வந்தடைந்தவர் என்று தெரிந்தது.

ஒருவர் மாற்றி ஒருவராக நான் சந்தித்த விதம் இதுதான். இப்படிக் கிடைத்த போதெல்லாம், கிடைத்த இடத்தில் ஆள்களைப் பிடித்துப் பேசியதால் ஒரு சீரான வழிமுறையை இந்தத் தொகுப்பில் பார்க்க இயலாது.

ஒரு சில விஷயங்கள் படிப்பவர்களுக்குத் தெளிவாகத் தெரியும். பெரும் பாலான நேர்காணல்கள் ராவல்பிண்டி மாவட்டத்து ஆள்களுடனும், பிரிவினைக்குச் சற்று முன்பு அங்கே நடந்த வன்முறைகள் பற்றியும் இருக்கும். வன்முறையில் அழிக்கப்பட்ட சில சமூகத்தினர் மறு-உரு வாக்கம் செய்யும் நோக்கில் கூட்டம் கூட்டமாக ஒரே இடம் சென்று கூடினார்கள். சில நேரம் மாநில நிர்வாகமே அவர்களை ஓரிடத்தில் தேக்கி வைத்தது. பிரிவினையில் பாதிக்கப்பட்டவர்களுடனான என் நேர்காணல்களை ஆரம்பித்த போது தெற்கு டெல்லியின் மத்திய தர மக்கள் வாழும் ஒரு பகுதிக்குப் போக சிபாரிசு செய்தார்கள். ராவல் பிண்டி வன்முறைகளில் பாதிக்கப்பட்டவர்கள் வாழும் பகுதி அது. அங்கே போனால் ஒருவர் மற்றவரை அறிமுகம் செய்து, அவர் இன் னொருவரை, அவர் பிரிதொருவரை என்று சங்கிலித் தொடராகப் பேட்டிகள் தொடர்ந்தன. இதனாலேயே ராவல்பிண்டி மக்களின் கதைகள் அதிகம் இடம் பெற்றுள்ளன.

வாய்வழிச் செய்திகளைச் சேகரிப்பதில் இருக்கும் நடைமுறைச் சிக்கல் களுடன் அவற்றைத் தொகுப்பதிலும் சில சிரமங்கள் இருந்தன. இது போன்ற செய்திகளைப் புத்தகமாக எப்படித் தொகுப்பது? நேர் காணலின் விவரங்கள் மட்டும் இருந்தால் போதுமானதா? ஒரு இணைப்பு உரை இருக்க வேண்டுமா? விளக்கங்களும் ஆய்வுகளும் இடம்பெற வேண்டுமா? நீண்ட நேர்காணல்களை அப்படியே விடுவதா, சுருக்குவதா என்கிற கேள்விகளை எதிர்கொண்டு அவற் றுக்குச் சரியான தீர்வு காண வேண்டியிருந்தது. முதலில் நேர்காணல் களை மட்டும் அப்படியே எழுதி விடுவது என்று நினைத்தேன். ஆனால் ஒரு வாசகியாகவும் பதிப்பாளராகவும் யோசித்த போது வேண்டாம் என்று தோன்றியது. ஏனென்றால் இது போன்ற நேர்காணல்கள் மிகச் சுருக்கமாக இருந்தாலொழிய வாசகர்கள் படிக்க மாட்டார்கள். ஆனால், சம்பந்தப்பட்டவர்கள் சொன்ன விஷயங்கள் சுருக்கப்படக் கூடாத அளவுக்கு முக்கியத்துவம் வாய்ந்தவையாக இருந்தன. இணைப்பு உரை இல்லாமல் விட்டால் வாசகர்களைச் சென்றடையாது என்றும் தோன்றியது. ஒவ்வொரு நேர்காணலிலும் பொதிந்திருக்கும்

செய்தியை இணைப்பு உரையாகச் சொல்ல வேண்டியதன் அவசியத்தை நான் உணர்ந்தேன். மக்களிடம் பேசப் பேச அவர்கள் சொன்ன விஷயங் களுடன் சேர்த்து நானும் சில விஷயங்களைச் சொல்லும் ஆவல் உண்டானது.

அவர்கள் சொன்ன கதைகளிலிருந்து நான் உணர்ந்த, புரிந்து கொண்ட விஷயங்கள் என்று நிறைய இருந்தன. ஆகவே இந்த இரண்டையும் இணைக்கும் வழிமுறைகளை யோசித்தேன். இந்த நூல், மக்களின் நேர்காணல் விவரங்களை உள்ளடக்கிய எனது தொகுப்பாக அமைந் திருக்கும் நடை இப்படி உருவானதுதான். ஆனாலும் ஒரு நேர்காண லின் முழு விவரத்தையும் இந்த முறையில் கொண்டு வருவது சிரம மாகத்தான் இருந்தது. முழு நேர்காணல்களையும் ஓரிடத்தில் கொண்டு வர வேண்டுமோ என்றும் தோன்றியது. ஆனால் அப்படிச் செய்யும் போது வாசகர்கள் அதைப் படிக்காமல் விட்டு விடும் அபாயம் இருக்கிறது. ஆகவே நேர்காணல்களைப் பிரதானமாகவும் என் கருத்துக் களை அனுபந்தமாகவும் போடத் தீர்மானித்தேன்.

அத்தியாயத்தில் சொல்லப்பட்டிருக்கும் விஷயங்களுடன் கூடுமான வரை நேர்காணல்களைப் பொருத்தியிருக்கிறேன். முழுமையாக அப்படிச் செய்ய இயலவில்லை. ஒவ்வொரு அத்தியாயத்துக்கும் பொருத்தமான ஒரு நேர்காணலைப் பிடிப்பது சுலபமாக இல்லை. ஏனென்றால் நேர்காணல் செய்கிற சமயம் புத்தகத்தின் கட்டமைப்பு பற்றித் தீர்மானித்திருக்கவில்லை. அப்படித் தீர்மானித்திருந்தால் பொருத்தமான நேர்காணல்களைச் செய்திருக்கலாம். சரியாகச் சொன் னால் என் நேர்காணல்கள் எதுவும் நான் சொல்ல விழையும் விஷயங் களுடன் நேரடியாகப் பொருந்தவில்லை. இருந்தாலும் அவற்றை ஆங்காங்கே கொடுத்திருக்கிறேன். அந்தந்த அத்தியாயங்களுக்குப் பொருந்தும் உடனடித் தேவையைப் பூர்த்தி செய்யாவிட்டாலும் இந்தப் புத்தகத்தில் நான் விவாதித்திருக்கும் பல விஷயங்களை ஆழ்ந்து புரிந்து கொள்ள அவை பயன்படும். சில அத்தியாயங்கள் நேர்காணலுடன் தொடங்கும், சில நேர்காணலுடன் முடியும். சில சமயம் அவை அத்தியாயங்களுடன் இழைந்து பின்னப்பட்டிருக்கும்.

நேர்காணல்களைப் படிக்கும் வாசகர்கள் மேற்சொன்ன விஷயங்களை மனதில் வைத்துக் கொள்வது படிக்க உதவியாக இருக்கும் என்று நம்புகிறேன்.

நேர்காணல்கள்தான் அடிப்படைத் தோற்றுவாய் என்றாலும், குறிப் பேடுகள், ஆராய்ச்சிப் பதிவுகள், செய்தித்தாள்கள் உள்ளிட்ட பல்வேறு ஆவணங்களையும் உபயோகித்திருக்கிறேன். சில கடிதங்கள், விசாரணைக் கமிஷன்களின் அறிக்கைகள் ஆகியவையும் இதில்

அடக்கம். மேலும், நிறைய புத்தகங்களும் இதில் அடங்கும் என்பதைச் சொல்லத் தேவையில்லை. அதிகாரப்பூர்வமாகவும், இல்லாமலும், முறைசார்ந்தும் சாராமலும் பல்வேறு விதமாகக் கிடைத்த தகவல் களைக் கட்டமைக்க மேற்சொன்ன ஆவணங்கள் பயன்பட்டன. ஒரு நூலாசிரியராகவும் தொகுப்பாளராகவும் நான் ஆற்றிய பணி பல இடங்களில் பட்டவர்த்தனமாகத் தெரியும். இதற்காக நான் மன்னிப்புக் கேட்கப் போவதில்லை. பதிலாக, சரித்திரத்தை எழுதிய ஆசிரியர்கள் வெறும் கருவிகளாக இருந்து விட்டார்கள் என்று சொல்வேன். ரோலண்ட் பார்த்தெஸ் (ஃபிரான்ஸ் தத்துவ அறிஞர்) சொன்னது போல (சரித்திரம்) தானே படிக்கிறவர்களை விளங்கிக் கொள்ளச் செய்யும் என்கிற மனப்பான்மை சரித்திர ஆசிரியர்களுக்கு இருந்திருக்கிறது. இந்த மனப்பான்மை (நிகழ்விலிருந்து) ஒரு தூரத்தை உண்டாக்கவும், இயல்பான, உண்மைத் தன்மை போன்ற மாயத் தோற்றத்தை உண் டாக்கவும் உதவியாக இருந்திருக்கலாம். ஆனால் நான் எழுதியிருக்கும் இந்த வரலாற்றுச் செய்திகள் இயல்பான சரித்திரச் செய்திகள் என்பது போலப் பாசாங்கு செய்ய நான் விரும்பவில்லை. அது சாத்தியமில்லை என்பதை நான் அறிவேன். திரட்டப்பட்ட செய்திகள் என்னுடன் பல வருடங்கள் இருந்திருக்கின்றன. அரசியல் ரீதியாக, கல்வி ரீதியாக, உணர்வுப் பூர்வமாக நான் இவற்றில் ஆழ்ந்து ஈடுபட்டிருக்கிறேன். ஆகவே இயல்பாக, தானே விளக்கும் ரீதியாக இவை எழுதப்பட்டுள்ள தாகச் சொல்வது நாணயமல்ல.

ஆழ்ந்த ஈடுபாட்டுடன் ஒரு ஆய்வைச் செய்கிற எந்த ஒரு ஆய்வாளரை யும் போல, இந்த வேலையில் ஈடுபட்ட நானும் அதன் தாக்கத்தால் ஆட்கொள்ளப்பட்டேன். பல வருடங்களாக வேறெதையும் என்னால் யோசிக்கவே முடியவில்லை. என் வேலையில் இயல்புத் தன்மை இல்லை என்பது என்னைக் கொஞ்சம் உறுத்தியது உண்மை. என் உணர்வுகளும் ஈடுபாடும் அரசியலும் எந்தத் தாக்கத்தையும் என் பணியில் ஏற்படுத்தவில்லை என்று என்னால் பாசாங்கு செய்யமுடியாது. தொகுக்கும்போது மேற்கூறியவற்றின் தாக்கம் இருக்கத்தான் செய்தது.

என் ஆழ்ந்த ஈடுபாட்டின் காரணமாக மனத்தளவில் மிகவும் பாதிக்கப் பட்டேன். இயல்பு நிலைக்குத் திரும்ப எனக்கு நெடுநாட்களாயின. இதை வெறும் சரித்திரம் என்ற கண்ணோட்டத்தில் அணுகுவது தவறு. தனிப்பட்டவர்களின் சரித்திரம் அல்லது அந்தரங்கச் சரித்திரம் என்று சொல்வது பொருத்தமாக இருக்கலாம்.

என் உணர்வுப்பூர்வமான ஈடுபாட்டுக்கு இன்னொரு காரணம் இருக் கிறது. வாய்வழி வரலாறுகள் சக்தி வாய்ந்த கருவிகள் என்று பெண் ணுரிமை ஆர்வலர்களாக இருக்கும் சரித்திர ஆசிரியர்களால் கருதப்

படுகிறது. பெண்களின் வாய்வழி வரலாறுகளை சரித்திரத்துடன் இணையாக முன் வைப்பது, சரித்திரத்தை ஒரு மாறுபட்ட கண்ணோட் டத்தில் பார்க்கும் வாய்ப்பைக் கொடுக்கும். சரித்திரம் பெண்களின் பார்வையில் எப்படி இருக்கிறது? பெண்ணும் பெண்ணும் உரை யாடுகையில் சரித்திரம் அழுத்தமாக வெளிப்படுகிறது என்றாலும் அதற்கே உரித்தான சில பிரச்னைகளும் உள்ளன.

எப்படிப் பார்த்தாலும் சொல்லப்படும் விஷயங்கள் ஒருபக்க நியாயங் களே. பேசப்படும் விஷயத்தை அடித்தளமாக வைத்துக் கொண்டு அதன் மேல் தங்கள் சித்தாந்தங்களைச் சம்பந்தப்பட்டவர்கள் கட்ட வில்லை என்பதை எப்படி உறுதிபடுத்திக்கொள்வது? சில சமயம் ஆய்வாளர்கள், குறிப்பாக பெண்ணிய ஆய்வாளர்கள் தங்கள் ஆய்வின் முடிவைச் சம்பந்தப்பட்டவர்களிடம் கொடுத்து அவர்களுடைய கருத்துகளைப் பெற்றதும் உண்டு. ஆய்வின் நோக்கத்தில் இருக்கும் நேர்மையை இது காட்டுகிறது. ஆனாலும், தகவல் சேகரிப்பதில் ஆய்வாளருக்கு இருக்கும் அதிகாரத்தையும் சுதந்தரத்தையும் எந்த விதத்திலும் அவர்கள் குறைத்துக் கொள்வதில்லை. நேர்காணப் பட்டவர்களின் தகவல்கள் பன்னெடுங்காலம் இந்த ஆய்விலும் அதன் முடிவிலும் இருந்தாலும், முடிவுகள் ஆய்வாளர்களுக்கு முன்னேற்றம் தரும் வகையில் அமைந்துவிட்டாலும் சம்பந்தப்பட்டவர்கள் தங்கள் கருத்திலிருந்து பின்வாங்கக் கூடிய சாத்தியக்கூறுகள் உண்டு.

மக்களின் இந்த இரட்டை மனப்போக்கை ஜெயிக்க நான் பொருத்த மான வழிமுறையைக் கையாள வேண்டியிருந்தது. ஆனால் அது அவர்கள் சொன்னதையெல்லாம் பொதுவெளியில் வைத்துவிட்டு நிழலில் பதுங்கி பிறகு அதற்காக வருந்துவது அல்ல. இந்தப் புத்தகம் முழுவதும் பெண்களைப் பற்றியதே அல்ல என்றாலும் பெண்கள், அவர்களின் வரலாறு, அவர்களின் வாழ்க்கை வழிமுறைகள் எல்லாம் இதன் அடித்தளத்தில் இருக்கின்றன. ஒரு பெண்ணிய ஆர்வலராகவே முழுதும் இல்லாமல் பெண்ணிய ஆர்வலர்களின் வழிமுறைகளைப் பின்பற்றும் ஆராய்ச்சியாளராக என் அணுகுமுறை இருந்தது.

இன்னொரு பிரச்னை, பஞ்சாப் பிரிக்கப்பட்டதை மட்டும்தான் கவனத் தில் எடுத்துக் கொண்டிருக்கிறேனே ஒழிய வங்காளம் (கிழக்கு) பிரிக்கப் பட்டது இங்கே கவனத்தில் எடுக்கப்படவில்லை. ஒரு முக்கிய காரணம் எனக்கு அந்த மொழி தெரியாது. வங்காளத்தின் பிரிவினை முற்றிலும் வித்தியாசமானது, அதை எப்படி எங்கே தொடங்குவது என்பதில் கூட எனக்குத் தெளிவில்லை. என் மாமா தவிர, பாகிஸ்தான் தரப்பிலிருந்து எனக்கு எந்தத் தகவலும் கிடைக்க வழியில்லை. என் நண்பர்கள் செய்திருந்த ஆய்விலிருந்து, மாமா நீங்கலாக இன்னும் ஒரே

ஒரு நேர்காணலை இரவல் வாங்கியிருக்கிறேன். இந்த ஆய்வில் இறங்கும் எந்த ஆய்வாளரும், இந்தியா, பாகிஸ்தான் நீங்கலாக மூன்றாவது தேசத்தைச் சேர்ந்தவராக இருந்தால் மட்டுமே இந்தியா, பாகிஸ்தான் இரு நாடுகளிலிருந்தும் தகவல் சேகரிக்க முடியும். அப்படி இல்லாத பட்சத்தில் பாகிஸ்தான்காரராக இருந்தால் இந்தியாவிலும், இந்தியராக இருந்தால் பாகிஸ்தானிலும் காழ்ப்புணர்வுகளை எதிர்கொள்ள வேண்டியிருக்கும். இந்தக் காழ்ப்புணர்வு பிரிவினையின் போது இருந்த அதே வீரியத்துடன் இருக்கும் என்பதில் சந்தேகமில்லை. இருந்தாலும் பலமுறை பாகிஸ்தான் தரப்பில் தகவல் திரட்ட முற்பட்டேன். ஆனால் உபயோகமில்லை.

இந்தப் புத்தகத்தில் இருக்கும் நேர்காணல்கள் பல ஆண்டுகள் அவகாசத்தில் செய்யப்பட்டவை. ஆரம்பிக்கிற போது ஒரு தெளிவான திட்டம் இருக்கவில்லை. புத்தகம் எழுதும் நோக்கமே கூட அப்போது இருக்கவில்லை. பின்னால், மெல்ல மெல்ல அரும்பிய ஆர்வம் அது. ஆரம்பிக்கிற போதே ஒரு குறிப்பிட்ட முறையில்தான் நேர்காணல்களைச் செய்ய வேண்டும் என்கிற எண்ணம் இல்லை. குறிப்பிட்ட கேள்விகள், குறிப்பிட்ட பகுதி மக்கள், குறிப்பிட்ட பொருளாதாரப் பின்னணி என்றெல்லாம் நிர்ணயம் செய்துகொள்ளவில்லை. கடந்த காலம் குறித்து பேசச் சொல்லிவிட்டு, இயல்பாக உருவாகும் உரையாடல்களை அவற்றின் போக்கிலேயே தொடர்ந்தேன். இது அறிந்தே கையாளப்பட்ட வழிமுறை.

முன்னரே தீர்மானிக்கப்பட்ட கேள்விகளும் வரைமுறைகளும் நேர்காணல்களின் பரிமாணத்தைக் குறைக்கக்கூடும். அவை முழுமையானவையாக இருப்பதில்லை, உபயோகமான தகவல்களும் கிடைப்பதில்லை. ஆகவே கிடைத்த இடத்தில், கிடைத்த நேரத்தில் அவர்கள் போக்கில் மக்களைப் பேச விட்டு தகவல்கள் திரட்டப்பட்டன. இதனால் தமயந்தி சாகல் போன்றவர்களின் நேர்காணல் பல மாதங்களுக்கு நீண்டது.

குடும்பங்களில் பல்வேறு தலைமுறையினரின் தலையீடுகளும் விளக்கங்களும் இருந்தன. இதனால், ஆரம்பிக்கப்பட்ட விஷயங்கள் அப்படியே தொங்கலில் இருக்க பேட்டி திசைமாறி தடம் புரண்டு போய்க் கொண்டிருக்கும். விட்ட இடம் திரும்ப வரும் போது தொடர்ச்சி கிடைக்காமல் தலைப்பு மாறிவிடும். சொல்லப்பட்ட விஷயங்களில் சம்பவங்களின் தொடக்கத்திலிருந்து முடிவு வரையிலான கால வரிசைக்கிரமம் கிடைக்காது. முன்னும் பின்னுமாக இருந்தன. ஆரம்பம் முடிவு இன்றி தனிப்பட்ட இடைச் சம்பவங்கள் இருந்தன. கடந்த காலமும் நிகழ்காலமும் மயங்கிய கலவையில்

தெரிந்தது. *1947, 1984* இரண்டும் பிரித்து அடையாளம் காணமுடியாத நினைவுகளாக மயங்கியிருந்தன. வன்முறையின் தீவிரமும், ஆழமும் காலப் பரிமாணங்களை மறக்கடித்து விட்டன. சிலர் நினைவுகூறும் போதே அச்சமும் துன்பமும் ஏற்பட்டுப் பேசமுடியாமல் நிறுத்தி விட்டனர்.

'அதை எப்படிச் சொல்வது?' என்று சிலருக்குத் தொண்டை அடைத்துக் கொள்ளும். 'வார்த்தைகளில் சொல்ல முடியாது' என்று தழுதழுப் பார்கள். திடீரென்று அழுகை வரும். இது போன்ற சந்தர்ப்பங்களில் தொடர்ந்து அவர்களைப் பேசச் செய்வதில் எனக்குச் சம்மதமில்லை. ஆகவே அப்படியே விட்டுவிட்டேன். இது போன்ற காலத் தவறுகள், முழுமையின்மை, ஒருவர் சொல்வதும் மற்றவர் சொல்வது, முரண் படுவது ஆகியவற்றை அடையாளம் காண சீக்கிரமே கற்றுக்கொண்டு விட்டேன். குறுக்கிடாது இயல்பாக அவர்கள் சொல்வதை அப்படியே பதிவு செய்யவும் தெரிந்து கொண்டேன்.

சிலர் என்னிடம், 'யார் இந்தப் பதிவை எல்லாம் கேட்கப் போகி றார்கள்?' 'அப்படியே கேட்டாலும் எங்களுக்கு என்ன விடிவு வந்து விடப் போகிறது?', 'இதனால் என்ன சாதிக்கப் போகிறாய்?', 'ஏதாவது மாற்றம் இருக்குமா?' என்றெல்லாம் எதிர்க்கேள்வி கேட்கும்போது தான் என்னிடம் அதற்கெல்லாம் பதில் இல்லை என்பதை உணர்ந் தேன். பிரிவினை குறித்த நினைவுகளை மறக்காமல் இருப்பது அவசியம் என்பது என் கருத்து. ஆனால் அவர்களுக்கு அது ஒரு பொருட் டாக இருந்திருக்குமா? பிரிவினையின் சரித்திரம் அவர்களது அனுபவங் களையும், கதைகளையும், உணர்வுகளையும் நிராகரித்து விட்டது அவர் களுக்குத் தெரியுமா? அவற்றையெல்லாம் சரித்திரத்தில் இடம் பெறச் செய்வதற்கான சின்ன முயற்சிதான் நான் தொடங்கியிருப்பது என்பதை அவர்கள் அறிவார்களா?

கடைசியாக ஒரு விஷயம்.

முதலில் தனியாகத்தான் ஆரம்பித்தேன் என்றாலும் தொடர்ந்து தனி யாகவே செய்வது கஷ்டமாக இருந்தது. பல சமயம் நான் கேட்ட விஷயங்களின் சோகமும், கொடூரமும் தாங்க முடியாததால் தொடர்ந்து கேட்க முடியவில்லை. அவர்களுடைய சுமைகள் முழுவதும் என்மீது ஏறிக் கொண்டது போல் உணர்ந்தேன். ஏனென்றால், ஆரம்பத்தில் ஒருவித தயக்கம் இருந்தாலும் அவர்கள் பேச ஆரம்பித்த பிறகு மூச்சு விடாமல் பேசினார்கள். ஒரு முறை ஜங்புரா என்கிற இடத்தில் ஒரு குடும்பத்துடன் பேசிவிட்டுத் திரும்பிய போது இப்படிப்பட்ட வன்முறைகளும் துன்பங்களும் நிறைந்த கதைகளைத் தொடர்ந்து கேட்க முடியாது என்று தோன்றியது.

அப்போதுதான் என் நெருங்கிய தோழி சுதேஷ் வைத் பிரவேசித்தார். அதற்குப் பிறகு இருவரும் இணைந்து செயல்பட ஆரம்பித்தோம். வேலை கொஞ்சம் சுலபமாயிற்று. இருவரும் செய்த வேலையை பரஸ்பரம் பரிமாறிக் கொள்ளவும் சிலசமயம் அடுத்தவர்களை நினைத்துச் சிரிக்கவும் கூட முடிந்தது. சில நேர்காணல்களை இருவரும் சேர்ந்தே செய்தோம். இதன் காரணமாகத்தான் பேட்டி காண்கிறவர்கள் என்று சில சமயம் பன்மையில் சொல்லியிருக்கிறேன். சிலவற்றை நான் தொடங்கியிருப்பேன், பிறகு இருவரும் இணைந்திருப்போம். ஒரு சந்தர்ப்பத்தில், இடையிலேயே சுதேஷ் விலகிக் கொள்ள நேர்ந்தது. எனக்கு வந்த அதே உணர்வு! இனியும் தாங்கிக்கொள்ளமுடியாது என்னும் நிலை. ஆனால் அந்தச் சமயத்தில் இடையில் நிறுத்த முடியாத அளவுக்கு என் ஈடுபாடு வளர்ந்திருந்தது. அவள் இறுதி வரை என் னுடன் இல்லாதது எனக்கு வருத்தம்தான். இருந்திருந்தால்,வேலை இன்னும் சுலபமாகவும் வளமாகவும் இருந்திருக்கும்.

எல்லா இடற்பாடுகளையும் கடந்து வாசகர்களுக்கு முன்னால் இந்தப் புத்தகத்தைச் சமர்ப்பிக்கிறேன். பிரிவினை பற்றிய இலக்கிய வரிசை யில் இந்த நூலின் பங்களிப்பும் (அது எவ்வளவு சிறியதாக இருப்பினும்) இடம்பெறும் என்று நம்புகிறேன்., உடனடியாக இல்லாவிட்டாலும், அதிகத் தாமதம் இன்றி பிரிவினை குறித்த இரு பக்க வாதங்களும் நமக்குக் கிடைக்கும் என்று நம்புகிறேன். 1977 ல் இந்தியா, பாகிஸ்தான் இருநாடுகளும் சுதந்தரத்தின் ஐம்பதாண்டு நிறைவைக் கொண்டாடின. இந்தக் கொண்டாட்டத்தைக் குறிக்கும் வகையில் இருநாடுகளும் தங்கள் எல்லைகளைத் திறந்து வைத்துக் கொள்வது சிறப்பாக இருக்கும் என்று அப்போது நினைத்தேன். குறுகிய காலத்துக்காவது அதைச் செய்திருக்கலாம்.

இப்படி நடந்திருந்தால் நூற்றுக்கணக்கான மக்கள் எல்லை தாண்டிச் சென்று தங்கள் பழைய வாழ்விடங்களையும், பழைய நண்பர்களையும், வெட்டுண்ட உறவுகளையும் சந்தித்து மகிழ்ந்திருப்பார்கள். அது கடந்து போன ஒன்று. என்றாவது ஒருநாள் அந்தத் திறப்பு எந்த வகை யிலாவது நிகழும் என்று நம்புவோம். அப்படி நடக்காவிட்டால் ரிவினை என்கிற துன்பமான நிகழ்வு மறக்கப்பட வாய்ப்பே இல்லை.

2

ரத்தம்

பாகம்-1

ராணாமாமா

எல்லாரும் செய்வது போல என்னிடம் இருந்தே தொடங்குகிறேன்.

பல வருடங்களாக இந்தக் கதை என் மனதில் இருந்தாலும் அதை எப்படிச் சொல்வது என்கிற மனப் போராட்டத்துடன் இருந்தேன். உண்மையில் அதைச் சொல்வதா வேண்டாமா என்னும் தீர்மானத்துக்கே வர முடியவில்லை. முதலில் அதில் இருந்த வலிகளினால் வெளியில் சொல்லக்கூடாத அளவு அந்தரங்கமானது என்று நினைத்தேன். அதை நீ சொல்வதில் எனக்கு ஆட்சேபம் இல்லை என்று என் மாமா திரும்பத் திரும்பச் சொல்லியிருந்தாலும், அதை நான் சொல்ல வேண்டியிருக்கிறது என்பதை அம்மா அறிந்திருந்தாலும் மனதின் அடித்தளத்தில் இருந்த துரோக உணர்வை என்னால் மீற முடியவில்லை. தாங்கள் சொல்வதன் பின்விளைவுகளை அவர்கள் அறிந்திருக்கவில்லை என்று நானே சமாதானம் செய்து கொண்டேன்.

பிரசுரத்துக்கு முன்னால் அவர்களிடம் காட்டிவிட்டால் போதுமானது என்று முதலில் நினைத்தேன். கொஞ்சம் யோசித்ததில் அதில் எனக்கே சம்மதமில்லை என்று புரிந்தது. உண்மையை ஒப்புக்கொள்வதானால் அதைப் பிரசுரிப்பது என்று முன்னரே முடிவு செய்து விட்டேன். இதை வெளியில் சொல்வது என்னையும் என் குடும்பத்தையும் வெளிப்படுத்துவதோடு நின்று விடுவதல்ல. இன்னும் இதைப் போன்ற பலரின் பல்வேறு கதைகளின் வினோதமான பின்னலாகத்தான் தேசம் என்று நாம் அழைக்கிற ஒன்றே இருக்கிறது. இப்படி நான் சொல்வது சற்று மிகையாக இருக்கலாம். இதையோ மற்றவர்களின் இதர கதைகளையோ நான் தொகுத்திருப்பது பெருமிதமான விஷயங்களை உள்ளடக்கிய சித்தாந்தம் என்று கூற மாட்டேன். இந்தப் பயணத்தைத் தொடங்கியதிலிருந்து என் மனதைத் தொல்லைப்படுத்திய கஷ்டமான கேள்விகளை முன் வைக்க விரும்புகிறேன். அவ்வளவே.

சொல்வது என்று ஆன பிறகு எங்கே தொடங்குவது என்பது குறித்து நீண்ட விவாதங்கள் எனக்குள் செய்திருக்கிறேன். பல்வேறு தொடக்கங்கள் தோன்றின. எது என்று தேர்ந்தெடுப்பது சிரமமாக இருந்தது. இளமையிலிருந்து மீண்டும் மீண்டும் நான் கேட்ட பிரிவினையின் வலி மிகுந்த கதைகளா, பிரிவினையில் பாதிக்கப்பட்டவர்களோடு அது குறித்த திரைப்படம் எடுக்கும் போது எனக்கு நேர்ந்த நேரடி அனுபவங்களா, 1984ல் பிரதமர் இந்திரா காந்தியின் படுகொலையைத் தொடர்ந்த சீக்கியர்கள் மீதான வன்முறையும் அதன் காரணமாகப் பிரிவினையின்

போது இடம் பெயர வேண்டியிருந்ததே அதுவா அல்லது அனைத்துமா? உண்மையில் எனக்கே தெரியவில்லை. ஒரு தொடக்கம் இதோ இங்கே கிடைத்திருக்கிறது. மற்றவை வேறு பகுதிகளில் ஆங்காங்கே இருக்கின்றன.

★★★

*1987*ல், மெலிதான வெப்பத்துடன் கூடிய ஒரு கோடைகாலத்து இரவு. மணி பத்து.லாகூரின் புறநகர்ப் பகுதியில் பழமையைப் பறைசாற்றும் ஒரு வீட்டின் முன் வாசலில் நின்றிருந்தேன். நடுவில் மின்சார வயரில் தொங்கிக் கொண்டிருந்த குண்டு பல்ப் ஒன்று உடைந்த பச்சை நிறச் சுவரில் மங்கலான ஒளியைத் தெளித்துக் கொண்டிருந்தது. பதற்றமும், பயமும் எதிர்பார்ப்புமான கலப்படமான உணர்வு என்னை ஆட்கொண்டிருந்தது. நான் என்ன செய்ய வேண்டும் என்பது பூதாகரமாக என்னை அழுத்த ஆரம்பித்திருந்தது. சட்டென்று திரும்பி ஓடி விடலாமா என்கிற எண்ணம் இருப்பதை என்னால் உணர முடிந்தது. ஆனால் எங்கே ஓடுவது? நான் இருப்பதோ லாகூரில். நேரம் இரவு.

ஆகவே எதற்காக வந்தேனோ அதைச் செய்து விடுவது என்று தீர்மானித்தேன். அழைப்பு மணியை ஒலிக்கச் செய்தேன். கொஞ்ச நேரத்தில் கம்பி வைத்த ஜன்னலின் அருகே மூன்று பெண்கள் தோன்றினார்கள்.

இது இன்னாரின் வீடுதானே என்று நான் தேடி வந்தவரின் பெயரைக் குறிப்பிட்டுக் கேட்டேன்.

‘ஆமாம். ஆனா அவர் வீட்டில் இல்லை. வெளியூர் போயிருக்கார். வர ராத்திரி லேட்டாகும்.’

இது என் திட்டத்தில் ஒரு எதிர்பாராத மாற்றம்.

செய்வதறியாது யோசனையுடன் தலை குனிந்து தரையைப் பார்த்தேன். சோபார் என்னும் விளையாட்டுக் கட்டம் சிமெண்ட்டில் கீறலாகப் போடப்பட்டிருந்தது. என் அம்மா பலமுறை சொல்லியிருக்கிறாள். தாத்தா, பாட்டிக்காகப் போட்டது அது என்று.

நான் தேடி வந்தவர் இருந்தால் உடனே என்னை அடையாளம் கண்டு கொண்டிருப்பார் என்கிற என் எண்ணத்தில் இருந்த அபத்தம் சட்டென்று உறைத்தது. அவர் என்னைப் பார்த்ததே இல்லை. நான் என்று ஒரு ஆள் இருப்பது அவருக்குத் தெரிந்திருக்கவே நியாயமில்லை.

கொஞ்சம் தைரியத்தை வரவழைத்துக் கொண்டு, ‘நான் அவருடைய மைத்துனி, அவரது சகோதரியின் மகள், டெல்லியிலிருந்து வருகிறேன்!’ என்றேன்.

கதவின் தாழ்ப்பாள் திறக்கப்படும் ஓசையை உடனே என்னால் கேட்க முடிந்தது. 'உள்ளே வா' என்று வரவேற்றார்கள். அந்த மூவர், மாமா ராணாவின் மனைவி, அதாவது என் அத்தையும் அவரது இரண்டு மகள்களும். இப்போது வரையில் அவர்கள் நிஜமாகவே நட்புடன் இருந்தார்களா அல்லது அப்படி எனக்குத் தெரிந்ததா என்கிற கேள்வி அடிக்கடி எனக்குள் எழுவதுண்டு. அப்போது எனக்கு உண்டான ஆச்சரியத்தை நான் மறக்காமல் இருக்கக் காரணம் இருக்கிறது.

அவர்களுக்கு என்னைத் தெரிந்திருந்தது!

'நீ சுபத்ராவின் மகளாத்தான் இருக்கணும். அவருடைய ஜாடை உனக்கிருக்கிறது' என்றார்கள்.

ஜாடையா? அவர்கள் என் அம்மாவைப் பார்த்தது கூடக் கிடையாது. ஆனாலும் அந்தப் பதற்றத்தில் எப்படி என்றெல்லாம் கேட்க எனக்குத் தோன்றவில்லை. ஒரு பெரிய, ஆடம்பரமாக அலங்கரிக்கப்பட்ட அறைக்கு என்னை அழைத்துப் போனார்கள். கோக்க கோலா குடித்தபடி ஒரு மணிநேரம் சற்று கவனம் கலந்த உரையாடல் நடந்தது. அதற்குள் என் தோழி ஃபரிதாவின் சகோதரி ஃபெரானா வந்து விட்டாள். அவர்களுடன்தான் நான் தங்கியிருந்தேன்.

இத்தோடு கதை முடிந்திருந்தால் நன்றாக இருக்கும் என்று தோன்றி யது. மாமாவை வீட்டில் சந்திக்க முடியாதது ஏறக்குறைய நிம்மதி யாகவே இருந்தது. தோழியோடு திரும்பப் போகும் போது,வந்த வேலை முடிந்தது என்றே நினைத்துக் கொண்டேன். திரும்பிப் போய் விடலாம், எல்லாவற்றையும் மறந்து விடலாம் என்று நினைத்துக் கொண்டேன். ஆனால் அப்படி நினைக்கத்தான் முடிந்ததே ஒழிய செய்ய முடியவில்லை. சரித்திரம் மறப்பதற்கு அவகாசமே தருவதில்லை.

★★★

பாகிஸ்தான் எல்லைக் கோட்டைக் கடந்து உள்ளே பிரவேசிப்பது நான் நினைத்திருந்ததை விட எளிதாக இருந்தது.

விசா பெறுவது மட்டும் கொஞ்சம் சிரமமாக இருந்தது. கேட்பதற்குக் கொஞ்சம் நகைப்புக்குரியதாகத் தோன்றினாலும் பாகிஸ்தானின் வெளியுறவு அமைச்சகம் இந்தியர்களுக்கென்றும், வெளிநாட்டவர் களுக்கென்றும் இரண்டு தனித் தனிக் கவுண்டர்கள் வைத்திருந்தது. இந்தியக் கவுண்டரில் கூட்டமும் தள்ளுமுள்ளும் அதிகமாக இருந்தது. வெளியில் அதிவிரைவாகப் புகைப்படம் எடுத்துத் தருவதற்காகச் சொற்ப டெவலப்பர் சொல்யூஷனுடன் இடுப்பு வளைந்த ஒரு வழுக்கைத் தலைக் கிழவர் தயாராக இருந்தார். இதைத் தவிர்த்து

விமான நிலையத்தில் எல்லாம் பரிச்சயமானவையாகவே இருந்தன. அதே வாசனை, அதே உடைகள், அதே மொழி...

நான் கொஞ்சமும் எதிர்பாராதது ஒன்று உண்டென்றால் பாகிஸ்தான் எல்லையைத் தொட்டதும் எனக்கு ஏற்பட்ட உணர்வுதான். வீடு திரும்புகிற உணர்வு ஏற்பட்டது! ஏன் என்று என்னையே நான் பலமுறை கேட்டுப் பார்த்துக் கொண்டேன். பிரிவினைக்குப் பின் ஐந்தாண்டுகள் கழித்துப் பிறந்தவள் நான். என் பெற்றோரையும், தாத்தா பாட்டியையும் வருத்தி வதைத்த சரித்திரத்தை நான் எப்படி அறிவேன்? இதற்கு முன் நான் பார்த்தே இராத இந்த இடம், வாழ்க்கை பூரா நான் வாழ்ந்து கொண்டிருக்கும் டெல்லியை விட நெருக்கமாகத் தெரிவது எதனால்?

இங்கே வரவேண்டியது அவசியம் என்று என்னை நினைக்க வைத்த சரித்திரமும் அனுபவங்களும் கலந்த அந்த வினோதப் பாதை எப்படி அமைந்தது? மாமா வீட்டின் வராந்தாவில் நின்றிருந்த நான், முதல் முறையாக, 'இது கொஞ்சமும் எதிர்பாராதது' என்று நினைத்தது இன்னும் ஞாபகமிருக்கிறது. என் தேடல்களை ஆரம்பிக்கிறபோது என்னவெல்லாம் பார்க்கப் போகிறேன் என்பதில் நிச்சயமில்லாமல் இருந்தேன். எதைப் பார்த்தேனோ அதற்குத் தயாராக இருக்கவில்லை! எந்த சரித்திரப் பாடமும் என்னை இதற்குத் தயார் செய்திருக்கவில்லை. அறிமுகமில்லாத அந்த மூன்று பேரும் என்னை அவர்களுடைய குடும்பத்தில் ஒருத்தியாக நடத்தியது நான் முற்றிலும் எதிர்பாராதது. பிரிவினையை ஜெயிக்கிற இது போன்ற சிறிய முயற்சிகளை அரசியல், மதம், சரித்திரம் பூகோளம் எல்லாவற்றிலும் அத்துமீறி அசிங்கமாகத் தலை காட்டியிருந்த எல்லைக் கோடு ஆழமாகப் பிரித்துத் தடுத்திருந்தது.

நான் போயிருந்த வீட்டின் சொந்தக்காரர் ராணாமாமா என் அம்மாவின் கடைசித் தம்பி. பல வட இந்தியக் குடும்பங்கள் போலவே எங்கள் குடும்பமும் பிரிவினையின் போது சிதறிய குடும்பம்தான். அப்போது திருமணம் ஆகியிருக்காத என் அம்மா எல்லையிலிருந்து இந்தியா நோக்கிப் பெயர்ந்தார். ராணாமாமா அங்கேயே இருக்கத் தீர்மானித் தார். அம்மா மற்றும் அவரது சகோதர சகோதரிகள் கருத்தில் மாமாவின் இந்த முடிவு உள்நோக்கம் கொண்டது. தாத்தாவின், அதாவது அவரது தந்தையின் சொத்துகளைத் தக்கவைத்துக் கொள்வதே அவரது நோக்கம். இதர குடும்ப உறுப்பினர்கள் எல்லாரும் நாட்டை விட்டே வெளியேறிய நிலையில் சொத்துகளின் ஒரே வாரிசாக இருக்கிற வாய்ப்பு அது. இதனாலும், பிரிவினைக்குப் பிறகு தொடர்புகள் இயலாமல் போனதாலும் ராணா மாமாவுடன் தொடர்பு அற்றுப் போயிற்று. நாற்பதாண்டுகளாக, நான் அவரைப் பார்க்கப் போவது

வரை, அவரைப் பார்த்ததோ, தொடர்பு கொண்டதோ, அவர் குறித்துக் கேள்விப்பட்டதோகூட இல்லை.

★★★

எனக்கு நினைவு தெரிந்த நாளிலிருந்து பிரிவினைக் காலத்தின் கதைகளைப் பாட்டியும் (அப்பாவின் அம்மா) அதை வித்தியாசமான வகையில் எதிர்கொண்ட என் பெற்றோரும் சொல்லக் கேட்டிருக் கிறேன்.

மற்ற கதைகளைப் போலவே ராணா மாமாவின் கதையையும் மனதில் வாங்கிக் கொள்ளாமல் மேலோட்டமாகக் கேட்டிருக்கிறேன். ராணா அங்கேயே தங்கி விட்டதோடு, இஸ்லாம் மதத்துக்கு மாறியும் விட்டது என் குடும்பத்தாரை ரொம்பவே பாதித்தது. என் குடும்பத்தார் அவரை ஒரு தேசத் துரோகி நிலையில் வைத்து ஒதுக்கி விட்டார்கள்.

மோசமான கலவரங்களுக்கிடையே லாகூருக்கு அபாயகரமான பயணங்களை அம்மா மேற்கொண்டதை எற்கனவே சொல்லியிருக் கிறேன். முதல் முறை தன் தம்பி பில்லோவையும் தங்கை சவிதாவை யும் அழைத்து வந்தார். இரண்டாம் முறை தன் அம்மாவையும், ராணாவையும் அழைத்து வருவதற்காகப் போனார். ராணா வருவதற்கு மறுத்தது மட்டுமில்லை, பாட்டியை (அம்மாவின் அம்மா) அனுப்பி வைக்கவும் மறுத்து விட்டார். அனுப்ப மறுப்பது பாட்டி பெயரில் இருந்த தாத்தாவின் சொத்துகளை எழுதி வாங்கிக் கொள்ளத்தான் என்கிற புகாரை ராணா மறுத்தார். பாட்டியை விரைவில் தானே அழைத்து வருவதாகவும் சொன்னார். ஆனால் அது நடக்கவே இல்லை.

பிரிவினையைத் தொடர்ந்து நாடு தனியான பிறகு மாற்று மதத்தைச் சேர்ந்த மக்கள் இரு நாடுகளுக்கிடையே சுதந்தரமாகப் போய் வர முடியவில்லை. இரு நாடுகளுக்கிடையே சென்று வருபவர்களைக் காவல்துறையும் உளவுத்துறையும் வேவு பார்த்துக் கொண்டே இருந் தார்கள். அதிகாரத்தில் இருந்தவர்களுடன் தொடர்பு இருந்தவர்களுக்கு மட்டுமே போய் வருவது சாத்தியமாயிற்று. அவசரத்தில் வீட்டை விட்டு ஓடி வந்திருந்த பலரால் திரும்பப் போக முடியவில்லை. வீடுகளையும் நிலபுலன்களையும் அவர்கள் விட்டு விட வேண்டிய தாயிற்று.

ராணாவும் அவரது குடும்பத்தினரும் சிலகாலம் எங்கள் குடும்பத்துடன் தொடர்பில் இருந்திருக்கிறார்கள். ஆனால் அரசின் வேவு பார்க்கும் வேலை, கடிதங்களைப் பிரித்துப் படித்துப் பார்த்த பிறகே அனுப்பு

வதும், கேள்விகள் கேட்பதுமாக கடுமையாக இருந்திருக்கிறது. ஆகவே கொஞ்ச நாளில் தொடர்பு முழுவதுமாக நின்று போனது. அதற்குப் பிறகு நாற்பதாண்டுகளில் எந்த மாற்றமும் இல்லை. ராணா இருந்தது எங்கள் தாத்தாவின் வீட்டில்தான் என்றாலும் யாருக்கும் அவர் குறித்து எந்தத் தகவலும் இல்லை.

பிரிவினைக்குக் கொஞ்ச காலம் கழித்து பாட்டி இறந்து விட்டதாக உறுதி செய்யப்படாத தகவல்கள் கிடைத்தன. உறவுகளும் பிரிந்து, சொத்து சுகங்களும் பிரிந்து, மரணம் கூடத் தெரிவிக்கப்படாத அளவுக்குப் போனதில் என் குடும்பத்தாருக்கு வெறுப்பு அதிகமானது. பிரிவினை தொடர்பாக, குழந்தைகளாக இருந்த நாங்கள் அறிந்த, எங்கள் குடும்பத்துக் கடைசி நிகழ்ச்சி இதுவாகத்தான் இருக்க வேண்டும்.

★★★

நடு ராத்திரியில் தொலைபேசி அடித்தது.

நானும், ஃபரிதாவும் அவள் சகோதரியும் கெஹ்வா என்று பாகிஸ்தானியர்கள் அழைத்த உப்பும் இனிப்பும் கலந்த டீயைக் குடித்தபடி அரட்டை அடித்துக் கொண்டிருந்தோம். ஃபரிதா கொஞ்சம் அலுப்புடன் ஃபோனை எடுத்து வேண்டா வெறுப்பாகப் பேசினாள். 'எம்பொண்ணு அங்க இருக்காளா?' என்று ஒரு கரகரப்பான ஆண்குரல் எனக்கும் சின்னதாகக் கேட்டது. சட்டென்று அவள் முகம் மாறியது.

'ஏய்.. உங்க மாமா' என்று ஃபோனை என்னிடம் நீட்டினாள்.

வணக்கமா, குட் ஈவினிங்கா என்ன சொல்வது என்று நான் தீர்மானிப்பதற்குள் அவர் பேச ஆரம்பித்து விட்டார். ஹிந்தியில் மகளே என்னும் பொருள்படும்படியான வார்த்தையை உபயோகித்து என்னை அழைத்தார்.

'அங்கே என்ன பண்றே? உன் வீடு இங்கே இருக்கிறப்ப ஏன் எங்கேயோ போய் தங்கியிருக்கே? இங்கேயில்ல நீ தங்கி இருக்கணும்? அட்ரஸ் சொல்லு, நானே புறப்பட்டு வர்ரேன், உன்னை அழைச்சிகிட்டுப் போக.'

சில நொடிகளுக்கு பரவசத்தில் உறைந்து போனேன்.

சம்பிரதாயமான வார்த்தைகளோ, அறிமுகங்களோ இல்லாமல் நேரடியாக உரிமையோடு அவர் பேசியது எனக்குப் பிடித்திருந்தது. நாற்பது வருடங்களாக உறவு விட்டுப் போயிருந்ததற்கான அறிகுறியே அவர் பேச்சிலும் குரலிலும் இல்லை. அவ்வப்போது சந்தித்துக் கொண்டிருக்கிற நெருக்கமான உறவினர்கள் போலப் பேசினார்.

'காலைல வந்து பாக்கறேன்.'

'வந்து பார்க்கிறதா? பார்த்துட்டுப் போறதுக்கெல்லாம் விடமாட்டேன். நீ இங்கதான் தங்கப் போறே, உன் வீட்ல, உன் சொந்தக்காரங்களோட'

உன் வீடு! உன் சொந்தக்காரர்கள்!

முன்பின் பார்த்திராத, இன்னமும் பார்க்காத இரண்டு பேருக்கு மத்தியில் இந்த வார்த்தைகள் கொஞ்சம் அபத்தமாகப் பட்டன. போய் அவருடன் தங்கத்தான் வேண்டுமா? மனதில் சின்ன ஆர்வம் இருந்தாலும் உறுதியான முடிவுக்கு வரமுடியவில்லை. சொந்தம்தான் என்றாலும் பழக்கமே இல்லாத மனிதர்களின் வீட்டில் மூட்டை முடிச்சுடன் போய் இறங்க முடியுமா?

கொஞ்சம் தயக்கத்துடன் அடுத்தநாள் காலை பெட்டி படுக்கையெல்லாம் எடுத்துக் கொள்ளாமல் போனேன். ஆனால் போனதும் அவர் கேட்ட முதல் கேள்வியே 'லக்கேஜை ஏன் கொண்டு வரல்லை?' என்பதுதான். சாயந்திரம் அவரும் என்னோடு ஃபரிதா வீட்டுக்கு வந்து என் பெட்டி படுக்கைகளை எடுத்துக் கொள்ள, அவர் வீட்டுக்குப் போய்த் தங்கினேன்.

ஒருவார காலம் அவருடன் தங்கியிருந்தேன். அந்த ஒரு வாரமும் மனசின் ஓரத்தில் மெலிதான விரோத உணர்வு இருந்து கொண்டே இருந்தது. அம்மாவுக்கு தன் தம்பியுடன் உறவைப் புதுப்பித்துக் கொள்வதில் சம்மதமே இல்லை. அம்மாவின் பார்வையில் அவர் ஒரு காரியவாதி.

'இல்லைன்னா ஏன் அவன் எங்களோட வராம அங்கேயே தங்கணும்? அதுவும் சொத்து யார் பேர்ல இருக்கோ அவங்களையும் அனுப்பாம தன்னோட வச்சிக்கணும்?'

காலம் போகப் போக அம்மாவின் வெறுப்பு அதிகமாகத்தான் ஆயிற்று.

ஆனால் நான் எடுத்துக் கொண்ட வேலையின் நிர்ப்பந்தம் காரணமாக இந்தச் சந்திப்பு எனக்குத் தவிர்க்க முடியாததாக இருந்தது. அதுவும் மாமாவைப் பார்த்த பிறகு, அவர் என்னை மகளே என்று அழைத்த பிறகு அதிலிருந்து விலகிக் கொள்வது இயலாமல் போயிற்று. ஒரு வார காலத்தில் நிறையப் பேசினோம். உணர்வுமயமான வாரம். பின்னர் நினைவுகூரக் கஷ்டமான தாற்காலிக, இடைக்கால அனுபவம் அது. அவர்கள் உருவமோ, அங்கே சாப்பிட்ட சாப்பாடோ, தூக்கமோ எதுவுமே என் ஞாபகத்தில் பதிவாகவில்லை. ஞாபகத்தில் இருக்கும் ஒரே விஷயம் எனக்கும் மாமாவுக்கும் நடந்த உரையாடல்கள் மட்டுமே.

‘அக்கா, தங்கை, தம்பிகளோட நீங்களும் போயிருக்க வேண்டியதுதானே, ஏன் இங்கேயே இருக்க முடிவு பண்ணீங்க?’

‘நானும் சரி, என் மாதிரி இன்னும் பலபேரும் சரி, என்ன நினைச்சோம்ன்னா ஏதோ மாறுதல் இருக்கப் போகுது. அதுக்காக ஏன் ஊரை விட்டு ஓடணும்ன்னுதான்.’ அரசியல் ரீதியான மாற்றம் மனிதர்களின் வாழ்க்கையில் இவ்வளவு தாக்கத்தை ஏற்படுத்தும் என்பது பொதுவாக யாரும் எதிர்பாராத ஒன்றுதான்.

‘அது மட்டுமில்லை. எனக்கு அப்போ இருபது வயசு. படிப்பு கிடையாது. இந்தியாவுக்கு வந்து பிழைப்புக்கு என்ன பண்ணியிருப்பேன்?’

‘அவ்வளவு பெரிய குடும்பத்தில எத்தனை பேர் இருக்காங்க. அவங்கள்ளாம் உங்களைக் கைவிட்டுடுவாங்களா? யாராவது ஒருத்தர் உங்களைக் கைதூக்கி விட்டிருக்க மாட்டாங்களா?’

‘உங்கம்மாவைத் தவிர வேற யாரும் என்னைக் கூட்டிட்டுப் போக முன்வரல்லைம்மா. ஆனா உங்கம்மாவுக்கு ஏற்கனவே ரெண்டு சின்னப் பிள்ளைகளைப் பார்த்துக்க வேண்டிய பொறுப்பு இருந்தது.’

‘சரி, பாட்டியை ஏன் போக வேணாம்ன்னு சொல்லிட்டீங்க?’ இந்தக் கேள்விக்கு நியாயமான, ஏற்கும்படியான காரணம் அவரிடம் இருக்கிறதா என்று தெரிந்து கொள்ளும் ஆர்வத்தில் கூர்ந்து கவனித்தேன்.

‘உங்கம்மாவுக்கு ஏற்கனவே வயசான அவங்கம்மாவை கவனிச்சிக்க வேண்டிய பொறுப்பு ஒரு சுமையா இருந்தது. அவங்க சுமையை இன்னும் ஜாஸ்தி பண்ணாம என் பங்குக்கு நான் பாட்டியைப் பார்த்துக்கலாம்ன்னு நினைச்சேன்.’ எனக்கு நம்பிக்கையே இல்லை.

அவருடன் இருந்த என் பாட்டி தயவந்தி 1956 இல்தான் இறந்தார் என்பது நான் 1987 இல் ராணாமாமாவைச் சந்திக்கிற வரை யாருக்கும் தெரியாது. 1949, 52, 53 என்று வதந்திகளாகவும், ஊகங்களாகவும் பல்வேறு விதமாக நினைத்திருந்தார்கள். லாகூரில் பாட்டி இறக்கிறபோது அவரது எட்டு குழந்தைகளில் ஏழு பேர் டெல்லியில் இருந்தார்கள். லாகூரும் டெல்லியும் விமானத்தில் அரைமணிநேர தூரத்தில் இருக்கின்றன. ஆனாலும் இந்த ஏழு பேரில் யாருக்குமே அந்த மரணம் தெரியாது. என் அகராதியில் இது மாதிரி செயல்கள் மன்னிக்கத் தகுதியானவை அல்ல.

ராணாமாமா சொன்னபடி பார்த்தால், அங்கேயே இருப்பதா வந்துவிடுவதா என்பது நம் தேர்வே அல்ல. பலரைப் போல அவரும் என்ன

ஆகிறது பார்க்கலாம் என்று காத்திருந்த போது, இனி போக முடியாது என்கிற நிலையே வந்துவிட்டது. சரி அதுதான் போகட்டும். மத மாற்றம்? இஸ்லாமில் முதலிலேயே நம்பிக்கை இருந்ததா? இந்த மாற்றம் நம்பிக்கையின் அடிப்படையில் வந்ததா? ஒன்றாக இருந்த தேசம் இரு வேறு நாடுகளாகப் பிரிந்ததன் காரணமே மதம்தானே, அது குறித்து அவருக்குத் தீவிரமான சிந்தனை ஏதாவது உண்டா? பெரும் பாலான மக்கள் அந்தக் காலகட்டத்தில் நிர்பந்தத்தின் காரணமாகத்தான் மதம் மாறினார்கள் என்று பரவலான பேச்சு இருந்தது. அதில் ஓரளவு நிஜமும் உண்டு. ராணாவும் அப்படித்தான் மாறினாரா?

'அதான் ஏற்கெனவே சொன்னேனே. அதில என் சாய்ஸே இருக் கல்லை. யாரும் கட்டாயப்படுத்தவும் இல்லை. இங்கேயே இருக் கணும்னா மதம் மாறித்தான் ஆகணும். அதைத்தான் நான் பண்ணேன். ஒரு முஸ்லிம் பொண்ணைக் கல்யாணம் பண்ணிக்கிட்டேன். பேரை யும் மாத்திக்கிட்டேன்.'

மற்றவர்களுக்கு எப்படியோ, மாமாவின் விஷயத்தில் நிர்ப்பந்தம் இல்லை. மனமாற்றத்தில் வந்த மாற்றமா, தேவைகளின் அடிப்படை யில் நிகழ்ந்த மத மாற்றமா என்பது யோசிக்க வேண்டிய விஷயம்.

'இதை என் புத்தகத்தில எழுதலாமா?'

'என்ன வேணும்னாலும் எழுதிக்க. என் வாழ்க்கை இதை விட மோச மாக முடியாது' என்று விரக்தியாகச் சொன்னாலும் பின் விளைவுகள் பற்றி அவர் அறிந்திருக்கவில்லை என்றே தோன்றியது. ஆகவே அவர் செய்யத் தவறியதை நான் செய்து விட்டேன். பிரச்னைக்குரிய பகுதி களை நீக்கி விட்டேன். இது, நான் மன்னிப்புக் கேட்க வேண்டிய செயலல்ல. அறிவுஜீவித்தனம் என்று நினைத்துக் கொண்டு ராணா மாமாவைக் காட்டிக் கொடுப்பதில் எனக்குச் சம்மதமில்லை.

'ஒண்ணு மட்டும் சொல்றேம்மா. நான் எடுத்த முடிவுக்காக இந்த நாற்பது வருஷத்தில் வருத்தப்படாத நாளே கிடையாது. ஒரே ஒரு நாள் கூட நிம்மதியாத் தூங்கினது கிடையாது.'

எனக்கு ஜிவ்வென்று வந்தது. என்ன பேசுகிறார் இந்த மனிதர்? இப்படியேதான் நாற்பது வருஷமாக வாழ்ந்து கொண்டிருக்கிறாரா? இதுதான் நிலை என்றால் இனி வரும் வருஷங்களில் எப்படி இருக்கப் போகிறார்? தான் சொன்னதற்கு விளக்கம் சொல்வது போல அவரே தொடர்ந்தார்.

'மதம் மாறியவன் ஏற்கப்படறதும் இல்லை. மன்னிக்கப்படறதும் இல்லை. கடந்த காலம் எப்போதும் துரத்திகிட்டு பின்னாலேயே

வந்துகிட்டிருக்கு. என்னுடைய நிலைமை ரொம்ப மோசம். வேற்று மதத்தில் இருக்கும் போது எங்கே இருந்தேனோ அங்கேயே மாறினப்புறமும் இருக்கிறேனே, அது ரொம்பக் கஷ்டம். கடைக்கோ, வேறே வேலையாவோ வெளியில் போகும் போது முதுகுக்குப் பின்னால 'இவன் இந்து, இவன் இந்து'ன்னு ஜனங்க கிசுகிசுக்கிறது கேட்கும். மத மாற்றத்தை ஜனங்க எதிர் கொள்றது இப்படித்தான்.'

அவர் மனநிலை இப்படி என்றால் இந்தியாவுக்கு வந்து சொந்தக் காரர்களைப் பார்த்திருக்கலாமே? சொந்தங்களைப் பிரிந்தது பெரிய இழப்பு என்று நினைக்கிறவராக இருந்தால் அப்படித்தானே செய் திருக்க வேண்டும்? வேறு எத்தனையோ பேர் அப்படிச் செய்தார்களே? ஆரம்பத்தில் எல்லைகளைக் கடப்பது இயலாமல் இருந்தாலும் பின்னால் கொஞ்சமாவது எளிமை ஆகி இருக்குமே? அப்பொழுதாவது செய்திருக்கலாமே? ஆனால் அதற்கும் அவரிடம் பதில் இருந்தது.

'எப்படி என்னால் முடிந்திருக்கும்? நான் இருக்கிற இடம் மொத்தக் குடும்பத்துக்கும் தெரியும். ஆனா மத்தவங்க இருக்கிற இடம் எனக் கெப்படித் தெரியும்? இந்தியாவில் வந்து எங்கேன்னு தேடறது? அதுவும் இஸ்லாமுக்கு மாறிய முன்னாள் இந்து என்கிற லேபிளுடன் என்னால் இந்தியாவுக்குள் சுதந்தரமாகச் சுற்றித் திரிய முடியுமா?'

இதுதான் என் வீடு என்று தீர்மானித்து அவர் அங்கேயே தங்கி விட்டாலும் அவர் சொன்ன விஷயங்களைப் பார்த்தபோது அந்த உறுதி மனத்தளவில் இல்லை போலத்தான் தெரிந்தது. தொலைக்காட்சி வந்த நாள் முதல் இந்தியச் செய்திகளைத் தவறாமல் பார்த்து வந்தார். இரு நாடுகளுக்கிடையில் நடக்கும் கிரிக்கெட் மேட்சுகளில் மனதளவில் ரகசியமாக இந்தியாவைச் சார்ந்து இருந்து வந்தார். இந்திய சோப்பு விளம்பரங்களைக் கூடச் சற்று ஆதங்கமாகப் பார்க்கிற மனநிலை!

வாடன் (watan) என்கிற பஞ்சாபிச் சொல் உணர்வுமயமாகச் சொந்த மண்ணைக் குறிப்பது. வீடு, நாடு, நிலம் என்று பலவிதமாக அதற்குப் பொருள் கொள்ளலாம் என்றாலும் அதற்கு இணையான சொல்லை வேறொரு மொழியில் சொல்வது கஷ்டம். பஞ்சாபியர்கள் அந்தச் சொல்லை உபயோகிக்கும் போது வார்த்தைகளில் விளக்க முடியாத ஆழ்ந்த உறவு இருக்கிற ஒரு இடத்தைக் குறிப்பிடுகிறார்கள் என்பதைப் புரிந்து கொள்ளலாம். பிரிவினையின் போது இடம் பெயர்ந்து இந்தியாவுக்கு வந்த பஞ்சாபியர்களுக்கு அவர்கள் விட்டு வந்திருந்த வீடுதான் வாடன் ஆக இருந்தது. ஆனால் ராணாமாமாவுக்கு எப் போதோ ஒருதரம் மிகக் குறுகிய கால அவகாசத்துக்கு மட்டுமே பார்த் திருந்த இந்தியா வாடன் ஆக இருந்தது ஆச்சரியம்.

ராணாவின் மனைவிக்கும், மகள்களுக்கும் இது ஒரு ஆச்சரியம். அவருக்குள் ஓடிக் கொண்டிருந்த இந்த ரகசிய ஏக்கங்கள் அவர் களுக்குப் புரிந்திருக்க நியாயமில்லை. தன் இந்து உறவினர்கள் குறித்து அவர் பேசும் போதெல்லாம் அவர்கள் வினோதமாக உணர்ந்தார்கள். அவருடைய இரண்டு மகள்களில் இளையவள் என்னிடம் :

'ஆண்ட்டி, நீங்க எவ்ளோ நல்லவங்களா இருக்கீங்க! எங்களை மாதிரியேதான் இருக்கீங்க. நீங்கள்ளாம் ரொம்ப மோசமானவங்களா, பயங்கரமானவங்களா இருப்பீங்கன்னு நினைச்சிருந்தோம்.'

அவர்களைச் சொல்லிக் குற்றமில்லை. இந்துக்கள் என்று அவர்கள் சந்தித்திருந்ததே இரண்டு தூரத்து உறவினர்களை மட்டுமே. வேற்று மதத்தினரிடம் அப்போது பொதுவாக இருந்த தீண்டாமை மனப் பான்மை வெளிப்பட்டிருக்கிறது. இவர்கள் சமைத்த உணவைச் சாப் பிடாமல் தாங்களே சமைத்துச் சாப்பிட்டுக் கொண்டிருந்திருக் கிறார்கள். அது இவர்களின் ஈகோவை ரணமாக்கியதில் ஆச்சரிய மில்லை.

பின்னால் நான் பேட்டி எடுத்த பீர் பஹதூர் சிங் என்பவர் இஸ்லாமியர் கள் இதர மதத்தினரால் நடத்தப்பட்ட விதம் குறித்துப் பேசிக் கொண் டிருந்தார்.

'இஸ்லாமியர்களோடு நல்ல உறவு இருந்தது. எங்கள் வீடுகளில் நடக்கும் விழாக்களுக்கும் பண்டிகைகளுக்கும் அழைத்தால் அவர்கள் சந்தோஷமாக வருவார்கள். சாப்பிடவும் செய்வார்கள். ஆனால் அவர்கள் வீடுகளில் நாங்கள் சாப்பிட்டதில்லை. அது எவ்வளவு தப் பானது என்று இப்போது உணர்கிறேன். அவர்களுக்கென்று தனியான பாத்திரங்கள் வைத்திருப்போம். அதில் சாப்பிட்டு விட்டு அலம்பி வைத்து விட்டுப் போய் விடுவார்கள். மோசமான மனப்பான்மை இது. இதனால்தான் பாகிஸ்தானே உருவாயிற்று.

அவர்கள் வீடுகளுக்குப் போகும் போது மரியாதையாகவும், பிரியமாக வும் நடத்துவார்கள். சமைக்காத உணவைத்தான் எங்களுக்குத் தரு வார்கள். அவர்களுடனான எங்கள் பரிமாற்றங்கள் ரொம்பக் கீழானவை என்பதை வெட்கத்துடன் சொல்லிக் கொள்ள வேண்டியிருக்கிறது.

விருந்தினர் என்று வருபவருக்குத் தனிப் பாத்திரங்களில், மேலே பட்டு விடுவார்களோ என்று தூரத்தில் நின்றபடி, ஏறக்குறைய தட்டுகளை அவர்களை நோக்கி எறிகிற மாதிரி... ச்சே. தாழ்ந்த ஜாதி என்று கருதப்படுகிறவர்களைக் கூட இப்படி நடத்தியதில்லை.'

★★★

காலம் போகப் போக ராணாமாமா மனதுக்குள்ளாக ஒரு தனி வாழ்க்கை வாழ ஆரம்பித்தார். யாருக்கும் இது தெரியாது என்று அவர் நினைத்தாலும் பலருக்கு, குறிப்பாக அவர் குடும்பத்தினருக்கு, சந்தேகம் உண்டாயிற்று. மகள்களும் மருமகள்களும் அவர் மேல் பிரியமாக இருந்தாலும் அவரது வினோத மனப்பாங்கு குறித்த அச்சமும் இருந்து கொண்டே இருந்தது. மகள்கள் அளவு மகன்களுக்கு அவர் மேல் பிரியம் இருந்ததாகத் தெரியவில்லை. அவர்களுடைய கவனம் சொத்து மீதே இருந்தது. அவரை மிகச் சரியாகப் புரிந்து கொண்டிருந்த ஒரே ஜீவன் என் அத்தை-அவர் மனைவி. அவருக்கு உண்டான மத அடையாளக் குழப்பங்கள் தங்கள் பிள்ளைகளுக்கு ஏற்பட்டு விடக் கூடாது என்பதை விரைவாகவும் விவேகமாகவும் தீர்மானித்தார்.

குழந்தைகள் சம்பிரதாயமான இஸ்லாமியர்களாக வளர்க்கப் பட்டார்கள்.

பெண் பிள்ளைகள் பர்தா போட்டு வளர்க்கப்பட்டார்கள், வீட்டிலேயே முல்லாக்கள் மூலம் கல்வி கற்றார்கள். அவர்களுக்குத் திருக் குர் ஆன் படிக்கச் சொல்லிக் கொடுக்கப்பட்டது.

பிரிவினை காலத்துக் கதைகளைக் கேட்டறிந்த அவர் பிள்ளைகளுக்கும் குடும்பத்தின் இதர இளையவர்களுக்கும் ராணாவும் அவர் பின்னணியும், பழைய நண்பர்களும் சேர்ந்து அவர் ஒரு புதிராகத் தெரிந்தார். ஏறக்குறைய அவரைக் குடும்பத்திலிருந்து விலக்கியே வைத்துவிட்டது இந்தப் பின்னணி. நடுநிலையோடு பார்க்கிறவர்கள் கண்ணில், ஒரு நடுத்தர வர்க்க பஞ்சாபிக் குடும்பத்துத் தலைவரைக் காட்டிலும் பொறுப்பானவராகத் தெரிந்தார். குடும்பத்தின் வேறு சிலருக்குச் சொத்துகளைச் சொந்தமாக்கிக் கொள்ள இடைஞ்சலாக இருக்கிற ஒரு ஆளாக மட்டும் அவர் தெரிந்தார். அவர்கள், ராணாவை இயன்றவரை சீக்கிரமாக பேக் செய்து அனுப்பிவிடத் தயாராக இருந்தார்கள்.

இது போன்ற ஒரு சூழ்நிலையில் அவர் எப்படி அமைதியாக வாழ முடிந்தது என்றே எனக்கு விளங்கவில்லை. வெளிப்படையாக எண்ணங்களைப் பகிர்ந்து கொள்ள அவருக்கு யாராவது இருந்தார்களா? இந்த மன உளைச்சலை, சித்திரவதையைப் பகிர்ந்து கொள்ள யாராவது இருக்க வேண்டாமா? அவரைப் புரிந்து கொண்ட யாருமே குடும்பத்தில் இருந்திருக்கவில்லை என்றே தோன்றியது. அவரும் இதை ஆமோதித்தார். அது மட்டுமில்லை, சில விஷயங்களைப் பிறரிடம் சொல்வதை விடச் சொல்லாமலே இருந்து விடுவது நல்லது என்பதும் அவர் எண்ணம்.

ஆனால் என்னிடம் அந்த விஷயங்களை எல்லாம் பகிர்ந்து கொள்கிறாரே, ஏன்? நான் யார்? ஒருநாள் மாலை நாங்கள் பேசியபடி போய்க்

கொண்டிருந்த போது தேனீர் அருந்துவதற்காக ஓரிடத்தில் நின்றோம். பிரிவினைக்குப் பிந்தைய அவருடைய கதையை விவரமாகப் பேச ஆரம்பித்தார். எதனாலோ எனக்குக் கொஞ்சம் எரிச்சல் வந்தது.

'ஏன்... ஏன் என்கிட்ட இதையெல்லாம் பேசிகிட்டு இருக்கீங்க? ஒரே உடை போட்டிருக்கோம், ஒரே மொழி பேசறோம். அவ்வளவுதான். மத்தபடி, நாற்பது வருஷம் தெரியாம நேத்து அறிமுகம் ஆன யாரோ நான்.. உங்க கூட இத்தனை வருஷம் இருந்தவங்க கிட்ட பேசாததை யெல்லாம் எது என் கிட்டே உங்களைப் பேச வைக்குது?'

அவர் நிமிர்ந்து கொஞ்ச நேரம் உற்றுப் பார்த்தார்.

'முதல் முறையா என் ரத்த சொந்தத்துகிட்ட பேசறேன்.'

எனக்கு எரிச்சல் குறையவில்லை.

'ஏன், உங்களுக்குன்னு ஒரு குடும்பம் இருக்கே? அதுதான், அவங்கதான் உங்க ரத்தம். நானில்லை.'

'இல்லை. அவங்களுக்கு நான் ஒரு அந்நியனாவே இருந்துகிட்டிருக் கேன். உனக்குத் தெரியும், உன்னால் நான் சொல்றதைப் புரிஞ்சிக்க முடியும். அதனாலதான் உன்னுடைய தேடலில் நானும் இருக்கேன். வேறே எதுவுமே உபயோகமில்லைன்னாலும் என் பாரம் கொஞ்ச மாவது குறையத்தான் இந்தச் சந்திப்பு நடந்ததுன்னு நினைச்சிப்பேன்.'

ஒருவகையில் அவர் சொன்னது சரிதான். எனக்குப் புரிந்தது. ஆச்சரிய மாகவும் இருந்தது.வெறும் சரித்திரம் என்று நாம் நினைக்கிற பிரி வினை, இது மாதிரி எத்தனை பேரின் வாழ்க்கையைக் கிழித்திருக் கிறதோ! எத்தனை பேரால் பேச முடிந்ததோ, எத்தனை பேர் மௌனத் திலேயே வருந்த வேண்டியிருக்கிறதோ! இந்திய சுதந்தரத்தைப் பற்றி பள்ளியில் சரித்திரப் பாடத்தில் படித்த எத்தனை பேருக்கு பிரிவினை என்கிற சமகால நிகழ்வும் அதன் மறுபக்கமும் தெரியும்? அது ஏன் மறைக்கப்பட்டது என்று யாராவது யோசித்திருப்பார்களா?

★★★

என்னுடைய அந்த முதல் பாகிஸ்தான் விஜயத்திலிருந்து இந்தியா திரும்பும் போது அந்தக் குடும்பத்திலிருந்து எல்லை தாண்டி இருக்கும் உறவினர்களுக்காகக் கடிதங்களும், தகவல்களும், பரிசுப் பொருள் களும் கொண்டு வந்தேன். ராணாமாமா தன் சகோதரிகள் அனை வருக்கும் ஒரு நீண்ட கடிதம் கொடுத்து அனுப்பியிருந்தார். (ஒரே ஒரு சகோதரர் இருந்தார். அவர் அப்போது இறந்திருந்தார்) முதலில் அம்மாவுக்குத் தன் கோபத்திலிருந்தும், காழ்ப்புணர்விலிருந்தும்

விடுபட்டு அந்தக் கடிதத்தைப் படிப்பது கஷ்டமாகத்தான் இருந்தது. அம்மாவின் சகோதரிகள் ஐந்து பேர் வெறுப்பின் ஊடேயும் ஒரு சின்ன ஆர்வத்துடன் அந்தக் கடிதத்தில் என்ன சொல்லப்பட்டிருக்கிறது என்று அறியக் காத்திருந்தார்கள். யாரோ ஒருவர் அந்தக் கடிதத்தை எடுத்துப் படித்தார்கள். கடிதம் மெதுவாகக் கைகள் மாறியபடி இருந்தது. கொஞ்சம் கண்ணீர், கொஞ்சம் சிரிப்பு என்று பழைய நினைவுகள் மெல்ல மேலெழும்பின.

அதற்குப் பிறகு 'வீடு எப்படி இருக்கு?', 'கொய்யா மரம் இன்னும் இருக்கா?' 'சாப்பர் விளையாடற கோடு இருக்கா?', 'பின் வீட்டில யார் இருக்காங்க?' என்கிற மாதிரி நூறு கேள்விகள் எழுந்தன. அவர்களைத் திருப்திப் படுத்தும் பதில்கள் என்னிடம் இல்லை. ஏற்கனவே அந்த வீட்டைப் பார்த்திருந்தால்தான் அவர்கள் எதிர்பார்த்த விவரங்களை என்னால் சொல்லியிருக்க முடியும்.

ராணாமாமாவின் கடிதத்தை மீண்டும் மீண்டும் படித்தார்கள், முகர்ந் தார்கள், தொட்டுத் தொட்டுப் பார்த்தார்கள், அழுதார்கள், சிரித்தார்கள், விவாதித்தார்கள்.

திடீரென்று அம்மாவுக்கும் சித்திகளுக்கும் எல்லைதாண்டி ஒரு புது உறவு உண்டானது. இதைத் தொடர்ந்து மெல்ல மெல்லத் தொடர்பு புதுப்பிக்கப்பட்டது. கடிதப் பரிமாற்றம் ஆரம்பித்தது. அதற்குப் பிறகு நான் பலமுறை அங்கே போய் அவரைச் சந்தித்தேன். மாமா அம்மா வுக்கு எழுதிய கடிதம் ஒன்றில் 'ஊர்வசியை ஒரு கூண்டில் அடைத்து இங்கேயே வைத்துக் கொள்ள ஆசை' என்று எழுதியிருந்தார். மாமாவின் வாழ்க்கையில் ஒரு வித்தியாசத்தை நான் உண்டாக்கி விட்டதாக அம்மா சொன்னார். எனக்குக் கூட விலகிப் போக முடியாத ஒரு புது உறவாக அது பட்டது.

ஆனால், பழைய வேறுபாடுகளைச் சுத்தமாக அழித்து விடுவது இயலாத காரியமோ என்னவோ, ஒருமுறை நான் அவரைப் பார்க்கப் போகும் போது அம்மா சொன்னது :

'பாட்டியைப் புதைச்சானா எரிச்சானா கேளு'

அம்மாவுக்கு மதச் சம்பிரதாயங்களில் அப்படி ஒன்றும் ஆழ்ந்த ஈடுபாடு இருந்தது கிடையாது. இந்தத் தேவையில்லாத தகவல் எதற்கு?

'அது எதுக்கும்மா இப்போ?'

'சும்மா கேளேன், என்ன சொல்றான்னு பார்ப்போம்' அம்மாவின் குரலில் வம்பு கேட்கிற ஆர்வம். வேறு வழியில்லை, கேட்கத்தான் கேட்டேன்.

'அதெப்படிம்மா நிஜப்பேரோட பாட்டி இங்கே தங்க முடியும்? மதம் மாத்தி ஆயிஷா பீபின்னு பேர் மாத்திட்டேன். புதைக்கத்தான் முடியும், அதான் பண்ணேன்.'

★★★

பிரிவினைக்குப் பிந்தைய ஒன்பது வருஷங்களைப் பாட்டி எப்படி வாழ்ந்திருப்பாள் என்று அடிக்கடி நான் யோசிப்பதுண்டு. குழந்தைகள் எல்லாம் எங்கே என்று தேடியிருக்கவா மாட்டாரா? தன்னை ஒதுக்கி விட்டதாக நினைத்திருப்பாரா? நடந்த விஷயங்கள் புரிந்திருக்குமா?

தயாவந்தி என்று பெயரிட்ட ராசியோ என்னவோ கடவுளின் தயை பாட்டிக்கு நன்றாகவே இருந்தது. பெரிய குடும்பம், ஆறு மகள்கள், மூன்று மகன்கள் புகழ் பெற்ற டாக்டரான கணவர், சந்தோஷத்துக்குக் குறைவில்லை. அப்படி இருந்து கொண்டிருக்கும் போது திடீரென்று சோகம் தாக்கியது.

மூத்த மகன் விக்ரம் விமானம் ஓட்டும் பயிற்சியின் போது விபத்தில் இறந்தார். அம்மாவின் சொற்படி, இது நடந்ததும் கூட்டுக்குள் போய் விட்ட மாதிரி அமைதியாக ஆகிவிட்டார் பாட்டி. ஆனால், குழந்தை களைக் கவனித்துக் கொள்வதில் குறை ஏதும் வைக்கவில்லை. எப்போ தாவது அபூர்வமாகக் கூட்டுக்குள்ளிருந்து வெளியே வருவதுண்டு. கணவர் நோய்வாய்ப்பட்டு இறந்ததும் இந்த அபூர்வ வெளியேறல் கூட நின்று போனது. பிரிவினை என்கிற நிகழ்வின் போது, என்ன நடக்கிறது என்பதே தெரிந்திருக்க வாய்ப்பில்லை. கூட்டுக்கு வெளியில் வருகிற குறுகிய காலங்களில் பாட்டி சுவாதீனமாக இருந்திருக்கக் கூடும். அப்போதெல்லாம் தனக்குக் கிடைத்திருக்கும் புது அடையாளம் குறித்து அவர் யோசித்திருப்பாரா?

பாட்டி ரொம்பத் தீவிரமான மதப் பற்றுடையவர் இல்லை என்று அம்மா சொல்வதுண்டு. ஆனால் உறுதியான நம்பிக்கைகளும், விரதங் களும் உண்டு. திடீரென்று மதம் மாற வேண்டியிருந்த போது அவ ருடைய உணர்வுகள் எப்படி இருந்திருக்கும்? வாழ்க்கையில் நம் பிக்கையை அதிகரித்ததா அல்லது சாகும் வரை வாழ வேண்டியிருக் கிறதே என்கிற விரக்தியைத் தந்ததா? பாட்டியின் வாழ்வுக்கும் சாவுக்கும் பொறுப்பேற்கவோ, அர்த்தம் சொல்லவோ சரித்திரத்தால் முடியுமா?

★★★

ஏகப்பட்ட மரணங்களையும், மானபங்கங்களையும், கடத்தல்களையும், நாடு பெயர்ச்சியையும், குடும்பங்களின் சிதைவையும் உண்டாக்கி

யிருந்தும், நாடு முழுக்க அகதி முகாம்களாக இருந்திருந்தும் ஐம்ப தாண்டுகள் கழிந்தும் பிரிவினையைக் குறிக்கும் வகையில் இன்னும் ஒரு நினைவுச் சின்னம் இல்லை. நினைவுகூர்தல் கூட இல்லை. குடும்பங்களுக்குள் மட்டும் புதைத்து வைக்கப்பட்ட ஞாபகங்களாக இருந்தன, அவையும் இப்போது அழிந்து வருகின்றன.

என் ஆராய்ச்சியை ஆரம்பித்த போது நான் கேள்விப்பட்ட சில கதைகள் பிரமிக்கத்தக்க வகையிலும், நம்பக் கடினமானவையாகவும் இருந்தன. பல கிராமங்களில் பாலியல் பலாத்காரத்துக்கும் மத மாற்றத்துக்கும், கடத்தலுக்கும் பயந்து பெண்கள் கிணற்றுக்குள் குதித்ததாகப் பலர் சொன்னார்கள். இது போன்ற சம்பவங்கள் எல்லையின் இருபுறமும் நடந்திருக்கின்றன. இது ரொம்ப வினோதமாகப் பட்டது. உயிரை மாய்த்துக் கொள்கிற அளவுக்கா மதப் பற்று இருந்திருக்கும்?

பீர் பஹதூர் சிங்கின் தாயார் பசந்த் கௌர் என்பவரைச் சந்தித்தேன். அறுபதுகளின் நடு வயதில் இருந்த உயரமான திடமான பெண்மணி அவர். தோவா கல்சா என்கிற அவரது கிராமத்தில் பெண்கள் கிணற்றில் குதித்து உயிரை விடுவது என்கிற தீர்மானம் 1947 இல் போடப்பட்ட போது அங்கே இருந்திருக்கிறார். இஸ்லாமியர்களுக்கு பயந்து தொண்ணூறுக்கும் அதிகமான பெண்கள் கிணற்றில் குதித்ததை நேரில் பார்த்திருக்கிறார். அவரும் குதித்திருக்கிறார், அதிர்ஷ்டவசமாக கிணற்றில் அவரை மூழ்கடிக்கப் போதிய தண்ணீர் இல்லாமல் பிழைத்து விட்டார்.

‘தந்தூரியில் ரொட்டி போடுகிற மாதிரிதான் அது. நிறைய ரொட்டி களைப் போட்டால் மேலே இருக்கிற ரொட்டிகள் வேகாமல் திருப்பி எடுக்கப்பட்டு விடும்’ என்பது அவரே சொன்ன வார்த்தைகள்!

பீர் பஹதூர் சிங் தன் சகோதரி அப்பாவால் கொல்லப்படுவதை நேரில் பார்த்திருக்கிறார். இதை அவர் விவரிக்கும் போது தன் சகோதரியின் வீரம் குறித்தான பெருமை அவர் குரலில் தெரிந்தது! சீக்கிய மதத் தியாகிகளுக்கு இணையாக அவளைச் சொல்லலாம் என்கிறார்.

ஆண்கள் தங்கள் குடும்பத்துப் பெண்களை இது போலக் கொல்லும் கொடுமையை முதன் முதலில் மங்கள் சிங் என்பவர் சொல்லத்தான் கேட்டேன். அப்போது நான் A Division of hearts படத் தயாரிப்பில் இருந்தேன். தானும் தன் இரண்டு சகோதரர்களும் சேர்ந்து தங்கள் குடும்பத்தின் 17 பேர்களைக் கொன்றதைச் சொன்னார். கொல்வது என்று சொல்லாமல் தியாகப் பலி என்கிற பொருளில் சொன்னார்.

‘இதை மட்டும் நாங்கள் செய்திருக்கா விட்டால் அவர்களை மதம் மாற்றியிருப்பார்கள்.’

இந்தக் கடமையை முடித்து விட்டு அமிர்தசரஸ் வந்து விட்டார். நான் சந்திக்கிற போது மூவரில் அவர் மட்டுமே உயிரோடிருந்தார். அவருக்கு மனைவி, மக்கள், பேரன் பேத்தி என்று பெரிய குடும்பம். குடும்பத்தவர் எல்லாரும் அவர் சொன்ன கதைகளை நிராகரித்து விட்டார்கள்.

இதையெல்லாம் ஏன் கேட்கிறே? இதனால என்ன உபயோகம்? என்று திரும்பத் திரும்பக் கேட்டபடியே இந்தத் தகவல்களை அவர் சொன்னார். அந்த இழப்பையும், துக்கத்தையும், குற்ற உணர்வையும் எப்படி எதிர்கொள்ள முடிந்தது என்று கேட்டேன்.

'பசியும் ஏழைமையும் எல்லாத்தையும் மறக்க வச்சிடும். எதுவுமில்லாமல் நிற்கிற போது அதையெல்லாம் எப்படி ஞாபகம் வெச்சிக்க முடியும்? வெச்சிருந்தாதான் என்ன லாபம்?'

★★★

இதையெல்லாம் ஏன் கேட்கிறாய்? என்கிற கேள்வியை அடிக்கடி சந்தித்தேன். பேட்டி காணப்பட்டவர்களிடம் மட்டுமில்லை, அதை யாரிடம் சமர்ப்பித்தேனோ அவர்களிடமும்!

பிரிவினை குறித்து ஏற்கனவே ஆராய்ச்சி செய்து தயாரிக்கப்பட்டிருந்த அறிக்கைகள் சிலவற்றைப் படித்துப் பார்த்தேன். காரணம் சில கேள்வி களுக்கு பதில் வேண்டியிருந்தது.

பிரிவினை குறித்தான சரித்திரச் செய்திகள் அதனடியில் மறைந்திருக்கும் விஷயங்கள் குறித்து உண்மையிலேயே சொல்ல இயலவில்லையா? மக்களின் அனுபவங்களைத் தொகுக்கவும், இன்றைக்கு நாம் பார்க்கிற இந்தியாவின் உருவாக்கத்துக்கு அவர்களின் பங்களிப்பு என்ன என்று அறியவும் அவை பயன்பட்டிருக்கும் அல்லவா? மக்களின் அந்தரங்கங் களுக்கு நெருக்கமானது என்பதாலும், வலியும் துன்பமும் நிறைந்தது என்பதாலும்தான் அவை சொல்லப்படவில்லையா?

எங்களில் பல குடும்பங்கள் பிரிவினைக் கால அகதிகள் என்பதால், இந்த வேலையைத் தொடங்குமுன் நான் மிகவும் யோசித்தேன். நான் கேட்ட பல்வேறு கதைகளைப் புரிந்து கொள்ள எனக்குச் சரித்திரப் பின்னணி இருந்தால்தான் பிரச்னைகளைத் தவிர்க்க முடியும். பல வருடங்களுக்குப் பின் ஞாபகத்திலிருந்து சொல்லப்படும் விஷயங் களின் உண்மைத்தன்மை நம்பகமானதா? அந்தக் கதைகளைக் கேட்ட எத்தனையோ பேர்களில் நானும் ஒருத்தி, அவ்வளவுதானே? பஞ் சாபைச் சேர்ந்த நடுத்தர வர்க்கத்துப் பெண் என்பதாலும் அரை சீக்கியராக நான் இருந்ததும் அவர்கள் என்னை எதிர்கொண்ட விதத் துக்கு அடிப்படையாக இருந்திருக்கலாம். அப்படி இருக்கும் போது

அவர்கள் சொன்னதை எந்த விதத்தில் அர்த்தம் செய்து கொள்வது என்று புரியவில்லை.

பல சமயங்களில் நேர்காணல்களில் சொல்லப்பட்ட விஷயங்கள் வெறுப்பு, மத உணர்வு, காழ்ப்புணர்ச்சி, ஆத்திரம் ஆகியவற்றின் கலவையாக இருந்தது எனக்குப் பயமாக இருந்தது. இந்த விவரங்களை எப்படிக் கையாள்வது? ஒரு சரித்திர ஆளாகக் கருதிக் கொண்டு அதை அப்படியே பதிவு செய்து கொள்வதா, அல்லது ஒரு மதச் சார்பற்ற இந்தியப் பிரஜையாக சில முன்னெச்சரிக்கைகளைக் கையாள்வதா? (என் குடும்பத்தின் கதை போலவே) ஒரு பக்க நியாயங்களை மட்டும் பேசும் கதைகளை வெளியிடுவது முறையாக இருக்குமா? அது மாதிரி விஷயங்களை இரு சாராரில் ஒருவர் தவறான வகையில் பயன்படுத்த அது வழி செய்து விடாதா? உண்மையாக இருப்பதற்கும், எச்சரிக்கை யாக இருப்பதற்கும் இடையில் சிக்கி கிழிபட்டுக் கொண்டே இருந்தேன் இந்த வேலை முடியும் வரை.

நாடுகள் பிரிக்கப்பட்ட விதம், பாகிஸ்தானுக்குள் பிரவேசிப்பதையும், இது மாதிரி ஆராய்ச்சிகள் செய்வதையும் மக்களைப் பேட்டி காண் பதையும் இயலாத செயலாக ஆக்கியிருக்கிறது. இதன் விளைவாக, நான் அளித்திருக்கும் செய்திகள் ஒரு பக்கத்து நியாயத்தையே சொல் கின்றன. இதற்காக ஆரம்பித்த வேலையை அப்படியே விட்டு விடலாமா என்று சில வினாடிகள் யோசித்தேன். ஆனால் என்னை இவ்வளவு தூரம் சிந்திக்க வைப்பதாலேயே இதைத் தொடர்வது அவசியம் என்று தோன்றியது. விட முடியவில்லை.

★★★

சில ஆண்டுகளுக்கு இந்திய-பாகிஸ்தான் எல்லை மக்கள் போக்கு வரத்தை ஓரளவு அனுமதித்தது.

இதன் விளைவாக பல பயணங்களை மேற்கொண்டு ராணா மாமா வுக்கும் எனக்கும் ஏற்பட்டிருந்த உறவை வலுப்படுத்திக் கொள்ள முடிந்தது. அவருடைய இளைய மகளின் கல்யாணத்துக்கு அம்மாவை யும், பெரியம்மாவையும் அழைத்துப் போக முடிவு செய்தேன். முன்பின் தெரியாதவர்களைச் சந்திக்கப் போவது போன்ற பரபரப்பை இது ஏற்படுத்தியது. தங்கள் சகோதரன் எப்படி இருப்பான், எவ்விதம் எதிர்கொள்ளப் போகிறான், தாங்கள் வசித்த வீடு எப்படி இருக்கும், வாழ்ந்த நகரம் எப்படி இருக்கும் என்றெல்லாம் பெரிய எதிர்பார்ப்புகள் இருந்தன.

சகோதரிகளை வரவேற்று அழைத்துப் போக விமான நிலையத்துக்கு மாமா வந்திருந்தார். அம்மாவும், சகோதரிகளும் அவரை நாற்ப

தாண்டுகளுக்கு முன் உயரமான, ஒல்லியான துடிப்பான இருபது வயது இளைஞனாகப் பார்த்தது. வந்திருந்த மனிதர் அறுபதுகளில் இருந்த வழுக்கையும் நரையுமான ஆசாமி. தொள தொளா சல்வாரும், சட்டையும் அவாமி சூட்டும் போட்டு புட்டோ மாதிரி இருந்தார். அவருடைய பார்வையில் சகோதரிகள் எப்படி இருந்திருப்பார்கள் என்று யோசித்தேன். அறுபது வயதில் ஒருவரும், எழுபதில் ஒருவரு மாக இரண்டு நரைத் தலைப் பெண்கள். கண்ணீரை யாராலும் மறைக்க முடியாத உணர்ச்சி மிகுந்த கூடல். சம்பந்தமில்லாதவள் போல நான் ஒதுங்கி நின்று கொண்டிருந்தேன். விமான நிலையத்துக்கு வந்திருந்த என் தோழி லாலா, மனதில் பதிவாகியிருந்த அவர்கள் முகத்தை மறக்கவே இல்லை என்றாள். காரில் போகிற போது சின்னச் சின்ன உரையாடல்கள் நடந்தன.

வீட்டை அடைந்தோம்.

அம்மாவும், சகோதரர்களும், சகோதரிகளும் வளர்ந்த கனவு வீடு. வீட்டின் ஒவ்வொரு இண்டு இடுக்கும், மூலையும் அவர்களுக்கு மனப்பாடம். ஆனால் இப்போது சற்றும் அறிமுகமில்லாத நபர்களால் அந்த வீடு நிறைந்திருந்தது. ஆகவே யார் வீடோ போல் பவ்யமாக நடந்து கொள்ள வேண்டியிருந்தது. லேசான சந்தேகக் கண்ணோட்டத் துடன் அத்தை வரவேற்றார். தன் குடும்பத்துக் கல்யாணத்துக்கு எல்லை தாண்டி இருக்கிற பழைய உறவுகள் வந்தது அவருக்குக் கொஞ்சம் அசாதாரணமாக இருந்திருக்க வேண்டும். இதர விருந்தினர்கள் மத்தியில் இது கொஞ்சம் தர்மசங்கடத்தை உண்டாக்குமே என்கிற கவலை முகத்தில் மறைந்திருந்தது.

முதலிரண்டு நாட்களுக்கு மாமாவும், சகோதரிகளும் பேசிக் கொள் வதில் தயக்கம் தெரிந்தது. சம்பிரதாயமான, சின்ன உரையாடல்கள். மூன்றாம் நாள் வெள்ளம் மடையை உடைத்துக் கொண்டு வெளிப் பட்டது. தாழிடப்பட்ட அறைக்குள் சிரிப்பும், அழுகையுமாக நினைவுக ள் பரிமாறிக் கொள்ளப்பட்டன. அதற்கப்புறம் மாமா வீட்டைச் சுற்றிக் காட்டினார். ஒவ்வொரு இடத்தைப் பார்க்கிற போதும் ஒரு நினைவு கூரல் இருந்தது. மரங்களைப் பார்க்கிற போது கூட அம்மா, அப்பா, இதர சகோதரர்கள் நினைவுகள். விமான நிலையத்தில் கிரியா ஊக்கி யாகச் செயல்பட வேண்டியிருந்த நான் இப்போது அவசியமிருக்க வில்லை. நான் லாலாவுடன் தங்கிக் கொள்வதாகச் சொல்லியிருந் தேன். அப்படிச் சொன்ன போது சிறிது குற்ற உணர்ச்சி இருந்தது. ஆனால், இப்போது பக்கத்தில் நான் தேவையில்லை என்பது தெரிந்த போது அந்தக் குற்ற உணர்வு மறைந்து விட்டது.

நான் எதிர்பார்த்திராத இன்னொன்றும் நடந்தது. விலகியிருந்த சொந்தங்கள் நெருங்கிய அதே சமயம் நெருக்கமான உறவுகளில் லேசான விரிசல் ஏற்பட ஆரம்பித்தது. மாமாவின் சொந்தக் குடும்பத் தினருக்கே இந்த இரண்டு சகோதரிகளின் விஜயம் உறுத்தலை ஏற் படுத்தியது. நடக்க இருப்பது மகளின் திருமணம். சம்பந்தி வீட்டுக் காரர்கள் இந்துக்களின் வரவை ஆட்சேபிக்க மாட்டார்களா? இந்துக்கள் சொத்துகளில் தங்கள் உரிமையை நிலைநாட்ட முயல்வார்களோ? எல்லாரையும் தர்மசங்கடப் படுத்துகிற மாதிரி ஏதாவது செய்து விடுவார்களோ? இன்னொரு சங்கடமும் இருந்தது. அம்மாவும், பெரி யம்மாவும் மாமாவுக்கு மூத்தவர்கள். திருமணச் சடங்குபடி அவர்களை மரியாதை செய்யத் தேவை இருந்தது. இதை எப்படிச் செய்வது?

குடும்பங்களுக்கு இடையே சின்னச் சின்ன மௌனங்கள் உண்டாகத் தொடங்கின. எந்த எல்லைக் கோட்டைக் கடந்து போயிருந்தோமோ அந்தக் கோடு குடும்பங்களுக்குள்ளாக மெல்ல மெல்ல வரையப்பட்டு விட்டது!

★★★

ராணாமாமாவுடனான உறவு சில வருஷங்கள் நீடித்தது.

மறுபடி பாகிஸ்தான் போய் அவரைச் சந்திக்க முயன்றேன். அது நிறைவேறுவது சிரமமாக இருந்தது. போலிஸார் கண்காணிக்கிறார் களோ என்கிற பயம் அவருக்கு வந்திருந்தது. கடிதம் எழுதுவதையும் நிறுத்திக் கொண்டு விட்டார். அம்மா விடாப்பிடியாக கடிதங்களும், பரிசுப் பொருள்களும் அனுப்பிக் கொண்டிருந்தார். ஆனால் பதில் இல்லாததால் அதையும் நிறுத்திக் கொள்ள வேண்டியதாயிற்று. என் தோழிகள் வழியாகச் செய்தி அனுப்பிக் கொண்டே இருந்தேன். அப்படி அனுப்பிக் கொண்டிருந்த செய்திகளில் ஒன்றுக்கு வந்த பதில் :

‘தயவு செய்து என்னைத் தொடர்பு கொள்ள முயற்சிக்க வேண்டாம். நிலைமை மோசமாகிறது’

அவர் குறிப்பிட்ட நிலைமை அரசியல் ரீதியானது மட்டுமல்ல, குடும்பத்திலிருந்தும்தான். அவருடைய மகன்கள் இந்தியக் குடும்பத் துடனான உறவை முறித்துக் கொள்ளும்படி வலியுறுத்தத் தொடங்கி இருந்தார்கள். இரு நாடுகளுக்கிடையே பயணம் செய்வதும் சிரமமாகி யிருந்தது.

இப்போது ராணாமாமாவைப் பார்த்து பல வருடங்கள் ஆகிவிட்டன. இறந்து விட்டாரா, உயிரோடு இருக்கிறாரா என்பது கூடத் தெரியாது.

யாரும் அவர் இறந்து விட்டதாகச் சொல்லவில்லை என்பதால் அவர் உயிரோடு இருக்கிறார் என்று நம்புகிறேன், இருக்க வேண்டும் என்றும் விரும்புகிறேன். அவருக்கு ஏதாவது ஆயிற்று என்றால் எப்படியாவது எங்களுக்குத் தகவல் வரும் என்று எனக்கு நானே சொல்லிக் கொண் டேன். ஆனால் சொல்வதில் எனக்கே நம்பிக்கை இல்லாமல் இருக்கிறது.

பாட்டியைப் புதைத்து விட்டதாக அவர் சொன்ன போது, எங்களுக்குள் நடந்த உரையாடல் ஞாபகம் வந்தது.

'மாமா, பாட்டியோட சமாதிக்கு அழைச்சிட்டுப் போறீங்களா, பார்க்க ஆசையா இருக்கு'

'இல்லம்மா, அதற்கு நான் இன்னும் தயாரில்லை.' முதல் முறையாக என் முகத்தைப் பார்க்காமல் சொன்ன பதில் இது.

★★★

ஆகஸ்ட் *14, 1996* அன்று ஏறக்குறைய நூறு இந்தியர்கள் பஞ்சாபின் வாகாவில் இருந்த இந்திய-பாகிஸ்தான் எல்லையைப் பார்க்கப் போனார்கள்.

இரு நாட்டினரின் நீண்டநாள் கனவை நிறைவேற்றவே அவர்கள் போனார்கள். அந்தக் கனவு: இந்தியர்களும் பாகிஸ்தானியர்களும் சம எண்ணிக்கையில் எல்லையின் இருபுறமும் கூடி, அமைதிக்கான பாடல்களைப் பாடுவதே. இருசாராரும் ஒருவரை ஒருவர் பார்த்துக் கொள்ளப் போதுமான பாதுகாப்பு ஏற்பாடுகள் இருக்கும் என்றும் நம்பினார்கள். ஆனால் அவர்களுக்கு ஏமாற்றமே மிஞ்சியது. அந்த இடம் அவர்கள் நினைத்திருந்த அளவு அணுகுவதற்குச் சுலபமானதாக இல்லை.

இந்தியப் பக்கத்தில் ஒரு வளைவும், அதில் மேரா பாரத் மஹான் என்று ஒளிர்கிற நியான் விளக்கும் இருந்தன. பாகிஸ்தான் பக்கம் அதே போல, ஆனால் பாகிஸ்தான் ஜிந்தாபாத் என்கிற வாசகங்களுடன்! இடையே பெரிய மைதானம். மக்கள் சாப்பாடு, பானங்கள் சகிதமாக அங்கே பிக்னிக் வருவதுண்டு.

இருநாடுகளுக்கும் இடையிலான விரோதம் மறக்கப்படாமலிருப் பதற்குச் செய்யப்படுவது போன்ற தினசரி சம்பிரதாயம் ஒன்று அங்கே மாலைகளில் உண்டு. தத்தம் கொடிகளை இறக்கிய பிறகு ஒரு நாட்டி னரைப் பார்த்து மற்றவர் பீடுநடை போட்டு நடந்து, பிறகு விருட்

டென்று திரும்பிக் கொண்டு எதிர்ப்புறமாக நடப்பார்கள். இந்தச் சம்பிரதாயம் அரங்கேறும் துல்லியத்தைப் பார்க்கிற போது எல்லைக் கோடு எப்படி மனப்பாடமாக இருக்கிறது என்பது புரியும்.

பகல் நேரத்தில் எந்த நாட்டினர் என்று அடையாளம் காண்பதற்கு வசதியாக சிவப்பிலும், நீலத்திலும் சீருடை அணிந்த போர்டர்கள் அங்கே காணப்படுவார்கள். சுமையாக இருக்கும் பெட்டிகளை 12 அங்குல எல்லைக் கோடு வரை எடுத்துப் போய் அடுத்த நாட்டின் போர்டர் தலையில் ஏற்றி வைப்பார்கள். கால்கள் சொந்த மண்ணில் இருக்க, தலைகள் மட்டும் உரசிக் கொள்ளும்.

பிரிவினையின் நினைவுச் சின்னங்கள் எல்லையிலோ, இந்தியாவிலோ, பாகிஸ்தானிலோ, பங்களாதேஷிலோ எங்கேயுமே இல்லை. லட்சக் கணக்கானவர்கள் இறந்திருந்தாலும் யாரும் அதற்கு நினைவுச் சின்னம் எழுப்ப முன்வரவில்லை.

தங்கள் உறவுகளுடன், தங்கள் ரத்தங்களுடன் பேசும் பேச்சில் மட்டுமே அந்த நினைவுகள் வாழ்ந்து வருகின்றன.

★★★

பாகம்-2

சுபத்ரா பட்டாலியா

சுபத்ரா பட்டாலியா என் அம்மா. ராணாமாமாவைச் சந்தித்த பிறகுதான் பிரிவினை குறித்து நானும் அம்மாவும் பேச ஆரம்பித்தோம். இதற்குப் பிறகுதான் ராணாமாமா வசித்த அம்மாவின் பழைய வீட்டுக்கு அழைத்துப் போனேன். லாகூர் குறித்தும், குடும்பத்தின் வீடு குறித்தும், தாத்தா பாட்டி குறித்தும் அடிக்கடி கேட்ட கதைகளை மனதில் பதிவு செய்யவே இல்லை என்பது அப்போதுதான் புரிந்தது. லாகூருக்குத் திரும்பப் போனதும், சகோதரனைப் பார்த்ததும் அம்மாவுக்கு எப்படிப்பட்ட மாற்றங்களை உண்டாக்குகிறது என்பதை அறிகிற ஆர்வம் என்னை முழுதுமாக ஆட் கொண்டது. ஏனென்றால் எனக்கே அது உணர்வுப் பூர்வமான அனுபவம் என்றால் அம்மாவுக்கு எப்படி இருந்திருக்கும்!

அந்த அனுபவத்தைப் பகிர்ந்து கொள்ளும்படி மெல்ல மெல்ல நான் வலியுறுத்த, நான் இன்னும் சில ஆச்சரியங்களை எதிர்கொள்ள வேண்டி யிருந்தது. அம்மாவின் தலைமுறைக்காரர்கள் பிரிவினை குறித்துப் பேசிக் கொண்டே இருப்பார்கள். அது அவர்களுடைய எண்ணத்தில் கடந்த கால நினைவுகளாக நிறைந்திருக்கும். ஆனால், முறையான ஒரு நேர்காணல் என்கிற வகையில் அவர்களுடன் பேச ஆரம்பித்தால் இனந்தெரியாத தயக்கம் அவர்களை ஆட்கொண்டுவிடும். இது ஏன் என்று யோசித்துப் பார்த்தேன்.

அனுபவங்களை முறையான ஒரு பேட்டிக்காக நினைவுகூரும்போது ஒரு எச்சரிக்கை உணர்வு சேர்ந்து கொள்கிறது. இது செய்திகளின் உண்மைத் தன்மை குறித்தும், அதன் துல்லியத்தைக் குறித்தும் சந்தேகங்களைத் தூண்டுகிறது. உண்மையான, துல்லியமான செய்திகள்தான் என்பதில் உறுதி இல்லாவிட்டால் வெளியில் சொல்வதில்லை. ஆனால் தயக்கத்துக்குக் காரணம் இது மட்டுமே அல்ல. அம்மாவின் விஷயத்தில், அவர் மனதில் இருந்த காயங்கள் ரொம்ப ஆழமானவை. இந்தக் காயங்கள்தான் பகிர்வதற்கு, அதுவும் என்னிடம் பகிர்வதற்குத் தடையாக இருந்தவை. ஒருவேளை நெருக்கமில்லாத மூன்றாம் நபராக இருந்திருந்தால் இந்தத் தடை இருந்திருக்காதோ என்னவோ!

லாகூரைப் பிரிய வேண்டிய கட்டாயம் வந்த போது உணர்வு எப்படி இருந்தது என்று கேட்கும் போது அம்மா சொன்ன பதில்:

'தாயைப் பிரிகிற போது உண்டாகிற வலியை யாரால் வார்த்தையில் விளக்க முடியும்?'

இதை இந்த ரீதியில் நான் யோசிக்காததை உணர்ந்தேன். பெற்றோர் குழந்தைகளிடமிருந்து பிரிவதும், குழந்தைகள் பெற்றோரிடமிருந்து பிரிவதும் வெவ்வேறு விதமான தாக்கங்கள் உள்ளவை. பிரிவினை எத்தனை குழந்தைகளையும் பெற்றோரையும் பிரித்ததோ!

அம்மாவின் நேர்காணலை நான் சேர்த்திருப்பதற்கு இரண்டு காரணங்கள் : முதலாவது, குடும்பத்தினருக்குள் மறைக்கப்பட்ட செய்திகளை வெளிக் கொணரும் வகையில் இது அமைந்திருப்பது. முக்கியமான மற்றொரு காரணம், ராணாமாமா சொன்னவற்றின் மறுபக்கமாக இவை அமைந் திருப்பது. மௌனத்தைக் கலைத்து உண்மைகளை வெளிக்கொணர்வது எத்தனை முக்கியமோ அதே அளவுக்கு வேறு சில விஷயங்களும் முக்கிய மானவை. யார், யாரிடம், எந்த சமயம், எப்படிக் கேள்விகள் கேட்டார் என்பதும் சொல்லப்பட்ட செய்திகளுக்கு யார் பொறுப்பேற்கப் போகிறார் என்பதுமே அவை.

என் நண்பர் ஒருவர் சொல்லியிருந்தது ஞாபகம் வந்தது.

ஆராய்ச்சியாளர் ஒருவர் வலியுறுத்தலால் மௌனம் கலைந்து ஞாபகங் களைப் பகிர்ந்து கொண்டிருக்கிறார் அவரது தாயார். மனதின் ஆழத்தில் இருந்த வலிகளும் துக்கமும் மேலெழும்பி, பல வாரங்களுக்கு அவரால் தூங்கவே முடியவில்லை. பேட்டி எடுத்தவர் நிம்மதியாக அடுத்த வேலைக்குப் போய்விட்டார். மௌனமும், மௌனம் கலைவதும் சாதாரணமாக எடுத்துக் கொள்ளக் கூடிய விஷயங்களல்ல. எப்போதுமே மௌனம் கலைவது சுமையைக் குறைக்கும் என்று சொல்லிவிட முடியாது. என்னுடைய ஆராய்ச்சி யில், தானே முன்வந்து பேசியவர்களுடன்தான் பேசியிருக்கிறேன். சொல்லப் பட்ட விஷயங்களுக்குப் பொறுப்பை நானே ஏற்றிருக்கிறேன். இதுதான் சரியான முறை என்றால் செய்திகளை முழுமையாக அறியும் சாத்தியங்கள் குறைவு. ஆனாலும் என்னால் கையாள முடிந்த ஒரே வழி அதுதான்.

அம்மாவின் பேட்டியை நான் சேர்க்க நினைத்ததற்கு வேறு சில காரணங் களும் உண்டு. மாமா என்னிடம் பேசியதைவிட அம்மாவிடம் அதிக வெளிப் படையாகப் பேசியதாக உணர்ந்தேன். பாகிஸ்தானிலேயே தான் தங்கி விட்டதற்கு வீடும் ஒரு காரணம் என்பதை ஓரளவு ஒப்புக் கொண்டுள்ளார். மாமாவுக்கு வாழ்வதற்கு ஒரு சந்தர்ப்பமாக அமைந்து, சுதந்தர உணர்வைக் கொடுத்த அந்த வீடே அவர் கழுத்துக்குக் கத்தியாகப் பின்னால் மாறிவிட்டது சோகம். மாமா சொன்னது உண்மையானால் அவர் மகன்களுக்கு வீடு பிரதானமானதாகவும் ராணா இரண்டாம் பட்சமாகவுமே இருந்திருக்கிறார்.

‘என் சொந்தப் பிள்ளைகளுக்கு, என் சொந்த வீட்டில் நான் அந்நியனாவும், இடைஞ்சலாவும் இருக்கேன்’ என்பது அவர் அம்மாவிடம் சொன்னது.

★★★

சுபத்ரா பட்டாலியாவின் வார்த்தைகளில்:

1946 இல் நாபாவில் இருந்த மாநில உயர்நிலைப்பள்ளியில் வேலை பார்த்துக் கொண்டிருந்தேன். பள்ளியின் கட்டடமும் வளாகமும் பரந்து விரிந்து இருக்கும். பள்ளியைச் சுற்றி சேரிப்பகுதி ஒன்று இருந்தது. ஏழைமையான இஸ்லாமியர்கள் பெருமளவில் இருந் தார்கள். சில பாலியல் தொழிலாளிகள்கூட இருந்தார்கள். பிரிவினை பற்றி பேச்சு பரவலாக இருந்தது. பிரிவினை வருமா வராதா என்பது குறித்த விவாதங்கள் ஆங்காங்கே நடக்கும். நான், என் தாயார், சகோதர சகோதரிகள், என் தலைமையாசிரியை எல்லோரும் சேர்ந்து ஓரிடத்தில் வசித்தோம்.

மக்கள் பேசிக்கொண்ட விஷயங்கள் கொஞ்சம் அச்சமளிப்பதாக இருந்தது. பிரிவினை சமயத்தில் கலவரம் ஏதாவது வருமானால், பெண்கள் பள்ளிதான் முதல் இலக்காக இருக்கும் என்பதாகப் பேசிக் கொண்டார்கள். பள்ளிக் காவல்காரரும், ஆயாவும் கூட இஸ்லாமி யர்கள். எப்படி சமாளிக்கப் போகிறோம் என்று புரியாமல் ஒருவித அச்சத்துடன் இருந்தோம். முன்னெச்சரிக்கையான உத்தரவுகள் பிறப் பித்திருந்தோம். பள்ளியின் வெளிப்புறம் இருந்த திறந்தவெளி மைதானத்தில்தான் தூங்குவோம். கலவரம் நடக்கப் போவதற்கான அறிகுறிகள் தெரிந்தால் எல்லாரும் உள்ளே ஓடிவிட வேண்டும் என்பது ஏற்பாடு.

பள்ளியின் நேர் எதிர்ப்புறம் ஒரு பாலியல் தொழிலாளி வசித்தாள். ஒருநாள் அவளுடன் ஏற்பட்ட வாக்குவாதம் முற்றி ராணுவப் பணியாளர் ஒருவர் அவளைச் சுட்டு வீழ்த்தி விட்டார். தொடர்ச்சியாக இரண்டு தோட்டாக்களைச் சுட்டு விட்டு, நடு ராத்திரியில் அவர் ஓட ஆரம்பித்தார். ஓடி, கொஞ்ச தூரம் போய் தானும் சுட்டுக் கொண்டு இறந்து போனார். எங்களுக்கு பயம் பிடித்துக் கொண்டது. உள்ளே ஓடினோம். என் சகோதரி முன்னா பயத்தில் குழம்பி உள்ளே ஓடுவதற்கு பதில் வெளியே ஓடி எங்கோ ஒளிந்து கொண்டாள். உள்ளே போன நாங்கள் முன்னா இல்லை என்பது தெரிந்ததும் கலவரம் அடைந்தோம். தலைமையாசிரியை என்னை வெளியில் அனுமதிக்க மறுத்து விட்டார்.

சின்னப் பெண்ணை எப்படித் தனியாக வெளியில் விடுவது?

எங்கள் கூச்சல் கேட்டு பள்ளிக்கு அருகில் அவள் வர, உள்ளே அழைத்து வந்து விட்டோம். அதிர்ஷ்ட வசமாக, பெரிய தவறு ஒன்றும் நடக்க வில்லை. சுடப்பட்ட பெண்ணுக்கும், அந்த ராணுவக்காரருக்கும் அவர் ராணுவத்தில் சேர்வதற்கு முன்பு காதல் இருந்திருக்கிறது. அவர் ராணு வத்தில் சேர்ந்த பின் தவறாமல் பணம் அனுப்பிக் கொண்டிருந்திருக்கிறார்.

வந்து, கல்யாணம் செய்து கொள்ளலாமா என்று அவர் கேட்ட போது இவளுடைய வாழ்க்கை முறை மாறியிருந்ததால், 'அடப் போய்யா உன் மாதிரி நூறு பேர் என் கால்ல விழுந்து கிடக்காங்க, உன்னோட வர்ரதா இல்லை' என்று பதில் சொல்லியிருக்கிறாள். மனமுடைந்த அந்த ஆள் இவளையும் கொன்று தானும் செத்துப் போய்விட்டான்.

இத்தோடு முடிந்தால் பரவாயில்லை.

இறந்து போன பெண்ணின் அம்மா நடு ராத்திரியில் 'அல்லா' என்று அலறுவது பயத்தில் உறைந்து போக வைக்கிற மாதிரி இருக்கும்.துணைக்கு ஆண்களே இல்லை. இன்னும் என்னென்ன நடக்குமோ என்ற பயம். அங்கிருந்து போய்விட வேண்டும் என்று நினைக்க ஆரம்பித்தேன். இளையவர்கள் எல்லாரும் லாகூர் போய்விடலாம் என்றார்கள். லாகூரில் என்ன நடக்கும் என்று தெரியாது. தலைமை யாசிரியை, லாகூர் வேண்டாம், அங்கே நிலைமை ரொம்ப மோசம் என்றார். ஒரு தீர்மானத்துக்கும் வரமுடியாத நிலையில் லாகூரில் வசித்துக் கொண்டிருந்த ராணா வந்தான். பிரிவினை குறித்தான பேச்சுகள் ரொம்பத் தீவிரமாக இருப்பதாகவும், வீட்டை விற்க வேண்டி யிருக்கும் என்றும் சொன்னான்.

ராணா பற்றி இங்கே கொஞ்சம் சொல்ல வேண்டியிருக்கிறது.

ஒன்பது குழந்தைகளில் ராணா ஆறாவதாகப் பிறந்தவன். அப்பா இறந்து போகும் போது குடும்பத்தின் எதிர்காலத் தேவையைப் பூர்த்தி செய்யும் காப்பீடு மாதிரி அந்த வீடு இருந்தது. துக்கத்துக்கு வந்திருந்த சொந்தக்காரர்கள் கூட அதே ரீதியில்தான் பேசிக் கொண்டார்கள். யாருடைய உதவியும் இந்தக் குடும்பத்துக்குத் தேவைப்படாது என்று பேசிக் கொண்டார்கள்.

எங்களுக்கு வேறு விதமான பிரச்சினைகள் காத்திருந்தன. பிக்ரம் என்கிற மூத்த சகோதரன் கல்லூரிப் படிப்பை விட்டவன். வியாபாரம் செய்யப் போவதாக அம்மாவிடமிருந்து பணம் வாங்கிக் கொண்டான். ஆனால் வியாபாரம் எதிர்பார்த்த மாதிரி போகவில்லை. இருந்தாலும் அந்த நஷ்டம் பெரிய பாதிப்பை ஏற்படுத்தவில்லை. பிக்ரம் விமானப் படையில் வேலைக்குச் சேர்ந்து விட்டார். வேலை கிடைத்த செய்தியைக் கொண்டு வரும் போது கூடவே அமீனா என்கிற அழகான இஸ்லாமியப் பெண்ணையும் அழைத்து வந்தார். முதல் சம்பளம் வாங்கியதும் அவளைக் கல்யாணம் செய்து கொள்ளப் போவதாகச் சொன்னார். ஆனால் அது நடக்கவே இல்லை. முதல் சம்பளம் வாங்க அலுவலகம் போன அன்று அலுவலகம் இன்னும் திறந்திருக்கப் படவில்லை. தன்னுடைய சிறிய விமானத்தில் ஒரு ரவுண்ட் போகலாம்

என்று புறப்பட்டார். விமானம் மின் கம்பத்தில் மோதி அவர் உயிரிழக்க நேரிட்டது.

பிக்ரமின் மரணம் ராணாவை ஒரு விதத்தில் மிகவும் பாதித்தது என்று சொல்ல வேண்டும். என் சித்தப்பா ஒருவர் லாகூர் உயர் நீதிமன்றத்தில் நீதிபதியாக இருந்தார். ராணாவை கிராமத்துக்கு அனுப்பி வைக்கும் படிச் சொன்னார். 13 வயது ராணா பள்ளியிலிருந்து நிறுத்தப்பட்டு கிராமத்துக்கு அனுப்பப்பட்டான். அவனுக்கு அது கொஞ்சமும் பிடிக்க வில்லை. பொறுத்துப் பொறுத்துப் பார்த்து விட்டு ஒரு கடிதம் எழுதி னான். ‘இங்கே என் துணிமணிகளை நானே துவைத்துக் கொள்ள வேண்டியிருக்கிறது. என்னை உடனே அழைத்துக் கொள்ளாவிட்டால் நான் எங்கேயாவது ஓடிப் போய்விடுவேன்.’ தொடர்ந்து அவனைக் காணவில்லை என்றும் செய்தி வந்தது. எங்களுக்கு என்ன செய்வ தென்று தெரியவில்லை. எங்கே போய்த் தேடுவது? அம்மாவுக்கு அடிக்கடி நினைவு தவறுவதும் மயக்கம் வருவதுமாக (எபிலப்டிக்) இருந்தது. என் அக்காக்கள் கல்யாணமாகிப் போய்விட்டார்கள். எனக்கு இருபது வயதுதான் அப்போது.

பெரியம்மா வீட்டில்தான் அவன் இருந்தான் என்பதை எப்படிக் கண்டுபிடித்தோம் என்று நினைவில்லை. அவனை வீட்டுக்குக் கூட்டி வர முயற்சி பண்ணிக் கொண்டிருக்கும் போதே மறுபடி ஓடிவிட்டான். இந்த முறை இரண்டு ஆண்டுகளுக்கு அவனைக் கண்டு பிடிக்கவே முடியவில்லை. இன்னொரு சகோதரனையும் இழந்தாகி விட்டது என்று நினைக்க ஆரம்பித்தோம். எனக்குத்தான் எல்லாரையும் விட அந்த இழப்பு ரொம்ப உறுத்தியது.

திடீரென்று ஒருநாள் அக்கா ராணாவுடன் வீட்டுக்குள் வந்தாள். ரயில்வே உணவு விடுதியில் சர்வர் வேலை பார்த்துக் கொண்டிருந் தானாம். ஓடுகாலி வீட்டுக்கு வந்து விட்டான். வீட்டில் இருந்தவர் களுக்கு அந்நியனாகப் போய்விட்டான். ஆனால் பிழைக்கக் கற்றுக் கொண்டு விட்டான்.

கொஞ்ச காலம் கழித்து நாபாவில் வேலை கிடைத்து எல்லாரையும் அழைத்துக் கொண்டு நான் புறப்பட்ட போது ராணா லாகூரிலேயே தங்கி விட்டான். எப்படிச் சமாளித்தான் என்று யாருக்கும் தெரியாது. அவ்வப்போது என்னிடம் கைமாற்று வாங்கிக் கொள்வான்.

பிரிவினைக் கருமேகங்கள் வரத் தொடங்கிய போது லாகூரிலிருந்த வீடு குறித்து கவலை எழுந்தது. குடும்பத்துக்கு இருந்த ஒரே பொருளாதாரப் பாதுகாப்பு அதுதான். பிரிவினைக் குழப்பத்திலும் கலவரத்திலும் யாராவது வீட்டை அபகரித்து விட்டால் எல்லாரும் ஒன்றுமில்லாமல்

நிற்க வேண்டியிருக்கும். செய்தித்தாளில் வந்த விளம்பரம் ஒன்று என் கவலையைப் போக்கியது. சஹரன்பூரில் இருந்த இஸ்லாமியர் ஒருவர் பாகிஸ்தானுக்குக் குடிபெயரப் போவதாகவும், லாகூரில் அதற்கு இணையான வீடு இருந்தால் பரஸ்பரம் மாற்றிக் கொள்ள முன்வருவதாகவும் விளம்பரம் கொடுத்திருந்தார். அவரோடு பேச்சு வார்த்தை நடத்த ஆரம்பித்தேன். சித்தப்பாவுக்கும் எழுதினேன்.

அவரிடமிருந்து பதில் ஏதும் வரவில்லை. ஆனால் சில நாள்கள் கழித்து ராணா எங்களைப் பார்க்க வந்தான். நான் செய்து கொண்டிருந்த முயற்சி சந்தோஷமளிப்பதாகச் சொன்னான். இது குறித்தான சில விஷயங்களைத் தெளிவு செய்து கொள்ள அம்மாவைக் கூட்டிப் போக வேண்டும் என்றும் தெரிவித்தான். நான் சம்மதித்தேன். என் முயற்சிகள் பலனளிப்பது சந்தோஷமாக இருந்தது. ஆனால், பல நாட்களாகியும் ராணா அம்மாவைத் திருப்பி அனுப்பாதது கொஞ்சம் கவலை அளித்தது. உடல்நிலை வேறு சரியில்லாமல் இருந்தது. லாகூருக்குப் புறப்பட்டுப் போனேன்.

அங்கே போனதும்தான் தெரிந்தது, சித்தப்பா, நான் சொத்தை அபகரித்து விடுவேன் என்று ராணாவை எச்சரித்திருந்தது. ராணா அம்மாவை அழைத்துப் போனதற்குக் காரணமே சொத்தைத் தக்க வைத்துக் கொள்ள வேண்டும் என்பதுதான். நான் கேட்ட போது, எனக்கோ படிப்பு இல்லை. இந்தியாவில் என்னால என்ன பண்ண முடியும்? எத்தனை நாளைக்கு உன்னால என்னை சப்போர்ட் பண்ண முடியும்? உனக்கு ஒரு கல்யாணம் ஆயிட்டா உன் குடும்பம், உன் சொத்துன்னு ஆயிடும். இங்கே இந்த வீடாவது எனக்கு ஒதுங்க இருக்கும்.' என்று பதில் வந்தது.

அவனோடு விவாதம் செய்து பார்த்தேன். பாகிஸ்தான் என்று ஒரு நாடு உருவாகிவிட்டால் அவனால் எப்படி இங்கே வாழ முடியும்? இந்த விஷயத்தில் ராணா ரொம்பத் தெளிவாக இருந்தான். மதம் பிழைப்பை விட முக்கியமானதல்ல என்பது அவன் கருத்து. எல்லா ஏற்பாடும் பண்ணிட்டேன் என்றான்.

'ஜதீந்தர் வீட்டுக்குப் பக்கத்து வீட்டுப் பொண்ணைத் தெரியுமா? அவளை எனக்கு ரொம்ப நாளா தெரியும். மதம் மாறிட்டா கல்யாணம் பண்ணிக்கறேன்னு சொல்லியிருக்கா.'

'அப்போ அம்மா?'

'அவங்க எனக்கும் அம்மாதானே.' அவ்வளவுதான் பதில்.

உடம்பு முடியாமல், எப்போதாவது சுயப் பிரக்ஞை வருகிற அம்மாவை விட்டுப் போவதில் இருக்கும் வலியை யாரால் உணர முடியும்?

அவனை இனி நம்புவதில் பிரயோஜனம் இல்லை. சொத்து மேல் இருக்கிற ஆசையில் அம்மாவையும் தம்பியையும் கொலை கூடச் செய்து விடுவான். அம்மாவையும் சின்னத் தம்பியையும் அழைத்துப் போகிறேன் என்று கெஞ்சினேன். எனக்கிருந்த பயத்தில் ராத்திரி அந்த வீட்டில் தங்கக் கூடத் தயக்கமாக இருந்தது. கடைசியில் அம்மாவை விட்டுவிட்டுக் கிளம்பி விட்டேன். அவனுடைய ராட்சஸத்தனத்தை என்னால் மன்னிக்கவே முடியாது. கிளம்புகிற போது அழுகையாக வந்தது. என்னை நிமிர்ந்து பார்த்து விட்டு அவன் சொன்னது :

'நான் முஸ்லிமா மாறப் போறேன்னுதானே அழறே?'

எனக்கு என்ன சொல்வதென்று தெரியவில்லை. அவன் கையைப் பிடித்துக் கொண்டு அழுதபடி,

'அம்மாவைப் பார்த்துக்கோ. நீ இந்துவா இருக்கப் போறியா, முஸ்லிமா இருக்கப் போறியாங்கிறதைப் பத்தி எனக்குக் கவலை இல்லை.' என்றேன். அப்பா மத உணர்வுகளுக்கு அப்பாற்பட்ட முற் போக்குக் கொள்கை உள்ள மனிதர். ஆனால் அவன் என்னிடமிருந்து பறித்துக் கொண்ட பெண்மணி - என் அம்மா கவனமாகப் பார்த்துக் கொள்ளப்படவேண்டிய ஒரு நோயாளி. சுமையான மனதோடு வெளியே வந்தேன். அம்மாவைச் சரியாக கவனித்துக் கொண்டானா, சோறு போட்டானா என்பதெல்லாம் கூடத் தெரியாது அதற்குப் பிறகு.

அப்பா இறந்த பிறகு எப்போதும் என்னுடனேதான் இருந்தார் அம்மா. சிரத்தையான இந்து. தினமும் தவறாமல் மாலையில் ஜபம் செய்வாள். இப்போது என்ன செய்வாள் என்று யோசிக்கக் கூட முடியவில்லை.

ராணா அப்துல்லாவாக மாறினான். ஃபௌஸியா அவன் மனைவி ஆனாள். எங்கள் குழந்தைப் பருவ வீடு இப்போது ஒரு தீவிர, மதம் மாறிய இஸ்லாமியக் குடும்பத்தின் முகவரியாகி விட்டது. ராணாவுக்கு சந்தோஷம்தானா? அம்மாவைக் கவனமாகப் பார்த்துக் கொண்டிருப் பானா? இதையெல்லாம் தெரிந்து கொள்ள வழியே இல்லை.

ஒன்றிரண்டு முறை என் தங்கை முன்னாவுக்குக் கடிதம் எழுதிக் கொண்டிருந்தான். ஆனால் அவள் வேண்டாம், நிறுத்திக் கொள் என்று சொல்லிவிட்டாள். காரணம் அவள் கணவன் ராணுவத்தில் வேலை யாக இருந்தான். தேவையில்லாத கேள்விகள் எழுந்திருக்கும். தொடர்பு நின்று போனதும் ராணா ரொம்பத் தனிமையாக உணர்ந் திருப்பான். நீ அவனைச் சந்திக்கிற வரை கடிதம் எதுவும் எழுத வில்லை. உன்வழியாகத்தான் பல வருஷங்களுக்குப் பிறகு கடிதம் அனுப்பினான். நான்கு மகன்களும், மூன்று மகள்களும் இருப்பதாக

எழுதியிருந்தான். இளமையில் நான் செய்த தவறுக்கு நானே என்னை இன்னும் மன்னிக்கவில்லை என்றும் எழுதியிருந்தான். நான் இங்கே யாராலும் அங்கீகரிக்கப்படவில்லை, என் சொந்தக் குடும்பத்தினரால் கூட. நடந்து முடிந்ததைத் திரும்ப ஆரம்பித்து திருத்தி வாழ முடியாது இனிமேல்.

அந்தக் கடிதம் என்னைக் கொஞ்சம் பாதித்தது. பதில் எழுதினேன். 'நீ கொடுத்து வைத்தவன், குறைந்த பட்சம் நம் வீட்டில் வாழ்கிற வாய்ப்பு கிடைத்ததே' என்று எழுதினேன். அதற்கு அவன் எழுதிய பதில்: கொடுத்து வைத்தவன்னு சொல்லாதே அக்கா, மதம் மாறினதுலேர்ந்து ஒரு ராத்திரி கூட நிம்மதியாத் தூங்கலைன்னு உனக்குத் தெரியுமா? இந்த வீட்ல இருக்கிற ஒவ்வொரு செங்கல்லும் என்னைச் சபிக்கிற மாதிரி இருக்கு. என்னுடையது என்று இருந்ததை நிராகரித்தேன். நான் ஏற்றுக் கொண்ட 'நம்பிக்கைகள்' என்னை ஏற்கவில்லை.

ராணா அம்மாவைப் பிரித்து அழைத்துப் போன போது அவனுக்கு துரோக எண்ணம் இருந்ததா என்று உறுதியாகத் தெரியவில்லை. ரொம்பக் கவலையாகவும், செய்வதறியாமலும் இருந்தேன். குழந்தைகளை அக்கா வீட்டுக்கு அனுப்பி விடலாமா என்று யோசித்தேன். அக்காவுக்குக் கடிதம் எழுதினேன். இருக்கிற இடத்தில் பாதுகாப்பு இல்லை என்றும் கொஞ்ச நாள் குழந்தைகள் அங்கே இருக்கட்டும் என்றும் நிலைமை மாறியதும் அழைத்துக் கொள்கிறேன் என்றும் எழுதிவிட்டு அவர்களை அனுப்பி வைத்தேன். குழந்தைகளின் பாதுகாப்பு பற்றிய கவலையை மறந்துவிட்டு ரஷ்ய மொழி படிப்பதற்காகச் சேர்ந்தேன். அது என் நீண்ட நாள் விருப்பம். ஹாஸ்டலில் தங்கினேன். அது ஜுலை 1946. பதட்டமான காலம். குழந்தைகளாவது பத்திரமாக இருக்கிறார்களே என்று நிம்மதியாக இருந்தேன்.

ஆனால் அக்கா குழந்தைகளைத் திருப்பி அனுப்பி விட்டாள்.

விடுமுறைக்காக வந்திருக்கிறோம். குழந்தைகளைப் பார்த்துக் கொள்வது இப்போது சாத்தியமில்லை என்று சொல்லி விட்டாள். என் பழைய தலைமையாசிரியை கைகொடுத்தார். கவலைப்படாதே, நாங்கள் கிராமத்துக்குப் போகிறோம், குழந்தைகளை நாங்கள் அழைத்துப் போகிறோம். நீ கவலைப்படாமல் ரஷ்யன் படிப்பதில் கவனத்தைச் செலுத்து என்றார். உன்னதமான தோழி! நான் படிப்பதைத் தொடர்ந்தேன்.

ஆறு மாதங்கள் நன்றாகத்தான் போயின. கோடை விடுமுறையில் குழந்தைகளோடு இருந்து விட்டுத் திரும்பினேன். எங்கேயாவது வெளியில் போக வேண்டும் என்றால் கல்லூரி முதல்வர் ராஜாராம்

என்பவருடன் நாங்கள் ஜீப்பில் போவோம். ஒரு ஞாயிற்றுக்கிழமை அப்படிப் போய்க் கொண்டிருந்தோம். சாலையைப் பார்த்த எங்களுக்குத் திக்கென்றது.

சாலை பூரா பிணங்கள்!

பல்கலைக்கழகத்திலிருந்து செங்கோட்டைக்குப் போய்க் கொண்டிருந் தோம். செங்கோட்டைக்கு அருகே ஒரு குதிரை வண்டியில் பார்த்த காட்சி கொஞ்சம் அசாதாரணமானது. வண்டியில் நான்கு பெண்கள், கத்தியுடன் ஒருவன் வண்டியை நெருங்க அந்தப் பெண்கள் குதித்து ஓடினார்கள். அதற்குப் பிறகு என்ன ஆயிற்றோ தெரியாது. அங்கேயும் பிணங்கள். ராஜாராம் ஜீப்பை ராஜ்புர் சாலைக்குத் திருப்பச் சொன்னார். அங்கே ஒரு காவல் நிலையம் இருந்தது, போய் புகார் கொடுப்போம் என்றார். கொடுத்தோம். ஆனால், ஸ்டேஷனில் ஆளே இல்லை. நாங்கள் இப்போது ஒன்றும் செய்ய முடியாது என்று சொல்லிவிட் டார்கள். அதற்குப் பிறகு ரயில்வே ஸ்டேஷனுக்குப் (ஏன் என்று தெரியாது) போகச் சொன்னார். அங்கே பார்த்தால் முழுக்க ரத்தம்.

இனி எங்கேயும் போவது பாதுகாப்பில்லை என்று ஹாஸ்டல் திரும்பி னோம்.

நான் தங்கியிருந்த அறையில் ஸஹிரா இலாஹி என்கிற பெண்ணும் இருந்தாள் (சர் சயத் அஹமத் அவர்களுடைய மைத்துனி). அவள் இந்தக் கலவரத்தில் பாதிப்புக்குள்ளானாள். பல்கலைக்கழகம் பூரா ரகளையும், கொள்ளையும் நடந்திருந்தது. குரேஷி என்கிற சரித்திரப் பேராசிரியரின் கோட்டையும், டையையும் மாணவன் ஒருவன் பிடித்திருந்த காட்சி கண்ணில் நிற்கிறது. அவர் வசம் இருந்த விலை யுயர்ந்த ஓவியங்கள் கொள்ளை அடிக்கப்பட்டு விட்டதாகப் பேசிக்கொண்டார்கள். ஹாஸ்டலில் நானும் என் மாதிரி ஆறு அல்லது ஏழு பெண்கள் மட்டும்தான் இருந்தோம். அதைத் தவிர வார்டனும் அவரது குண்டு மகளும்தான். பாதுகாப்பாக இருக்க முடியுமா என்கிற சந்தேகத்துடனும், பயத்துடனுமே இருந்து கொண்டிருந்தோம்.

ஒருநாள், அப்போதுதான் சாப்பிட உட்கார்ந்திருந்தோம். திடீரென்று ஒரு ஆள் ஓடி வந்தான், வந்து ஸஹிராவின் கையைப் பிடித்துக் கொண்டு,வா போகலாம் என்றான்.

சொன்னவன் காத்திருக்கக்கூட இல்லை. அப்படியே அவளை இழுத்துக் கொண்டு நடக்க ஆரம்பித்தான். நாங்கள் உறைந்து போய் நின்றிருந்தோம். அப்புறம்தான் தெரிந்தது, அது அவளுடைய அண்ணன் என்று. ஒரு கும்பல் ஹாஸ்டலைத் தாக்கப் போவதாகத் தகவல் கிடைத்ததாம். ஸஹிராவை ஹைதராபாத்துக்கு அழைத்துப் போய் விட்டான் அவள்

அண்ணன். அதற்குப் பிறகு அவளைப் பற்றித் தகவல் ஏதும் இல்லை. ஆனால், குறிப்பிட்ட அந்தக் கும்பல் ஹாஸ்டலுக்கு வந்து, 'எங்கே ஸஹிரா? கூப்பிடு அவளை' என்று சத்தம் போட்டது. நாங்கள் எல்லோரும் நின்று வேடிக்கை பார்த்தோம். கூட்டத்தில் சிலர் அவர்கள் கொள்ளை அடித்திருந்த பட்டுப் புடைவைகளை எங்களிடம் விற்க முயன்றார்கள்! எங்களை எல்லாம் ஓர் அறையில் தள்ளி பூட்டி விட்டார்கள். அவர்கள் போன பிறகு வார்டன் எங்களை விடுவித்து ராஜாராம் வீட்டுக்கு அனுப்பி வைத்தார்.

இந்த நிலையில் எல்லாப் பெண்களும் அவரவர் வீடுகளுக்குத் திரும்ப வேண்டியதாயிற்று. எனக்கு எங்கே போவது என்று தெரியவில்லை. ரொம்ப சங்கடமான நிலைமை. போக இடமே இல்லை. மஹராஜ் நாபாவின் அலுவலகம் போய், நான் நாபாவில் வேலை செய்வ தாகவும், கலவரத்தால் போக்குவரத்தில்லாமல் கஷ்டப்படுகிறேன் என்றும் சொன்னேன். அலுவலகத்திலிருந்து அன்றாடம் நாபா போகும் கார் ஒன்றில் நான் அனுப்பி வைக்கப்பட்டேன். என் கூட பயணம் செய்தவர்களில் என் தோழியின் மாமா ஒருவரும் இருந்தார்.

ஏற்கனவே நாபாவில் செய்து கொண்டிருந்த வேலையும், சூழ்நிலை யும் பிடிக்காமல்தான் வேண்டாம் என்று விட்டு வந்திருந்தேன். ஆறு வருஷம் வேலை செய்தேன். கல்யாணமும் குதிரவில்லை, அந்த இடமும் பிடிக்கவில்லை. மேல் படிப்பாக ஏதாவது படித்து தகுதியை அதிகப்படுத்திக் கொள்ளலாம் என்கிற எண்ணத்தில்தான் விடுப்பு எடுத்துக் கொண்டு ரஷ்யன் படிக்க ஆரம்பித்திருந்தேன்.

அம்பாலா வந்ததும் 'என்னை ரயில்வே ஸ்டேஷனில் விட்டு விட முடியுமா?' என்று கேட்டேன். நல்ல ராத்திரி நேரம். 'கவலையே படாதே நாங்க எல்லாரும் இருக்கோம்' என்று காரில் இருந்தவர்கள் ஆதரவாகச் சொன்னது நிம்மதியாக இருந்தது.

நாபா போகிற போது காலை (அல்லது பின்னிரவு) 2.30 ஆகிவிட்டது. நான் வேலை பார்த்த பள்ளியின் கேட் அருகே வந்ததும் தோழியின் மாமா தன்னோடு வந்து ராத்திரி தங்கிக் கொள்ளும்படியும், காலையில் பள்ளிக்கு அழைத்து வந்து விடுவதாகவும் சொன்னார். எதனாலோ வேண்டாம் என்று மறுத்து விட்டேன். அவர் என்னை அங்கேயே விட்டு விட்டுக் கிளம்பினார். வாட்ச் மேனுக்கு ஜிவ்னா என்று பெயர்.

'ஜிவ்னா.. ஜிவ்னா' என்று சத்தமாக அழைத்தேன். யாரும் வரவில்லை. கேட்டைத் தள்ளிப் பார்த்தேன், திறந்து கொண்டது. மெதுவாக உள்ளே போனேன். அந்தப் பிரம்மாண்டமான வளாகம் சர்வ நிசப்தமாக இருந்தது. எங்கேயும் மெல்லிய கீற்றாகக்கூட வெளிச்சமில்லை.

ஜின்னாவின் அறை சாத்தியிருந்தது. எல்லாரும் பாகிஸ்தானுக்கு ஓடி விட்டார்களோ? சாய்ரா என்று ஒருத்தி இருப்பாள். அவள் பேரைச் சொல்லி அழைத்துப் பார்த்தேன். அவளும் இல்லை போலிருக்கிறது. தலைமை ஆசிரியை வீட்டை நோக்கிப் போனேன். வீடு பூட்டியிருந் தது. எல்லாரும் கிராமத்துக்குப் போய்விட்டார்கள் போலிருக்கிறது.

தலைமையாசிரியை ரஞ்சித் என் ஒரு தம்பியையும், ஒரு தங்கையையும் கூட்டி வந்திருந்தார். மூத்தவளில் ஒருத்தியான சுதாவுக்குக் கல்யாணம் ஆகிவிட்டது. ஒரு தங்கை பட்சரை ஜலந்தரில் ஹாஸ்டலில் தங்க வைத்திருந்தேன். தம்பி பில்லோ லாகூருக்கு ஓடிவிட்டான். முன்னாவும் மடாஜியும் எங்கே என்றே தெரியவில்லை. இல்லை... மடாஜியை ராணா அழைத்துப் போய்விட்டான். வீட்டில் யாருமின்றி வெறிச்சோடி இருந் தது கொஞ்சம் பயமாக இருந்தது. என்ன செய்வது என்கிற யோசனை யுடன் அப்படியே வராண்டாவில் உட்கார்ந்தேன். எல்லாப் பக்கமும் இருட்டு. சுற்றிலும் இஸ்லாமியர்கள் வாழ்கிற பகுதி. முட்டாள்தனம் செய்து விட்டேனோ? இவ்வளவு ரிஸ்க் எடுத்திருக்கக் கூடாதோ?

திடீரென்று ஞாபகம் வந்தது. பள்ளிக்குப் பின்புறம் ஒரு சமையல்காரர் இருப்பார். பெயர் ஞாபகமில்லை. இருட்டில் தடவித் தடவி நடந்து அவர் வீட்டை அடைந்தேன். நல்ல வேளையாக அவர் இருந்தார். காலையில் ரஞ்சித்தின் கிராமத்துக்குப் போய் அவரை அழைத்து வரவும் செய்தார். அவர்களுடன் சில நாள்கள் தங்கினேன்.

இந்தச் சமயத்தில்தான் ஒரு முறை லாகூருக்குப் போய் ராணாவிடம் அம்மாவை அனுப்பி வைக்கும் படிக் கேட்டேன். சுபத்ரா சொத்தை அபகரித்து விடுவாள், உங்கம்மாவை அனுப்பாதே என்கிற கடிதத்தை அப்படிப் போன போதுதான் பார்த்தேன். கேட்டுப் பிரயோஜனமில்லை என்பது புரிந்தது. தம்பி பில்லோவை மட்டுமாவது அனுப்பு என்று அழைத்துக் கொண்டேன். சொத்தை எழுதி வாங்கிக் கொண்டு அம்மாவைக் கொன்று விடப் போகிறான், தம்பியாவது பிழைக் கட்டுமே.

இது நடந்தது 1947 இல், பிரிவினைக்கு மிகச் சில நாட்களுக்கு முன் னால். லாகூருக்கு நான் போன இரண்டு பயணங்களுமே பிரிவினைக்கு முன்னால்தான். குறிப்பாக எப்போது என்று ஞாபகமில்லை. ஊரே கலவரத்தில் இருக்கும் போது மடத்தனமாக குதிரை வண்டியில் லாகூர் ஸ்டேஷனிலிருந்து வீட்டுக்குப் போனேன். முதல் முறை ராணா இருவரையும் அனுப்ப மறுத்து விட்டான். இரண்டாம் தரம் கெஞ்சிக் கூத்தாடி, நீ இருக்கிற நிலையில் அவனுக்குச் சோறு கூடப் போட முடியாது என்றெல்லாம் சொல்லி பில்லோவை அழைத்து வந்தேன்.

ரயிலில் ஒரே கூட்டம். நான் ஒரு பெட்டியிலும், பில்லோ வேறு பெட்டியிலும் பிரயாணம் செய்தோம். யாரோ வந்து 'உன் கூட வந்த பையன் வண்டியிலேர்ந்து வெளியே விழுந்துட்டான்' என்று சொல்லிக் கலவரப்படுத்தி விட எழுந்து ஓடினேன். ஆனால் அவன் பத்திரமாகத்தான் இருந்தான்.

ஊர்சுற்றுவதில் ஆர்வம் இருக்கிறவன், கர்கானுக்கு வேலை தேடிப் போனான். அப்படி இப்படியாக குழந்தைகள் ஒருமாதிரி செட்டில் ஆனார்கள்.

அதற்குப் பிறகு நான் சிம்லாவுக்கு- அங்கேதான் உன் அப்பா இருந்தார் - போக வேண்டியிருந்தது. எப்படிப் போவது என்று தெரியவில்லை. அங்கே போக ரயில்கள் இல்லை. யாரோ சொன்னார்கள், அறுநூறு ரூபாய் கொடுத்தால் டாக்ஸியில் போகலாம் என்று. எப்படியோ அறுநூறு ரூபாய் தேற்றி டெல்லியிலிருந்து சிம்லா போகிற டாக்ஸி ஒன்றைப் பிடித்தேன். மூட்டை முடிச்செல்லாம் எதுவும் கிடையாது. எல்லாம் ஸஹிராவின் பொருள்கள் திருட்டுப் போகும் போது போய் விட்டது. பெட்டி திரும்பக் கிடைத்த போது பத்திரமாகப் பூட்டிய நிலையில் கிடைத்தது, ஆனால் உள்ளேதான் எதுவுமில்லை.

நீ அழைத்துப் போன போது ராணாவை மீண்டும் பார்த்த உணர்வு எப்படி இருந்தது என்பதைச் சொல்வது கஷ்டம். நாற்பது வருஷம் முன்னால் பார்த்த ஒடிசலான உருவம் இல்லை அது. நன்றாகச் சதை போட்டு அப்பா ஜாடையாக ஆகியிருந்தான். பிக்ரம் கூட இதே போல ஆறடி மூன்றங்குலம் இருப்பான் என்றாலும் அவன் கொஞ்சம் சிவப்பு. ராணாவைப் பார்க்கும் போது அப்பாவைப் பார்க்கிற மாதிரியே இருந்தது. மனதில் அப்பா, அம்மா, குழந்தைப் பருவம், துரோகம் எல்லாம் படமாக ஓடின. அவனை நான் வெறுக்கவில்லை என்பது அப்போதுதான் புரிந்தது. பரிதாபப்பட்டேன். தன் வலையில் தானே மாட்டிய வேட்டைக்காரன் போலத் தெரிந்தான்.

அருகில் போய் தோளை அணைத்துக் கொண்டபோது 'இன்னமும் என் மேல கோபமாத்தான் இருக்கியா?' என்று அடைத்த குரலில் கேட்டான். எனக்கும் அழுகை வந்து விட்டது. ஒரு தாய் பிள்ளைகளாக, ஒரே ரத்தமாக இருந்தும் எதிரி நாடுகளின் பிரஜைகளாக, அந்நியர்களாகச் சந்தித்தோம்! அவன் மதம் மாறியது பெரிய விஷயமாகத் தெரியவில்லை எனக்கு, ஆனால் அம்மா விஷயத்தில் என்னால் அவனை மன்னிக்கவே முடியாது.

அழைத்துப் போக காரை எடுத்து வந்திருந்தான். பல வருஷங்களுக்கு என் வீடாக இருந்த இடத்துக்கு அழைத்துப் போனான். அதே

கம்பீரமான வீடுதான் என்றாலும் இரண்டு விஷயங்களைக் காண வில்லை. கேட்டை அலங்கரித்த அப்பாவின் பெயர் இப்போது இல்லை. தண்ணீர் டேங்க்கில் பெரிதாக எழுதப்பட்டிருந்த 'ஓம்' - அதையும் பார்க்க முடியவில்லை. ராணாவின் நான்கு மகன்களில் மூவர் வீட்டில் இருந்தார்கள்.

டிசம்பர் மாதம் என்றாலும் ஹீட்டர்கள் போடப்பட்டு அறைகள் வெதுவெதுப்பாக இருந்தன. சமையல் காஸ் குழாய் மூலம் மலிவான விலையில் தரப்படுகிறது. பழ மரங்கள் எதுவுமே இல்லை. தண்ணீர் பற்றாக்குறையால் மரங்களை எடுத்துவிட்டதாக ராணா சொன்னான். எனக்கு அது பெரிய இழப்பாகத் தெரிந்தது. புண்பட்ட மாதிரி உணர்ந் தேன். அப்பாவுக்கு மரங்கள் மீது அபரிமிதமான பிரியம் உண்டு. அந்த உணர்வுக்கு துரோகம் இழைத்த மாதிரி இருந்தது. பிரிவினையில் எவ்வளவோ இழந்தாகி விட்டது, இந்தச் சில மரங்கள் பெரிய விஷ்யமா என்று சமாதானப்படுத்திக் கொள்ள முயன்றேன்.

அன்றைக்கு உன் தோழி லாலா என்னை ஊரைச் சுற்றிப் பார்க்க அழைத்துப் போனாள். ஏகப்பட்ட மாற்றங்கள். ஹால் ரோடில் இருந்த நான் படித்த கல்லூரியைப் பார்க்கிற ஆசை வந்தது. போனால் அங்கே கல்லூரி இல்லை. எனக்கு நன்றாக நினைவிருந்த எல்லா இடங்களும் மாறியிருந்தன. பல்வேறு சமூகங்களும் கூடி வாழ்ந்த அழகிய நகரம் இப்போது முழுசாக இஸ்லாம் நகராக ஆகியிருந்தது. ஒலிபெருக்கிகள் பிரார்த்தனைக்கு அழைத்தன.

பாகிஸ்தானில், ஒரு நாள் முழுக்க வீட்டிலேயே இருந்தாலும், வீட்டில் ஒரு அறையைத் தவிர இதர அறைகளைப் பார்க்கவில்லை. அந்தக் காலத்தில் 'என் அறை' யாக இருந்த அறையைப் பார்க்க ஆசை இருந்தாலும் தைரியமில்லை. ஹாலைத் தாண்டி ஒரு பார்வை பார்க்கிற போதே வேண்டாம் என்று தோன்றியது. சில அறைகள் கல்யாண சீர் பொருள்களால் நிரம்பி இருந்தன. அந்த அறைகளில் யாருமில்லை. மாடியில் இருந்தார்களோ என்னமோ! ராத்திரி சாப்பிடும் போது மொத்தக் குடும்பமும் கூடினார்கள். ருசியான, குஷியான சாப்பாடு.

ஒரு நாள் ராணா எங்கள் அறைக்குள் வந்தான். கதவைச் சாத்தி விட்டுப் பேச ஆரம்பித்தான்.

'இந்த வீடு மட்டும் இல்லாம இருந்திருந்தா, நாம எல்லாரும் சேர்ந்தே இருந்திருப்போம். மதம் மாறியிருக்க மாட்டேன். வாழ்க்கையின் சந்தோஷமான தருணங்களை இழந்திருக்கத் தேவையில்லை.'

'ஆனா மதம் மாறணும்ங்கிறது நீ எடுத்த முடிவுதானே?'

‘நிஜம்தான். ஆனா அவர்களுக்கு நான் இன்னமும் ஒரு இந்துவாகவே இருக்கிறேன். ஒரு பெண் என்னைக் கல்யாணம் செய்து கொண்டு அவளுக்காக நான் இருக்க வேண்டியது அவசியமில்லாமல் இருந் திருந்தால் இந்நேரம் நான் ஜெயிலில் இருந்திருப்பேன்.’

இதுவே எங்களுக்குச் சற்று அதிர்ச்சியாக இருந்தது. அவருடைய மகன் ஒருவன் இந்து உளவாளி என்று அவர் மேல் வழக்கு பதிவு செய்திருப்பதாக வேறு சொன்னான்!

‘நான் ஒரு அந்நியன். சொந்தக் குடும்பமே, சொந்தக் குழந்தைகளே என்னை இடைஞ்சல் என்று நினைக்கிறார்கள்’ என்றான். மறுபடி மறுபடி அவன் சொன்ன ஒரு விஷயம்,

‘வாழ்க்கையில் ஒருவன் மதம் மாறவே கூடாது.’

இந்த உரையாடல் நடந்த நாள்தான் பாகிஸ்தானில் என் கடைசி நாள். கிளம்பும் அன்று காலையில் எல்லாரும் உட்கார்ந்து சாப்பிட்டுக் கொண்டிருந்த போது ராணா ஃப்ரிட்ஜைத் திறந்து ஒரு கப் வெண்ணையை எடுத்தான்.

‘சின்ன வயசில இதை எவ்வளவு ரசிச்சி நீ சாப்பிடுவேங்கிறதை நான் மறக்கவே இல்லை. உனக்காகத்தான் நேத்து வாங்கினேன்’ என்று எனக்கு முன்னால் வைத்த போது என் கண்ணிலிருந்து கடகடவென்று கண்ணீர் வந்தது. ராணா என்னிடம் பேசிய கடைசி வார்த்தை அதுதான்.

ராணா சொல்வதெல்லாம் முழுக்க நிஜம்தானா என்று தீர்மானிக்க முடியவில்லை. அவனுடைய பிரச்னை உண்மையிலேயே மத மாற்றத்தினால் விளைந்ததுதானா? மதம் மாறிய எத்தனையோ பேர் சந்தோஷமாகத்தானே இருக்கிறார்கள்? மதம் அவ்வளவு முக்கியத் துவம் வாய்ந்த ஒன்றா? பிழைப்புக்காகத் தேர்ந்தெடுத்த வழி என்பதால் பொய் சொல்லி பூசி மெழுகுகிறானா? தெரியவில்லை.

★★★

3

‘உண்மைகள்’

பாகம்-1

பிரிக்கப்பட்ட வாழ்க்கைகள்

இந்திய-பாகிஸ்தான் பிரிவினை குறித்த அறிக்கை 1947, ஜூன் 3ம் தேதி வெளிவந்தது. பல காலம் இழுவையாக இருந்த இந்தப் பேச்சு வார்த்தையில் நேரடியாகவும் மறைமுகமாகவும் சம்பந்தப்பட்டிருந் தவர்களுக்கு இந்த முடிவு நிம்மதியாக இருந்தது.

'அப்படியும் இப்படியுமாக மாறி மாறி அயற்சியும், அலுப்பும் அடைந் திருந்தோம். இறுதியில் ஏதோ ஒரு முடிவுக்கு வந்ததற்காக நன்றி யுள்ளவர்களாக இருக்கிறோம். அப்பாடா, இறுதியில் ஒரு தீர்வு கிடைத்ததே, நாங்கள் கொஞ்சம் ஓய்வாக இருக்கலாம்' என்றார் சாங்கோ சௌத்ரி, காங்கிரஸின் தொண்டர். இதே ரீதியில் இன்னும் பலரும் கருத்துத் தெரிவித்தார்கள். பின்னால் நிவாரணப் பணியாளர் களாகச் செயல்பட்ட ஒரு தம்பதியினர், 'கடைசியில், தயக்கங்களும், விவாதங்களும் முடிவுக்கு வந்து ஒரு புதிய ஆரம்பத்தைத் தொடங் கலாம்' என்று குறிப்பிட்டார்கள்.

அடையப்பட்ட தீர்வு உண்மையில் ஒரு தீர்வும் அல்ல, தொடக்கம் ஒரு தொடக்கமும் அல்ல! அரசாங்கமும், அரசியல் தலைவர்களும் தீர்வு வந்து விட்டது என்று நிம்மதிப் பெருமூச்சு விட்டாலும், ஆயிரக் கணக்கான மக்கள் குழப்பத்தில் ஆழ்ந்தார்கள். இந்தத் தீர்வுக்கு என்ன அர்த்தம்? இந்தத் தீர்வு அறிவிக்கப்பட்டதிலிருந்து அகில இந்திய காங்கிரஸ் கமிட்டிக்கு கடிதங்களாக வந்து குவிந்தன. 'என்ன நடந்து கொண்டிருக்கிறது?', 'எங்களுக்கு என்ன ஆகும்?' என்பவையே அவர்கள் கேள்விகள். இந்தியா பிரிக்கப்படப் போவதாக நம்பு கிறோம், நாங்கள் எங்கே போவது? எப்படிப் போவது? எங்கள் வேலைகள் என்ன ஆகும்? புதிதாகப் போன நாட்டில் பழைய இடத்தில் பார்த்த அதே வேலை கிடைக்குமா? எங்கள் வீடுகள், நிலபுலன்கள் என்ன ஆகும்? என்றெல்லாம் கேட்டார்கள்.

வந்திருந்த கடிதங்களில் ஒன்று ஜே.பி.கிருபளானிக்கு விலாசமிடப் பட்டிருந்தது. மே 14, 1947 தேதியிட்டிருந்தது.

> 'பஞ்சாபின் சிறுபான்மையினருக்கு (இந்துக்களும் சீக்கியர்களும் தான் அங்கே, அப்போது சிறுபான்மையினர்) தங்களைக் காத்துக் கொள்ள முடியாதவர்கள் குடி பெயரலாம் என்கிற உங்கள் அறிவுரை அதிர்ச்சியளிப்பதாக இருக்கிறது. எல்லாம் வல்ல காங்கிரஸால் பஞ்சாப், சிந்து, வங்காள மாகாணங்களின் சிறுபான்மையினரைக்

காப்பாற்ற முடியாததை அல்லது இயலாமையை அல்லது விருப்பமின்மையை இது காட்டுகிறது.

அஹிம்சைத் தத்துவத்தைப் போதித்து இந்துக்களைப் பாதுகாப் பற்றவர்களாகச் செய்த காங்கிரஸ் இப்போது குடிபெயர்கிற அறிவுரையை முன் வைத்துள்ளது. குடி பெயர்கிறவர்களுக்கு எந்தெந்த பகுதிகள் ஒதுக்கப்பட்டிருக்கிறது என்பதைத் தயவு செய்து சொல்ல முடியுமா? கௌரவமாக அவர்களைத் தங்க வைக்க என்னென்ன ஏற்பாடுகள் செய்யப்பட்டுள்ளன என்று சொல்ல முடியுமா? எந்தெந்த இடத்துக்கு என்ன எண்ணிக்கையில் குடிபெயரலாம்? அசையாத சொத்துகளை என்ன செய்வது? குடிபெயர்கிறவர்களுக்கு வேலையோ அல்லது வியாபாரமோ உங்களால் தேடித் தர முடியுமா? பிச்சைக்காரர்களாக வந்து பிச்சைக்காரர்களாகவே செட்டிலாகி உ.பி., பிகார், பம்பாய் மாகாணங்களின் நிராகரிக்கப்பட்ட ஜனக் கூட்டத்தைச் சார்ந்து வாழ வேண்டுமா?

மதராஸிகளைப் போல, பிகாரிகள் போல, உ.பி.யின் கௌரவமான பிரஜைகள் போல பஞ்சநதிகள் பாயும் பூமியில் கௌரவமாக வாழ்ந்து கொண்டிருக்கிறோம். ஏழு மாகாணங்களின் சுதந்தர வரவுக்கு பஞ்சாபியர்களும் வங்காளிகளும் செலவாக இருக்க வைத்து விட்டீர்கள். உங்களால் எங்களைக் காப்பாற்ற முடியாது என்றால், இஸ்லாமியர்களை எதிர்த்து நில்லுங்கள் என்று அறிவுரை கூற விருப்பமில்லை என்றால், புண்ணியமாகப் போகட்டும் தயவு செய்து விலகி இருங்கள். எங்களை நாங்கள் பார்த்துக் கொள்கிறோம். இந்த உஷ்ண பூமியில் உங்கள் சீக்குக் கால்கள் பட வேண்டாம். இது மாதிரி அறிவுரைகள் எங்களுக்கு அவசியமில்லை. வாய்ச்சொற்கள் எங்களிக் காக்கப் போவதில்லை. எங்களைக் காத்துக் கொள்ளவும், 'உங்கள்' இந்தியத் தாயின் ஒருமைப்பாட்டைப் பேணவும் மிகப் பெரிய அளவிலான உதவி தேவையிருக்கும்.

நாடோடிக் கூட்டத்தினர் போல் குடி பெயர எங்களால் முடியாது. கடைசி வரை போராடுவோம். கடவுள் சித்தம் இருந்தால் வெற்றி பெற்றுப் பிழைத்திருப்போம். ஒருவேளை அப்படியில்லாமல் போனால் ராவல்பிண்டியின் ஆசைப்படி எங்கள் விதி அமை யட்டும். இந்துக்களாக இருந்து உங்கள் வாசல்களில் பிச்சை யெடுத்து நகைப்புக்கு ஆளாவதை விட இஸ்லாமியர்களாக மாறுவது மேலானது.

எங்களைக் காக்க முடியாது என்றால் உங்கள் அறிவுரைகளை ஏற்க முடியாது. உங்களைப் போலவேதானே நாங்களும் மனிதர்கள்?

எங்கள் வாழ்க்கையும் உங்கள் வாழ்க்கை போல உயர்வான, வாழத் தகுதியான ஒன்றுதானே? உங்கள் தாராள மனப்பான்மைக்கோ அல்லது உங்கள் உயர்வுக்கோ நாங்கள் பலியாக விரும்பவில்லை. நாங்கள் வாழ விரும்புவது மட்டுமில்லை, கௌரவமாக வாழ விரும்புகிறோம். எங்களைப் பாதுகாக்கிற சக்தி இல்லாவிட்டால் பஞ்சாப் மாகாண காங்கிரஸை மூடி விடுங்கள், இந்துக்கள் தங்களைக் காத்துக் கொள்வார்கள். தேவலோகத்திலிருந்து நீங்கள் செய்யும் பிரசங்கங்களும், நற்செய்திகளும் எங்களுக்குத் தேவையில்லை.

கோழைத்தனம் உங்கள் சொல், செயல் சேர்க்கை எல்லாவற்றிலும் வியாபித்திருக்கிறது. உங்களுக்குப் புண்ணியமாகப் போகட்டும், எங்களுக்கு எந்த உதவியும் தேவையில்லை, விலகியிருங்கள்.'*

இந்தக் கேள்விகளுக்குப் பெரும்பாலும் விடை கிடைக்கவில்லை. இந்தக் கடிதத்தில் தென்படும் விரக்தி என்ன நடக்கப் போகிறது என்பதைப் புரிந்து கொண்ட எல்லாரிடமும் இருந்தது. இவர்கள் நீங்கலாக பல்லாயிரக்கணக்கானவர்களுக்கு அல்லது, பல லட்சக் கணக்கானவர்களுக்கு மாற்றங்கள் நிகழப் போவது தெரியவே இல்லை. எளிதில் திருத்தப்படக் கூடியவர்கள் இல்லையோ?

அரசியல்வாதிகள், அரசர்கள், தலைவர்கள் எல்லோரும் அதிகாரத்துக் காகப் போராடுவதுண்டு. அவர்கள் மாறுவதுண்டு, ஆனால் மக்கள் மாற வேண்டிய தேவையிருந்திருக்கிறதா? என்று ராஜிந்தர் சிங் கேட்பது பலரால் பலமுறை எதிரொலிக்கப்பட்டு வரும் கருத்து. அவர்களுடைய கருத்து தவறாக்கப்பட்டு விட்டது. மக்கள் மாறியது மட்டுமில்லை, அந்த மாற்றம் வெறும் பூகோள ரீதியானது மட்டு மில்லை என்பதையும் கவனிக்க வேண்டும்.

ராஜீந்தர் சிங் சொன்னதை முழுவதுமாகப் பாருங்கள்.

நிலைமை ரொம்ப மோசமான போது ஊரைவிட்டுப் புறப்பட வேண்டியதுதான் என்று நினைத்தோம். இந்தப் பகுதி பூரா பாகிஸ் தானுக்குச் சேரப் போகிறது. ஜமீந்தார்கள் கடைக்காரர்களைப் பார்த்து, 'உங்க பிழைப்பு பரவாயில்லை. தராசையும் படிக்கல்லையும் தூக்கி கிட்டு போய்கிட்டே இருக்க வேண்டியதுதான். எங்க கதை அப்படி யில்லை. நிலபுலன்களைத் தலையில் தூக்கிக் கொண்டா ஓட முடியும்?' 'இல்லையில்லை, அப்படியெல்லாம் நடக்காது, ராஜாக்கள்

---

* AICC papers. F no-CL 9 (part 1)/1946, Punjab.

மாறிக்கிட்டே இருப்பாங்க. பிரஜைகள் என்றைக்காவது மாற வேண்டி யிருந்திருக்கா?' என்று மக்கள் நியாயம் பேசிக் கொண்டிருந்தார்கள். 'ரஞ்சித் சிங் ஆட்சிக்கு வந்த போது மக்கள் மாற வேண்டியிருந்ததா? சீக்கியர் ஆள்கிறார் என்பதால் இஸ்லாமியர்கள் வெளியேற்றப் பட்டார்களா? கவலைப் படாதீங்க, அப்படியெல்லாம் எதுவும் ஆகாது.' என்றெல்லாம் ஒருவருக்கொருவர் உறுதிப்படுத்திக் கொண்டார்கள். அவ்வளவுதான், விஷயம் முடிஞ்சி போச்சு என்று தான் என் அப்பாவும் சொன்னார். கிராமத்து ஆட்கள் கூட மக்கள் வெளியேற வேண்டியிருக்கும் என்பதை நம்பவில்லை.

பிரிவினையின் போது நிகழ்ந்த குடிப்பெயர்ச்சி அசாத்தியமானது. பயம் துரத்த, தாங்கள் சார்ந்திருக்கும் இனத்தோடு வாழ்வதற்கு ஓடினார்கள். இந்திய பாகிஸ்தான் அரசாங்கங்களோ, ஏன் பிரிட்டிஷ் அரசே கூட இதை எதிர்பார்க்கவில்லை என்பது அதிர்ச்சியளிக்கும் விஷயம். பிரி வினை குறித்த அறிக்கை வெளியிடப்படும் போதே வன்முறை பெரிய அளவில் பஞ்சாபில் அரங்கேறி இருந்தது. மார்ச் 1947 இல் ராவல்பிண்டி யில் கலவரம். ஆயிரக்கணக்கான மரணங்கள், கொள்ளை, கலகங்கள், பெண்களுக்கெதிரான குற்றங்கள் இவையெல்லாம் பிரிவினையின் ரத்த அடையாளங்களாகப் படிந்தன. 1946 இல் வங்காளத்திலும், நவகாளி யிலும், பிகாரிலும், கர் முக்தேஷ்வரிலும் இந்துக்களும் இஸ்லாமியர் களும் தங்களுக்குள் வன்முறையில் இறங்கினார்கள்.

இவ்வளவு நடந்தாலும், பிரிவினை நடந்து இரண்டு நாள்களுக்குப் பின்னர், அதாவது ஆகஸ்ட் 17 அன்றைக்குத்தான் இந்திய பாகிஸ்தான் பிரதமர்கள் அம்பாலாவில் சந்தித்து குடிமக்கள் மாற்றம் குறித்துப் பேசினார்கள். மக்கள் மறுவாழ்வு அமைச்சகத்தின் அறிக்கை ஒன்றின் படி, இதற்கு முன்னரே சுமார் ஐந்து லட்சம் மக்கள் இந்தியாவுக்கும், அதே அளவு மக்கள் பாகிஸ்தானுக்கும் குடி பெயர்ந்திருந்தார்கள். மக்கள் குடி பெயர்வது தவிர்க்க முடியாதது என்பதைப் புரிந்து கொண்ட பின்னரே இரு நாடுகளும் இதை ஏற்க முன்வந்தன. ஆனால், மக்கள் குடிப் பெயரும் போது வாகனங்கள், இயந்திரங்கள், தொழிற்சாலை உபகரணங்கள் போன்ற அவர்களது உடைமைகளை எடுத்துப் போவது அனுமதிக்கப் படவில்லை. இவற்றை எடுத்துப் போவது அவர்களின் பயணத்துக்குத் தொந்தரவாக இருக்கும் என்பது ஒரு காரணம். அவை நாட்டுக்கு உபயோகமாக இருக்கும் என்பது இன்னொரு காரணம்.

பிரிவினை முடிந்து பல வருடங்களுக்கு ஏன், இன்று வரை கூட, வன்முறைகளில் ஈடுபட்டவர்கள் ஒரு விஷயத்தை நினைத்து மீண்டும் மீண்டும் ஆச்சரியப்படுவார்கள். பல தலைமுறைகளாக ஒருவரை ஒருவர் சார்ந்து வாழ்ந்து கொண்டிருந்த மக்களைத் திடீரென்று விரோதி களாக மாற்றியது எதுவாக இருக்கும்? 'என்னால் அதை விளக்க

முடியாது' என்றார் ஹர்ஜித் என்கிற சீக்கியர். எல்லைக்கு மிக அருகில் இருக்கிற அட்டாரி என்கிற ஊரில் வசிக்கிறவர்.

'ஒரு நாள் எங்கள் கிராமத்து மக்கள் எல்லாரும் பக்கத்திலிருக்கும் இஸ்லாமிய கிராமம் ஒன்றுக்குக் கொலை வெறியுடன் புறப்பட்டோம். ஐம்பது வருடங்களாகக் குற்ற உணர்வில் எனக்குத் தூக்கமே வருவ தில்லை. நாங்கள் கொலை செய்தவர்களின் முகங்களை மறக்கவே முடியவில்லை' என்றார்.

இதே மாதிரியான மனநிலை எதிர்த் தரப்பிலும் இருக்கிறது. நாஸிர் ஹுஸ்ஸைன் என்கிற முன்னாள் ராணுவ வீரர் சொன்னது. 'எனக்கும் என் வயதில் இருந்த இதர இளைஞர்களுக்கும் அப்போது என்ன ஆயிற்று என்றே தெரியவில்லை. இரண்டே இரண்டு நாள்கள்தான், காழ்ப்புணர்ச்சி என்கிற பயங்கர அலையால் ஆட்கொள்ளப்பட்டோம். எத்தவை பேரைக் கொன்றேன் என்று நினைத்துக்கூடப் பார்க்க முடியவில்லை. கட்டுப் பாடு இல்லாத மனநிலையில் இருந்த காலகட்டம். என்ன செய்கிறோம் என்றே தெரியாமல் இருந்தோம்.'

ஹர்ஜித்தைப் போலவே இவரையும் அந்தக் கணத்தின் வெறி குறித்த குற்ற உணர்வு பல ஆண்டுகளுக்குப் பாடாய்ப் படுத்தி இருக்கிறது.

சக மனிதனுக்கு விரோதியாகத் தோற்றம் கொடுத்து, தன்னை அழிக்கு முன் அழிக்கப் படவேண்டிய ஒன்றாக அவனைக் கருதுவது தவிர்க்க முடியாததாக இருந்தது. குரூரம், வெறுப்பு, காழ்ப்புணர்வு தவிர வேறு உணர்வுகளுக்கு மனதில் இடமில்லாமல் இருந்தது. வன்முறையில் ஈடுபட்டவர்களையும், அவற்றை இரக்கமில்லாமல் பார்த்துக் கொண் டிருந்தவர்களையும் சித்திரவதை செய்யும் வண்ணம் நல்ல உணர்வுகள் தலை தூக்கின.

பாட்டியாலாவில் இஸ்லாமியப் பெண்மணி ஒருவர் வேற்று மதத் தீவிர வாதியால் வன்புணர்ச்சிக்கு ஆளாகிக் கொல்லப்பட்டபோது அலறியது இன்னும் தன் காதில் ஒலிப்பதாக ஒரு எழுபது வயது மனிதர் நினைவு கூர்ந்தார். காதில் அலறல் கேட்டாலும் எந்த உணர்வும் இன்றி இருந்த தாகவும், வேறு உணர்வுகள் கொள்ளத் தங்களுக்கு அனுமதி இல்லை என்றும் சொன்னார். ஐம்பது ஆண்டுகள் கழித்து அந்தப் பெண்ணுக் காகவும் தன் இரக்கமின்மைக்காகவும் அவர் அழுதிருக்கிறார்.

தலைவர்கள் முன்வைத்த தீர்வு ஒரு கேலிக் கூத்து என்பது இதைக் காட்டிலும் வெளிப்படையாக வேறெங்கும் வெளிப்பட்டிருக்காது. சண்டை போட்டுக் கொண்டு மடிகிறவர்களுக்கு இடையே ஒரு கோடு போட்டு எல்லைகளை வரையறுப்பதுதான் பிரச்னைக்குத் தீர்வு என்று அவர்கள் உள்ளபடி நம்பியிருக்கிறார்கள். எல்லை மீறுவது தகராறு

களின் கல்யாண குணம். நூற்றாண்டுகளாகத் தொடர்ந்து கொண்டிருக்கும் விஷயங்களை ஒரு ராத்திரியில் தலைகீழாக மாற்றி விட முடியாது. மிகப் பெரிய நகைப்புக்குரிய விஷயம், தீர்வே பிரச்னையின் தொடக்கமாகப் போனதுதான்.

★★★

பிரிவினை அறிவிக்கப்பட்டு, இரு சாராரும் ஏற்றுக் கொண்டதும் அதைச் செயலாக்குவதற்கு ஒரு எந்திரம் முடுக்கி விடப்பட வேண்டியிருந்தது. எல்லைக் கோடு வரைவது தள்ளிப் போடப்பட்டது. அப்படி ஒன்று இல்லாமலே தங்கள் எல்லைகள் புரிந்து கொள்ளப்பட்டு விடும் என்பதாக நினைப்பு. பல லட்சக் கணக்கானவர்களின் வாழ்வையே மாற்றி அமைக்கவிருந்த அந்த வேலை சற்றுச் சவாலானது.

இந்திய, பாகிஸ்தான் தேசங்களின் வரைபடம் எவ்வாறு இருக்க வேண்டும் என்பதைத் தீர்மானிக்க சிரில் ராட்க்ளிஃப் என்பவரை நியமித்திருந்தார்கள். இரு நாடுகளும் சுதந்தரம் பெற்று பதவி மாற்றங்கள் நிகழ்ந்த பிறகும் இந்த வேலை முடியவில்லை. இரு நாடுகளும் தங்கள் பூகோள எல்லைகளைத் தெரிந்து கொள்ளக் கொஞ்ச காலம் ஆயிற்று. தெரிந்த பிறகு பல வருடங்களுக்குக் குறைகளும், தகறாரும் நீடித்தன.

ஜூலை 18, 1947 அன்று இந்திய சுதந்தரத் தீர்மானம் பிரிட்டிஷ் நாடாளு மன்றத்தில் நிறைவேறி சட்டமானது. இதன் தொடர்ச்சியாக, பிரிவினையின் பல்வேறு அம்சங்களைத் தீர்மானிப்பதற்காகப் பத்து வல்லுனர் குழுக்கள் அமைக்கப்பட்டன. அவை :

1. நிர்வாகம், ஆவணங்கள் மற்றும் அரசு ஊழியர்கள்
2. உடைமைகளும், தீர்க்கப்படவேண்டிய விஷயங்களும்
3. மத்திய வருவாய்
4. ஒப்பந்தங்கள்
5. பணம், நாணயங்கள் மற்றும் பரிமாற்றம்
6. பொருளாதார உறவுகள்-1
7. பொருளாதார உறவுகள்-2
8. உள்நாட்டு நிர்வாகம்
9. வெளியுறவு
10. ஆயுதம் தாங்கிய படையினர்*

---

* After Partition, Modern India Series, Delhi, Publications Division, 1948, pp, 20-21.

மேற்சொன்ன எந்தக் குழுவும் இடம் பெயர்ந்த, இடர்ப்பட்ட மக்களின் வாழ்க்கையைக் கருத்தில் கொள்ளவில்லை. பயமும், நம்பிக்கை யின்மையும் வளர்ந்து கொண்டிருந்த சூழலிலும் மக்களின் பாது காப்புக்கும், நல்வாழ்வுக்கும் மிகக் குறைந்த கவனமே காட்டப் பட்டது. மக்கள் தாங்கள் இருக்கிற இடத்திலேயே தொடர்ந்தால் எல்லாம் சரியாக இருக்கும் என்று தலைவர்கள் வலியுறுத்தினார்கள். 1947, ஆகஸ்டில் மக்கள் தங்கள் இருப்பிடத்தை விட்டு ஓடுவது குறித்து காந்தி வருத்தம் தெரிவித்தார். இது முறையானதல்ல என்றார். இந்திய தேசிய காங்கிரஸ் நவம்பர் மாதம் வெளியிட்ட தீர்மானத்தில் மக்களை அவரவர் இருப்பிடத்துக்கே திரும்பும்படி வலியுறுத்தியது. மக்கள் குடி பெயர வேண்டாம் என்றும் அவர்களுக்குப் பாதுகாப்பு உறுதி செய்யப் படும் என்றும் மீண்டும் மீண்டும் வேண்டிக் கொள்ளப்பட்டார்கள்.

இந்த உறுதிமொழிகளும் வாக்குறுதிகளும் செவிடன் காதில் ஊதிய சங்காக இருந்தன. குடி பெயர்வது தவிர்க்க முடியாதது என்பது மக்க ளுக்கு அப்போது புரிந்து விட்டது. நவகாளியிலும், பிகாரிலும், ராவல் பிண்டியிலும் மக்களுக்கு என்ன நேர்ந்தது என்பதைப் பார்த்து விட் டார்கள். குடிப் பெயர்ச்சியின் பரிமாணம் பிரம்மாண்டமாக இருந்தது. மனித சரித்திரத்தில் அதற்கு முன்னும் சரி பின்னும் சரி, இத்தனை பெரிய எண்ணிக்கையில், இவ்வளவு குறுகிய காலத்தில் மக்கள் குடிபெயர்ந்தது இல்லை. அனுமானமாகச் சொல்லப்படும் எண்ணிக்கையே அசாத்திய மானது. சுமார் ஒன்றேகால் கோடிப் பேர் எல்லையின் இருபுறம் நோக்கி யும் பயணித்தார்கள். ஆகஸ்ட் மாதத்துக்கும், நவம்பருக்கும் இடையே 673 அகதிகள் ரயில்கள் 28 லட்சம் அகதிகளைச் சுமந்து போயின.

கிழக்கு பஞ்சாபில் ராணுவ வெளியேற்றக் கழகம் (Military Evacuation Organisation) ஒரே மாதத்தில் மக்களைக் குடி பெயரச் செய்ய 10,00,000 கேலன் பெட்ரோலைப் பயன்படுத்தி இருக்கிறது. விமானப் பயணம் பணக்காரர்களுக்கும், அரசு அதிகாரிகளுக்கும் என்றிருந்தாலும், ஆகஸ்ட் இறுதியில் இடப்பெயர்ச்சிக்கு விமானங்களும் பயன்படுத்தப் பட்டன.

★

சராசரியாக ஒரு நாளைக்கு ஏழு அல்லது எட்டு விமானங்கள் இந்தியா வுக்கும் பாகிஸ்தானுக்கும் இடையே பறந்தன. சர்கோதா, லால்பூர், முல்டன், ராவல்பிண்டி ஆகிய இடங்களிலிருந்து அகதிகளைச் சுமந்து பறந்தன விமானங்கள். ஏற்கெனவே டெல்லி, கராச்சி, லாகூர், குவெட்டா, ராவல்பிண்டி இவற்றுக்கிடையே விமானங்கள் பறந்து கொண்டிருந்தன.

நவம்பர் மூன்றாம் வாரத்துடன் 32,000 அகதிகள் விமானம் மூலம் குடிபெயர்ந்தனர். சிந்து மாகாணத்திலிருந்து பம்பாய்க்குக் கடல் வழி நேர் என்பதால் பெருவாரியானவர்கள் அந்த வழியில் சென்றார்கள். அந்த வழியில் சுமார் 1,33,000 பேர்கள் பெயர்ந்தார்கள். இது இன்னும் அதிக மாகக் கூட இருந்திருக்கும், ஆனால் கடல்வழி அதிகாரிகள் ஒரு தடவைக்கு அதிக பட்சம் 2000 பேர்களுக்கு அதிகமாக அனுமதிக்க வில்லை.*

ரயிலிலோ, பஸ்ஸிலோ வேறு போக்குவரத்தையோ உபயோகிக்க முடியாத ஏழைகள் கஃபிலா என்று அழைக்கப்பட்ட பிரம்மாண்ட மனித (பயணக்) கூட்டங்களாக, நடந்தே சென்றார்கள். இந்தக் கஃபிலாக்கள் பிரிவினை நடந்து இரண்டு வாரங்களில் தொடங்கின. ஆரம்பத்தில் 30,000 அல்லது 40,000 என்கிற எண்ணிக்கையில் இருந்த கஃபிலாக்கள் மெல்ல 4,00,000 வரை வளர்ந்தன. அவை குறிப்பிட்ட இடத்தைக் கடக்க எட்டு நாள்கள் ஆயின. செப்டெம்பர் 18 லிருந்து அக்டோபர் 22 க்குள் இருபத்தி நான்கு கஃபிலாக்கள் மூலம் 8,49,000 இந்துக்களும், சீக்கியர்களும் லயால்பூரிலிருந்தும் மாண்ட்கோமரி யிலிருந்தும் இந்தியா வந்தடைந்தார்கள். மொத்தம் பத்து லட்சம் மக்கள் கஃபிலாக்கள் மூலம் மேற்கிலிருந்து கிழக்காக வந்தடைந்ததாக நம்பப்படுகிறது.+

கால்நடையாகவோ, வேறு போக்குவரத்துச் சாதனங்கள் மூலமாகவோ எப்படிப் பயணம் செய்தாலும் மக்களுக்கு வழியில் தாக்குதல்கள் காத்திருந்தன. எதிரெதிர் திசையில் செல்லும் கஃபிலாக்களில் மனிதர்கள் ஒரே மாதிரி இருந்தார்கள். ஏழைமையிலும் துன்பத்திலும் வாடி, இந்துக்களா இஸ்லாமியர்களா என்று அடையாளம் காண முடியாத நிலையில் இருந்தார்கள். ஆனாலும் ஒருவரை ஒருவர் கடக்கும் போது கொலைவெறித் தாக்குதல்கள் நடந்தன. கடத்தலுக் கும், கற்பழிப்புக்கும் ஆளான பெரும்பான்மையான பெண்கள் கஃபிலாக்களின் ஓரங்களிலிருந்து கவரப்பட்டவர்கள். ஊர் விட்டுப் போகிற அவசரத்தில் பலவீனமானவர்கள், நோயாளிகள், ஊனமுற்ற வர்கள், குழந்தைகள், பெண்கள் என்று பலரும் விட்டுச் செல்லப் பட்டார்கள். தங்களைத் தவிர மற்றவர்களைக் கவனிக்கப் பலருக்கு நேரமில்லை.

செப்டெம்பர் மாதம் இயற்கையும் சேர்ந்து கொண்டது.

---

* After Partition pp 50-55

+ Ibid., and H.Baskar Rao, The Story of Rehabilitation, Delhi, Dept. of Rehabilitation 1967.

வழக்கத்துக்கு மாறான கனமழையால் போக்குவரத்தும், தகவல் தொடர்பும் பாதிக்கப்பட்டன. ரயில் போக்குவரத்து குறைந்தது, பஸ்கள் போக முடியவில்லை. கஃபிலாக்களும் இயலாமல் போயின. தொடர்ச்சியான மழையால் ஆரோக்கியக் குறைவும், தொற்று நோய்களும் உண்டாயின. சாலைகளையும், பாலங்களையும் பழுது பார்க்க ராணுவம் அழைக்கப்பட்டது. கஃபிலாக்களுடனும், பஸ்கள் ரயில்களிலும் பாதுகாப்புக்கு ராணுவமும், காவல் துறையும் துணை யாக அனுப்பப்பட்டன.

சட்டம் ஒழுங்கைக் காக்க வேண்டிய நடுநிலையுடன் காவல் துறை செயல்படவில்லை. ராணுவமும் கூடத் தங்கள் கடமையைச் செவ் வனே நிறைவேற்ற இயலவில்லை. பிரிவினை, காவல் துறையும், ராணுவமும் நடுநிலையானவை என்கிற குருட்டு நம்பிக்கையைப் பொய்யாக்கியது. காவல் துறையில் அறுபது சதவிகிதம் இஸ்லாமி யர்கள். காவல் துறையினர் தங்கள் மதத்தவராக இருந்தால் மட்டுமே மக்களுக்குப் பாதுகாப்புணர்வு கிடைத்தது. இது முழுமையாகச் சாத்தியப்படவில்லை. பாகிஸ்தானிலிருந்து இந்தியா வந்தவர்களுடன் பாகிஸ்தான் எல்லை வரை பாகிஸ்தான் காவல் துறையும் அதற்குப் பிறகு இந்திய காவல் துறையும் காவலுக்கு வந்தன.

காவல் துறையில் இஸ்லாமியர்கள் அதிக சதவிகிதத்தில் இருந்தார்கள். ராணுவம் அதற்கு நேர் எதிராக இருந்தது. அங்கே இஸ்லாமியர்கள் முப்பது சதவிகிதம்தான் இருந்தார்கள். நாட்டைப் பிரிப்பது என்று முடிவெடுத்த பின் பல விஷயங்களைப் பிரிக்க வேண்டியிருந்தது. இதில் ராணுவமும் அடக்கம். பிரிக்கப்பட வேண்டியவை ஆயுதங்கள், வாகனங்கள் மட்டுமில்லை, மனிதர்களும்தான். படைகள் மத அடிப் படையில் பிரிக்கப்பட்டன. இஸ்லாமியர்கள் பாகிஸ்தான் ராணுவத் துக்கு அனுப்பப்பட்டார்கள். பிரிவினையைத் தொடர்ந்து அமைக்கப் பட்ட ஆயுதப் படைகள் மாற்றியமைப்புக் குழுவின் Class (f) இன் பொதுவான விதிமுறைகள் கீழ்கண்டவாறு சொல்கின்றன.

> படைகள் இரண்டு நிலைகளில் பிரிக்கப்படும். முதல் நிலை மத அடிப்படையிலான தோராயமான உடனடிப் பிரிவினை. அதற்கான திட்டம் தயாரிக்கப்பட வேண்டும். அடுத்த நிலை மாற்றல் விண்ணப் பங்களின் அடிப்படையில் பிரிப்பது. ஆனாலும் இதில் ஒரு விதி விலக்கு உண்டு. இந்திய ஆயுதப் படைகளில் தற்போது பணிபுரிகிற பாகிஸ்தான் பகுதியைச் சேர்ந்த இஸ்லாமியர்களுக்கு இந்தியப் படையில் சேரும் தேர்வுரிமை இல்லை. அதே போல் இந்திய ராணுவத்தில் தற்போது பணிபுரியும் பாகிஸ்தான் அல்லாத இதர

இந்தியப் பகுதிகளில் வசிக்கும் இஸ்லாமியர் அல்லாதவர்கள் பாகிஸ்தான் ராணுவத்தில் சேரும் தேர்வுரிமையும் இல்லை.*

தேர்வுரிமை என்று ஒன்று இருந்தது. ஆனால், பின்னால் பாகிஸ்தானாக மாறிய பகுதியில் வசித்த இஸ்லாமியர்களுக்கும், இந்தியாவுடன் நீடித்த பகுதிகளில் வசித்த சீக்கியர் மற்றும் இந்துக்களுக்கும் அது மறுக்கப் பட்டது. இது ஒரு வினோதமான சூத்திரம். லாகூர் ராணுவத்தில் பணிபுரிந்த இஸ்லாமியராக இருந்தால் இந்திய ராணுவத்தில் சேர மறுப்பு. அதுவே அங்கே பணிபுரிந்த இந்துவாக இருந்தால் இந்திய ராணுவமா பாகிஸ்தான் ராணுவமா என்று தேர்ந்தெடுக்கும் உரிமை உண்டு. இந்திய ராணுவத்தில் ஏழு சதவிகிதம் இருந்த கூர்காக்கள் இந்த விதிமுறைகளிலும், விதி விலக்குகளிலும் இடம் பெறவில்லை. நேபாளம் என்கிற இந்து நாட்டிலிருந்து வந்தாலும் அவர்கள் நடுநிலை யாளர்களாகவே கருதப்பட்டார்கள். பிரிவினைக்கு முன்பான இந்தியா வில் பத்து கூர்கா ரெஜிமெண்ட்டுகள் இருந்தன. அவற்றில் ஆறு, இந்திய ராணுவத்திலேயே தக்கவைக்கப்பட்டன. நான்கு மட்டும் பிரிட்டன் ராணுவத்துடன் சேர்க்கப்பட்டன. இந்தியாவுக்கும் பாகிஸ் தானுக்கும் இடையே பயணம் செய்த மக்களுக்கு, இந்து அல்லது இஸ்லாமியர்களை விட கூர்காக்கள் மிகப் பாதுகாப்பான காவல் பணி புரிந்தார்கள்.

★★★

இப்போது திரும்பிப் பார்க்கிற போது பிரிவினையின் பல அம்சங்கள் அபத்தமாகத் தெரிகின்றன. இரண்டு பேரைப் பிரிப்பதே பிரச்னை யானது. லட்சக்கணக்கானவர்களைப் பிரிப்பது பைத்தியக்காரத்தனம். எவை எவற்றையோ பிரிக்க வேண்டும். எல்லைக் கோடுகளைப் போடுவது அவ்வளவு சுலபமானதல்ல. பிரிக்கப்படாத பஞ்சாபில் சாலைகளும், இருப்புப் பாதைகளும் பின்னலாக இருந்தன. இதை எப்படிப் பிரிப்பது? ஐந்து நதிகள் அந்த மாகாணத்தின் வழியே ஓடுகின்றன. அவற்றைப் பிரிக்க வேண்டும். இந்த ஆறுகளால் நிரப்பப் படும் பெரிய பாசன ஏரிகளும் உண்டு. மேல பாரி டோப் ஏரி மேற்கு பஞ்சாபின் லாகூருக்கும், மாண்ட்டோ கோமரிக்கும் பாசனத்துக்குப் பயன்படுகிறது. ஆனால் அது நிரப்பப்படும் இடம் கிழக்கு பஞ்சாப். டெபல்பூர் ஏரி இதற்கு நேர் எதிரானது. நிர்வாகத்தின் ஒவ்வொரு அங்கமும் பிரிக்கப்பட்டது. அதன் ஊழியர்கள் இந்தியாவுக்கோ

---

* Armed Forces Reconstruction Committee of the ten committees set up to deal with "The Administrative Consequences of Partition'.

பாகிஸ்தானுக்கோ அவரவர் விருப்பப்படிச் செல்ல அனுமதிக்கப் பட்டார்கள்.

இடம் பெயர்ந்து போனவர்களுக்குப் பிரச்னைகள் காத்திருந்தன.

ஓய்வூதியம், வைப்புநிதி எல்லாம் என்ன ஆகும்? வங்கிகளிலும், பணிபுரிந்த நிறுவனங்களிடமும் பெற்ற கடன்கள் என்ன ஆகும்? விருப்பமான நாட்டைத் தேர்ந்தெடுப்பது சிலருக்கு மட்டுமே பிரச்னை இல்லாத எளிய வேலையாக இருந்தது. நிச்சயமற்ற, கலவரமான சூழ்நிலை காரணமாகத் தேர்வு செய்த பிறகும் காத்திருக்க நேர்ந்தது. தேர்வு செய்ததிலிருந்து வேலை இல்லை, அதனால் சம்பளமும் இல்லை. படிப்பு பாதியில் நின்று போனது. பல்கலைக்கழகங்கள் பிரிக்கப்பட வேண்டுமா என்கிற விவாதம் முடிவில்லாமல் நடந்து கொண்டே இருந்தது. உள்நாட்டவர்களுக்கே இவ்வளவு குழப்பம் இருக்கும் போது வெளிநாடுகளில், தாய்நாட்டின் உதவித் தொகை யுடன் படித்தவர்கள் எவ்வளவு கலவரம் அடைந்திருப்பார்கள் என்பதைச் சொல்லத் தேவையில்லை. உதவித் தொகையை எந்த நாடு ஏற்கும்? ஏற்குமா ஏற்காதா?

கிழக்கு பஞ்சாபில் திறமையான தொழிலாளர்களில் பெரும்பான்மை யானவர்கள் இஸ்லாமியர்கள். அவர்கள் பாகிஸ்தான் போனதும், காலுறைகள், உள்ளாடைகள் தொழில், உலோக வேலைகள், ரயில்வே ஆகியவை ஸ்தம்பித்தன. பட்டாலாவின் உலோகத் தொழில் சரி வடைந்தது. பஞ்சாபின் இருபுறத்துக்கும் இடையிலான வர்த்தகம் முடங்கியது. கராச்சியிலிருந்து முன்னர் கிடைத்துக் கொண்டிருந்த கச்சாப் பொருள்கள், ரசாயனங்கள், இயந்திர பாகங்கள் இப்போது கிடைக்காமல் போயின. புதிய தொழிற்சாலைகளைத் தேட வேண்டிய தாயிற்று. அமிர்தசரஸின் முக்கியத் தொழிலான ஜவுளித் தொழில் பிரதான விற்பனைச் சந்தையான மேற்கு பஞ்சாப் இல்லாமல் போன தால் புதிய சந்தைகளைத் தேட வேண்டியிருந்தது.

நகரங்களின் அமைப்பும் பாதிப்புக்கு உள்ளாயிற்று.

முன்னைப் போல உன்னதமான கலாச்சார மையமாக லாகூர் இல்லை. பஞ்சாபின் இதயம் போல, வியாபார மையமாக விளங்கிய அமிர்தசரஸ் எல்லைக்கு அருகே (வாகா எல்லைக்கு முன்பாக) நெடுஞ்சாலையின் விளிம்புக்குப் போனது.*

* Navtej K.Purewal, "Displaced Communities:Some Impacts of Partition on Poor Communities' in the International Journal of Punjab Studies, Vol. 4, No. 1, Jan&Jun 1997, 129-46

புறப்படும் அவசரத்தில் ஒவ்வொருவரும் ஏதோ ஒரு உடைமையை விட்டுப் போனார்கள். பணம், நகைகள், சொந்தமான படைப்புகள், வங்கி நிதிகள், பாதுகாப்புப் பெட்டகத்தில் வைக்கப்பட்ட பொருள்கள், பீரோக்கள், பழைய கடிதங்கள், கணக்குப் புத்தகங்கள் என்று நிறைய சொல்லலாம். திரும்பி வருவோம் என்கிற நம்பிக்கையில் பணத்தையும், நகைகளையும், விலையுயர்ந்த பொருள்களையும் சிலர் புதைத்து வைத்துப் போனார்கள். இவற்றை எல்லாம் திரும்பப் பெறுவது எப்படி?

ஆகஸ்ட் 1947-க்குப் பிறகு சந்திப்புகளும், ஆலோசனைகளும் நடந்த வண்ணம் இருந்தன. எந்த அரசாங்கம் யாருக்கு என்ன தர வேண்டி யிருக்கிறது, விட்டுச் சென்ற பொருள்களை எப்படித் திரும்பப் பெறு வார்கள் என்பதே சாராம்சம். வங்கிகளில் பணமோ பொருளோ வைத்த வர்கள் விட்டுச் சென்றவர்கள் உடைமைகளின் பொறுப்பாளர்களுக்கு விண்ணப்பிக்க வேண்டும். தேசிய சேமிப்புச் சான்றிதழ்கள், பாது காப்புச் சான்றிதழ்கள் மூலம் சேமிப்புச் செய்தவர்கள் தத்தம் நாட்டு தபால் நிலையங்களில் பெற்றுக் கொள்ளலாம். ஆனால் அப்படி பெறு வதற்கு முன்பு மிக நீண்ட உறுதிப்படுத்தும் வழிமுறைகளைச் சந்திக்க வேண்டும்.

ஆயுதங்களும் பரிமாற்றம் செய்து கொள்ளப்பட்டன. 1956 இல் ஜலந்தரிலும் லாகூரிலும் அப்படிப்பட்ட பரிமாற்றங்கள் நடந்தன. அதைத் தொடர்ந்து நான்கு பரிமாற்றங்கள் அதே போல நிகழ்ந்தன. 1958 பிப்ரவரியில் இந்தியாவில் உரியவர்களிடம் ஒப்படைக்கப்பட 1200 ஆயுதங்கள் இருந்தன.

1954 முதல் 1958 மே மாதம் வரை, புதைக்கப்பட்ட செல்வங்களுக்காக பாகிஸ்தானில் 2200 தேடுதல்கள் நடைபெற்றன. அவற்றில் 1300 வெற்றிகரமாக அமைந்து ரூ.69 லட்சம் மதிப்புள்ள பொருள்கள் எடுக்கப்பட்டன.*

அரசாங்க நிர்வாக அமைப்புக்கு கோப்புகள் பெரிய சவாலாக இருந்தன. குறிப்புகள் எழுதப்பட்ட கோப்புகள், முடிக்கப்பட்டவை, முடியாமல் இருந்தவை என்று தலை வேதனையாக இருந்தது. ஒன்றாக இருந்த நிர்வாகம் இரண்டானதில் எல்லாக் கோப்புகளுக்கும் நகல் தயாரிக்க வேண்டியிருந்தது.+

---

* See Kirpal Singh, The Partition of the Punjab, Patiala, Publications Bureau, 1972.

\+ Kirpal Singh, Select Documents on Partition of Punjab, 1947, India and Pakistan: Punjab, Haryaana and Himachal - India and Punjab - Pakistan, Delhi, National Book Shop, 1991, pp. 144-46

நகல் எடுப்பது இன்று இருப்பது மாதிரி எளிதான வேலை அல்ல. ஆகவே பாகிஸ்தான் செல்ல விருப்பம் தெரிவித்திருந்த அதிகாரிகள் பல மாதங்கள் இந்தியாவில் இருந்து அவர்கள் எடுத்துப் போக வேண்டியிருந்த கோப்புகளை நகலெடுக்க வேண்டியிருந்தது. தூங்கி விழுந்த படி அவர்கள் தவறான குறிப்புக்களை எழுதியிருந்தால் அதன் விளைவுகள் என்னவாக இருந்திருக்கும் என்று நான் வியந்ததுண்டு. இது போன்ற விவரங்களைதான் சரித்திரம் உள்ளடக்கியிருக்கிறதா?

★★★

1947 ஜூன் 30 அன்று இந்திய கவர்னர் ஜெனரல் பஞ்சாபுக்கும், வங்காளத்துக்கும் எல்லைக் குழு அமைத்தார். ஒவ்வொரு குழுவிலும் இரண்டு இஸ்லாமியர்கள், இரண்டு இந்துக்கள் என்று நால்வர் உறுப்பினர்களாக இருந்தார்கள். இரண்டு குழுக்களுக்கும் தலைவராக இருந்தவர் சர். சிரில் ராட்க்ளிஃப். இங்கிலாந்து நாட்டைச் சேர்ந்த வழக்கறிஞரான இவர் சட்ட நுணுக்கங்களும், பரந்த நிர்வாக அனுபவமும் பெற்று, தகுதியான தலைவர் என்று சொல்லப்பட்டவர்.

இந்திய பாகிஸ்தான் எல்லைகளை வரையறுப்பதே இந்தக் குழுக்களின் பொறுப்பு. இஸ்லாமியர்கள், இஸ்லாமியர் அல்லாதார் நிறைந்த பகுதிகளை மனத்தில் கொண்டு இந்தக் கோடு வரையப்பட வேண்டும். அத்துடன், இதர விஷயங்களும் மனத்தில் கொள்ளப்பட வேண்டும் என்றும் சொல்லப்பட்டது. ஆனால் அந்த இதர விஷயங்கள் என்ன என்பதில் தெளிவில்லை. ஜூலை 8 ம் தேதி வந்தடைந்த ராட்கிளிஃப், ஆகஸ்ட் 16 ம் தேதி எல்லைக் கோடு குறித்து அறிவித்துவிட்டார். ஐந்தே வாரங்களில் சவாலான அந்தப் பிரச்னைக்குத் தீர்வு வந்து விட்டது. மூன்றரைக் கோடி மக்களும், ஆயிரக்கணக்கான கிராமம்-பட்டணம்-நகரங்களும், ஒருங்கிணைந்த ஏரிகளின் தொகுப்பும், தகவல் தொடர்பு வலைகளும் கோடு போட்டுப் பகிரப்பட்டுவிட்டன. அது மட்டுமில்லை, தங்கள் மத வேறுபாடுகளைக் கடந்து, பொதுவான கலாசாரத்தையும், மொழியையும் சரித்திரத்தையும் பகிர்ந்து கொண்ட ஒன்றரைக் கோடி இஸ்லாமியர்களும், அதே அளவு இந்துக்களும், ஐம்பது லட்சம் சீக்கியர்களும் பிரிக்கப்பட்டு விட்டார்கள்.*

எல்லைக் கோடு எங்கே போட வேண்டும் என்பதில், குழு உறுப்பினர்களுக்கும், பொது மக்களுக்கும், அரசியல் அமைப்புகளுக்கும் சமாதானம் செய்ய முடியாத அளவு வேறுபாடுகள் இருந்தன. காலப்போக்கில் மாறி இஸ்லாமியர்கள் மண்ணாக விளங்கும் மாவட்டங்கள் சேர்க்கப்பட வேண்டும் என்று இஸ்லாமியர்கள் வலியுறுத்தினார்கள்.

---

* After Partition, pp. 28-29

இந்துக்களின் அடிப்படை வேறு விதமாக இருந்தது. இந்துக்களுடனும், சீக்கியர்களுடனும் வரலாற்றுத் தொடர்புடைய லாகூர் கிழக்கு பகுதியுடன் இணைய வேண்டும் என்றார்கள். வியாபார மையங்களும், தொழில் நிறுவனங்களும் இஸ்லாமியர் அல்லாதவர்களுக்குச் சொந்தமாக இருந்ததையும் காரணம் காட்டினார்கள். இந்து, இஸ்லாமியர் பெரும்பான்மை அடிப்படையில் கோடு வரையப்பட்டால் சீக்கியர்கள் இரு கூராகப் பிரிய வேண்டியிருக்கும். அவர்களின் புண்ணியத் தலங்களில் பல பாகிஸ்தானுக்குள் போய் விடும். இதைக் காரணம் காட்டியும், பெரும்பான்மையான நிலவரி தங்களால் கட்டப்படுவதையும் சுட்டிக் காட்டி இஸ்லாமியர் பெரும்பான்மை மாவட்டங்களில் சில பகுதிகளை சீக்கியர்கள் கேட்டார்கள். ஏகோபித்த தீர்வுக்கு வரும் வாய்ப்பே இல்லாமல் இருந்தது.

சிரில் ராட்க்ளிஃப் சொல்வதுதான் இறுதித் தீர்வு என்று ஆனது. இது அவ்வளவு எளிதான வேலையாக இல்லை அவருக்கு. காரணம், நேரமின்மை, சம்பந்தப்பட்ட நாடுகளுடனும், மக்களுடனும் பரிச்சயமின்மை, பழைய, காலாவதியான மக்கள் தொகைப் புள்ளி விவரங்கள் ஆகியவை. எல்லைக் கோடுகள் பொதுவாக நதிகள், மலைகள் போன்ற பூகோளக் கோடுகளின் ஊடே போடப்படுகின்றன. கோட்டின் இரு புறமும் இருக்கும் மக்கள் பிணக்குகள் உள்ளவர்களாக இருந்தால் பூகோளக் கோடுகள்கூடச் சந்தேகத்துக்கு உள்ளாகின்றன. (சில சமயம் நதிகள் பாதை மாறும் வாய்ப்பு உண்டு. சந்தேகத்துக்கு அது ஒரு காரணமாக இருக்கலாம்) மத நம்பிக்கைகள் பூகோள விதிகளை ஏற்பதில்லை.

சீக்கியர்களின் புண்ணியத் தலங்களில் முக்கியமான நான்கானா சாஹிப் மேற்கு பஞ்சாபுக்குள் தூரத்தில் இருக்கிறது. லாகூர், இரு மதத்தினருக்கும் பிடித்தமான ஊர். அமிர்தசரஸும் அப்படித்தான். சீக்கியர்களுக்குப் புனிதத் தலமாக இருந்தாலும் வியாபார மையம் என்பதால் இஸ்லாமியர்களுக்கும் பிடிக்கும். குர்தாஸ்பூர் மாவட்டம் மக்கள் எண்ணிக்கைப்படி இஸ்லாமியப் பகுதியானாலும், பொருளாதார ஆளுமைப்படி சீக்கியர்கள் முதன்மையாக இருந்தார்கள். எல்லைக் கோட்டினூடே சில இஸ்லாமியத் துறவிகளின் கோயில்கள் அமைந்திருந்தன. அவற்றைப் பார்க்க வந்த பயணிகளில் பல லட்சம் இந்துக்களும், சீக்கியர்களும், கிறிஸ்தவர்களும் இருந்தார்கள்.

அரசியல் ரீதியான காரணங்களால் எல்லைக்கோடு தொடர்ச்சியான, அடுத்தடுத்து வரும் பகுதிகளினூடே செல்ல வேண்டியிருந்தது. பூகோளம் இதற்கு ஒத்து வரவில்லை. ஆனாலும் அரசியல்தான் வென்றது. இயற்கையான கோடாக அமைப்பதில் இருந்த இயலாமை காரணமாக ராட்கிளிஃப் சிக்கலான கோட்டைப் போட வேண்டிய

தாயிற்று. கிராமங்கள், கோயில்கள், பாலைவனங்களின் இடையே ஓடிய அந்தக் கோடு மக்களின் வாழ்க்கைக்கு இடையிலும் வரையப்பட்டது. பூகோளத் தடங்கல் பொருளாதாரத்துக்கும் வர்த்தகத்துக்கும் கூட எதிராக அமைந்துவிட்டது. இந்துக்களும் சீக்கியர்களும் முன் வைத்த ஆட்சேபம் சற்று வினோதமானது. பொருளாதாரம், மத அடையாளம் என்று ஒன்றுக்கொன்று தொடர்பில்லாத இரண்டு விஷயங்களின் அடிப்படையில் அது இருந்தது.

அவர்கள், லாகூரின் தொழில்துறையிலும், வர்த்தகத்திலும் தங்கள் பங்களிப்பை வலியுறுத்தினார்கள். வங்கிகள், காப்பீட்டு நிறுவனங்கள், தொழிற்சாலைகள், கல்வி நிறுவனங்கள் எல்லாம் அவர்கள் வசம் இருந்தன. எல்லைக்கோட்டைத் தீர்மானிக்கும் குழுவில் இருந்த நீதிபதி.மெஹர்சந்த் மஹாஜன் கருத்தில் கொள்ள வேண்டிய 'இதர விஷயங்கள்' என்று குறிப்பிட்டவைகளில் இது முக்கியமானது. வெறும் மக்கள் எண்ணிக்கையை மட்டும் அடிப்படையாக வைப்பது போதாது என்றார் அவர்.

கடைசியில், எதிர்பார்த்தபடியே யாருக்கும் திருப்தியில்லை இந்த விஷயத்தில். இதை எல்லாரும் திருப்திப்படும்படி செய்ய வழியே இல்லை என்பதுதான் உண்மை. 'இந்துக்களுக்கும், இஸ்லாமியர்களுக்கும் பிரிட்டிஷ் ஏகாதிபத்தியத்தின் இறுதி உதை' (departing kick of British Imperialism at both the Hindus and Muslims) என்று இதை அம்ரிதா பஜார் பத்ரிகா வர்ணித்திருந்தது. டான் இதழ், 'எல்லைக் கொலை' என்று வர்ணித்தது. மேலும், 'நடுநிலையானவர், நியாயமானவர் என்று நம்பப்பட்டவரால் பாகிஸ்தான், அநீதியான, ஒருதலைப்பட்சமான தீர்ப்பைச் சந்தித்திருக்கிறது. இந்தப் பிரித்தாளும் தன்மை அவமானத்துக்குரியது' என்றும் எழுதியது.*

சிரில் ராட்கிளிஃப்பைப் பொறுத்தவரை, தான் செய்த காரியம் தனக்குப் புகழ் சேர்ப்பதல்ல என்று அறிந்திருந்தார். தன் மைத்துனனுக்கு எழுதிய கடிதத்தில் அவர், 'திரும்ப இந்தியாவுக்குப் போகிற உத்தேசமில்லை. குறைந்தது எட்டு கோடிப் பேர் ஆளுக்கொரு குறையுடன் எனக்காகக் காத்திருப்பார்கள். அவர்கள் என்னைப் பார்ப்பதில் எனக்குச் சம்மதமில்லை. எவ்வளவு பயணம், எவ்வளவு வேலை, எவ்வளவு வியர்வை... போதும்' என்று குறிப்பிட்டிருக்கிறார். ரொம்பக் காலம் கழித்து நேர்காணல் ஒன்றில் அவரிடம், நேரம் அதிகமாக இருந்திருந்தால் வேறு மாதிரி முடிவெடுத்திருப்பீர்களா என்று கேட்டார்கள். அதற்கு அவர் சொன்ன பதில், 'ஆமாம். போய் சேர்ந்ததுமே நேரம் மிகக் குறைவாக இருப்பதைச் சொன்னேன். ஆனால், ஜின்னா, நேரு, படேல்

* After Partition p. 30.

உள்ளிட்ட தலைவர்கள் எல்லாருமே ஆகஸ்ட் 15க்குள் ஒரு கோடு தங்களுக்கு வேண்டும் என்றார்கள். ஆகவே அவர்களுக்கு ஒரு கோட்டைப் போட்டுக் கொடுத்தேன்.'*

ராட்கிளிஃப் எல்லைக் கோடுகளை வரைவதற்கு முன் நிகழ்ந்த அரசியல் மாற்றங்கள் இந்துக்கள், சீக்கியர்கள், இஸ்லாமியர்களிடையே இருந்த முரண்பாடுகளை மேலும் தூண்டி விட்டன. இந்த முரண்பாடுகள் மதம் சார்ந்தவை மட்டுமல்ல. வேலை, தொழில், சொத்து, சொந்த ஊர் என்று பலவும் இருந்தன. இவை எல்லாவற்றிலும் போட்டி ஆரம் பித்தது. ஆனால் அவை மதச்சார்பாக வெளிப்பட்டன. இந்த வேலை ஒரு இஸ்லாமியருக்குக் கிடைக்குமா இந்துவுக்குக் கிடைக்குமா? என்கிற ரீதியில் போட்டிகள் இருந்தன. மதம் பூகோளத்துடன் குறுக் கிட்ட மாதிரியே வேலையிலும் சொத்துகளிலும் கூடக் குறுக்கிட்டது.

முரண்பாடுகள் வளர்ந்த அளவு எளிதாக எல்லைக் கோடுகளைப் போட முடியவில்லை. எல்லைகளை மீறி மக்கள் 'இங்கும்', 'அங்கும்' பயணம் செய்தார்கள்.

கொஞ்ச காலத்துக்கு இந்தியாவுக்கும் பாகிஸ்தானுக்கும் இடையே பாஸ்போர்ட் அவசியமின்றி இருந்தது. இந்தத் தாராளத்தை இன்றைக் கிருக்கும் நிலையோடு ஒப்பிட்டால் கேலிக்கூத்தாக இருக்கும். இந்தியர்களும் பாகிஸ்தானியர்களும் இந்த இரு நாடுகளுக்கிடையே போக விசா பெறுவதற்கான வழிமுறைகள் மிகக் கடுமையாக இருக் கின்றன. ஏறக்குறைய விசா கிடைக்காது என்கிற நிலையில் இருக்கின் றன. ஒருவேளை விசா கிடைத்து விட்டாலும், போய் இறங்கியதும் காவல்துறையில் தகவல் தர வேண்டும், புறப்படும் போதும் தகவல் தர வேண்டும். மூன்று ஊர்களுக்கு மட்டுமே போக முடியும். இது இரு நாடுகளுக்கும் பொருந்தும்.

விரோதமும், முரண்பாடுகளும் லேசான பகிர்வுகள் காரணமாக முட்டிக் கொள்வதற்கு பதில் உரசிக் கொள்கிற பாராட்டுக்குரிய அவலம் நிலவியது. இரு நாடுகளுக்கும் இடையிலான உறவு அதீத வெறுப்பும், எரிச்சலான பரஸ்பர சார்புமான விநோதக் கலவையாக இருந்தது. சிகையலங்காரக் கலைஞர்கள், நெசவாளர்கள், தையற்காரர்கள், பொற்கொல்லர்கள் போன்ற நூதனக் கலைஞர்கள் பாகிஸ்தான் போய் விட்டதில் டெல்லியின் வாழ்க்கை சில அம்சங்களில் பாதிப்படைந்தது. கணக்காளர்கள், வங்கியாளர்கள், வழக்கறிஞர்கள், ஆசிரியர்கள் எல்லாம் இந்தியா வந்து விட்டதில் பாகிஸ்தான் வேறு விதமாக பாதிப்படைந்தது.

---

* Kirpal Singh, Select Documents on Partition of Punjab p. 744 (Author's interview with Cyril Radcliffe)

புது நாடாகப் பரிணமித்திருந்த பாகிஸ்தான் தன் நாட்டு ரூபாய் நோட்டுகளை அச்சிடும் வசதியின்றி இருந்தது. அவர்களுக்கென்று நோட்டே அதுவரை இல்லை. இந்திய ரூபாய் நோட்டுக்கள் அச்சடிக்கப்படும் சிம்லாவும், அலிகாரும் ஒரு பகுதியைப் பாகிஸ்தானுக்காக ஒதுக்கின. அவர்களுக்காக அச்சிடும் போது பாகிஸ்தானிய அதிகாரிகளுக்குப் பயிற்சி அளிக்கப்பட்டது. அது மட்டுமில்லை, பாகிஸ்தானுக்குக் கணக்காளர்களை அனுப்பி அவர்களுக்கு உதவியும், பயிற்சியும் அளித்தது இந்தியா. 1948 ஜூலை மாதம் ஸ்டேட் பேங்க் ஆஃப் பாகிஸ்தான் அமைக்கப்படும் வரை இந்திய ரிஸர்வ் வங்கி இரு நாடுகளுக்கும் பொதுவாக இருந்தது. அதற்குப் பின் பாகிஸ்தானுக்கென்று தனியான பணம் உருவானது. இந்த மாற்றங்களைத் தொடர்ந்தும் பிரச்னை உருவானது. அதுவரை பாகிஸ்தானில் புழக்கத்தில் இருந்த இந்திய நோட்டுக்கள் நிறைய மீதமிருந்தன. அவற்றை ஏற்று, பணம் மாற்றித்தர இந்தியா மறுத்து விட்டது என்று பாகிஸ்தான் குறை கூறியது.

★★★

பஞ்சாப் பிரிவினைக்கு உள்ளானதற்கான காரணம் வெளிப்படையானது என்கிற விவாதத்தைப் பலர் முன் வைத்தார்கள். இஸ்லாமியர்களுடன் ஒப்பிடும் போது, இஸ்லாமியர் அல்லாதவர்கள் பெரும்பான்மைக்குச் சற்றே குறைவான எண்ணிக்கையில் இருந்தாலும் பொருளாதார ரீதியாக முன்னணியில் இருந்தார்கள். பெரும்பாலான தொழிற்சாலைகள், விவசாயம், வர்த்தகம் எல்லாம் அவர்கள் வசம் இருந்தன. பணம் கடன் தருகிறவர்கள் இருந்தார்கள். இந்த நிலை இஸ்லாமியர்களுக்கு அச்சத்தை ஏற்படுத்தியது. தங்கள் இனத்தவர்கள் அதிகாரத்தில் இருக்க வேண்டும் என்று விரும்பினார்கள். தங்கள் இனத்தவர்களுக்கென்று தனித் தொகுதிகள் இருக்க வேண்டும் என்று நினைத்தார்கள். இந்தியாவின் இதர பகுதிகளில் சிறுபான்மையினருக்கு தொகுதிகள் இருந்தன.

பஞ்சாபில் மக்கள் தொகை கணக்கெடுப்புகளின்படி இஸ்லாமியர்கள் எண்ணிக்கைதான் பெரும்பான்மை. ஆனாலும், இந்துக்கள், சீக்கியர்களுடன் ஒப்பிடும்போது அவர்களின் சமூக, பொருளாதார நிலை பின் தங்கி இருந்தது. இதனால் அவர்களுக்குச் சிறுபான்மை அந்தஸ்து அளித்து தொகுதிகள் வழங்கப்பட்டன. இதை இந்துக்களும் சீக்கியர்களும் ஏற்கவில்லை. இஸ்லாமியர்களுக்கு இணையான சிறுபான்மை அந்தஸ்து தங்களுக்கும் தரப்பட வேண்டும் என்று சீக்கியர்கள் கேட்டார்கள். ஒவ்வொருவர் கேட்ட உரிமையிலும் ஒரு நியாயம் இருந்தது, அடுத்தவர்களுக்கு அதில் அநீதி தெரிந்தது.

இது எப்படி, எப்போது தனி நாடு கோரிக்கையாக மாறியது? ஒரு கருத்து கோரிக்கையாக மாறியது எப்போது என்று அறுதியிட்டுச் சொல்வது கடினம். பிரிவினை அதற்கு விதிவிலக்கு அல்ல. இது குறித்த புத்தகங்கள் சில சௌத்ரி ரெஹமத் அலியைச் சுட்டிக் காட்டுகின்றன. சில, கவிஞர் முகமது இக்பாலைச் சுட்டுகின்றன. இந்திய அரசியல் தலைவர் லாலா லஜ்பத் ராய்தான் தனிநாடு கோரிக்கை குறித்த சந்தேகத்தைக் கிளப்பினார் என்று சொல்பவர்கள் உண்டு. 1940 ல் லாகூர் தீர்மானம் (இதை பாகிஸ்தான் தீர்மானம் என்றே குறிப்பிடுவார்கள்) கொண்டு வந்த போது ஜின்னா இதைத் தொடங்கி வைத்தார் என்றும் சொல்லப்படுவதுண்டு. எண்ணங்களுக்கு அவ்வளவு எளிய சரித்திர அல்லது பூகோள அடையாளம் தந்து விட முடியாது.

அண்மையில் செய்யப்பட்ட ஆய்வின்படி காங்கிரஸுக்கும் முஸ்லிம் லீகுக்கும் பிணக்குகள் வளர்ந்து கொண்டிருந்தன. லாகூர் தீர்மானம் நிறைவேற்றப்பட்டிருந்தது. இந்நிலையிலும், பாகிஸ்தான் அமையக் காரணமானவர் என்று கருதப்பட்ட முகமது அலி ஜின்னா தனி நாடு குறித்து ஒரு முடிவுக்கு வராமலே இருந்தார். ஆனால், இப்போது நம்பப்படுகிற அளவுக்கு காங்கிரஸுக்கு அதை ஏற்பதில் தயக்கம் இருக்கவில்லை.*

நிகழ்வுகளைப் பார்க்கிற போது கூட மத வேறுபாடுகள் உறுதியாக இல்லை என்பது தெரியும். சரித்திர ஆய்வாளர் சுமித் சர்க்கார், பிரிவினைக்கு முன்னதாக நடந்த சம்பவங்கள் இரண்டு முரண்பட்ட விஷயங்களைச் சுட்டுகின்றன என்கிறார். பிரிவினையை எதிர்த்து நடந்த ஊர்வலங்களில் இந்து முஸ்லிம் ஒற்றுமை அழுத்தமாக வெளிப்பட்டது.+ இன்னொரு புறம், காங்கிரஸும், முஸ்லிம் லீகும் உறவா முறிவா என்கிற சிக்கலான விளையாட்டைத் தொடர்ந்து விளையாடிக் கொண்டிருந்தது.

பிரிட்டிஷ் அரசாங்கத்துக்கு இது வசதியாகிவிட்டது. பேச்சு வார்த்தை களில் ஒவ்வொரு சமயம் ஒவ்வொருவருக்கு ஆதரவாகப் பேசி வந்தது. இங்கிலாந்தில் ஏற்பட்ட அரசியல் மாற்றங்களும் பேச்சு வார்த்தையை வெகுவாகப் பாதித்தன. 1945 தேர்தலில் உழைப்பாளர் கட்சி ஜெயித் ததையும், உலகப் போரில் இங்கிலாந்தில் நிலையையும் உதாரணமாகச் சொல்லலாம்.

---

* See, for example, Aijaz Ahmed, "Tryst with Destiny - free but divided', in India! Special issue on 50 Years of Independence published by The Hindu, August 1997.

\+ Sumit Sarkar : Modern India 1885 - 1947, Madras, Macmillan India, 1983, 'Introduction'.

காரணங்கள் என்னவோ, 1946 லேயே பிரிட்டிஷ்காரர்கள் இந்தியா விலிருந்து வெளியேறப்போவது தெரிந்து விட்டது. இங்கிலாந்தில் 1945 ஜூலையில் பதவியேற்ற லேபர் கட்சி, இரண்டாம் உலகப் போர் முடிந்த சில நாட்களில் இந்தியாவில் தேர்தலை அறிவித்தது. மிகுந்த காலதாமதத்துக்குப் பின் வந்த அறிவிப்பு என்றாலும் காங்கிரஸும், முஸ்லிம் லீகும் இதை சந்தோஷமாக எதிர் கொண்டன. முக்கியத்துவம் வாய்ந்த பஞ்சாப் மாகாணத்தில் முஸ்லிம் லீக் முதல் முறையாகச் சில தொகுதிகளை வென்றது. ஆனாலும், எதிரணியான காங்கிரஸ், தொழிற்சங்கக் கட்சி, அகாலிகள் கூட்டணிதான் பெரும்பான்மை பெற்றது. பஞ்சாபின் முதன்மை அமைச்சர் கிஸிர் ஹயாத் திவானா 1947ல் ராஜினாமா செய்ததைத் தொடர்ந்து முஸ்லிம் லீக் கை ஓங்க ஆரம்பித்தது. இந்த வாக்கெடுப்பின் குறிப்பிட வேண்டிய அம்சம், மதச் சார்பு. மத வேற்றுமைகள் வளர்வதற்கு இது துணையாகி விட்டது.

ஆர்ய சமாஜ், சிங் சபா போன்ற மீட்டெழுச்சி இயக்கங்கள் தலையெடுக்க ஆரம்பித்தன. கூடவே ராஷ்ட்ரிய ஸ்வயம்சேவக் சங்க், முஸ்லிம் லீக் தேசியக் காவலர்கள், அகாலி சேனா போன்ற சில புதிய இயக்கங்களும் சேர்ந்து கொண்டன. வேறுபாடுகளை வளர்ப்பதில் ஒன்றுக்கொன்று குறைந்ததாக இல்லை.

1948 ஜூன் மாதத்துக்கு முன்னதாக இந்தியத் துணைக் கண்டத்தின் ஆட்சிப் பொறுப்பு ஒப்படைக்கப்படும் என்று பிப்ரவரி 1947 இல் பிரிட்டிஷ் பிரதமர் கிளமண்ட் அட்லீ அறிவித்தார்.

இந்தச் சமயத்தில் பஞ்சாபில் ஆட்சியைக் கைப்பற்ற தீவிரமான முயற்சி ஒன்றை முஸ்லிம் லீக் மேற்கொண்டது. பஞ்சாபின் முதன்மை அமைச்சர் ராஜினாமா செய்ததைத் தொடர்ந்து இது சாத்தியமும் ஆயிற்று. 1947, மார்ச் 8 ம் தேதி பஞ்சாப் மாகாணத்தை இரண்டாகப் பிரிக்கும் தீர்மானத்தை காங்கிரஸ் செயற்குழு நிறைவேற்றும் போது, ராவல்பிண்டியின் சீக்கியப் பெரும்பான்மை கிராமங்களில் இஸ்லாமிய கலவரக்காரர்கள் தாக்குதல் நடத்திக் கொண்டிருந்தார்கள்.

தனித்தனி நிகழ்வுகளான குழப்பமான இழைகள் எல்லாம் பிரிவினைக் கயிறாக எப்படித் திரிந்து கொண்டன என்பதற்குப் பல்வேறு விளக்கங்கள் சொல்லப்பட்டன. பிரிவினை குறித்து சரித்திரத்தில் இடம் பெற்றிருக்கும் இந்த விளக்கங்கள் எல்லாரும் அறிந்தவையே. இந்த விவாதங்களில் நுழைய எனக்கு விருப்பமில்லை. காங்கிரஸா, முஸ்லிம் லீகா, யார் மீது தவறு என்றோ, பிரிட்டிஷ்காரர்கள் எவ்விதமாகச் சமாளித்தார்கள் என்றோ, மதவாதம் யார் பக்கம் வலுத்திருந்தது என்றோ நிலைநிறுத்துவது என் ஆர்வமல்ல. நான் ஒரு சரித்திர ஆய்வாளர் இல்லை என்பது மட்டுமல்ல, இதையெல்லாம் செய்ய எனக்கு

விருப்பம் தகுதி இரண்டுமே இல்லை. என்னுடைய ஆர்வமெல்லாம், மக்களுக்குப் பிரிவினையின் விளைவாக அப்போது என்ன நேர்ந்தது, இப்போது அவற்றின் தாக்கம் என்ன என்பதில்தான்.

இந்தியாவுக்குப் பிரிவினை புதிதல்ல. வங்காளத்தின் பிரிவினையை ஏற்கெனவே சந்தித்திருந்தது. ஆனால், ஒரு மாகாணம் ஒரே நாட்டைச் சேர்ந்த இரு மாகாணங்களாகப் பிரிவதும், இரண்டு நாடுகளாகப் பிரிவதும் வெவ்வேறு தன்மையுள்ளவை. பஞ்சாபைக்கூட இரண்டு மாகாணங்களாக மட்டும் பிரிக்கும் யோசனை ஆரம்பத்தில் இருந்தது. சீக்கியர்களும் இந்துக்களும் அதிகமிருந்தது ஒரு பகுதியாகவும், இஸ்லாமியர்கள் அதிகமிருந்தது இன்னொரு பகுதியாகவும் பிரிக்கிற பேச்சுகள் இருந்தன. அம்பாலாவைப் பஞ்சாபிலிருந்து பிரிப்பதும், ராவல்பிண்டியையும் முல்டானையும் ஒருங்கிணைப்பதும் (மாண்ட்டோகோமரி, லால்பூர் மாவட்டங்கள் நீங்கலாக) வெவ்வேறு மதத்தினரை ஒவ்வொரு பகுதியில் பெரும்பான்மை ஆக்கும் யோசனைகளாக இருந்தன.

ஒரு முக்கியப் பிரச்னை, மூன்று மதத்தினரும் பஞ்சாபில் ஏறக்குறைய சம அளவில் வியாபித்திருந்தது. ஒரு சாராரைப் பிரித்து இன்னொரு பக்கம் இணைப்பது இந்தச் சமநிலையை மாற்றும். அதுவே பிரச்னைக்குத் தீர்வாகக் கூட இருந்திருக்கும். ஆனால் அது அவ்வளவு எளிதாக இல்லை. தேர்தல் வெற்றிகள் இருசாராருக்கும் கொடுத்திருந்த போதை நிறைய தடங்கல்களையும் குழப்பங்களையும் முன்வைத்தன. சுதந்தரத்துக்கு ஏற்கெனவே அறிவித்திருந்த தேதியை விட முன்னதாகவே செயல் படுத்த அவசரத்தில் இருந்தவராக வர்ணிக்கப்பட்ட மவுண்ட்பேட்டன் திட்டமிட்டார். அரசியல் தலைவர்கள் இந்தத் துரிதப் போக்கை வரவேற்றார்கள். நன்றாகச் சிந்திக்கப்பட்ட முடிவுகள் எடுக்கக் கால அவகாசம் இல்லாமல் போனது. சுதந்தரத்தைத் தள்ளிப் போடுவதை விடப் பிரிவினையே மேலானது என்று 1940 முதல் நேரு சொல்லி வந்ததாகச் சொல்லப்பட்டது. நாட்டைத் துண்டாடுவதற்குத் தயக்கம் காட்டி வந்த தலைவர்கள், குறிப்பாக காங்கிரஸ் தலைவர்கள், சுதந்தரத்துக்குத் தரவேண்டிய விலையாக அதைப் பார்க்க ஆரம்பித்தார்கள். முடமாக்குதல் என்று சர்தார் படேல் வர்ணித்த அந்தத் தவறுக்குத் துணை போக அவர்கள் துணிந்தார்கள். கசிந்த ரத்தம் முடமான பாகத்திலிருந்து மட்டுமல்ல, ஆயிரக்கணக்கானவர் வாழ்க்கையிலிருந்தும் தான்.

இந்துக்கள், சீக்கியர்கள், இஸ்லாமியர்கள் இடையிலிருந்த சமூகப் பொருளாதார வேறுபாடுகளே பிரிவினைக்கு விதை விதைத்து விட்டன என்று சொல்லலாம். பிரிவினை பற்றிய ஞாபகங்கள் பெரும்பாலும்

கனவாகிப் போன இந்து-இஸ்லாமிய-சீக்கிய ஒற்றுமை குறித்தவை யாக இருந்தன. உடைமைகளின் அடிப்படையில் உருவான வேறு பாடுகள் என்றாலும், தினசரி வாழ்க்கையில் வேறு விதமான வேறுபாடு களும் உண்டாயின. சில ஆண்டுகளுக்கு முன் என்னுடன் பேசிய பீர் பகதூர் சிங் இது குறித்து அழுத்தமாக வெளியிட்ட எண்ணங்கள்.

''...சாலையில் ஒரு முகமதியரைச் சந்தித்துக் கைகுலுக்கும் போது கையில் சாப்பாட்டுக் கேரியரோ, வேறு சாப்பிடுகிற பண்டங்களோ இருந்தால் அதில் மாசு படிந்துவிடும். அதை நாங்கள் சாப்பிட மாட் டோம். இதுவே ஒரு கையில் நாயும் இன்னொரு கையில் சாப்பாடும் இருந்தால் அப்படி ஆகாது. இஸ்லாமியர் என்கிற போது மட்டும்தான் எங்கள் பெற்றோர் அதைச் சாப்பிடாதே என்பார்கள். ஒரே ஊரில் வசிக்கும் இரண்டு மனிதர்களில் ஒருவருக்கு மட்டும் மரியாதை கொடுப்பதும், அடுத்தவர் நாய்க்குத் தரும் மரியாதை கூடத் தராமல் இருப்பதும் எந்த வகையில் நியாயம்? எங்களையும், குடும்பத்தாரை யும் சகோதரி, சகோதரன், அம்மா, அப்பா என்று உறவு சொல்லி அழைப்பார்கள். உதவி என்று கேட்கிற போது உடனடியாக ஓடி வருவார்கள். என்றாலும் அவர்களைத் தவறாகத்தான் நடத்தினோம். இது ரொம்ப மோசமானது. இதனால்தான் பாகிஸ்தான் உருவாயிற்று.'

★★★

இவையெல்லாம் பிரிவினை குறித்த சில உண்மைகள்.

இவை, சரித்திரத்தின் நுட்பமான பாகங்களே ஒழிய பொதுவான அடிப் படை அல்ல. இவை எல்லாருக்கும் தெரிந்தவைதான். திரும்பத் திரும்பச் சொல்லத் தேவையில்லை. பிரிவினையின் முக்கிய பாத்திரங் களை விட சின்னச் சின்னப் பாத்திரங்கள்தான் என் நோக்கம். பிரிவினை யின் சரித்திரத்தைத் திரும்பிப் பார்க்கிற போது, அதன் உண்மைத் தன்மையை விட முழுமையைத்தான் நான் கவனிக்கிறேன். அரசியல் ரீதியான பேரங்களாக மட்டும் பார்த்தால் போதுமானதா? இங்கே நான் விவாதிக்கிற உண்மைகள் அந்தப் பேரங்களுக்கு அடிப்படையா, விளைவுகளா? சுமார் பத்து வருடங்களுக்கு அதிக காலத்தை மக்களிடம் இது குறித்துப் பேசிச் செலவிட்டிருக்கும் என் முன்னால் ஒரு கேள்வி நிற்கிறது : நான் கேட்ட கதைகளும், அவற்றிலிருந்து என் அரசியல் அறிவையும் புரிதலையும் கொண்டு நான் கிரகித்துக் கொண்ட விஷயங் களும் சொல்லும் சரித்திரத்தால் இப்போது பயன் உண்டா? நான் செய்ய முயற்சிக்கிற விஷயத்தை காரலின் ஸ்டீட்மேன் சொல்வது போல் சொல்ல வேண்டுமென்றால், இப்போதைய நிகழ்வுகளின் அர்த்தத்தைச் சொல்வதற்காக நடந்து முடிந்த விஷயங்களுக்கு மறு விளக்கம் அளிக்கிற செயல் இது. 'உண்மை, நிகழ்வுகள் நடந்து முடிந்த கடந்த

காலத்தில் கிடக்கவில்லை. சொல்லப்படும் விளக்கத்தில்தான் விஷயம் இருக்கிறது'* என்கிறார். ஆகவே வித்தியாசமான, விளக்கத்தில், வித்தியாசமான நிஜத்தில்தான் என் நாட்டம் இருக்கிறது.

மேலே நான் சொல்லியிருக்கும் உண்மைகளிலும், சொல்லாமல் விட்டவைகளிலும், பிரிவினையால் பாதிக்கப்பட்ட மக்களின் ரத்தமும் சதையுமான உண்மைநிலை இருக்கிறது. சிலர், என் மாமாவைப் போல நிரந்தரமான இழப்பு உணர்வுடனும், குற்ற உணர்வுடனும் வாழ்ந்து விட்டார்கள். வேறு சிலர் கற்பழிப்பு, கடத்தல் போன்ற சகித்துக் கொள்ள முடியாத விஷயங்களின் அதிர்ச்சியுடன் வாழ்ந்து விட்டார்கள். இன்னும் சிலர் கடந்த காலத்தில் கொலைகள் செய்து விட்டோம் என்கிற உணர்தலுடன்... பிரிவினையின் உண்மைகளைத் தாண்டி நோக்கும் போதுதான் இந்த வித்தியாசமான, பல்லடுக்கு வரலாறு விரிய ஆரம்பிக்கிறது.

நான் முன்னிறுத்தும் கதைகள், சம்பிரதாயமான சரித்திரத்திலிருந்து நாம் கிரகிக்கும் செய்திகளிலிருந்து மாறுபட்டு இருக்கும். சரித்திரம் பயன்படுத்தி இருக்கும் ஆவணங்கள், குறிப்புகள், பேச்சுகள் இவையெல்லாம் மக்கள் மறைக்கிற மௌனங்களைக் கலைக்கப் போதுமானவை அல்ல. சரித்திரப் பூர்வமான அணுகுமுறைகளில் என் மாமாவின் கதை போன்ற கதைகளைத் தெரிந்து கொள்ள வழியில்லை. சரித்திர ஆவணங்கள் அவரது வலியையும், குற்ற உணர்வையும், துரோகத்தையும் எடுத்துக் காட்ட வல்லவை அல்ல. அவரோ, அல்லது அவரைப் போன்ற பிற மனிதர்கள் வாழ்க்கையிலோ சரித்திரம் விளையாடி இருப்பது அவற்றில் இருக்காது. சரித்திரங்களில் மனிதர்கள் வெறும் எண்ணிக்கைகளாகவும், தகவல் தெரிவிக்கிறவர்களாகவுமே இருக்கிறார்கள். எனக்கு, நான் பேசிய மனிதர்கள்தான் பிரிவினைச் சரித்திரத்தின் அங்கங்களாகத் தெரிகிறார்கள்.

பல விதங்களில், பிரிவினையின் சரித்திரமே அவர்கள்தான்.

ஆகவே இந்தப் புத்தகம் சரித்திரத்தையும், அனுபவங்களையும் சேர்த்து நெய்யும் முயற்சி. இதை, நான் கேட்ட ஒரு கதையுடன் விளக்குகிறேன்.

ஆயுதப் படைகள் பிரிக்கப்பட வேண்டியிருந்ததை முன்பே சொல்லியிருக்கிறேன். மக்களுக்கு பாகிஸ்தான் ராணுவத்துக்குச் செல்லவோ அல்லது இந்திய ராணுவத்திலேயே தொடரவோ தேர்வுகள் தரப்பட்டன. இது வெறும் தகவல்தான். எந்தப் பக்கம் போவது என்பதை மக்கள் எதை வைத்துத் தீர்மானித்திருப்பார்கள்? வெறும் மத

* Carolyn Steedman, Landscape for a Good Woman, London, Virago, 1986, pp. 5-6

அடிப்படையிலா? இந்தப் பிரிவினை வாழ்க்கையில் எந்தவிதமான தாக்கத்தை ஏற்படுத்தியிருக்கும்?

அப்துல் ஷஹீதுல் என்பவர் ராணுவத்தில் ஆரம்பப் பதவியில் இருந்தவர். நண்பர்களுக்குக் கிடைத்ததைப் போலவே விருப்பமான நாட்டைத் தெரிவு செய்யும் வாய்ப்பு அவருக்கும் கிடைத்தது. இந்தியாவிலேயே தொடர விருப்பம் தெரிவித்தார். ஓர் இந்திய அதிகாரி, ஒரு பாகிஸ்தானிய அதிகாரி இணைந்த தேர்வுக் குழு முன் அழைக்கப்பட்டார். அவரது வீடும் குடும்பமும் டெல்லி அருகே இருந்த பீகம்பூரில் இருந்தன. ஊரில் சின்னச் சின்ன சச்சரவுகள், அதிருப்திக் கும்பல்கள் இருந்தாலும் அண்டை அயலார் மீது எந்த அச்சமும் இல்லை அவருக்கு. நல்ல வேலை, வாழ்க்கையை அப்போதுதான் ஆரம்பித்திருந்தார் ஆகவே அப்படியே தொடர்வது எளிது.

ஆனால் ஒரு எதிர்பாராத திருப்பம்.

கலவரம் வலுவடையுமோ என்னும் அச்சம் உண்டானதும் யோசித்தார். அவர் சகோதரர் பாகிஸ்தானுக்குப் போக முடிவெடுத்திருந்தார். சகோதரருடன் மனைவியையும், இரண்டு மாதக் குழந்தையையும் அனுப்ப முடிவு செய்தார். பாகிஸ்தானுக்குக் கிளம்பும் வரை டெல்லியின் மறுபுறம் இருந்த பெற்றோர் வீட்டில் மனைவியும் குழந்தையும் தங்கத் தீர்மானித்தார்கள். ஆனால் போகிற வழியில் ஒரு குழப்பம்! வீட்டுக்குப் போய் சேர்வதற்கு பதில் புரானா குய்லா என்ற இடத்தில் இருந்த அகதிகள் முகாமில் சிக்கினார்கள். அங்கிருந்தவர்கள் எல்லாரும் பாகிஸ்தானுக்கு அனுப்பப்பட இருந்தவர்கள். ஒரு வாரம் அவர்களுடனேயே தங்க நேர்ந்தது மட்டுமில்லை, அவர்களுடன் சேர்ந்து பாகிஸ்தானுக்குப் புறப்பட வேண்டியதாகவும் ஆயிற்று.

இது தெரியாமல் மாமனார் வீட்டுக்கு அவர்களை அழைத்து வரப் போன அப்துல் ஷஹீதுல் அவர்கள் வரவே இல்லை என்பதை அறிந்து கலவரமடைந்தார். எப்படியோ புரானா குய்லா முகாமுக்குத் திருப்பி விடப்பட்டவர், முகாம் காலியாகி ஒரு வாரம் ஆகிவிட்டதை அறிந்து மேலும் பதற்றமடைந்தார். கொல்லப்பட்டு விட்டார்களோ என்ற பயம் ஏற்பட்டது.

'பாகிஸ்தான் போகும் பல ரயில்கள் நிறுத்தப்பட்டு அதிலிருந்த பயணிகள் கொல்லப்பட்டதை நான் அறிவேன். என் குடும்பத்தாரின் கதியும் அதேதான் என்று தோன்றியது.'

தனியாகத்தான் இனி வாழ்ந்தாக வேண்டும் என்று விரக்தியோடு வீடு திரும்பினார். சில வாரங்கள் கழித்து யதேச்சையாக சகோதரர் வீட்டில் பெட்டி ஒன்றிலிருந்து ஒரு விலாச அட்டை கிடைத்தது. பெஷாவரில்

அவர் போகத் திட்டமிட்டிருந்த இடத்தின் விலாசமாக இருக்கலாம் என்று தோன்றியது. ஷுதுல் பாகிஸ்தான் புறப்படத் தலைப்பட்டார். பாஸ்போர்ட், விசா சம்பிரதாயங்கள் அப்போது இல்லாததால் போவது எளிது. அக்டோபர் 1947இல் பாகிஸ்தான் புறப்பட்டார்.

முதன்முதலில் அவர் நிறுத்தப்பட்ட இடம் ராணுவத் தலைமை அலுவலகம். அதிர்ஷ்டவசமாகத் தன் பழைய அதிகாரி ஒருவரை அங்கே ஷுதுல் சந்தித்தார். இந்தியாவில் பார்த்த வேலையையே பாகிஸ்தானில் பெற்றுத் தருவதாக உறுதியளித்த அவர், 'இந்தியாவில் இருக்கப் போவதாக விருப்பம் தெரிவித்து விண்ணப்பம் செய்திருந்தாயே, பாகிஸ்தானில் இருப்பதாக உறுதியாகத் தீர்மானம் செய்து விட்டாயா?' என்றும் கேட்டார்.

குடும்பம் பாகிஸ்தானுக்கு வந்து விட்ட நிலையில் தனக்கு இனி இந்தியா போக வேண்டிய அவசியம் ஏதுமில்லை என்றும் முடிவு உறுதியானதுதான் என்றும் ஷுதுல் சொன்னார்.

தன்னால் இயன்ற உதவிகளைச் செய்வதாக அதிகாரி உறுதியளித்தார். அடுத்த சில மாதங்களுக்கு, மாற்றல் உத்திரவு போட ஷுதுலின் கோப்புகளை அனுப்பி வைக்கும்படி வேண்டுகோள் விண்ணப்பங்கள் சென்றபடி இருந்தன. தானே ஒரு அகதியாக இருந்த அந்த அதிகாரி, அகதிகளுக்கு உதவி செய்வதில் விசேஷ அக்கறை காட்டினார். இது, அலுவலகத்திலிருந்த மற்ற பணியாளர்களுக்கு, குறிப்பாக அகதி அல்லாதவர்களுக்குப் பிடிக்கவில்லை. இந்தியத் தரப்பிலிருந்து வந்த பதில் செய்திகளை குமாஸ்தா யாராவது இருட்டடிப்புச் செய்கிறாரா அல்லது இந்தியத் தரப்புக்கே நாட்டம் இல்லையா என்பது ஷுதுலுக்குப் புரியவில்லை.

பாகிஸ்தானைத் தெரிவு செய்தவர்களின் கோப்புகளை அனுப்பி வைப்பதில் இந்தியத் தரப்பு அக்கறை காட்டவில்லை என்பது பாகிஸ்தான் ராணுவத் தலைமை அலுவலகத்தில் இருந்தவர்களின் பொதுவான கருத்து. இருநாடுகளின் அதிகாரப் போட்டியில் சிக்கி அநியாயமாக தண்டிக்கப்பட்டவர் அப்துல் ஷுதுல்.

இதற்கிடையே தன் சகோதரரையும், குடும்பத்தினரையும் தேடிப் பிடித்து விட்டார். அவர்கள் வந்து அழைத்துப் போனார்கள். ஆனால், அங்கே சந்தோஷமே இல்லாதது போன பிறகுதான் தெரிந்தது. அகதிகளோடு பழகுவதற்கு மக்கள் தயக்கம் காட்டினார்கள். நாம் திரும்பி இந்தியாவுக்கே போய் விடலாம் என்று மனைவி சொல்ல ஆரம்பித்தார். அங்கே வேலையும் கிடைக்காததால் இந்தியாவுக்குப் போய் பழைய வேலையில் சேர்ந்து கொள்ளலாம் என்கிற முடிவுக்கு

வந்தார். 1948 பிப்ரவரி மாதம் இந்தியா வந்து சேர்ந்தார்கள். வந்தால், பீகம்பூரில் இருந்த அவர்களின் வீட்டில், ஒரு இந்து அகதிக் குடும்பம் தங்கியிருந்தது. அதைத் திரும்பப் பெறுவதற்கு விண்ணப்பித்தார்கள். திரும்ப இந்திய ராணுவத்தில் சேர ஒன்பது மாதங்கள் ஆயின. வீட்டில் தங்கியிருந்தவர்களுடன் சச்சரவு ஏதுமில்லை. வேறு வீடு கிடைக்கும் வரை அங்கே தங்க அனுமதிக்கும்படி அவர்கள் கேட்டுக் கொண்டு, சில மாதங்கள் கழித்து காலி செய்து விட்டார்கள்.

பீகம்பூரில் மூன்று தலைமுறைகளோடு இன்னமும் தன் பழைய வீட்டில் வசிக்கிறார் அப்துல் ஷஹுதுல். அந்த ஊரின் ஒரே இஸ்லாமியக் குடும்பம் அதுதான். 'பழைய ஆட்கள் எல்லாரும் போய் விட்டார்கள். எல்லாரும் புதியவர்கள். ஆனாலும் எங்களுக்கு எந்தத் தொந்தரவும் இல்லை' என்கிறார்.

ஷஹுதுல் பேசும் போது நாடு, மக்கள் இவையெல்லாம் அவருக்கு ஒரு பொருட்டாகவே தெரியவில்லை போல் தோன்றியது. குடும்பம், வேலை இவைதான் அவரது குறிக்கோளாக இருந்திருக்கிறது. குடும்பமும் வேலையும் இருக்கிற இடம் பாகிஸ்தான் என்றால் அங்கே போகவும், அதுவே இந்தியா என்றால் அங்கேயே தொடரவும் அவர் யோசனையே செய்யவில்லை. 'ஏன் இந்தியா திரும்பினீர்கள்? பாகிஸ்தான் வாழ்க்கை எப்படி இருந்தது?' என்றெல்லாம் திரும்பத் திரும்பக் கேட்டுப் பார்த்தேன். அவர் சொன்ன பதில் நேரடியான, பாசாங்கு இல்லாத சாதாரண உண்மை.

'வேலை கிடைப்பது மாதிரி இல்லை. இந்திய அரசாங்கம் என் கோப்புகளை அனுப்பவில்லை. அங்கேயே போயிடலாம், குறைந்தது அங்கே இருக்க ஒரு வீடு இருக்கிறது என்று என் மனைவி சொன்னாள். வந்து விட்டோம்.'

இப்படிப்பட்ட விஷயங்கள் பிரிவினையின் உண்மைகளைத் தாண்டி நோக்கும் வாய்ப்பை நமக்குத் தருகின்றன. இதுவா அதுவா என்று ராணுவப் பணியாளர்கள் தெரிவு செய்வது சாதாரண எளிமையான விஷயம் அல்ல என்பதற்கு இது ஒரு சான்று. தெரிவு செய்வதுடன் விஷயம் முடிந்து விடுவதல்ல. அதுதான் ஆரம்பமே.

மாமாவின் கதை, அப்துல் ஷஹுதுலின் கதை, பின்னால் படிக்க இருக்கும் சில அனுபவங்கள் ஆகியவற்றில் இருக்கும் மனப்பாங்குகளும், உணர்வுகளும் பிரிவினையின் அர்த்தத்தைச் சரியாகச் சொல்லும் என்று நம்புகிறேன். பிரிவினைக்குப் பிந்தைய சந்ததியைச் சேர்ந்த ஒரு நடுத்தர வர்க்கத்துக் குடும்பப் பெண்ணாக, அதுவும் பிரிவினை அகதி குடும்பத்துப் பெண்ணாக, ஒரு பெண்ணிய ஆர்வலராக, இந்தியாவின் மதச் சார்பின்மையிலும் ஜனநாயகத்திலும் நம்பிக்கை உள்ளவளாக

இருக்கும் எனக்குப் பிரிவினையின் வேறு கோணம் கிடைப்பது இவற்றில் இருந்துதான். பிரிவினையின் மையத்தில் அரசியலை எடுத்து விட்டு மக்கள் உணர்வை வைத்து பார்க்கும் போது எனக்குக் கிடைக்கும் தோற்றம் இது.

இந்து சமூக அமைப்பு மிகக் கீழாக வைத்திருக்கும் மூன்று பிரிவுகள் உண்டு. பெண்கள், குழந்தைகள், தாழ்த்தப்பட்டவர்கள். அவர்களின் சரித்திரத்தை உற்று நோக்கி இந்த ஆய்வைத் தொடர்ந்திருக்கிறேன்.

பாகம் 2

ராஜீந்தர் சிங் வார்த்தைகளில்

1990 இல் ராஜீந்தர் சிங் என்ற ஆட்டோ ஓட்டுனருடன் நானும் சுதீஷும் பேசினோம். எங்கேயோ போவதற்காக ஆட்டோவில் ஏறிய நாங்கள் அவருடைய வயது பிரிவினைக்குத் தொடர்புடைய வயதாகத் தெரியவே எந்த ஊர் என்று கேட்டோம். வீட்டுக்கு வருமாறு கேட்டுக் கொண்டார். டெல்லியின் புறநகர்ப் பகுதியில் இருந்த காந்தி நகரில் ஒரு குறுகலான சந்தில் அவர் வீடு இருக்கிறது. தங்கள் குடும்பத்தினரை வரவேற்பது போல வரவேற்றார்கள். அவருடனும், அவர் சகோதரர் மன்மோகன் சிங்குடனும் பல பகுதிகளாக நேர்காணல்கள் நடத்தினோம். என்ன நடக்கிறது என்ற ஆர்வத்தில் அவ்வப் போது அவர்களின் அக்கம் பக்கத்தவர்கள் வந்து பார்த்தார்கள். பார்த்தது மட்டுமில்லை, அவர்களிடமும் நிறைய அனுபவங்கள் இருந்தன.

பேச ஆரம்பிக்கும் போதெல்லாம் இந்தத் தலையீடுகளால் உரையாடல் ஆங்காங்கே நின்றது. சில சமயம் சொல்லிக் கொண்டிருக்கும் போதே, இதைப் போய் இவர்களிடம் சொல்லிக் கொண்டிருக்க வேண்டுமா என்ற எண்ணம் ராஜீந்தரையோ அவரது சகோதரர் மன்மோகனையோ நிறுத்தி விடும். மனைவிமார்களிடம், அவர்கள் ஓய்வாக, தனியாக இருக்கும் போது மட்டுமே பேச முடிந்தது. ஆரம்பத்தில் ஆண்களிடமும் பெண்களிடமும் ஏக காலத்தில் பேசிய நாங்கள் பின்னால் தனித் தனியாகப் பேசும் வழக்கத்தைக் கையாண்டோம்.

பிரிவினையின் அர்த்தம் ஒவ்வொருவருக்கு ஒவ்வொரு விதமாக இருந்தது. ராஜீந்தர் சிங்குக்கு பிரிவினைக் கால நினைவுகளைவிட அதற்குச் சில வருடங்கள் முன்னால் நடந்த சம்பவங்கள்தான் பசுமையாக ஞாபகத்தில் இருந்தன. சிறுவனாக இருந்த போது வீட்டை விட்டு ஓடிப் போய் லாகூரின் ஹீரா மண்டி என்ற இடத்தில் தெருப் பாடகர்களுடனும் பாலியல் தொழிலாளர்களுடனும் சேர்ந்து இருந்த நினைவுகள் அவை.

அவர் காணாமல் போய் நான்கு வருஷங்கள் கழித்து இருக்கும் இடம் தெரிந்து, அழைத்துப் போக அப்பா வந்திருக்கிறார். சந்தையிலிருந்து ஜனங்களிடம் வழி கேட்டுக் கொண்டு அவர் வருவதைக் கூரையில் உட்கார்ந்து கொண்டு பார்த்துக் கொண்டிருந்திருக்கிறார். மாடிப்படிகளில் அப்பா ஏற ஆரம்பிக்கும் போது பூக்காரர் ஒருவர் அவர் காலை வேண்டு மென்றே தடுக்கி விட்டிருக்கிறார். கீழே விழுந்த அவரது தலைப்பாகை கழன்று உருண்டோடியது. சீக்கியர்கள் பெரிய அவமானமாகக் கருதுகிற சம்பவம் இது. வருத்தத்துடன் தலைப்பாகையை எடுத்துக் கொண்டு நடக்க ஆரம்பித்தார். இருந்த இடத்தில் தொடரும் ஆசையும், அப்பாவின் மீது உண்டான கனிவும் போட்டியிட பாசம் ஜெயித்தது. அப்பாவைத் தொடர்ந்து

போக ஆரம்பித்தார் ராஜீந்தர். வீடு திரும்பி டாஸ்காவில் ஒரு பாத்திரங்கள் தயாரிக்கும் தொழிற்சாலையில் வேலையில் சேர்ந்தார்.

பிரிவினைக்குப் பிறகு வலுவடைந்த வேறுபாடுகளின் ஆரம்பத்தை ராஜீந்தர் அங்கேதான் முதலில் பார்த்தார். தொழிற்சாலையின் முதலாளி ஓர் இந்து. சீக்கியர், இந்து, இஸ்லாமியர் எல்லா சாராரும் வேலையில் இருந்தார்கள். பிரிவினை நெருங்க ஆரம்பித்ததும் சச்சரவுகள் ஆரம்பித்தன. ராஜீந்தருக்கு தன் இஸ்லாமிய சக ஊழியர்களிடம் எந்த விசேஷ விரோதமும் கிடையாது. அவர் பகிர்ந்து கொண்டதில் ஒரு பகுதியைத்தான் நான் தந்திருக்கிறேன். அவர் சொன்னவை தன்னிச்சையான, இயற்கையான விஷயங்கள்.

கைவசம் தொழில் எதுவும் இல்லாத பலரைப் போல ராஜீந்தரும் இந்தியா வந்ததும் பல்வேறு விஷயங்களை முயன்றிருக்கிறார். இனிப்புகள் விற்கும் கடை ஒன்றில் வேலை, பிறகு சொந்தமாக ஒரு இனிப்புக் கடை, குதிரை வண்டி, கடைசியில் நாங்கள் சந்தித்த போது ஆட்டோ. ராஜீந்தரின் கதையை நான் சேர்த் திருப்பதற்குக் காரணம் அவரும், குடும்பத்தாரும், ஊர்க்காரர்களும் இணைந்து புறப்பட்ட கஃபிலா (கால்நடைப் பயணக் குழு) மெல்ல மெல்ல வளர்ந்ததை அவர் விளக்கினார். குறிப்பிட்ட இடம் வரை பாகிஸ்தான் ராணுவமும் பிறகு இந்திய ராணுவமும் பாதுகாப்புப் பணி செய்திருக்கிறது.

இதற்கு முன்னர் யாரிடமும் இந்த அனுபவத்தைச் சொன்னதே இல்லை என்று தெரிவித்தார். பேரக் குழந்தைகள் ரொம்பவும் இளையவர்கள். பிள்ளைகளோ இதையெல்லாம் கேட்க நேரமில்லாத அளவு பம்பரமாகச் சுழன்று பிழைப்பைப் பார்த்துக் கொண்டிருந்தார்கள். ஆனால், நாங்கள் உட்கார்ந்து பேச ஆரம்பித்ததும் ஒலிப்பதிவு செய்த அவர் குரலைத் திரும்பத் திரும்பப் போடச் சொல்லி அவர் குடும்பத்தினர் சுவாரஸ்யமாகக் கேட்க ஆரம்பித்தார்கள்.

ராஜீந்தர் சொன்ன விஷயங்கள், குடிப் பெயர மக்கள் எவ்வளவு தயக்கம் காட்டினார்கள், அவர்களை எப்படியெல்லாம் சமாதானம் செய்து சம்மதிக்க வைக்க வேண்டியிருந்தது, ஒரு வழியாக சம்மதித்துப் புறப்பட்டதும் என்னென்ன பிரச்னைகளைச் சந்திக்க வேண்டியிருந்தது என்பதையெல்லாம் விளக்குகிறது. வழியிலேயே ஒரு குழந்தையைப் பிரசவித்த பெண்ணைப் பற்றியும், தன் பேத்தியை விட்டு வந்த உணர்வையும் அவளுக்குத் துணையாக இருந்த பெரியவர் பற்றியும் பகிர்ந்துகொண்டார். அந்தப் பேத்தியைக் கடத்திப் போனார்களா, கொன்று விட்டார்களா, அல்லது சும்மா விட்டு வந்தார்களா என்பது தெரியாது. ஆனால் அவர் அந்தப் பெண்ணுக்கு உதவிய விதம் ஒரு பிராயச்சித்தம் போல இருந்தது.

ராஜீந்தர் சொன்னது என் மனதைத் தொட்டது. தங்கள் கட்டுப்பாட்டில் இல்லாத தாக்கு விசைகளால் பாதிக்கப்பட்டு, மெதுவாக வேதனையோடு

என்னவென்றே தெரியாத எதிர்காலத்தை நோக்கி மக்கள் நடந்தார்கள் என்று குறிப்பிட்டார். மனம் முழுக்க பயத்தோடு எங்கே போகிறோம், எங்கே போய் இது முடியும் என்பது தெரியாமல் பயணம் செய்ததாகக் குறிப்பிட்டார்.

இந்த அச்சமும் உறுதியின்மையும் நான் சந்தித்த எல்லாருக்கும் இருந்திருப்பதைக் கவனித்தேன்.

இனி அவர் சொன்னது.

★★★

ராஜீந்தர் சிங் வார்த்தைகளில்

என் அத்தையின் மூத்த மகனின் மாமனார், மாமியார் ரிச்சேட் என்கிற கிராமத்தில் வசித்தார்கள். அத்தையின் இளைய மகனோடு என் சகோதரர் அங்கே போனார். போக வேண்டியது அவசியம் என்றாகி விட்டது; இப்படி ஓரிருவராக மெல்ல மெல்லப் போனால் எல்லாரும் ஏக காலத்தில் கொலையாக மாட்டோமில்லையா என்பது அவர் எண்ணம். மரணம் எல்லாருக்கும் பக்கத்திலேயே இருந்ததால் ஆங் காங்கே ஓரிருவர் என்று பிரிந்து யாராவது பிழைத்துக் கொள்ளட்டும் என்பது எங்கள் எண்ணம். மனைவியை அழைத்துக் கொண்டு வரப் போனேன். சகோதரனைத் தனியாக விட்டுப் போகிறோமே என்ற உணர்வு இருக்கத்தான் செய்தது.

பாபா லக்கன் என்ற இடத்தை அடைந்ததும், அந்த ஊர்க்காரர்கள் நின்றார்கள். கொஞ்சம் பேர்தான் இருக்கிறீர்கள், உங்கள் கிராமத்து ஆட்களையும் சேர்த்துக் கொண்டால் என்ன? நிறைய சீக்கியர்கள் இருப்பார்களே அவர்களும் சேர்ந்தால் கஃபிலாவின் அளவு பெரி தாகுமே அது நமக்கு ஒரு பலம்தானே என்று சொன்னேன். மக்கள் சேர்ந்தார்கள். இதே போல மெல்ல மெல்ல மக்கள் சேர்ந்து கஃபிலா வளர்ந்து கொண்டே போயிற்று. அடுத்த கிரமத்தை அடையும் போது மணி இரவு ஒன்பது. எந்தக் கவலையும் இல்லாமல் எல்லாரும் தூங்கிக் கொண்டிருந்தார்கள். அவர்களை எழுப்பி நிலைமையின் தீவிரத்தைச் சொன்ன போது இப்படியெல்லாம் இதுவரை நடந்திருக்கிறதா என்று ஆச்சரியப்பட்டார்கள். இதுவரை நடக்காமல் இருந்திருக்கலாம், இப் பொழுது நடக்க ஆரம்பித்தாகி விட்டது என்று சொன்னேன்.

சில வயதான மனிதர்கள் அக்கறை காட்டினார்கள்.

நீ சொல்வது உண்மையா என்று கேட்க ஆரம்பித்தார்கள். ஆமாம், வெளியே வந்து பாருங்கள் தெரியும். பாபா லக்கனில் எத்தனை பேர் காத்திருக்கிறார்கள் என்று போய்ப் பார்த்தால் தெரியும் என்றேன். பாபா லக்கனுக்குத் திரும்பப் போகிற போது மேலும் இரண்டு கிராமங்

களிலிருந்து மக்கள் கூடியிருந்தார்கள். ஏற்கெனவே சில நூறு பேர்களே இருந்த இடத்தில் கிட்டத்தட்ட ஆயிரம் பேர் கூடியிருந்தார்கள். இந்துக்களும் சீக்கியர்களும் உடைகளை ஒன்றன் மேல் ஒன்றாகப் போட்டுக் கொண்டு, மேலே கம்பளி போர்த்தி, முடிந்த அளவு பொருள்களைக் கையில் எடுத்துக் கொண்டு வந்திருந்தார்கள். நடக்கிற போது கனமான பொருள்களை எடுத்து வர முடியாது, ஆகவே லேசான, கையில் தூக்கிச் செல்ல முடிந்த எல்லாவற்றையும் கொண்டு வந்திருந்தார்கள்.

கஃபிலா நகர்ந்தது.

அடுத்த கிராமம் காட்டியானா. அங்கே ஒரு இஸ்லாமியர் வீட்டுத் திருமணம் நடந்து கொண்டிருந்தது. பட்டாசுகளும், வாண வேடிக்கை களுமாக கொண்டாட்டமாக இருந்தது. துப்பாக்கி வெடிக்கிற சப்தமோ என்கிற பயத்தில் கொஞ்ச தூரம் தள்ளி நின்று விட்டோம். சிலர், முன்னால் போய் என்ன என்று பார்த்து வருவதற்காகப் புறப் பட்டார்கள். அப்படியே நேராகப் போக வேண்டாம் என்றும் ஒளிந்து போகும் படியும் மற்றவர்கள் சொன்னார்கள். என்னவென்று பார்க்கப் போய் கொலையாகி விடப் போகிறீர்கள் என்று எச்சரித்தார்கள். கொஞ்ச தூரம் போனதும் வாத்தியக் கருவிகள் இசை கேட்டது. அப்புறம்தான் கல்யாணம் என்று புரிந்தது.

மெதுவாகப் பொழுது விடிந்தது. எங்கள் முதல் இராப்பொழுது கழிந்தது. மழை பிடித்துக் கொண்டது. மழை ரொம்ப பலமாக இருந் தது. துணி மூட்டைகள் ஈரமாகி கனக்க ஆரம்பித்தன. தூக்க முடியாமல் ஜனங்கள் அங்கேயே விட்டுவிட்டு நடக்க ஆரம்பித்தார்கள். வயிறு காலியாக இருந்தது. உடம்பு முழுக்க தொப்பலாக நனைந்திருந்தது. பயம். எங்கே போகிறோம் என்றே தெரியாமல் பயணம் தொடர்ந்தது. எப்போது என்ன ஆகுமோ.. நீங்கள் இன்றைக்கு வீட்டிலிருந்து கிளம்பும் போது காந்தி நகர் வரப்போவது தெரியும். எங்களுக்கு எங்கே என்றே தெரியாமல் போய்க் கொண்டிருந்தோம். எந்த நகர், எந்தத் திசை எதுவும் தெரியாது.

சாப்பிட எதுவுமில்லை என்பது மட்டுமல்ல, சாப்பிடவே தோன்ற வில்லை. வீட்டிலிருந்து கிளம்பும் போது ரொட்டியோ, அல்லது வழியில் சமைத்துக் கொள்கிற மாதிரி ஆட்டாவோ எதுவும் எடுத்துக் கொள்ளவில்லை. அப்படியே போட்டது போட்டபடி கிளம்பி வந்திருந்தோம். கூட வந்தவர்களில் சிலருக்குக் காய்ச்சல், சிலருக்கு வயிற்றுப் போக்கு என்று உடல்நிலை சரியில்லாமல் வேறு போனது. சிலருக்குப் புறப்படுவதற்கு முன்னாலிருந்தே உடல்நிலை சரியில்லை.

வெய்யிலும் மழையும் மாறி மாறி அடித்தது. உஷ்ணமும் குளிர்ச்சியும் மாறி மாறி அடித்ததில் பலர் நோய்வாய்ப்பட்டார்கள்.

பாட்டியானா வருகிற போது மாலை ஆகி விட்டது. பிரசவம் ஆகும் நிலையில் ஒரு பெண் இருந்தாள். கஃபிலாவில் இருந்த மக்களிடம் நீங்கள் போய்க் கொண்டே இருங்கள், எனக்காக யாரும் காத்திருக் காதீர்கள், மரணத்துக்குக்கூட நான் பயப்படவில்லை என்றாள் அவள். சொந்தம் என்று சொல்லிக் கொள்ள யாருமில்லை, ஆகவே என் சாவு யாரையும் பாதிக்காது, கஷ்டம் என்னுடையது, நான்தான் பட வேண்டும் என்றும் சொன்னாள்.

கூட இருந்த பெரியவர் ஒருவரிடம் நான் சொன்னேன்.

'சிலருக்கு நல்லது செய்யும் வாய்ப்பு இப்படித்தான் வரும். ஆதரவில் லாத இந்த இளம் பெண்ணைப் பாருங்கள், கர்ப்பவதி, சாலையில் படுத்திருக்கிறாள், நாம் ஏதாவது செய்ய வேண்டும். எல்லாருமே கஷ்டத்தில் இருக்கிறோம், எல்லாருமே அழுது கொண்டிருக்கிறோம், நாம்தான் ஏதாவது செய்ய வேண்டும்.'

என்ன செய்யலாம்? என்று கேட்டார் பெரியவர்.

அந்தப் பெண்ணைப் பாருங்கள். சகோதரன் இல்லை, அப்பா இல்லை, கணவனைக் கொன்று விட்டார்கள், இந்த நிலையில் நிறைமாத கர்ப்பிணியாக இருக்கிறாள். கூட இருந்த சில பெண்களும் கஃபிலா நகரத் தொடங்கியதும் அவர்களோடு போய் விட்டார்கள். 'என் குதிரையில் ஏறிக் கொள். எங்கேயாவது உதவுகிறவர்கள் தென்பட்டால் அங்கே இறக்கி விடுகிறேன்' என்றார்.

பயத்திலும், பதற்றத்திலும் அந்தப் பெண் அங்கேயே ஒரு பெண் குழந்தையைப் பெற்றெடுத்து விட்டாள். கொடியை வெட்ட வேண்டும், உங்களுக்குத் தெரிந்திருக்கும். அங்கே யாரிடமும் கத்தி, கத்தரி எதுவுமில்லை. யாரோ ஒருவர் வாள் மாதிரி ஒரு ஆயுதம் வைத்திருந்தார். அதை வாங்கி அந்தப் பெண்ணிடம் கொடுத்தோம். கஃபிலாவை ஒரு முக்கால் மணி நிறுத்தி வைத்தோம். சுய கௌரவத் தையே தூக்கி எறிந்து விட்டு யார் வீட்டுக்கோ போய்க் கொண்டிருக் கிறீர்கள், இந்த அரை மணியோ, ஒரு மணியோ தாமதமானால் பெரிய நஷ்டமில்லை என்று சொல்லி நிறுத்தினோம். எங்களுடன் பலுசிஸ் தான் ராணுவம் வந்து கொண்டிருந்தது.

பஸ்ரூர் என்கிற கிராமத்தில் ஒரு பள்ளியில் தங்க வைத்தார்கள். யாரும் வெளியே வரக் கூடாது, வந்தால் வெட்டி விடுவோம் என்று எச்சரித்

தார்கள். அவர்கள் ரொம்பக் கண்டிப்பாக இருந்தார்கள். சாப்பிட ஒன்றுமில்லை, பள்ளிக்கூடச் சுவர் நாலடிதான் இருந்தது. ஜனங்கள் அது வழியாகப் போய் பழம், பட்டாணி, கிழங்கு என்று ஏதேதோ வாங்கி வந்தார்கள், சுட்டுத் தின்றோம். வேறு என்னதான் செய்திருக்க முடியும்? சிலருக்கு இவ்வளவு, சிலருக்கு அவ்வளவு என்று ஏதோ சாப்பிட்டோம். போதாத சிலர் சுவரேறிக் குதித்து கரும்புத் தோட்டத் துக்குப் போய் கரும்பைத் திருட ஆரம்பித்தார்கள். ராணுவக்காரர்கள் எங்கள் கண் முன்னாலேயே அவர்களைச் சுட்டுக் கொன்றார்கள். அப்படிச் சுடப்பட்டவர்களில் ஒருவர் விவசாயி. அவர் குடும்பத்தினர் ஒரு வண்டி கொண்டு வந்திருந்தார்கள். அந்த வண்டியை விறகாக எரித்து அவரை தகனம் செய்தார்கள்.

நரோவார் வந்த பிறகு மதராஸி ராணுவம் வந்தது. பலுசிஸ்தான் ஆசாமிகளை உங்கள் பணி முடிந்தாகி விட்டது போகலாம் என்றார்கள். இவர்கள் அதெல்லாம் முடியாது இது எங்கள் ட்யூட்டி என்றார்கள். இரண்டு ராணுவங்களும் வாக்குவாதம் செய்து கொண்டன. கிணறு களில் மருந்து அடித்திருந்தார்கள் அல்லது விஷம் கலந்திருந்தார்கள், சில கிணறுகளில் பிணங்கள் கிடந்தன, குடிக்க எங்குமே தண்ணீர் கிடைக்கவில்லை. பசியும் தாகமும் வாட்டியது. ராணுவக்காரர்கள் லாரியில் ஆட்டா கொண்டு வந்தார்கள். எல்லாருக்கும் வினியோகம் செய்தார்கள். சோளக் கொண்டைகள் கொடுத்தார்கள். மதராஸி ராணுவத்தினர் நிறைய உதவி செய்தார்கள். எல்லாருக்கும் ஏதோ ஒரு துக்கம் இருந்தது. சிலருடைய அம்மா இறந்திருந்தார்கள், சிலருக்கு அப்பா, சிலருடைய மகளைக் கடத்தியிருந்தார்கள். நாங்கள் தொடர்ந்து முன்னேறினோம்.

பிணத்தைப் பார்த்தால் பொதுவாக எல்லாருக்கும் ஒரு பயம் இருக்கும். எங்களுக்கு அந்த பயமே அற்றுப் போயிருந்தது. ராவி நதியின் பாலத் துக்கு வந்ததும் உடன் வந்த ராணுவத்தினர், எங்கள் எல்லை முடிந்தாகி விட்டது, எதிர்த் திசையில் வரும் கஃபிலாவுக்கு காவலுக்குப் போக வேண்டும் என்று புறப்பட்டார்கள். தேரா பாபா நானக்கிலிருந்து வந்த ஒரு ரயில் அளவு இந்துக்கள் கொல்லப்பட்டிருந்ததைப் பார்த்தோம். அதே போல லூதியானாவிலிருந்து வந்த இஸ்லாமியர்கள் கொல்லப் பட்டிருந்தார்கள். இரண்டு தரப்புகளும் ஒருவரை ஒருவர் கொன்று குவித்திருந்தார்கள். எல்லா இடத்திலும் பிணங்கள், துணிமணி, பாத்திரங்கள், பிணக் குவியலில் புதையுண்டு பிணமானவர்கள், கெட்டுப் போன உடல்களால் பரவிய வியாதிகள்...

தேரா பாபா நானக் போனதும் வீடு வந்து விட்டீர்கள் என்றார்கள். எங்கள் வீடு என்பது எப்போதோ முடிந்து போன ஒன்று என்று நினைத்தோம். இதுவா வீடு?

4

பெண்கள்

தமயந்தி சாகல்

தமயந்தி சாகலை முதன் முதலாகச் சந்தித்தது 1989ல். அப்போது அவருக்கு வயது எண்பது. கண்களில் குறும்பும், நகைச்சுவையும் மிளிரும் சுறுசுறுப்பான பெண்மணி. பிரிவினை குறித்த என் ஆய்வு பற்றிப் பேசிக் கொண்டிருந்த போது, அவரது மைத்துனி லீனா திங்க்ரா அவரை எனக்கு அறிமுகம் செய்தார். பகிர்ந்து கொள்ள அவரிடம் நிறைய விஷயங்கள் இருப்பதாகவும் சொன்னார். ஆனால் தமயந்தி நான் பேச ஆரம்பிக்கும் போது அதிக ஆர்வம் காட்டவில்லை.

என் கிட்ட என்ன இருக்கு? அது இதுன்னு மடத்தனமா சில விஷயங்களைச் சொல்வேன், அதெல்லாம் உனக்குத் தேவையிருக்குமா?'

மடத்தனமோ இல்லையோ நான் கேட்க ஆர்வமாக இருப்பதாகச் சொன்னேன்.

பேச ஒப்புக் கொண்ட பிறகு ஆர்வமாகப் பேச ஆரம்பித்தார் தமயந்தி. அவருடைய இடத்தில் சந்தித்து நேர்காணல்களைச் செய்யலாம் என்ற என் யோசனையை ஏற்கவில்லை.

'நானே வரேன். காபி, நல்ல சாப்பாடு எல்லாம் சாப்பிட்டுக்கிட்டே பேசலாம்' என்றார். குஷியாகத்தான் இருந்தது. என் வீட்டில் நடந்த முதல் நேர்காணல் அதுதான். பொதுவாக யாருடன் பேசுகிறோமோ அவர்களுக்கு சௌகர்யமான இடத்தில்தான் பேட்டி நடக்கும். அந்தச் சௌகர்யமான இடம் என்பது பொதுவாக அவரவர் வீடாக இருக்கும். தமயந்தி என் வீட்டை சௌகர்யம் என்று நினைத்ததற்குக் காரணம் என்ன என்பது பிறகுதான் தெரிந்தது. பிரிவினைக்குப் பிறகு தன் வீடு என்று சொல்லிக் கொள்கிற மாதிரி எந்த இடமும்-மனத்தளவில்- அவருக்கு இல்லை.

'என் வீடா? ஹரித்துவாரில் இருக்கிற என் குடிசையை வீடுன்னு நினைக் கல்லைன்னா, எனக்கு வீடே கிடையாது' என்றார்.

முதல் நாள் தன் சகோதரி கமலா பல்தூன் திங்ராவையும், மைத்துனி லீனாவை யும் அழைத்துக் கொண்டு வந்தார். என்னுடன் அந்தச் சமயம் உதவியாக இருந்த சுதேஷ் வைத் இருந்தார். இந்த நேர்காணல் சுமார் ஏழு மாத கால அவகாசத்தில் நடந்தது. சகோதரியும், மைத்துனியும் தலையிடுவதும், அக்கம் பக்கத்தவர்களின் குறுக்கீடும் இம்முறையும் இருக்கத்தான் செய்தது. ஆரம்பித்த உரையாடல்கள் பாதியில் நிறுத்தப்பட்டு பேச்சு திசை திரும்பும் சமாச்சாரங்கள் இருக்கத்தான் செய்தன.

கேட்கப்பட்ட கேள்விகளைத் தவிர்த்துவிட்டு, பதில்களை, தொடர்ச்சியான தொகுப்பாகத் தந்திருக்கிறேன். கால வரிசைக்கிரமத்தை மாற்றவில்லை. சில

இடங்களில் மட்டும் உரையாடல்களை அப்படியே, எந்த மாற்றமும் இல்லாமல் கொடுத்திருக்கிறேன். சொல்லப்பட்ட விஷயங்களின் தன்மையைத் தெளிவாகப் புரிந்து கொள்ள இது அவசியம் என்று நினைக் கிறேன்.

தமயந்தியின் நேர்காணல் தொகுப்பை (வாசகர்கள் படிப்பது அதன் ஒரு பகுதியைத்தான்) பார்க்கிற போது ஒன்றுக்கொன்று தொடர்புடைய நான்கு பிரிவுகளில் அதில் அடங்குவதாகத் தோன்றுகிறது எனக்கு. முதலாவது தன்னையே குறிப்பது. பிரிவினைக்கு முற்பட்ட தன் வாழ்க்கையையும், கையில் காலணா இல்லாதவராக பாகிஸ்தானிலிருந்து இந்தியாவுக்கு அவர் செய்த தன்னந்தனியான பயணத்தையும் குறித்தது அந்தப் பகுதி. இரண்டாவது, தயக்கமாகத் தொடங்கி, மெல்ல மெல்ல அவர் தன்னை ஈடுபடுத்திக் கொண்ட சமூக சேவை குறித்தது. அடுத்த இரு பகுதிகள் கடத்தப்பட்ட, வன்புணர்ச்சிக்கு ஆளான பெண்களின் மீட்பையும் மறு வாழ்வையும் குறித்தது. ஆனால் இவை நான்கும் தனித் தனியாகப் பிரித்துச் சொல்லப்படவில்லை. ஒன்றோடொன்று இணைந்து, பிணைந்து சொல்லப் பட்டுள்ளன.

பாதிக்கப்பட்ட பெண்கள், சமூக சேவகர்கள் இருபாலாருக்கும் மறுவாழ்வு என்பதில் பிரச்னைகள் காத்திருக்கின்றன. ஒரு சமூக சேவகியாகவும், புதிதாக உருவான ஒரு நாட்டின் பிரஜையாகவும், தான் நேசிக்கும் கடவுளின் கருவி யாகவும், இதர பெண்கள் மேல் அன்பு கொண்டவராகவும் ஒன்றோடொன்று வேறுபட்ட தொடர்புகளுடைய பல்வேறு தன்மைகள் அவர் பேசுவதில் தெரிகின்றன. பல பெண்கள் தாங்கள் மீட்கப்படுவதற்கும், மறுவாழ்வுக்கும் ஒப்புதல் தெரிவிக்காவிட்டாலும் தமயந்தி தான் ஈடுபட்ட பணியில் தீவிரம் காட்டியிருக்கிறார். உண்மையில் தன் செயலுக்கும், அந்தப் பெண்களின் மனப்பாங்குக்கும் முரண்பாடு இருப்பதாகவே அவர் நினைக்கவில்லை. அவரது முயற்சிகளில் பெருமளவு வெற்றி அடைய சமூக அந்தஸ்தும், அதன் மூலம் உண்டாகும் தொடர்புகளும் காரணம் என்று சொல்லலாம். (பாகிஸ்தானின் மூத்த அதிகாரியுடனும், துணை மாஜிஸ்ட்ரேட்டுமான அவரது அனுபவங்கள் இதற்கு அத்தாட்சி).

நானும் சுதீஷும் செய்த நேர்காணல்களில் மிக முக்கியமானவை என்று எடுத்துக்கொண்டால் தமயந்தியின் நேர்காணலும் அதில் இடம்பெறும். பல மாதங்கள் அவருடன் பேச நேரிட்டதில் நெருங்கிய நட்பு ஏற்பட்டது. தந்த்தி என்றே (தமயந்தியின் மறுவல்) கூப்பிடு என்பார். நாங்கள் அத்தோடு ஒரு ஆண்ட்டி சேர்த்துக் கொண்டோம். பொதுவாக, சில நாள்கள் டெல்லி யிலும்(சகோதரி வீட்டில்) சில நாள்கள் ஹரித்வாரிலும் இருந்து வந்த அவர் மெல்ல மெல்ல டெல்லி வருவதையே நிறுத்திக் கொண்டார். ஹரித்வாரி லேயே வாழ்ந்து அங்கேயே இறந்து போக முடிவு செய்தார்.

தமயந்தியின் அனுபவம் இன்னொரு வகையில் கூட முக்கியமானது. பிரிவினையின் காரணமாகத் தனிமையடைந்த பல்லாயிரக்கணக்கான பெண்களில் அவரும் ஒருவர். பலரைக் கல்யாணம் ஆன புதிதில் நிரந்தரமாகப் பிரித்து வைத்திருக்கிறது பிரிவினை. பிரிவினையால் பாதிக்கப்பட்ட கிருஷ்ணா சாப்தி என்கிற எழுத்தாளர், இவ்விதம் பாதிப்புக்குள்ளான ஒரு முழு பெண்கள் தலைமுறை பற்றி உணர்வு பொங்க சொல்லியிருக்கிறார். அகதிகள் குடும்பங்களில் மீதமிருந்த எல்லாரையுமே பிரிந்து போன, சிதைந்து போன குடும்பங்களைத் திரும்பக் கட்டமைக்கும் பணிக்கு இழுக்க வேண்டியிருந்தது. இளம் பெண்களுக்கும், பெண்மணிகளுக்கும் பொறுப்புகள் தர வேண்டியிருந்தது. ஓரளவுக்கு இயல்பு நிலை திரும்பியதும் அந்தப் பெண்களின் பங்களிப்பு மறக்கப்படும் நிலை சில குடும்பங்களில் வந்திருக்கிறது. வேறு சில குடும்பங்களில் குடும்ப உறுப்பினர்கள் பெண்களைச் சார்ந்து இருக்கும் நிலை நிரந்தரமாகி, அந்தப் பெண்களின் ஆசாபாசங்கள், தேவைகள் எல்லாம் பின்னுக்குத் தள்ளப்பட்டன. அவர்கள் தங்கள் குடும்பத்தினரால் புறக்கணிக்கப்பட்டவர்களாக ஆகிவிட்டார்கள்.

தமயந்தியின் வாழ்க்கையைப் பார்க்கிற போது அப்படிப்பட்ட பெண்களில் ஒருவராக அவரும் இருப்பது தெரிகிறது. வீடில்லாது போன அவரை அவரது அத்தை பிரேமாவதி தாப்பர் சமூக சேவையில் ஈடுபடுத்தி இருக்கிறார். நெருங்கிய உறவினர்களோடு ஏறக்குறைய தொடர்பே இன்றி இருந்திருக்கிறார். அவர் சொல்வது சரியாக இருக்கும் பட்சத்தில், தமயந்தி எங்கே இருக்கிறார் என்று கூடத் தெரிந்து கொள்ளும் அக்கறையின்றி உறவினர்கள் இருந்திருக்கிறார்கள். சமூக சேவையில் ஆட்படுத்திக் கொண்டதும் பல நீண்ட வருடங்கள் அதில் மூழ்கி இருந்திருக்கிறார். இதில் ஒரு வருந்தத்தக்க சந்தோஷம் இருந்தது. உறவினர்களின் புறக்கணிப்பில் வந்த தனிமைதான் சமூக சேவையில் நாட்டம் கொண்டு வாழ்க்கைக்கு ஒரு அர்த்தத்தையே தந்தது. பிரிவினை ஒரு பெண் தலைமுறையையே அழிக்கவும் செய்தது, பல பெண்களை எதிர்பாராத விதமாகச் சமூகப் பணியில் ஈடுபடுத்தவும் செய்தது.

தமயந்தி தன் தனிமையை எவ்விதம் எதிர்கொண்டிருப்பார் என்று நான் வியப்பதுண்டு. அழகாகத் தோற்றமளிப்பது, கல்யாணம் செய்து கொள்வது உள்ளிட்ட விஷயங்களில் இருக்கும் தன் ஆர்வத்தை நேர்காணலின் தொடக்கத்தில் வெளிப்படுத்தியிருக்கிறார். ஆனால் பிரிவினைக்குப் பிறகு இவற்றையெல்லாம் புறந்தள்ள வேண்டியிருந்திருக்கிறது. அந்தச் சமயம் கல்யாண வயதைக் கடந்து விட்டதாக அவர் சொன்னாலும் (நாற்பதுகள்) கல்யாண ஆசையைத் துறக்கும் வயதாக நான் நினைக்கவில்லை. எந்தச் செலுத்துதலும், உறுதியும் இன்றி மறுவாழ்வுப் பணியை அவர் எடுத்துக் கொண்டதாகத் தோன்றுகிறது எனக்கு. அப்படி ஒரு பணி இருந்ததும், அதற்குள் அவர் தள்ளப்பட்டதுமே காரணம்.

தமயந்தியின் நேர்காணலில் இன்னும் சில முக்கியத்துவங்கள் இருப்பதைப் பார்த்தேன். தன் அனுபவங்களை யாராவது கேட்பதோ, அல்லது பகிர்வதோ இதுதான் முதல் முறை என்று அவர் தெரிவித்தார். அவரது சகோதரிக்கும் மைத்துனிக்கும் கூட அவர் பகிர்ந்த அனுபவங்கள் புதிதாக இருந்தன. சகோதரி கமலா ஒரு கட்டத்தில் வியந்து, ஏன் இதையெல்லாம் முன்னால் சொன்னதில்லை என்று கேட்டார். ஒருவரின் வாழ்க்கையில் நடந்த சம்பவங்கள் நெருங்கிய உறவினர்களுக்கே செய்தியாக இருக்க முடியும் என்பதை என்னால் நம்பவே முடியவில்லை. அன்பும் அக்கரையின்மையும் ஒருங்கே இருக்க முடியும் என்பதைப் பிரிவினையைக் கடந்து வந்திருந்த தமயந்தியால் வேறு யாரையும் விடத் தெளிவாகப் புரிந்து கொள்ள முடிகிறது. இதனால்தானோ என்னவோ தன் வாழ்க்கையின் பிற்பகுதியைத் தனியாக வாழ அவர் தீர்மானித்தார் போலிருக்கிறது. உடன் இருந்த எல்லோரிடமும் ஒரு தாயின் அளவுக்கு நெருக்கமாக இருந்திருக்கிறார். அதே சமயம் வேறுபட்டு நின்று தனிமையையும் காத்திருக்கிறார்.

வஞ்சிக்கப்பட்ட பெண்களைச் சரித்திரம் ஒதுக்கியதையும் தனிமைப்படுத்தியதையும் விளங்கிக்கொள்ளும் வகையில் அவர் சொன்னார். அனுபவத்தால் இது சாத்தியமானது. ஒரு கட்டத்தில் குடும்பத்தினருடன் மறுபடி தொடர்பு ஏற்பட்டாலும் தனிமையைத் தொடர்வதில் உறுதியாக இருந்திருக்கிறார். இறப்பதற்குச் சில காலம் முன்பு, ஹரித்வாரில் தனியாக இருந்த அவர் கொஞ்சம் நோய்வாய்ப்பட்டிருக்கிறார். டெல்லியில் மருத்துவ வசதிகள் நன்றாக இருக்கும் என்று சகோதரியும், மைத்துனியும் வற்புறுத்தி அழைத்தும் அவர் போகவில்லை. தனியாகவே வாழ்ந்து தனியாகவே இறந்திருக்கிறார். பிரிவினையின் காரணமாக அநாதையான ஓர் இளைஞன், தன்னைத் தாயாக அரவணைத்த தமயந்திக்கு ஒரு மகன் செய்ய வேண்டிய இறுதிச் சடங்குகளைச் செய்திருக்கிறார்.

தமயந்தியின் அனுபவங்கள் முக்கியமானவை என்று நான் கருத இன்னொரு காரணமும் உண்டு. பல வருடங்களுக்கு இந்திய அரசின் மீட்பு மற்றும் மறுவாழ்வுத் திட்டங்களில் பணியாற்றி இருக்கிறார். பாகிஸ்தானியக் காவல் துறையினருடன் அடிக்கடி பயணம் செய்திருக்கிறார். பாகிஸ்தானில் பல் வேறு இடங்களில் கவர்ந்து செல்லப்பட்ட பெண்களைத் தேட வேண்டியிருந்திருக்கிறது. காவல் துறையினர் தமயந்தியிடம் மட்டுமில்லை, மீட்புப் பணிகளுக்கே விரோத உணர்வுடன் செயல்பட்டிருக்கிறார்கள். மீட்பு, மறுவாழ்வுப் பணிகள் செய்யப்படும் விதம் குறித்தும், சம்பந்தப்பட்ட பெண்கள் குறித்தும் வேறெங்கும் படித்தோ கேட்டோ தெரிந்து கொள்வதை விடச் சிறப்பாக அவரிடம் தெரிந்து கொண்டேன்.

அவரது விளக்கங்களும் ஆழ்ந்த நோக்கும் பிரிவினைக் காலத்து வன்முறைகளைக் கண்முன் நிறுத்தின. வன்புணர்ச்சி, கட்டாயக் கல்யாணம், கவர்ந்து

செல்லுதல் ஆகியவற்றுடன் மறுவாழ்வுப் பணிகளின் போது நடந்த வன் முறைகளையும் அறிய முடிந்தது. இதையெல்லாம் அறியும் ஆராய்ச்சியாளர் களுக்கு ஒரு சங்கடமான சந்தேகம் உண்டாகிறது; பாதிக்கப்பட்ட பெண்களைப் பேச வைப்பதே கஷ்டமாயிற்றே? எப்படி அவர்களை அடையாளம் கண்டிருப்பார்? இதனாலேயே இந்த நேர்காணல் இரட்டிப்பு முக்கியத்துவம் வாய்ந்ததாக இருக்கிறது.

பெண்களுக்கு இழைக்கப்பட்ட அநீதிகளைச் சொல்லும் இந்த அத்தி யாயத்தை தமயந்தியின் அனுபவங்களைக் கொண்டு பின்னுவது பொருத்த மானது என்று நினைத்தேன். இனி, அவர் சொன்னவை.

★★★

தமயந்தி சாகல் வார்த்தைகளில்

பிரிவினையின் போது என் கிராமமான கோத்ராவில் இருந்தேன்.

லாகூரிலிருந்து முல்டன் செல்லும் சாலையில் முப்பது மைல் தொலை வில் ரைவிண்ட் ஸ்டேஷனுக்கு அருகில் இருக்கிறது இந்தக் கிராமம். எங்களுக்குச் சொந்தமானவை எல்லாம் அந்தக் கிராமத்தில்தான் இருந்தன. எங்களுக்குச் சொந்தமான தொழிற்சாலை ஒன்று அங்கே இருந்தது. எனக்கு அப்போது கல்யாணம் ஆகியிருக்கவில்லை. அம்மா கிடையாது. அப்பாவுடன் தங்கி இருந்தேன். எதுவாக இருந்தாலும் அப்பாவுடன் துணைக்கு இருந்தவள் நான்தான்.

சொத்துகள் எல்லாம் இருந்ததால், எது நடந்தாலும் ஊழியர்கள் துணை நிற்பார்கள் என்று அப்பா நினைத்தார். அதீத நம்பிக்கை. என் மாமா பி.என்.தாப்பர் லாகூர் டிவிஷனில் கமிஷனராக இருந்தார். அவர் ஒரு ஆள் மூலம் தகவல் அனுப்பியிருந்தார். ஜண்டியாலாவில் சீக்கியர்கள் மாநாடு ஒன்று நடந்தது குறித்த விவரங்கள் அந்தத் தகவல்கள். அவர்கள், குருத்வாராவில் ஒன்றுகூடி, இஸ்லாமியர்களைப் பழிதீர்ப்ப தாகச் சத்தியப் பிரமாணம் எடுத்திருந்ததாகவும், தாக்குதல் குறிப்பிட்ட நாளில் தொடங்கும் என்பதுமே தகவல். தனக்குக் கிடைத்த இந்த ரகசியத் தகவலின் அடிப்படையில் எங்களை அந்த ஊரிலிருந்து புறப் பட்டுப் போய் விடும்படி மாமா அறிவுறுத்தினார். வன்முறை வந்தால் எதிர்த்தாக்குதல்கள் வரும். அப்போது சீக்கியர்களும் இந்துக்களும் கொல்லப்படலாம்.

'இந்தத் தாப்பர் ஒரு கோழை, நாம் எப்படி எல்லாவற்றையும் விட்டுப் போவது?' என்றார் அப்பா. 'என்னிடம் ஏகப்பட்ட ஆட்கள் இருக்கி றார்கள். அவர்கள் என்னைப் பாதுகாப்பார்கள்' என்றார். கொஞ்ச

நாளைக்குக் கலவரங்கள் இருக்கும், பிறகு சரியாகி விடும் என்ற நம்பிக்கையில் அவர் ஊரைக் காலி செய்ய மறுத்து விட்டார். இரண்டாவது முறையும் தகவல் அனுப்பிய மாமா, 'உங்கப்பா பிடிவாதம் பிடிக்கிறார், நீயாவது புறப்படத்தான் வேண்டும்' என்றார். 'அப்பாவைக் கொல்வார்கள். ஆனால் உன்னை.. உன்னை.. உயிரோடு கொளுத்தி விடுவார்கள். அதை எங்களால் தாங்க முடியாது. புறப்படு' என்றார்.

அப்பா ஒப்புக் கொள்ளவில்லை. தொழிற்சாலையில் எல்லா மதத் தினரும் இருந்தாலும் இஸ்லாமியர்கள் அதிக எண்ணிக்கையில் இருந் தார்கள். அந்தச் சமயம் அவர்கள் எல்லோரும், பணிவான, மரியாதை யானவர்களாகத்தான் இருந்தார்கள். சூழ்நிலை பாதுகாப்பாகத்தான் தோன்றியது.

அப்பாவிடம் நானும் சொல்லிப் பார்த்தேன். 'உனக்கு பயமா இருந்தா நீ புறப்படு. எனக்கு எந்தப் பயமும் இல்லை. நான் வருவதாக இல்லை' என்று மறுத்து விட்டார். எங்கே போவது? லாகூருக்குப் போனேன். அங்கே இருந்தவர்களிடம் என்ன செய்வது, எங்கே போவது, அப்பா வரவில்லை என்று விசாரித்தேன். அவர்கள் இந்துக்களுக்குப் பாது காப்பான பகுதி ஒன்றை, அதுக்கு இப்ப என்ன பேரு கமலா, வடக்கு பீஸாவுக்கு இப்ப என்ன பேர், ஞாபகமே இருக்கிறதில்லை எதுவும்... ஆங் குலு... குலு மனாலி என்று இப்போது பேர்.

பிரிவினை ஆரம்பமாகி விட்டது. தனியாக அமிர்தசரஸுக்குப் போனேன். கலகம் நடந்து கொண்டிருந்தது. தனியாகப் போனேன். ஒரு சின்னப் பையன் எங்களுடன் இருந்தான், பெயர் சரியாக நினை வில்லை. தீபு என்று ஞாபகம். 'இந்தப் பையனைக் கூட அழைத்துப் போ' என்று அவனையும் கைவசமிருந்த பணத்தையும் கொடுத்து அனுப்பினார் அப்பா. இருநூறோ, முன்னூறோ.. சரியாக நினைவில்லை. 'குலுவுக்குப் போனதும் டாக்டர் தேவி சந்துக்கு அங்கே ஒரு வீடு இருக்கிறது. அங்கே போய் விடு. அங்கே பாதுகாப்பாக இருக்கும். கலாட்டா எல்லாம் முடிந்ததும் திரும்பி வந்து விடலாம்' என்றார். பணத்தை வாங்கிக்கொண்டு, அந்தப் பையனைத் துணைக்கு அழைத்துக் கொண்டு புறப்பட்டேன். பணம் எவ்வளவு என்று பார்க்கவில்லை. நூறு ரூபாயாகக் கூட இருந்திருக்கலாம்.

அமிர்தசரஸை நெருங்கும் போது ரயில்களை நிறுத்தி ஜனங்களைக் கொல்ல ஆரம்பித்திருந்தார்கள். ஜன்னலை மூடு, வெட்டறாங்க என்றார்கள் சகப் பிரயாணிகள். அதிர்ஷ்டவசமாக எங்களுக்கு எதுவும் ஆகவில்லை.

ரயில் பூரா பயம் சூழ்ந்திருந்தது. எல்லோரும் 'ஜன்னலை மூடு, ஜன்னலை மூடு' என்று சொன்னபடி இருந்தார்கள். ஜன்னலை மூடினோம். வெளியே என்ன நடந்தது என்று கடவுளுக்குத்தான் தெரியும். பார்க்கக் கூட பயமாக இருந்தது. வண்டி அமிர்தசரஸில் நிற்கக் கூடாது, நேராகப் போய்க் கொண்டே இருக்க வேண்டும் என்று கடவுளை வேண்டிக் கொண்டோம். கொலைகளும் ரகளையும் தொடங்கி விட்டது என்று சொன்னார்கள். சீக்கியர்களும், இஸ்லாமியர்களும் ஆயுதம் ஏந்தி அலைந்து கொண்டிருந்ததாகச் சொன்னார்கள். எப்படியோ, குலுவுக்குப் போய்ச் சேர்ந்தோம். தேவிசந்த் வோராவின் வீட்டில் சில நாள்கள் தங்கினோம். சின்னப் பையனும் கூட இருந்தான். அதற்குப் பிறகு அங்கிருந்து புறப்பட்டு... அது என்ன நகர் கமலா?... அங்கேயும், பிறகு மனாலிக்கும் போனோம். அந்தப் பகுதியில் சில நாள்கள் சுற்றித் திரிந்தேன். பயணிகள் விடுதிகளில் தங்க வேண்டியிருந்தது.

பயணிகள் விடுதிகளில் தங்குவதற்கு ஒரு கட்டுப்பாடு இருந்தது. 8 அல்லது 10 நாள்கள் தங்கலாம். போன அன்று பொறுப்பாளர் வைத்திருக்கும் பதிவேட்டில் கையெழுத்துப் போட வேண்டும். நாள்கள் ஆனதும் வந்து 'உங்கள் கால அவகாசம் முடிந்தது, காலி செய்ய வேண்டும்' என்பார்கள். அதற்குப் பிறகு தங்க வேண்டுமானால் பணம் தர வேண்டும். தங்கும் விடுதியில் சில நாள்கள் தங்கிய பிறகு ஏதோ ஒரு நகர்.. அவ்வளவுதான் ஞாபகம் இருக்கிறது... அங்கே அனுப்பினார்கள். வீட்டிலிருந்து ஓடி வந்த போது இரண்டு வேட்டிகள் எடுத்து வந்திருந்தேன். அப்பா சொல்லியிருந்தார், 'எனக்கு வயசாகிவிட்டது. என்னையும் கூட்டிக் கொண்டு உன்னால் அலைய முடியாது. நீ போய்ச் சேர்ந்ததும் வாடகைக்கு வீடு எடுத்து விட்டு எனக்குத் தந்தி கொடு, எல்லாம் ஏற்பாடானதும் நான் வருகிறேன்'. என்னத்தை ஏற்பாடு செய்வது?

அந்தப் பையனுக்குச் சாப்பாடு வாங்கித் தர பணமில்லை. அவனுக்கு என்ன, நான் சாப்பிடவே பணமில்லை. பையன் என்னிடம் பணமில்லை என்பது தெரிந்ததும் சப்தமில்லாமல் நழுவி விட்டான். அடுத்த நாள் காலை தீபு, தீபு என்று கூப்பிட்ட போது அவன் வரவில்லை என்றதும்தான் விஷயம் தெரிந்தது. விடுதிக்காரர் பணம் கேட்க ஆரம்பித்தார். பணமில்லை என்று சொன்னதுடன், பயப்பட வேண்டாம், கௌரவமான குடும்பத்தைச் சேர்ந்தவள் என்பதையும் சொன்னேன். பதிவேட்டில் குறித்து வைத்துக் கொண்டால் ஊர் திரும்பியதும் பணம் தருகிறேன் என்றேன். ஊர் இருக்கும் பதற்றமான சூழ்நிலையையும் வீட்டிலிருந்து ஓடி வந்ததையும் சொன்னேன்.

அங்கிருந்து அருகிலிருந்த ஒரு நகருக்குப் போனேன், பிறகு திரும்பி வந்தேன். எந்த ஊர் என்று தெரியவில்லை. அங்கேயும் கொலை நடந்து கொண்டிருந்தது. அங்கிருந்த குஜார்கள் இஸ்லாமியர்களைக் கொன்று கொண்டிருந்தார்கள். இந்துக்களால் அதைச் செய்ய முடியாது. அவர்கள் பயப்படுவார்கள். இவர்கள், ஜன்சங்காரர்கள் குடித்து விட்டுக் கொலை செய்தார்கள். சின்னப் பையன்கள் கூட நன்றாகக் குடித்து விட்டு வந்து இஸ்லாமியர்களைக் கொல்வார்கள். நான் தேவிசந்த் வீட்டில் இருந்த போது ஒரு இளைஞனைப் பார்த்தேன். அழகான திடகாத்திரமான வாலிபன். ஜனங்கள் 'அவனைக் கொல்லாதீர்கள், அவனைக் கொல்லாதீர்கள், ரொம்ப இளைஞன், வேண்டாம்' என்று அலறும் சப்தம் கேட்டு வெளியில் வந்தேன்.

'இந்துவா மாறிடுன்னு சொல்லிகிட்டே இருக்கோம். கேட்டு மாறிட் டான்னா விட்டுடுவோம். இல்லைன்னா அவனை விட மாட்டோம்' என்று வாளை ஓங்கினார்கள். நாங்கள் கூட 'குழந்தை, மாறிடேன்ப்பா, ஏன் பிடிவாதம்' என்று சொல்லிப் பார்த்தோம். ஆனால் அவனோ, 'நான் இந்துவாக மாற மாட்டேன். தலையைச் சீவிக் கொள்ளட்டும். நான் நிச்சயம் மாற மாட்டேன்' என்று பிடிவாதமாக நின்றான். இவ்வளவு தைரியத்தை நான் பார்த்ததே இல்லை. அலற அலற அவனைத் தூக்கிக் கொண்டு போனார்கள். கொன்றார்களா இல்லையா தெரியாது. நிலைமை ரொம்ப மோசமாக இருந்தது. எங்கே பார்த்தாலும் பிணங்கள். பயங்கர மழை. ஆற்றில் வெள்ளம் கரை புரண்டு ஓடும். ஆற்றிலும் பிணங்கள் அடித்துப் போகப் படுவதைப் பார்ப்போம். என்னிடம் பணமில்லை, மாற்று உடை இல்லை. வெறும் கம்பளிதான் இருந்தது. எப்படியோ ஒரு அடுப்பு வாங்கி ஆட்டாவை அதில் சமைத்து ஏதோ அவ்வப்போது சாப்பிட்டேன்.

ஒரு நாள் ஆற்றங்கரை ஓரமாக நடந்து கொண்டிருந்தேன். கையில் காலணா பணமில்லை. ஒரே ஒரு மாலை மட்டும்தான் இருந்தது. கோட்ராவில் இருக்கும் போது ஒரு நாள் தீர்மானம் செய்திருந்தேன். கல்யாணம் எல்லாம் அவசியமில்லை. எனக்குப் பிரியமான கடவுளை ஏற்கெனவே கல்யாணம் செய்து கொண்டாகி விட்டது. அவரைத்தான் நான் நேசிக்கிறேன். அந்த நேசத்தால்தான் கல்யாணம் பிள்ளை குட்டி என்கிற மாதிரி வாழ்க்கைக்கு முற்றுப் புள்ளி வைத்தேன். எப்போதுமே கையில் அந்த மாலையும் உதட்டில் அவன் பேரும் இருக்கும்.

ஆரம்ப காலத்தில் நல்ல உடைகளிலும், அலங்காரம் செய்து கொள் வதிலும் ஆர்வமாக இருந்தது நிஜம்தான். என் சகோதரிகள் எல்லாரும் நல்ல நிறமாக இருப்பார்கள். நான் கறுப்புதான் என்றாலும் என் உடல் அமைப்பு பற்றிய பெருமிதம் எனக்கு எப்போதுமே உண்டு. அதை மிகச் சரியாகப் பராமரித்தும் வந்தேன். இன்ச் டேப் ஒன்றை வைத்துக்

கொண்டு இங்கே இத்தனை இன்ச், இங்கே இத்தனை இன்ச் என்று அளந்த வண்ணம் இருப்பேன். எங்கெங்கே எவ்வளவு இருக்க வேண்டுமோ அவ்வளவு சரியாக இருக்கிறதா என்று பார்ப்பேன். திராட்சைப் பழம் சாப்பிட்டால் மார்பு பெரிதாக வளரும் என்றால் அதைச் சாப்பிடுவேன். சுருட்டையான கேசம் அழகு என்பதால், ஏதோ ஒரு வகை இலையை, அதனால் முடி சுருளாகும் என்கிற நம்பிக்கை யில், தலையில் போட்டுக் குளித்தேன்.

சிலர், இது தப்பு பேரி இலைதான் சிறந்தது என்றால் அதற்கு மாறு வேன். மண்ணெண்ணை போட்டால் நல்லது என்று யாரோ சொல்ல, எத்தனை நாள் மண்ணெண்ணை தலைக்குப் போட்டேன் என்று உனக்குத் தெரியாது! மண்ணெண்ணை தலை நரையைத் தடுக்குமாம்! முடி எப்படி ஆகவேண்டுமோ அப்படி ஆயிற்று. தலை, இடுப்பு, நகங்கள்... கடவுளால் ஆசிர்வதிக்கப்பட்டவள் நான். பிறகு, ஹரித் வாரில் யமுனை ஆற்றின் கரையில் சும்மா காலத்தைப் போக்கிக் கொண் டிருந்தேன். எப்பவும் கடவுள் பற்றியே யோசித்துக் கொண்டிருந்தேன். அப்பா என் மூளைக்கு என்னமோ ஆகி விட்டது என்று பயப்படுவதாக எல்லாரும் சொன்னார்கள். தனியாகவே சுற்றித் திரிவேன். பிரார்த்தனை பண்ணிக் கொண்டே இருப்பேன். இந்த நிலையில்தான் பிரிவினை நிகழ்ந்தது.

பயணிகள் விடுதியில் ஒரு வயதான காப்பாளர் இருந்தார். நான் இரண்டு மூன்று நாட்களாகச் சாப்பிட்டிருக்கவில்லை, கையில் காசு இருந்தால் தானே சாப்பிட முடியும்! தங்குவதற்கு ஒரு அதிகாரி வந்தார். அடுத்த அறையில் இருப்பது யார் என்று காப்பாளரைக் கேட்டார். 'தெரி யலைங்க, யாரோ ஒரு பொம்பளை இருக்காங்க. கதவு எப்பவும் மூடியே இருக்கு, எதுவும் சாப்பிடறது, குடிக்கிறது இல்லை, இரண்டு மூன்று நாள்கள் ஆச்சு, வெளியில் வர்ரதே இல்லை' என்று முதியவர் பதில் சொன்னார்.

அவர் வந்து என் அறைக் கதவைத் தட்டினார். நான் இந்தப் பகுதி அதிகாரி, எந்த ஊர் உனக்கு என்றெல்லாம் கேட்டார். சொன்னேன். சாப் பாடு தண்ணிக்கெல்லாம் என்ன பண்றே? என்று கேட்டார். என்னிடம் பதிலில்லை. கண்ணில் நீர் துளிர்ப்பதைப் பார்த்து விட்டாரோ என்னவோ, 'வா என்னோட. இந்த மாதிரியெல்லாம் இருக்கக் கூடாது' என்று அழைத்துப் போய் சாப்பாடு வாங்கிக் கொடுத்தார்.

ஒரு நாள் விடுதிக் காப்பாளர், அந்த முதியவர் என்னிடம் வந்து 'ஒரு கதை சொல்கிறேன்' என்று ஆரம்பித்தார். ஒரு ஆங்கிலேய துணை கமிஷனர் அந்த விடுதியில் இருந்தாராம். ஒரு நாள் இரவு களைப்போடு வந்து ஷூவைக் கழற்றி விடச் சொல்லிவிட்டு பேசிக் கொண்டிருந்

தாராம். 'உங்க காந்தித் தாத்தா ரொம்ப தொந்தரவு கொடுக்கிறார். அந்தக் கிழவர் மூச்சு விட்டுக்கக்கூட நிறுத்தாம வெளியே போ, வெளியே போ எங்களை சொல்லிக்கிட்டே இருக்காரு. நாங்க எங்கே போறது? இங்கே சந்தோஷமா இருக்கு. போகத்தான் வேணும் என்ற நிலை வரும்போது போவோம். ஆனா போறதுக்கு முன்னாடி அந்தாளுக்குப் பாடம் கற்பிச்சிட்டுத்தான் போவோம். நாங்க விட்டுட்டுப் போற இந்தியாவில் அண்ணனும் தம்பியும் சண்டை, அக்காளும் தங்கையும் சண்டை, கொலை, கொள்ளை, கற்பழிப்புன்னு அந்தாளு சமாளிக்க முடியாம இருக்கும் பாரு. ஐயோ முடியலைன்னு கையைத் தூக்கிட்டு திரும்ப நாங்களே வரக் கூடாதான்னு கடவுள் கிட்ட பிரார்த்தனை பண்ணுவார். அவரோட ஆளுங்களே அவர் மேல பழி சொல்ல ஆரம்பிப்பாங்க. எந்த நிலைமைக்குக் கொண்டு வந்து விட்டிருக்கே பாருன்னு முறையிடுவாங்க. இன்னைக்கு தேதி என்ன, எழுதி வெச்சிக்கோ. நான் சொன்னது நடக்கத்தான் போகுது' என்று அந்த ஆங்கிலேய அதிகாரி கோபமாகச் சொன்னாராம்.

★★★

கமலா: என்ன மாதிரி அனுபவங்கள்.. எங்க கிட்ட எல்லாம் இத்தனை நாளா சொன்னதே இல்லையே.

தமயந்தி: உனக்குத் தெரியாது கமலா.. நீ அப்ப இங்கிலாந்தில் இருந்தே

கமலா: அப்பப்ப நீங்க வந்தாலும் நாம பேசிக்கிற சந்தர்ப்பங்களே அமைஞ்சதில்லை. அப்ப கொஞ்சம், இப்ப கொஞ்சம்ன்னு ஏதோ பேசிக்குவோம்.

தமயந்தி: பிரிவினைக்கு அப்புறம் என் வாழ்க்கையே மாறிப்போச்சு.

கமலா: நீங்க எப்படிப் புறப்பட்டு வந்தீங்கன்னு நாங்க யாரும் கேட்டதே இல்லை.

தமயந்தி: தனியா வந்தேன்.

கமலா: இல்லை, நான் சொல்ல வந்தது என்னன்னா, நாங்க நினைச்சோம்...

தமயந்தி: வேண்டாம்... வேண்டாம்

கமலா: ஏனோ யாருக்கும் கேட்கத் தோணலை. எல்லாம் சரியா இருந்திருக்கும்னு நாங்களே நினைச்சிகிட்டோம்.

தமயந்தி: கமலா, உதவி பண்ணா யாருமே இல்லை அப்போ.

கமலா: நீங்க வந்துட்டீங்க, ஆசிரமங்களில் இருந்தீங்க அங்கிருந்து போனீங்க, யாருக்கும் தெரியலை. மத்தவங்க எல்லாரும் ஒண்ணா வந்தோம்.

தமயந்தி: உனக்குத் தெரியும்..

கமலா: மத்தவங்க சேர்ந்து வந்தாங்க, நீங்களும் அதே போல அவங்களோட வந்ததா நாங்க நினைச்சோம்.

★★★

உலகத்தில் எனக்கென்று யாருமே இல்லாத மாதிரி உணர்ந்தேன்.

எல்லாரும் எங்கே இருக்கிறார்கள் என்றே தெரியவில்லை. பணமே இல்லாமல் எங்கேயோ மலைப் பகுதியில் இருந்தேன். என்ன செய்ய முடியும் என்னால்?

ஒரு நாள் ஆற்றங்கரையில் இரண்டு இளைஞர்கள் இணக்கமாகப் பேசிக் கொண்டிருந்தார்கள். என்ன பேசுகிறார்கள் என்று கவனித்தேன். அலுவலகம் திறக்கப்படப் போவதாகப் பேசிக் கொண்டிருந்தார்கள். விடுப்பு கிடையாது என்றார்கள். நகரிலிருந்து மின்சாரம் எடுத்திருக்கும் ஊர் அது. என்ன இடம் கமலா அது?.. சரி அதற்குப் பிறகு வருகிறேன்.. ரொம்ப நாள்கள் ஆகிவிட்டன. திரும்ப வேலைக்குப் போக வேண்டும் என்பது குறித்துக் கவலையாகப் பேசிக் கொண்டிருந்தார்கள். காதைத் தீட்டிக் கொண்டேன். அந்த மலைப் பகுதியின் ஊடே ஒரு வழி இருப்ப தாகவும், அது வழியாகத்தான் போலிஸ்காரர்கள் போவார்கள் என்றும் பேசிக் கொண்டிருந்தார்கள். ஆறு நிரம்பி ஓடிக் கொண்டிருந்தது. நான் மெதுவாக அவர்களை அணுகி அங்கிருந்து போகத் திட்டமிடு கிறார்களா என்று விசாரித்தேன்.

ஆமாம், எங்கள் அலுவலகத்தைத் திறக்கப் போகிறார்கள். போயாக வேண்டும், இல்லாவிட்டால் எங்கள் மேல் நடவடிக்கை எடுத்து விடுவார்கள் என்றார்கள். என்னையும் அழைத்துப் போகும்படிச் சொன்னேன். ஆனால் போகிற வழி ஆபத்தானது, ரொம்பக் குறுகலானது. கண்ட இடத்தில் இரவு தங்க வேண்டியிருக்கும், உங்களால் முடியாது என்றார்கள். எப்படியாவது எனக்குப் போயே ஆக வேண்டும் என்றேன். ஆனால் அவர்கள் பிடிவாதமாக மறுத்தார்கள்.

அடுத்த நாள் எந்த இடத்தில் எத்தனை மணிக்கு சந்தித்துக் கொள்வது என்று முடிவு செய்து கொண்டார்கள். அடுத்த நாள் அவர்களுக்கு முன்னாலேயே போய் மலைப் பாதையில் உட்கார்ந்து கொண்டேன். என்னிடம் பயப்படவோ, இழக்கவோ என்ன இருந்தது? போட்டிருந்த ஆடையைத் தவிர வேறொன்றும் கிடையாது. நான் பாட்டுக்கு அவர்களைத் தொடர்ந்து போனால் என்னை எப்படி அவர்கள் தடுக்க முடியும் என்று நினைத்துக் கொண்டேன். முதலிலேயே காட்டில் வசித்த ஜனங்களிடம் வழியில் தங்கும் விடுதிகள் உண்டா, தங்க

அனுமதிப்பார்களா என்று கேட்டேன். வழியெல்லாம் ஆபத்தாக இருக்கிறது, கொலையும், கொள்ளையும் நின்றபாடில்லை என்றார்கள். எப்படியாவது சிம்லாவுக்கு என்னை அனுப்பி வைத்து விட்டால் அங்கே எனக்குத் தெரிந்தவர்கள் இருக்கிறார்கள் என்று கெஞ்சினேன். அவர்கள் மறுத்து விட்டார்கள். பணம் தருகிறேன் என்றார்கள். மறுத்தேன். நீ எங்கள் சகோதரி மாதிரி, தாய் மாதிரி சொல்வதைக் கேள், போகாதே என்றார்கள். நான் கேட்கவில்லை. அதனால்தான் மலைவழியில் போகத் தீர்மானித்தேன்.

அந்த இரண்டு இளைஞர்களும் வந்ததும் அதிர்ச்சி அடைந்தார்கள். இந்த வழியில் உங்களால் வர முடியாது என்று திரும்பத் திரும்பச் சொன்னதற்குப் பிறகு இங்கே ஏன் வந்தீர்கள்? என்று கேட்டார்கள். என் கிட்ட பணம் கிடையாது, நான் பாட்டுக்கு ரோடில் நடக்கிறேன், என்னை எப்படி உங்களால் தடுக்க முடியும் என்று கேட்டேன். நாங்கள் பணம் தருகிறோம் என்றார்கள். பணம் தேவையில்லை, அங்கிருந்து வெளியேறுவதுதான் முக்கியம் என்றேன். எங்கிருந்து மின்சாரம் வருகிறது என்று உங்களுக்குத் தெரியும், மண்டிதானே அந்த இடம்? அங்கே என்னைக் கூட்டிப் போய் விட்டால் அங்கிருந்து தரம்சாலாவுக்கோ, பஞ்சாபுக்கோ போய் விடுவேன், என்றேன். நாங்கள் போகிற வழி ரொம்ப ஆபத்தானது என்றார்கள். நான் பாட்டுக்கு அவர்களைத் தொடர்ந்து கொண்டிருந்தேன். அவர்களுக்கு எரிச்சலாக இருந்தாலும் எதுவும் செய்ய முடியவில்லை.

கொஞ்ச தூரம் போனதும் நின்று சாப்பாட்டுப் பொட்டலத்தைப் பிரித்தார்கள். எனக்கும் தர வேண்டியிருந்தது. என்ன இது அட்டை மாதிரி ஒட்டிக் கொண்டு வருகிறாள், கழுத்தறுப்பு என்று அவர்கள் நினைத்திருப்பார்கள். என்ன செய்ய முடியும், நான் விடுவதாக இல்லையே? பலகீனமாக இருந்தேன், கண்ணெல்லாம் சிவந்திருந்தது, கையில் காலணா இல்லை. இன்னும் கொஞ்ச தூரம் போனதும் ஒரு சின்ன கிராமம் வந்தது. பாலும் ரொட்டியும் வாங்கி கொடுத்தார்கள். பொழுது விடிந்ததும் மீண்டும் அவர்களைத் தொடர்ந்தேன்.

பாதை சேரும் சகதியுமாக வழுக்கலாகச் சில இடங்களிலும், கால் சிக்கிக் கொள்ளும் அளவு சில இடங்களிலும், காலில் கீறல், காயங்கள் விழும் அளவு சில இடங்களும் இருந்தன. உறைய வைக்கும் குளிர் இன்னொரு பக்கம். ஸ்வெட்டர், மஃப்ளர் எதுவுமில்லை. பிறகு கொஞ்சம் பிரதானமான இடம் ஒன்றை அடைந்தோம். அங்கிருந்து பேருந்துகள் புறப்பட்டுக் கொண்டிருந்தன. ஒரு காவல் நிலையம் இருந்தது. அவர்கள் இருவரும் என்னைக் காவல் நிலையத்தின் பாதுகாப்பில் விட்டுவிடத் தீர்மானித்தார்கள். ஒரு மேடை மாதிரி இருந்த

இடத்தில் என்னை உட்காரச் சொன்னார்கள். குடிக்க ஏதாவது வாங்கி வருகிறேன் என்று நழுவி விட்டார்கள். எப்படியாவது என்னைக் கழற்றிவிட வேண்டும் என்று நேரம் பார்த்துக் கொண்டிருந்தார்கள்!

நான் அங்கே உட்கார்ந்திருந்த போது போலிஸ் வந்து விசாரித்தார்கள். நான் லாகூரிலிருந்து வந்ததையும், குடும்பப் பின்னணியையும் சொல்லி தர்மசாலாவுக்கு என்னை அனுப்பி வைக்க முடியுமா என்று கேட்டேன். அங்கே யாரையாவது தெரியுமா என்று கேட்டார்கள். அங்கு டூட்டியில் இருக்கும் துணை கமிஷனரை சந்திப்பேன் என்றேன். பணமில்லை. எப்படியாவது என்னை பஸ் ஏற்றி விடுங்கள் என்றேன். ரொம்ப சோர்ந்து போயிருந்தேன். கால்கள் வீங்கிப் போயிருந்தன. உடம்பு இறுகி மரத்துப் போய் நகரவே திராணியில்லாமல் இருந்தது.

சாலையின் குறுக்கே கயிற்றைக் கட்டி, போகிற பேருந்து ஒன்றை நிறுத்தினார்கள். என்னை ஏற்றிக் கொள்ளச் சொல்லிக் கேட்டார்கள். பேருந்தில் இடமில்லை. என்னுடைய நிலைமையைச் சொல்லி வற்புறுத்தினார்கள். பேருந்தில் போவது கல்யாண கோஷ்டி என்றும், எல்லா இருக்கைகளும் நிரம்பியிருக்கின்றன, இடமே இல்லை என்றும் சொன்னார்கள். எப்படியாவது இடம் உண்டாக்கித்தான் ஆக வேண்டும் என்று இவர்கள் வற்புறுத்த, பின் கதவைத் திறந்து சாமான்களுக்கு மத்தியில் கொஞ்சம் இடம் செய்து கொடுத்தார்கள். கடவுள் எப் போதும் எனக்கு ஆதரவாக இருந்தார். ஆனாலும் அந்தச் சிறிய இடத்தில் நிற்கத்தான் முடிந்தது என்னால். பேருந்து புறப்பட்டதும் தலை சுற்றியது, வாந்தி வந்தது. என் குர்தாவுக்குள் வாந்தி எடுத்துக் கொண்டு கடவுளைப் பிரார்த்தித்துக் கொண்டு நின்றேன்.

கடவுளே, திரௌபதியின் மானத்தைக் காப்பாற்றியவன் நீ. எனக்கு என்ன ஆகிக் கொண்டிருக்கிறது பார். நீதான் என்னைப் பார்த்துக் கொள்ள வேண்டும் என்று பிரார்த்தித்துக் கொண்டே இருந்தேன். அடுத்த நிறுத்தம் வந்தது. ஜன்னல் வழியாகப் பார்க்கக் கூட முடியவில்லை. வாந்தியால் உடை முழுக்க நனைந்து சொதசொதப் பாக இருந்தேன். அப்போது கதவைத் திறந்து கொண்டு கதர் அணிந்த ஒரு உயரமான வாலிபன் வந்தான். 'அம்மா, சகோதரி, என் சீட்டில் வந்து உட்காருங்கள்' என்றான். நான் பிரார்த்தனை செய்த சில வினாடிகளில் இது நடந்தாலும் நான் மறுத்தேன்.

'இல்லை, நான் அசுத்தமாக இருக்கிறேன். துர்வாடையுடன் இருக் கிறேன். பரவாயில்லை' என்றேன்.

'இல்லையம்மா, என் மனசாட்சி இதற்கு இடம் தரவில்லை. இந்த நிலையில் இந்த இடத்தில் உங்களால் உட்கார முடியாது. முன்னால்

இருக்கிற என் சீட்டில் வந்து உட்காருங்கள். நான் இங்கே உட்காரு கிறேன்' என்றான் அவன்.

'வேணாம், சீட்டையெல்லாம் நாசமாக்கி விடுவேன்' என்று அழுதேன்.

அவன் என்னைப் பிடித்து அன்போடு அழைத்துப் போய் அந்தச் சீட்டில் உட்கார வைத்தான். உடைகளில் படிந்து காய்ந்திருந்த வாந்தியைத் துடைத்து விட்டான். சௌகர்யமாக உட்கார்த்தி வைத்தான். எங்கே உட்கார்ந்தேன், என்ன நடந்தது அவன் எங்கே போனான் எதுவும் தெரியாமல் கைகால் இறுகி இப்படியே விழுந்து கிடந்தேன்.

குறிப்பிட்ட அந்த மின்சாரம் எங்கிருந்து வருகிறது என்று சொன் னார்களோ.. ஊர் பெயர் இன்னும் நினைவில்லை.. அங்கே போனதும் வேறொரு பஸ்ஸைப் பிடிக்க வேண்டியிருந்தது. உட்கார முயற்சித் தேன், முடியவில்லை. 'கவலைப் பட வேண்டாம், பஸ் வந்ததும் நாங்கள் ஏற்றி விடுகிறோம்' என்று யாரோ சொன்னார்கள். என்னிடம் பணம் இல்லை. தர்மசாலா போக உதவி செய்யுங்கள் என்றேன். அப் போது ஓர் இளைஞன், 'என் வீடு இங்கேதான் இருக்கிறது, வாருங்கள் என்னோடு' என்றான். 'வேண்டாம்' என்றேன். ஏன் என்றான். முடியாது என்றேன். இந்த நிலையில் உங்களை விட்டுப் போவது நியாயமில்லை. நீங்கள் வந்துதான் ஆக வேண்டும் என்றான். மலை ஏறுவது கஷ்டம் என்றேன். என் நண்பனைக் கூட்டிக் கொண்டு வருகிறேன். உங்களைத் தூக்கிக் கொண்டாவது போய் விடுவோம் என்றான்.

நான் இவ்வளவு மறுத்தும் பிடிவாதமாக என்னை அழைத்துப் போய் விட்டான். அவனுடைய பங்களா பெரிதாக இருந்தது. வீட்டுக்கு அழைத்துப் போய் வராண்டாவில் இருத்தி விட்டு 'உங்களுக்கு ஒரு விருந்தாளி வந்திருக்காங்க அக்கா' என்று யாரையோ அழைத்தான். கதவைத் திறந்து கொண்டு வந்த ஆளைப் பார்த்ததும் ஆச்சரியம் தாங்கவில்லை. அவள் என் மாணவி.

'அடக் கடவுளே.. என்ன ஆச்சு உங்களுக்கு? என்ன இப்படி இருக் கீங்க?' என்று கவலையாக... கமலா, அது யார் தெரியுமா? சகுந்தலா மஹிலா தேவியிலிருந்து வருவாளே, அந்த அழகான பொண்ணு... என்னை அணைத்துக் கொண்டு கண்ணீர் விட்டாள்.

'சகுந்தலாவா நீ?'

'ஆமாம்..'

'ஐயய்யோ.. என் கிட்ட வராதே.. அழுக்கு, நாற்றம்.'

‘அதெப்படி.. வாழ்க்கையில் ரொம்ப உயர்ந்ததா கருதுவது உங்களைத் தானே.’

சகுந்தலாவை எல்லா மாணவர்கள், மாணவிகளுக்கும் பிடிக்கும். வெந்நீர் போட்டுக் கொடுத்து, நல்ல துணிமணி கொடுத்து, சூடாக டீ போட்டுக் கொடுத்து, படுக்கை தயார் செய்து என்னைப் படுக்க வைத்தாள். எனக்குப் பொங்கி வந்த அழுகையை அடக்கவே முடிய வில்லை. ‘ஏன் அழறீங்க, நீங்க கொடுத்த அறிவு என்கிற பரிசுக்கு இதெல்லாம் ஈடாகுமா?’ என்று சமாதானம் செய்தாள்.

‘சகுந்தலா, என்ன பண்றது, எங்கே போறதுன்னு எதுவும் புரியல்லை. எப்படியாவது என்னை தர்மசாலாவுக்கு அனுப்பிட்டா வாழ்க்கை பூரா கடன் பட்டவளா இருப்பேன் உனக்கு.’

‘என்னை அவமானப் படுத்தாதீங்க. இந்த நிலையில் உங்களை எங்கே யும் விடமாட்டேன். முதல்ல ஓய்வெடுங்க. தெம்பு வரட்டும், நடக்க ஆரம்பியுங்க. இது உங்க வீடு, நாங்க உங்க குழந்தைங்க.’

பத்துப் பதினைந்து நாட்களுக்கு என்னை நன்றாகக் கவனித்துக் கொண் டார்கள். டாக்டர், மசாஜ், நல்ல உணவு என்று. எனக்கு ஒரு மாதிரி குற்ற உணர்வாக இருந்தது. அதிக நெருக்கமில்லாதவர்களை தொந்தரவு செய்கிறோமே என்று. அதற்குப் பிறகு தர்மசாலா அனுப்பி வைத்தார் கள். அங்கே போனதும் முதலில் துணை கமிஷனரை சந்தித்தேன்.

அவரிடம் நான் வீட்டிலிருந்து ஓடி வர வேண்டிய சூழலைச் சொன் னேன். எந்த இடம், யார் வீடு எல்லாப் பின்னணியும் சொன்னேன். என்னை பஞ்சாபுக்கு அனுப்பி வைக்கும்படி சொன்னேன். அமிர்த சரஸில் இருந்த டாக்டர் சந்தோக் சிங் தவிர்த்து வேறு உறவினர்கள் எங்கே என்று தெரியாது என்றும் சொன்னேன். ‘கண்டிப்பாக அனுப்பி வைக்கிறோம், அதற்கு முன்னால என் வீட்டுக்கு வாங்க’ என்று அழைத்துப் போனார். அவர் மனைவி ஒரு ஆஸ்துமா நோயாளி. ஆனாலும் சுமார் ஒரு மாதம் என்னை அன்பாகப் பார்த்துக் கொண்டார். சாலைகள் நன்றாக இல்லாததாலும், ஆற்றில் வெள்ளம் கரை புரண்டு ஓடிக் கொண்டிருந்ததாலும் என்னை உடனே அனுப்பி வைக்க முடியவில்லை என்று தெரிவித்தார்.

★★★

கமலா: ஒரு நிமிஷம், குடும்பத்தில யாருமே கவலைப்படவோ, தேடவோ இல்லையா? பிரேமி ஆண்ட்டி? அவங்களும்கூடத் தேடலையா?

தமயந்தி: அவங்களுக்கு என்னைப் பத்தித் தெரியுமா, எனக்கு அவங்களைப் பத்தித் தெரியுமா... அவங்களுக்குத் தெரிஞ்சதெல்லாம் நான் கோத்ராவில் இருக்கேன் என்பதுதான். அல்லது செத்துட்டேன்னு நினைச்சிருக்கலாம். நேரம் அப்படிப்பட்ட நேரம். ஒருத்தருக்கு இன்னொருத்தர் பத்தித் தெரியாது. அக்கறையும் இல்லை. என்னைப் பத்தி எப்படி யோசிப்பாங்க? நானே சமாளிச்சிக்குவேன்னு நினைச்சிருக்கலாம்.

★★★

பகுதி 1

மறைந்திருக்கும் சரித்திரங்கள்

பெண்களின் சரித்திரத்தில் எப்போது எச்சரிக்கை கொண்டேன் என்று குறிப்பாகச் சொல்ல முடியாது. எச்சரிக்கை என்று சொல்வதற்குக் காரணம் உண்டு. அது ஒரு மாதிரி ஒட்டுமொத்த உணர்வு. கேட்ட கதைகள் எல்லாம் என் உணர்வுகளுக்குள் ஊடுருவிக் கொண்டே இருந்தன. ஒரு நாள் நானே முன் வந்து தேட வேண்டியவை அவை என்று தோன்றியது.

இதைச் சொல்கிற போதே எனக்கே வினோதமாகப் படுகிறது. ஒரு பெண்ணுரிமை ஆர்வலர் என்கிற முறையில் எப்போதும் எச்சரிக்கையாக இருப்பவள் நான். சரித்திரத்தின் பல்வேறு அடுக்குகளை ஆராய்ந்து வேறுபட்ட, சிக்கலான உண்மைகளை அறிய, அதிலிருக்கும் வலிகளை மீறி முயல்பவள் நான். அப்படி இருந்தும், பெண்கள் குறித்த கண்டு பிடிப்புகள் எனக்கு ஆச்சரியமாக இருப்பது எப்படி என்று என்னையே கேட்டுக் கொள்கிறேன். என்னுடைய ஆரம்ப அனுமானம் காரணமாக இருக்கலாம். பிரிவினையின் சரித்திரம், நான் அறிந்த வரை பெண்கள் குறித்து எதுவும் சொல்லவில்லை. ஒரு பெண்ணாக, பெண்ணுரிமை ஆர்வலராகப் பிரிவினையில் பெண்கள் குறித்துத் தேட முற்பட்டேன். கண்ட விஷயங்களைப் பார்வைக்குக் கொண்டு வர முயன்றேன். முழுமையில்லாத ஒரு தோற்றத்துக்கு முழுமையை அது தரும் என்று சொல்லலாம்.

முழுமையான தோற்றங்கள் என்று சொல்ல முடிந்தவை ஏதும் இல்லை. இப்போதுதான் தெரிகிறது : அந்தத் தோற்றத்தைக் காட்ட முயல்பவர்கள் எல்லோரும் புதிதாக வரைய வேண்டியிருக்கிறது. ஒவ்வொரு முறையும் பழைய தோற்றத்தையும் சேர்த்து மாற்றுகிறது இந்த முயற்சி. நீங்கள் யார், யாருடன் பேசுகிறீர்கள், எதில் கவனம் வைக்கிறீர்கள், அவர்கள் எதைச் சொல்ல முன் வருகிறார்கள், எப்போது, எங்கே பேசுகிறீர்கள் என்பதையெல்லாம் வைத்து இந்தத்

தோற்றம் மாறிய வண்ணம் இருக்கும். ராணாமாமாவின் அனுபவங் களைக் கேட்கும்போது இது எனக்குப் புரிந்தது.

ராணாவுக்கே தன் கதையைச் சொல்வதில் சிரமங்களும் தடைகளும் இருக்குமானால் பெண்களுக்கு இன்னும் பல மடங்கு அந்தச் சிரமங்கள் இருக்குமே! அவர்கள் யாரிடம் பேசி இருக்க முடியும்? யார் கேட்டிருப் பார்கள்? நான் கேட்ட கேள்விகளில் ஒன்றை கவனத்தில் கொள்ளா ததை உணர்ந்தேன். பெண்களின் நிஜமான குரலை அறிய சரியான சந்தர்ப்பங்களும், சரியான கேள்விகளும் அவசியம். அவர்களின் மௌனம், பேச்சில் இருக்கும் தயக்கங்கள், இடைவெளிகள், பாதியில் விட்டவை ஆகியவற்றைப் புரிந்து கொள்ள வேண்டியது அவசியம். ஆண்கள் பெண்கள் குறித்து அநேகமாகப் பேசவே இல்லை. பெண்கள் தங்களைக் குறித்துப் பேசவே இல்லை. தங்களைக் குறித்து சொல்ல உபயோகமான தகவல் ஏதுமில்லை என்று கூடச் சொன்னார்கள். கூட இருந்த ஆண்களும் இதை ஆமோதித்தார்கள். பல சமயம் பெண்களுக்குப் பேச சந்தர்ப்பமே கிடைக்கவில்லை. ஒரு வெளி நபராக, அந்நிய ஆளாக அவர்களின் வாழ்க்கையைக் குடைவதற்கு எனக்கு என்ன உரிமை இருக்கிறது? மறந்து போக முற்படும் விஷயங்களை நினைவுபடுத்துவது சரிதானா? அதிலும் முக்கியமாக நான் அறிய விரும்பும் சரித்திரத்தின் பகுதிகள் வன்முறையும் கொலையும் கற்பழிப்பும் நிறைந்தவை என்கிற போது இன்னும் சங்கடமாக இருந்தது.

இதன் காரணமாகவே கொஞ்ச காலம் பெண்களுடன் பேசாமல் இருந்தேன். சரித்திரத்தின் குறியீடாக விளங்கும் பல மௌனங்கள் இருந்தன. அந்த மௌனங்கள் மறைக்கும் செய்திகளை வெளிக் கொணர்வது அவசியம் என்று நினைத்தேன். நான் ரொம்பவும் அவசியம் என்று நினைத்த ஆவணங்களின் பக்கம் பார்வையைத் திருப்பினேன். செய்தித்தாள் செய்திகள், ஒரு சஞ்சிகை உள்ளிட்ட சில விஷயங்களில் திரட்டியவற்றை ஒரு கதையாகத் தொகுக்க முடிந்தது. நேசமும் வெறுப்புமான கதை, இரு நாடுகள், நான்கு உள்ளங்கள் பற்றிய கதை, பெண்களின் வரலாற்றுக்கு என்னைத் திரும்ப அழைத்து வந்த கதை, அதுதான் ஸைனாப்-பூட்டா சிங் கதை.

குடும்பத்தோடு ஒரு கஃபிலாவில் பாகிஸ்தான் போய்க் கொண்டிருந்த போது கவர்ந்து போகப்பட்டதாகச் சொல்லப்படும் இஸ்லாமிய இளம்பெண் ஸைனாப். கவர்ந்து போனவர்கள் யார் என்பது தெரியாது; எத்தனை கைகள் மாறியவள் என்பதும் தெரியாது. ஆனால், அமிர்த சரஸைச் சேர்ந்த பூட்டா சிங் என்னும் ஜாட் பிரிவினருக்கு விற்கப் பட்டவள் என்பது தெரியும். தாங்களே கவர்கிறவர்களோ, அல்லது கவர்ந்தவர்களிடமிருந்து வாங்குகிறவர்களோ செய்வது போல ஒரு

வகை ஞான ஸ்னானம் செய்வித்து அந்தப் பெண்ணை மணந்து கொண்டார் பூட்டா சிங். இருவரும் ஒருவரை ஒருவர் நேசித்தார்கள். குடும்பம், இரண்டு பெண்கள்.

பிரிவினைக்குச் சில ஆண்டுகளுக்குப் பின்னர், கவர்ந்து செல்லப்பட்ட பெண்களைத் தேடிப் பிடிக்கும் குழு ஒன்று பூட்டா சிங்குடன் வாழ்ந்து கொண்டிருந்த ஸைனாபை அடையாளம் கண்டது. பூட்டா சிங்கின் சகோதரனோ அல்லது மைத்துனர்களோதான் தேடுபவர்களுக்குத் தகவல் தந்திருப்பார்கள் என்று சந்தேகிக்கப்பட்டது. பூட்டா சிங்கின் வாரிசுகளால் சொத்தில் தாங்கள் அடைய வேண்டிய பங்குக்கு பங்கம் வரலாம் என்று அவர்கள் பயந்திருக்கலாம். இது போன்ற 'மீட்புகளில்' சிக்கிய இதர பெண்களைப் போலவே ஸைனாபுக்கும் வேறு வழி இல்லாமல் போயிற்று. குடும்பத்தை விட்டுப் பிரிந்தாள். . செய்தித் தாள்கள் இதை உணர்வுப்பூர்வமான காட்சியாக வர்ணித்தன. ஸைனாப் போவதை மொத்த கிராமமும் கூடி வேடிக்கை பார்த்தது. இடுப்பில் குழந்தையுடன், கையில் ஒரு துணி மூட்டையுடன் அவள் மெல்ல வீட்டை விட்டு வெளியேறினாள். ஜீப்பில் ஏறும் போது மூத்த மகளைக் காட்டி 'அவளைப் பார்த்துக்கங்க, கவலைப் பட வேண்டாம். நான் சீக்கிரம் திரும்பி வருவேன்' என்று சொன்னதாக நம்பப்படுகிறது.

சொத்துப் பிரச்னைதான் இதற்கும் காரணம் என்பதில் ஆச்சரியமில்லை. அவளுடைய பெற்றோர் கொல்லப்பட்டார்கள். ஆனால் அவர்கள் விட்டு வந்த சொத்துக்கு ஈடாக நிலம் வழங்கப்படத் தீர்மானமானது. அப்பாவின் பங்கு ஸைனாபுக்கும் அவளது சகோதரிக்கும் என்று தீர்ப்பாயிற்று. அருகிலிருந்த சின்ன நிலம் அவர்களின் மாமாவுக்குக் கிடைத்தது. ஸைனாபை 'மீட்டு' க் கொண்டு வர ஏற்பாடு செய்தது அந்த மாமாதான் என்று வதந்தி. தன் மகனை அவளுக்குக் கல்யாணம் முடித்து விட்டால் சொத்துக்கள் பூரா தன் குடும்பத்திலேயே இருக்கும் என்பது அவர் திட்டம். அவர் மகனுக்கு ஸைனாபைக் கல்யாணம் செய்து கொள்வதில் விருப்பம் இல்லை. முக்கிய காரணம் பல ஆண்டுகள் ஒரு சீக்கியருடன் அவள் வாழ்ந்தது. ஆகவே இது குறித்து வாக்குவாதங்கள் நடந்த வண்ணம் இருந்தன. இந்த விஷயம் பூட்டா சிங்குக்கு அக்கம் பக்கத்தவர்கள் மூலம் வந்து கொண்டிருந்தது.

இதனிடையே பூட்டா சிங் தனக்கு நியாயம் கிடைக்க இயன்ற வழிகளில் எல்லாம் முயன்று பார்த்தார், எதற்கும் பலனில்லை. பாகிஸ்தானுக்குப் போக முயன்றார் ஆனால் அது சாத்தியமானதாக இல்லை. இந்நிலையில் பூட்டா சிங்குக்கு ஸைனாபின் அண்டை வீட்டுக்காரரில் ஒருவர் என்று கருதப்பட்டவரிடமிருந்து ஒரு கடிதம் வந்தது. பூட்டா சிங் உடனடியாக அங்கே போவது நல்லது என்று அந்தக்

கடிதம் சொன்னது. ஸைனாபின் குடும்பத்தினர் அவளைக் கல்யாணம் செய்து கொள்ளும்படி வற்புறுத்தினார்களாம்.

பூட்டா சிங் நிலபுலன்களை விற்றுக் கொஞ்சம் பணம் தேற்றினார். பாஸ்போர்ட் விசாவுக்கு ஏற்பாடு செய்ய வேண்டியது அடுத்தது. பாகிஸ்தான் போவதற்குத் தடையும் இருக்கக் கூடாது, பாஸ்போர்ட் கிடைப்பதிலும் தாமதம் இருக்கக் கூடாது. இஸ்லாமியராக மாறி, பெயரை ஜமில் அகமத் என்று மாற்றிக் கொண்டார். தன்னை ஒரு பாகிஸ்தானியராக அறிவித்துக் கொண்டு பாஸ்போர்ட்டுக்கு விண்ணப்பித்தார். இப்படிச் செய்வதுதான் ஸைனாபை அடைகிற வழி என்றால், அதைச் செய்ய எந்தத் தயக்கமும் இல்லை அவருக்கு. ஆனால் அன்றிருந்த நிலையில், ஒரு புது நாட்டுக்காரராக மாறுவது அவ்வளவு சுலபமாக இல்லை.

பாகிஸ்தான் ஹை கமிஷன் விண்ணப்பத்தை ஏற்று, உரியவர்களிடம் அடுத்த கட்ட சம்பிரதாயங்களுக்கு அனுப்பியது. ஒருவரின் தேசிய அடையாளத்தை மாற்றுவது அவ்வளவு சுலபமில்லையே! இரண்டு நாடுகளும் போர் மனப்பான்மையில் இருந்தன. ஒருவரின் நடவடிக்கையில் இன்னொரு நாட்டுக்குச் சந்தேகம் உண்டாவது சாதாரணமான விஷயமாக இருந்தது. இரு நாடுகளுக்கிடையில் மக்கள் போய் வருவதே சிரமமாக இருந்த போது நாட்டையே மாற்றிக் கொள்ளும் விருப்பம் எவ்விதமாக எதிர்கொள்ளப்பட்டிருக்கும்? பல மாதங்கள் பரிசீலனைக்குப் பின் விண்ணப்பம் நிராகரிக்கப்பட்டது. (ஏறக்குறைய இதே சமயம், பிரபலமாக இருந்த மீனா என்கிற நடிகை பாகிஸ்தானியராக மாற விண்ணப்பித்து அது ஏற்கப்பட்டது பத்திரிகைகளில் பெரிய செய்தியாக வந்தது).

பூட்டா சிங் இதை அவ்வளவு எளிதில் விட்டுவிடவில்லை. குறுகிய கால விசாவுக்கு விண்ணப்பித்தார். ஹை கமிஷன் அதிகாரிகளுக்கு நன்றாகப் பழக்கம் ஆகியிருந்ததால் அது கிடைத்து விட்டது. ஜமீல் அகமத் (எ) பூட்டா சிங் பாகிஸ்தானுக்குப் பயணித்தார். ஸைனாபுக்கு மாமா பையனுடன் ஏற்கெனவே திருமணம் முடிந்து விட்ட செய்திதான் அங்கே காத்திருந்தது. வாழ்க்கையே முடிந்து விட்ட உணர்வுதான் நியாயமாக அவருக்கு வந்திருக்க வேண்டும்; ஆனால், ஒரு வினோதமான சூழலில் ஸைனாபுக்கான போராட்டத்தைத் தொடரும்படி ஆனது. தேடும் பரபரப்பில், தான் பாகிஸ்தானுக்கு வந்து சேர்ந்ததும் போலிஸாருக்குத் தகவல் தெரிவிக்க வேண்டும் என்கிற சட்டம் மறந்து போயிருந்தது அவருக்கு.

இந்தக் குற்றத்துக்காக ஒரு மாஜிஸ்ட்ரேட் முன்னிலையில் ஆஜராக வேண்டிய அவசியம் நேரிட்டது. தன்னுடைய நிலைமையையும்,

பதற்றத்தையும் விளக்கி அதனால்தான் இந்தத் தவறு நேர்ந்தது என்று பூட்டா சிங் தெரிவித்தார். இதைக் கேட்ட மாஜிஸ்ட்ரேட் ஸைனாபை தன் முன் ஆஜர் படுத்த வேண்டும் என்று உத்தரவிட்டார். ஸைனாப் வாக்குமூலம் தர வேண்டும் என்றும் உத்தரவிடப்பட்டது.

இந்த இடத்தில்தான் பூட்டா சிங்கின் நம்பிக்கை தகர்த்தெறியப்பட்டது.

உறவினர்கள் புடைசூழ வந்த ஸைனாப் கொடுத்த வாக்குமூலம்:

'எனக்குக் கல்யாணமாகி விட்டது. இந்த மனிதரோடு எனக்கு இப் போது எந்த உறவும் இல்லை. அவருடைய வீட்டிலிருந்து நான் எடுத்து வந்த அவருடைய இரண்டாவது குழந்தையையும் அவர் திரும்ப எடுத்துப் போகலாம்.'

அடுத்த நாள் பூட்டா சிங் ரயிலில் விழுந்து தற்கொலை செய்து கொண்டார். அவர் எழுதி வைத்திருந்த தற்கொலைக் குறிப்பு, தான் ஸைனாபின் கிராமத்தில் புதைக்கப்பட வேண்டும் என்று சொல்லியது. ஆனாலும் இந்தக் கடைசி ஆசை நிறைவேற்றப்படவில்லை. பூட்டா சிங்கின் உடல் பிரேதப் பரிசோதனைக்காக லாகூருக்கு எடுத்து வரப் பட்ட போது பெரும் திரளாக மக்கள் கூடினார்கள். சிலர் அழுதார்கள். ஒரு சினிமா தயாரிப்பாளர் அவருடைய கதையைப் படமாக எடுக்கப் போவதாகக் கூறினார். போலிஸ் குழு அவர் உடலைப் புதைக்க ஸைனாபின் கிராமத்துக்கு எடுத்துப் போன போது அவளது இனத் தவர்கள் தடுத்து விட்டார்கள். இந்த நிகழ்வுக்கு ஒரு நிரந்தர நினைவுச் சின்னம் வருவதை அவர்கள் விரும்பவில்லை. பூட்டா சிங் (எ) ஜமீல் அகமத் லாகூரில் புதைக்கப்பட்டார்.*

★★★

மரணம் பூட்டா சிங்கைக் கதாநாயகனாக்கி விட்டது. ஹீர்-ரஞ்சா, சோனி-மஹிவால் போல துரதிர்ஷ்டக் காதலர்களின் சரித்திர வரிசை யில் பொருந்தி விட்டார். ஸைனாப் மௌனம் சூழ வாழ்க்கையைத் தொடர்ந்தாள். காதலனின் மரணத்துக்கு அழக்கூட முடியாத அவல மான மௌனம். இதைப் போன்ற ஆயிரக்கணக்கான பெண்களில் ஸைனாபும் ஒருத்தி.

---

* செய்தித்தாள்கள், புத்தகங்கள், மற்றும் ஓர் பிரசுரிக்கப்படாத கையெழுத்துப் பிரதி இவற்றிலிருந்து இதைத் தொகுத்திருக்கிறேன். Lahore : A memoir by Som Anand. சரித்திர அந்தஸ்து அடைந்து விட்டதாலோ என்னவோ பூட்டா சிங்-ஸைனாப் கதைக்கு ஒன்றோடு ஒன்று வேறுபடும் பல்வேறு கோணங்கள் பேசப்படுகின்றன. கர்த்தவ் சிங் என்கிற பெயரில் இந்தக் கதை பாகிஸ்தானில் காணொளியாக வெளியிடப்பட்டுள்ளதாக அறிகிறேன்.

ஸைனாப்-பூட்டா சிங்கின் கதை உணர்வுமயமானது. ஆனால் ஒரு வித அதிருப்தியின் காரணமாக அது திரும்பத் திரும்ப மனதுக்குள் சுற்றி வந்தது. சொல்லப்பட்டிருக்கும் விதத்தில் இந்தக் கதை ஒரு நாயகனை யும், பலியான நாயகியையும் சித்தரிக்கிறது. நாயகனின் நேர்மை, வேகம், விவேகம், நேசித்த பெண்ணுக்காக எதையும் விட்டுவிடத் தயாராக இருக்கும் தன்மை எல்லாவற்றையும் இந்தக் கதை சொல் கிறது. ஆனால் பலியான அந்த நாயகி குறித்து எதுவுமே சொல்ல வில்லை. எவ்வளவு முயன்றும் அவள் குரலே எனக்குக் கேட்கவில்லை இதில். அவளது உணர்வுகள் எப்படி இருந்திருக்கும்? பூட்டா சிங் மீது அன்பு இருந்ததா, இல்லையா, அல்லது சம்பந்தப்பட்ட இரு ஆண்கள் மீதும் அவளுக்கு வெறுப்புதான் இருந்ததா? ஏறக்குறைய வன்புணர்ச்சி என்று சொல்லவல்ல இந்தக் கவர்ந்து செல்லப்பட்ட நிகழ்வு அல்லது நிகழ்வுகள் அவளை எந்த விதத்தில் பாதித்திருக்கும்?

அவளும் பூட்டா சிங்கும் சந்தோஷமாக இருந்ததாகவும், ஒருவரை ஒருவர் நேசித்ததாகவும் சொல்லப்படுகிறது. ஆனால் அந்த மனிதர் அவளைக் கடைச் சரக்கை வாங்குவது போல விலை கொடுத்து வாங்கியிருக்கிறார். அப்படியிருக்கும் போது அவள் எப்படி பூட்டா சிங்கை நேசித்திருக்க முடியும்? தொடர்புடைய பெண்கள் யாராவது இன்னும் உயிருடன் இருந்தால் அவர்களுடன் பேசிப் பார்க்கும் ஆர்வம் எனக்கு உண்டாயிற்று. இது குறித்த உண்மை நிலையை அறிய அது ஒன்றுதான் வழி என்று தோன்றியது.

இதைச் செயலாக்குவது அவ்வளவு எளிதாக இல்லை. ஆராய்ச்சி முடிவுக்கு வருகிற இடம் என்று ஒன்று உண்டு. நாம் ஆராயும் மனிதர்கள் உணர்வுகளுக்கு அப்பாற்பட்டு நமக்குத் தகவல் தருகிற மையமாக நம் வேலைக்கு மட்டும் முக்கியத்துவம் தருகிற விஷயமாக அமைந்து விடுவதுண்டு. இது ஒரு முறையில்லாத, அவலங்களை உபயோகப் படுத்திக் கொள்ளும் தன்மையாக எனக்குப் படுகிறது. ராணாமாமாவின் அனுபவங்களில் செய்ததைப் போன்ற, நானே வலிய உட்புகுத்திக் கொண்ட அமைதிகளை என் தேடல்களில் சேர்த்துக் கொள்ள முனைந் தேன். பிரிவினையின் வரலாறு பெண்களின் மனதும் உடலும் தொடர் புடைய பல முறைகேடுகளை உள்ளடக்கியிருப்பதை நான் உணர்ந் தேன். ஆகவே இது குறித்துப் பேச முன் வருகிறவர்களிடம் மட்டுமே பேசுவது என்று தீர்மானித்தேன். பெண்கள் குறித்த விஷயங்களில், மனிதர்கள் அல்லாத இதர வழிமுறைகளைத் தொடர்ந்து பயன் படுத்துவது என்றும் தீர்மானித்தேன். ஒரு விஷயத்தில் ஈடுபாடு இருக்கிற போது தொடர்புடைய விஷயங்களின் பக்கம் கவனம் தன்னிச்சையாகத் திரும்புகிறது. அடுத்த படி தானாகவே எதிர்வந்தது.

★★★

முல் சுட்டா உக்தே (வேர்களில் இருந்து எடுக்கப்பட்டது) என்கிற குஜராத்தி நூல் பற்றிய விமர்சனத்தை மனுஷி என்கிற பெயரைத் தாங்கிய பெண்களுக்கான பத்திரிகை 1988 ல் பிரசுரித்தது. இந்த நூல், பிரிவினையின் போது பெண்களுக்கு இழைக்கப்பட்ட கவர்ந்து செல்லுதல், பாலியல் பலாத்காரம் உள்ளிட்ட சம்பவங்களின் ஆவணத் தொகுப்பு. இதை எழுதியவர் கமலாபென் பட்டேல் என்கிற பெண் மணி. அவர் சொல்வது அதிர வைக்கிறது. மேற்படி இரு சம்பவங் களால் பிரிவினையின்போது, ஏறக்குறைய 75,000 பெண்கள் பாதிக்கப் பட்டிருப்பதாக அவர் சொல்கிறார். காஷ்மீரையும் கவனத்தில் எடுத்துக் கொண்டால் இந்த எண்ணிக்கை 1,00,000 வரை போகும். இவை நீங்கலாக வேறு வன்முறைகளும் பெண்களுக்கு இழைக்கப் பட்டுள்ளன. தெருவில் நிர்வாணமாக ஊர்வலமாக அழைத்துப் போகப் பட்டவர்கள், மார்புகள் அறுக்கப்பட்டவர்கள், வேற்று மதத்தின் குறிகளை உடம்பில் பச்சை குத்துவது என்று நிறைய இருக்கிறது. சார்ந்திருக்கும் இனத்தின் புனிதத்தைக் குலைக்கும் நோக்கில் வேற்று மதத்தவர்களுடன் உடலுறவு கொண்டு கருத்தரிக்க வைக்கப்பட்டார் கள். அப்படிப் பெற்ற பிள்ளைகளும் பலவந்தமாகப் பறித்து எடுத்துச் செல்லப்பட்டார்கள்.

தாங்கள் விடுவிக்கப்படுவதற்காகச் சில குடும்பங்கள் தங்கள் பெண் களை விற்றன. பெண்கள் திடீர் திடீரென்று காணாமல் போனார்கள், அல்லது கால்நடையாகப் பயணித்த கும்பல்களால் கவரப்பட்டார்கள். அப்படிக் காணாமல் போனவர்களும், கவர்ந்து போகப்பட்டவர்களும் பலாத்காரத்துக்கு ஆளானது பின்னர் தெரிய வருகிறது.

கமலாபென் தன் புத்தகத்தில் குறிப்பிட்டிருக்கும் பெண்களின் மீட்புக் கும், மறுவாழ்வுக்கும் இதர பெண்களோடு சேர்ந்து பணியாற்றியிருக் கிறார். ஆனால் அந்தப் பணியைக் குறித்தும், அது தந்த உணர்வுகள் குறித்தும் எழுதுவதற்குப் பல வருடங்கள் பிடித்திருக்கிறது அவருக்கு. ஏன் என்கிற வியப்பு எனக்கு ஏற்பட்டது. ஏன் மௌனப் பாதையைத் தேர்ந்தெடுத்தார்? எது இறுதியில் அவரைப் பகிர்ந்து கொள்ள வைத்தது? அவரைத் தேடிப் போனேன். ஆர்ப்பாட்டமில்லாத ஆனால் கம்பீரமான உருவம். தனியாக வசிக்கிறார். ஆனால் உதவியாளராக இருக்கிற பெண்ணைத் தத்தெடுத்த பெண் போல நடத்துகிறார்.

‘ஏன் அதைப் பற்றி எழுதவில்லை என்று தெரிய வேண்டுமா? சொல்கிறேன்’ என்று ஆரம்பித்தார்.

> ‘ஏன் எழுதவில்லை என்றால், நான் பார்த்த விஷயங்களை என்னால் ஏற்கவே முடியவில்லை. மனிதர்களால் இப்படியும் இருக்க முடியும் என்பதை என்னால் நம்ப முடியவில்லை. பிசாசுகள் பூமிக்கு

இறங்கி வந்து விட்டனவோ என்று நினைக்கத் தோன்றியது. பிசாசு சிவனுக்குள் நுழைகிற போதுதான் அவர் மரணத்தையும், அழிவையும் காட்டும் ருத்ர தாண்டவம் ஆடுகிறார். இந்தக் கெட்ட ஆவி எல்லோருக்குள்ளும் புகுந்து விட்டது போன்ற ஒரு தோற்றம். பிரிவினை என்பது ஒரு ருத்ர தாண்டவம். அந்த அளவுக்கு அசாதாரண நிகழ்வுகளை நான் பார்த்தேன். எதை எழுதுவது? ஏன் எழுத வேண்டும் என்று என்னையே நான் கேட்டுக் கொண்டேன்.'

கமலாபென்னின் மௌனம் ஒரு பக்கம் இருக்கட்டும். நான் சந்தித்த பல குடும்பங்கள்? பெண்கள் கவர்ந்து போகப்பட்டதையும், பலாத்காரங் கள் பற்றியும் அவர்கள் ஏன் சொல்லவில்லை? அவை உணர்ந்து மறக்கப்பட்டவையா அல்லது நான் சரியான கேள்விகளைக் கேட்க வில்லையா? அல்லது பாதி சொல்லி விடப்பட்ட செய்திகளை நான் அடையாளம் காணவில்லையா? மக்கள் இது குறித்துப் பேசியிருக் கிறார்கள், நான்தான் அதைக் கவனிக்கத் தவறிவிட்டேன் என்று நினைத்தேன். நான் செய்த நேர்காணல்களைத் திரும்ப எடுத்துப் படித்துப் பார்த்தேன். திடீரென்று அந்த அசாதாரண மௌனத்தை, இனங்காண முடியாத வெளிப்பாட்டைப் பார்த்தேன். ராவல்பிண்டி வன்முறையில் பாதிக்கப்பட்ட இரண்டு சகோதரர்கள் தங்கள் அனு பவத்தைப் பகிரும்போது சொன்னது:

'தாத்தா பாட்டி, அம்மா அப்பா, மூன்று சகோதரர்கள், மூன்று சகோ தரிகள் (ஒரு சகோதரி கிழக்கு பஞ்சாபில் வசித்தார்) அடங்கியது எங்கள் குடும்பம். டெல்லிக்கு தன் மகளுடன் வந்த எங்கள் அத்தை மட்டுமல்ல எங்கள் மொத்தக் குடும்பமும் கொல்லப்பட்டது. நாங்கள் இரு சகோதரர்கள் மட்டுமே பிழைத்தோம்.

...சிலர் குருத்வாராவிலும், மற்றவர்கள் வெவ்வேறு இடங்களிலும் கொல்லப்பட்டார்கள். தாத்தாவும் பாட்டியும் வீட்டிலேயே பதான் களால் கொல்லப்பட்டார்கள். அம்மாவும் தம்பியும் குருத்வாராவில் கொல்லப்பட்டார்கள். தப்பித்து ஓட முயன்ற அப்பாவை வழியில் கொன்று விட்டார்கள்... மீதமிருந்தவர்கள் மிகச் சிலரே.'

அப்படியென்றால் கொல்லப்பட்டவர்களில் பல்வேறு உறவினர்கள் இருந்திருக்கிறார்கள். சகோதரிகளைப் பற்றிய குறிப்பே இங்கே இல்லை. சுற்றியிருந்த எல்லோருக்கும் இந்த அனுபவம் தெரியும். ஒரே கிரமத்தைச் சேர்ந்த, ஒரே இனத்தைச் சேர்ந்த அவர்கள் தங்களுக்குள் கிசுகிசுப்பாகப் பேசிக் கொண்டார்கள். அண்டை வீட்டுக்காரர்களில் ஒருவர் என்னிடம், 'அவர்களுடைய சகோதரிகள் இரண்டு பேர் கூட அதே நேரத்தில் காணாமல் போய்விட்டார்கள். கேளுங்கள்' என்றார். அவர் சொன்ன விதம், அது ஏதோ அவமானத்துக்குரிய விஷயம் என்பது

போன்ற தோற்றத்தை ஏற்படுத்தியது. அதனாலேயே நான் கேட்க வில்லை. ஆனால், நேர்காணலைத் திரும்பப் படித்த போது, அந்த அசாதாரண மௌனம், அந்தத் தயக்கமான வெளிப்பாடு, அங்கேதான் அந்த இரண்டு சகோதரிகளின் மறைவு மறைக்கப்பட்டதோ என்று தோன்றியது. மௌனத்தில் மறைக்கப்பட்ட சின்ன கீறல்! இது போன்ற மௌனங்களில் பிரிவினையின் சரித்திரத்தின் பல பகுதிகள் இருப்பதை உணர்ந்தேன். சுதந்தரத்தின் இருண்ட பகுதிகளான இவை சரித்திரத்தி லிருந்து பிரிந்து விளிம்பிலேயே நிற்கின்றன. மெதுவாக, விவேகத்துடன் தேட ஆரம்பிக்கிற போது இந்தப் பகுதி தலை காட்ட ஆரம்பித்தது.

கமலாபென்னைச் சந்தித்த சில மாதங்களுக்குப் பிறகு ஒரு சாலை யோரப் புத்தகக் கடையில் நானும் சுதேஷூம் ஒரு புத்தகத்தைப் பார்த்தோம். பிரிவினைக்குப் பின்னர் கவர்ந்து போகப்பட்டதாகவோ, காணாமல் போனதாகவோ சொல்லப்பட்ட ஆயிரக்கணக்கான இந்து, சீக்கியப் பெண்களின் பட்டியல் அதில் இருந்தது. பெரிய அளவுகளில் *1414* பக்கங்களைக் கொண்டதாக இருந்தது அந்தப் புத்தகம். பெண்களும், பெண் குழந்தைகளுமாக *21,809* பேர்களின் மாவட்ட ரீதியான பட்டியல் அது. நிச்சயம் அது முழுமையான பட்டியல் அல்ல, ஆனாலும் பிரமிப்பாக இருந்தது. காணாமல் போன அந்த இரண்டு சகோதரிகள் பெயர்கள் உட்பட ஆயிரக்கணக்கானவர்களின் பெயர்கள்! பெண்கள், இளம் பெண்கள், குழந்தைகள்... பெரும்பாலானவர்கள் அவர்களது சொந்த கிராமத்தைச் சேர்ந்தவர்களாலேயே கவர்ந்து போகப் பட்டிருந்தார்கள். இது போன்ற சமூகக் கலவரங்களின் போது கவர்ந்து போகிறவர்கள் வெளியாட்கள் என்கிற தவறான நம் பிக்கையை இது பொய்யாக்குகிறது.

ஐம்பது, அறுபது வயதுப் பெண்களும் கூட இதில் அடக்கம். சமூகப் பணியாளர்கள் இது ஒன்றும் வினோதமானதல்ல என்றார்கள். சூழ்நிலை தெரிந்தேதான் இதைச் செய்கிறார்கள் என்றார்கள் அவர்கள். வயதானவர்கள், விதவைகள், கணவர்கள் கொல்லப்பட்டவர்கள் இவர்களை எல்லாம் கவர்ந்து போனது அவர்களின் சொத்துக்களை அபகரித்துக் கொள்ளும் நோக்கத்தில்தான் என்றார்கள் அவர்கள். அழைத்துப் போய் தங்களை மகனாக ஏற்கும்படி மிரட்டுவார்கள். சொத்தை அபகரிக்கக் குறுக்கு வழி.

புத்தகத்தில் இருந்த பெண்கள் குறித்த விவரங்கள் கீழ்கண்டவாறு இருந்தன:

S.No.	R.No.	Particulars of abducted person	Place and date of abduction	Particulars of abductors custodians etc.
851	GRT/S-2/ N-11C	Piara Singh, 10 years, s/o Kaniya Lal, Vill Kidar P.S. Khutalia Binka, P.O. and Teh. Phalia Dist Gujrat	Kidar, Distt. Grt. 28-8-47	Mian Sadar Din, s/ o Nasar Din Kabsi, Vill. Gajan, P.O. and Teh. Phalia, Distt. Gujrat
852	GRT/B/ U-97W	Parmeshwari Bai, 28 years, w/o Haridayal, Vill. Gandhi Khel, P.S. Tajouri, Teh. Takimarwar, Distt. Banu	Gujrat 12-1-48	She is likely to be in or about Gujrat

ஏ.ஜே.ஃபிளட்ச்சர் (காவல்துறை ஆணையர், அம்பாலா மற்றும் ஜலந்தர் சரகம்; கவர்ந்து செல்லப்பட்ட பெண்கள், குழந்தைகள் மீட்பு உயர் அதிகாரி, இந்தியா) வெளியிட்ட இந்நூலின் பெயர்,

List of Non-Muslim Abducted Women and Children in Pakistan and Pakistan side of Cease-Fire Line in Jammu & Kashmir State.

பட்டியலில் இருக்கும் நபர்களின் உறவினர்களின் உணர்வுகளைக் கருதி, இது ராணுவத்தினர் அல்லாத பொது மக்களின் பார்வைக்கு வெளியிடப் படவில்லை. முன்னுரையில் ஃபிளட்ச்சர் சொல்கிறார் :

1. '1947இல் மேற்கு பஞ்சாபில் நடந்த கலவரங்களில் கவர்ந்து செல்லப் பட்ட இந்து, சீக்கியப் பெண்கள் மற்றும் குழந்தைகளின் இன்றைய நிலையிலான அகர வரிசைத் தொகுப்பு இது. இந்தத் தகவல்கள், பிரதான மற்றும் இணைப்புப் பட்டியல்களாக அவ்வப்போது பாகிஸ்தான் அரசாங்கத்துக்கு அனுப்பப்பட்டுள்ளது. இந்தப் பட்டியல் பெரிதாகவும் சிதறலாகவும் மிக நீண்டு போய்விட்டதால் தொடர்புடைய விவரங்கள் பதிவதற்குச் சிரமமாகவும், சலிப்பூட்டு வதாகவும் மட்டுமின்றி சில சமயம் குழப்பமாகவும் இருக்கிறது. சம் பந்தப்பட்டவர்கள் தற்சமயம் இருப்பதாகப் பதிவாகியிருக்கும் மாவட்டங்கள் வாரியாகத் தொகுக்கப்பட்டிருக்கிறது. விவரங்களைச் சரிபார்க்க, இவர்கள் வசித்த இடங்களிலும், கவர்ந்து செல்லப்பட்ட தாகக் கருதப்படும் இடங்களிலும் விசாரணைகள் நடத்தப்பட வேண்டியது அவசியமாகிறது.

2. தொடர்புடையவர்கள் மற்றும் அவர்களுடைய உறவினர்களின் உணர்வுகளுக்கு மதிப்புக் கொடுத்து இந்தத் தொகுப்பை முன்ன தாகப் பிரசுரிக்காமல் இருந்தோம். துரதிர்ஷ்டவசமாக பாதிப்புக்

குள்ளானவர்களை விரைவாக மீட்க வேண்டிய நேரம் வந்து விட்டது. தொடர்புடையவர்களின் உணர்வுகளுக்கு அப்பாற்பட்டு மனிதாபிமானம் மிக்க இந்த வேலை விரைவாக முடிக்கப்பட வேண்டியது அவசியம். மீட்கப்பட வேண்டியவர்கள் குறித்த தகவல்கள் இரு நாட்டு அரசாங்கங்களிடமும் தயாராக இருந்தாக வேண்டும். இந்தத் தகவல்கள் மேற்கு பஞ்சாப் அகதிகளால் இந்திய அதிகாரிகளிடம் அவர்கள் நாட்டுக்குள் பிரவேசிக்கிற போதோ அல்லது தாற்காலிகமாக தங்கிய இடங்களிலோ சொல்லப் பட்டவை.'

குடும்பங்கள் காணாமல் போன தங்கள் வீட்டுப் பெண்கள் குறித்து போலிஸில் புகார் பதிவு செய்தார்கள். பிரச்னையின் பரிமாணம் புரிந் ததும் அரசாங்கம் செயலில் இறங்க வேண்டியிருந்தது. முதல் வேலை காணாமல் போன பெண்களின் பட்டியல் தயாரிப்பு. தேடுவதற்கான அடிப்படை விவரணமாக அது அமையும். ஆனால் அது அவ்வளவு எளிதாக இல்லை. ஒரு குடும்பத்திலிருந்து பல்வேறு இடங்களுக்குப் பெயர்ந்து போன பலரும் ஒரே பெண்ணைப் பற்றிப் புகார் தருவார்கள். இது போன்ற தகவல்களை வெவ்வேறு அலுவலகத்தில் இருந்தவர்கள் பகிரவோ, ஒரே புகார் இரு முறை பதிவாவதைத் தடுக்கும் அமைப்போ அப்போது இல்லை. ஆகவே பட்டியல்களின் அதிகாரப்பூர்வம் பாதிக்கப்பட்டது. இது போன்ற பட்டியல்களைத் தொகுத்து ஒருங் கிணைக்கும் பணி எட்வினா மவுண்ட் பேட்டனின் மீட்பு-மறுவாழ்வுக் கழகத்தின் வசம் ஒப்படைக்கப்பட்டது. தொடர்புடைய காவல் நிலையங்களுக்கு அங்கிருந்துதான் தகவல் அனுப்பினார்கள்.

பட்டியலின் அசுர வேக வளர்ச்சியால் இரு நாட்டு அரசாங்கங்களுக்கும் செயல்பட ஆரம்பிக்க வேண்டியது கட்டாயமாயிற்று. 1947 செப்டெம் பரிலேயே இரு நாட்டுப் பிரதமர்களும் லாகூரில் சந்தித்து மீட்புப் பணி குறித்து முடிவு எடுத்தார்கள். இந்தச் சதிப்பின் போதுதான் அவர்கள் இருவரும் இணைந்து ஒருமித்த அறிக்கையை வெளியிட்டார்கள்.

'கட்டாய மத மாற்றமும், கட்டாயக் கல்யாணமும் அங்கீகரிக்கப் படமாட்டா என்று இரு நாட்டு மத்திய அரசுகளும், கிழக்கு மற்றும் மேற்கு பஞ்சாப் அரசாங்கங்கள் இதன் மூலம் தெளிவுபடுத்துகின்றன. மேலும், கவர்ந்து போகப்பட்ட பெண்களும், இளம் பெண்களும் அவரவர் குடும்பத்துக்குத் திரும்ப அனுப்பப்பட வேண்டும். இந்த மீட்புப் பணிக்கு அரசாங்கங்களும், அதன் அதிகாரிகளும் தேவையான எல்லாப் பிரயாசைகளையும் மேற்கொண்டாக வேண்டும்.'*

* U.Bhaskar Rao, The Story of Rehabilitation, Delhi, Department of Rehabilitation, 1967, p.30.

கவர்ந்து போகப்பட்டவர்கள் எல்லோரும் கட்டாயப்படுத்தப்பட்டு வேறு மதங்களுக்கு மாற்றப்படுவார்கள் என்ற அனுமானத்தின் அடிப்படையில் அது அங்கீகரிக்கப்பட மாட்டாது என்று சொல்லப்பட்டது. அதே வருஷம் டிசம்பர் 6ம் தேதி, பேனா, பென்சில், மேசை உள்ளிட்ட உடைமைகள் பிரிக்கப்படுவது முடிவுக்கு வந்த பிறகு, பல பிரச்னைகள் முடிவடையாமல் அப்படியே இருக்க, இந்த ஆரம்ப ஒப்பந்தத்தைப் பரஸ்பர தீர்மானத்தின் மூலம் வலுவாக்கினார்கள். சுவாரஸ்யமான ஒரு விஷயம், இரு அரசாங்கங்களுமே பெண்கள் கவர்ந்து போகப்பட்டதை மறுக்கவில்லை. தங்கள் பிரஜைகளை அரசாங்கங்கள் நன்றாகப் புரிந்து கொண்டிருந்தன என்று சொல்ல வேண்டும். ஆகவே இரு தரப்பிலும் அடுத்த நாட்டிலிருந்து மீட்பதற்கான அமைப்புகள் ஏற்படுத்த ஒப்புக்கொள்ளப்பட்டது. வேற்று மதத்தைச் சேர்ந்த கணவருடன் வாழும் பெண்களை (தேவையானால் வலுக்கட்டாயமாக) அவர்களின் சொந்த ஊருக்கு அதாவது அவர்களின் மதம் சார்ந்த நாட்டுக்கு, அழைத்து வரவேண்டும் என்று அதில் ஒப்புக்கொள்ளப்பட்டது. குறைந்த பட்சம் இந்தியாவைப் பொறுத்தவரை இது ஒரு ஆழ்ந்த முரண்பாடு.

பிரிவினை குறித்த இந்தியாவின் தயக்கம் மதச்சார்பில்லாத ஒருமித்த நாடாகத் தன்னை உணர்ந்ததுதான். (சமீபத்திய வரலாறு இதைக் கேள்விக்குறியாக்கியிருந்தாலும்) ஆனாலும் மக்கள் தொகையில் சமபங்கு வகிக்கும் பெண்களை மதரீதியாக அடையாளம் கண்டார்கள். இதன்படி இந்து, சீக்கியப் பெண்களுக்கு அவர்கள் மதம் சார்ந்த(!) நாடான இந்தியா தாய்நாடு ஆனது. இஸ்லாமியப் பெண்கள் தாங்கள் வாழ்ந்த நாடான இந்தியாவைத் தேர்ந்தெடுத்தாலும் பாகிஸ்தானே தாய்நாடாகக் கருதப்பட்டது. எல்லாப் பிரஜைகளுக்கும் தங்கள் நாட்டைத் தேர்ந்தெடுக்கும் உரிமை உண்டு என்கிற பொதுவான நீதி, கவர்ந்து செல்லப்பட்ட பெண்களுக்கு இல்லை.மீட்புப் பணிக்கு ஏற்படுத்தப்பட்ட அமைப்பில் காவல்துறை அதிகாரிகளும், தங்கள் நேரத்தைச் செலவிடத் தயாராக இருந்த சேவை மனப்பான்மையுள்ள பெண்களும் (பெரும்பாலும் பணக்காரக் குடும்பத்தவர்கள்) இருந்தார்கள். மிருதுளா சாராபாய், பிரேமாவதி தாப்பர், அம்லபென் பட்டேல், தமயந்தி சாகல் ஆகியோர் இந்தப் பெண்களில் அடக்கம்.

கீழ்வரும் நீண்ட அத்தியாயத்தில்தான் இந்தப் பணியில் ஈடுபட்டது எவ்விதம் என்று தமயந்தி சாகல் கூறுகிறார்.

தமயந்தி சாகல் வார்த்தைகளில்

திருமணமான மூன்றாம் மாதமே விதவையாகி விட்டார் என் அம்மாவின் சகோதரி பிரேம்வதி தாப்பர். திருமணத்துக்காக பள்ளிக்கூடத்தி

லிருந்து நிறுத்தப்பட்டிருந்த அவர் இந்தச் சம்பவத்துக்குப் பின் செல்வி.தாப்பராக மீண்டும் பள்ளி செல்ல ஆரம்பித்தார். எஃப்.ஏ., பி.ஏ., முடித்து இரண்டு எம்.ஏ., க்கள் செய்தார். பிறகு கேம்பிரிட்ஜில் ஹானர்ஸ் பட்டப் படிப்பை முடித்தார்.

ஒரு நாள் லாகூர் ஆரிய சமாஜத்தைச் சேர்ந்த மஹாத்மா ஹன்ஸ்ராஜ் என் தாத்தாவைச் சந்திக்க வந்தார். வந்து, 'தாப்பர்ஜி உங்களை ஒரு முக்கியமான கேள்வி கேட்பதற்காக வந்திருக்கிறோம்' என்று சொன்னார். மேலும், 'ஆர்ய சமாஜம் அவசியமில்லாமல் எங்கும் போகாது என்பது உங்களுக்குத் தெரியும். உங்களிடம் ஒன்றைக் கேட்க வந்திருக்கிறோம், கட்டாயம் அதைக் கொடுப்பேன் என்று உறுதி தர வேண்டும் நீங்கள்.' என்றார்.

'என்ன கேட்கப் போகிறீர்கள் என்று கோடிட்டாவது காட்டுங்கள்' என்றார் தாத்தா.

'இல்லை, நீங்கள் முதலில் சத்தியம் செய்யுங்கள். ஆர்ய சமாஜத்த வர்கள் உறுதியான மனம் படைத்தவர்கள் என்பது உங்களுக்குத் தெரியும்.'

'சரி, நன்றாக யோசனை செய்து கொள்ளுங்கள். என்னால் தர முடிந்த தாக எதுவானாலும் கேளுங்கள்!'

'படிப்பை முடித்துத் திரும்பி வந்திருக்கும் உங்கள் மகளை ஒரு உன்னதமான காரியத்துக்காக நீங்கள் அனுப்பி வைக்க வேண்டும். பெண்களுக்கான டி.ஏ.வி. கல்லூரி இருக்கிறது, ஆனால் பள்ளி இல்லை. நாங்கள் ஆரம்பிக்கிற பள்ளிக்கு அவர் பொறுப்பேற்று கௌரவ நிர்வாகியாகப் பொறுப்பேற்க வேண்டும்.'

என் அண்ணாவுக்குக் கொஞ்சம் கோபம் வந்தது.

'என்ன பேசுகிறீர்கள்? அவளுடைய படிப்புக்காக நான் எவ்வளவு பணம் செலவழித்திருக்கிறேன் தெரியுமா? ஏகப்பட்ட வேலை வாய்ப்புகள் வந்து கொண்டிருக்கின்றன. இந்தச் சமயத்தில் அனுப்பி வைக்கிறதாவது, கௌரவப் பொறுப்பாவது. எப்படி சாப்பிடுவாள், எங்கே தங்குவாள் அதற்கெல்லாம் பணம் யார் கொடுப்பார்கள்?'

'ராய் சாப், குழந்தை மாதிரி பேசுகிறீர்களே. மூன்று மகன்கள் இருக்கிறார்கள் உங்களுக்கு. நாலாவதாக ஒரு மகன் இருந்தால் என்ன செய்திருப்பீர்கள்? தூக்கிப் போட்டிருப்பீர்களா? இவளை உங்கள் மகன் என்று நினைத்துக் கொள்ளுங்கள். சொத்தில்

அவளுக்குண்டான பாகத்தைக் கொடுங்கள், அதை வைத்து வாழ்ந்து விட்டுப் போகிறாள்.'

யாருக்கும் இதில் விருப்பமில்லை. இவ்வளவு செலவு செய்து படிக்க வைத்தது தர்மத்துக்கு அனுப்பி வைக்கவா? எல்லாரும் குழப்பமாக இருந்த போது சித்தி பிரேமியே வெளியில் வந்தார்.

'நான் முடிவு பண்ணிட்டேன். இதைச் செய்யறதுன்னு முடிவு பண்ணிட்டேன். அவங்களோட சேர்ந்து வேலை செய்யப் போறேன்' என்றார் தீர்மானமாக.

தாத்தா எவ்வளவோ சொல்லிப் பார்த்தார். சித்தி பிடிவாதமாக இருந்தார். மாதம் ஒரு ரூபாய் சம்பளத்தில் வேலை செய்ய ஆரம்பித்தார். நாங்களும் அவருக்குக் கீழ் வேலை பார்க்க ஆரம்பித்தோம்.

சித்தி ரொம்ப இனிமையானவர், ஆளுமை நிறைந்தவர். வாழ்க்கை பூரா சமூகப் பணி செய்தார். அவருடன் சேர்ந்து லாகூரில் பல பேர் பணி செய்தார்கள். பின்னர், அவர் நேருவின் இல்லத்துக்குப் போய் தனக்கு ஏதாவது வேலை இருக்கிறதா என்று கேட்டார். அவர்கள், ஜவாஹர்லால் ஒரு வேலையில் ஈடுபட்டிருக்கிறார். இரண்டு அரசாங்கங்களும் ஒரு ஒப்பந்தம் செய்து கொண்டிருக்கின்றன. கவர்ந்து போகப்பட்ட நம் பெண்களை உனக்கு அடையாளம் தெரியும். பரிதாபத்துக்குரியவர்கள். வில்லன்களின் கைகளிலிருந்து அவர்களை நாம் மீட்டாக வேண்டும். இங்கே, சீக்கியர்களும் அதே போலச் செய்திருக்கிறார்கள். ஒரு மீட்பு அமைப்பை உருவாக்க இருக்கிறோம். அதில் உனக்கு வேலை தரலாம் என்று இருக்கிறோம்' என்றார்கள்.

சித்தி, 'எனக்கு மிகக் குறைந்த அளவு ஊதியம் இருந்தால் போதும். தங்குவதற்கு இடம், ஒரு கார் ஒரு வேலைக்காரர் மட்டும் இருந்தால் போதுமானது' என்றார்.

ஒரு நாள் சித்தி என்னிடம் சொன்னார், 'தமயந்தி, குளிர்காலம் வந்து கொண்டிருக்கிறது. நம்மிடம் பணமும் இல்லை, நல்ல உடைகளும் இல்லை.'

பிரேமி சித்திக்கு நன்றாக உடைகள் அணிவது, பளீரென்று தன்னையும் வீட்டையும் வைத்திருப்பது இதெல்லாம் ரொம்பப் பிடிக்கும். லாகூரில் எங்கள் பீரோக்களில் என்னென்னவெல்லாம் வைத்திருந்தோம் என்று நன்றாக நினைவிருக்கிறது, எங்கள் வீட்டை எடுத்துக் கொண்ட குடும்பத்தையும் நன்றாக நினைவிருக்கிறது. அப்போதெல்லாம் மக்கள் குழுக்களாக லாகூர்

போவார்கள், நாங்களும் போகத் தீர்மானித்தோம். சித்தி சொன்னார்.

'தமயந்தி, நாம் முதலில் டி.ஏ.வி., கல்லூரி அகதிகள் முகாமுக்குப் போவோம். அங்கிருந்து அரசாங்க ஜீப்பில் நம் வீட்டுக்குப் போவோம். கொஞ்சம் உடைகளும் போர்வையும் எடுத்துக் கொள்வோம்.

போனோம்.

வீட்டில் இருந்த பீகம் எங்களை வரவேற்றார்.

'ஒரு முக்கியமான வேலையாக நாங்கள் வந்திருக்கிறோம். என் பீரோவைப் பூட்டி இங்கே வைத்திருந்தேன். கொஞ்சம் உடைகள் எடுத்துக் கொள்ள வேண்டும்' என்றார் சித்தி.

ஆச்சரியப்பட்ட அவர், 'என்ன சொல்கிறீர்கள்? உங்கள் பொருள்கள் எல்லாம் ஸெயித்-அல்-மானியட் என்கிற உடைமை கோராத சொத்துக்கள் தொகுப்புக்குப் போயாகி விட்டதே, இங்கே எதுவுமே இல்லையே' என்றார்.

எனக்கும் சித்திக்கும் அதிர்ச்சியாக இருந்தது. தேநீர் சாப்பிடச் சொல்லி உபசாரம் செய்தார்கள். எங்களால் முடியவில்லை.

முகாமுக்குத் திரும்பி வந்து சாப்பிட்டோம். அகதிகள் முகாமில் அகதிகள் சேர்ந்து கொண்டே இருப்பார்கள். எண்ணிக்கை ஓரளவு சேர்ந்ததும் வந்த குழுவினரோடு புறப்படுவார்கள். பெரிய பெரிய பாத்திரங்களில் வைக்கப்பட்டிருந்த ரொட்டியும், தாலும் சாப் பிட்டோம். மிருதுளா சாராபாய் எங்களைப் பார்த்தார். சித்திக்கு அவரைத் தெரியும், எனக்கு அறிமுகமில்லை. ஆனால் நிறைய கேள்விப்பட்டிருந்தேன்.

'என்ன மிஸ்.தாப்பர், நீங்க எப்படி இங்கே...?' என்றார் சித்தியிடம்.

'ஆங்.. கொஞ்சம் துணி மணி எடுத்துப் போகலாம்னு வந்தோம். முடியலை.'

'ஆரம்பிக்க இருக்கிற அமைப்பு (கவர்ந்து செல்லப்பட்ட பெண்கள் மத்திய மீட்பு மையம்) பத்தி உங்களுக்குத் தெரியும்ன்னு நினைக் கிறேன். உங்களைத்தான் இயக்குநராப் போடணும்னு முடிவு பண்ணியிருக்காங்க. இது யாரு?'

'எங்க அக்கா பொண்ணு.'

'நல்லதாப் போச்சு. நான் மனசுல வெச்சிருக்கிற வேலைக்கு ரொம்பத் தோதா இருப்பா. பிரேமி, நீங்க அங்கே எடுத்துக்கிற இயக்குநர் பொறுப்பை அவ இங்கே எடுத்துக்கட்டும்.'

எனக்குக் கொஞ்சம் வெட்கமாகப் போய் அன்றைக்கு முழுவதும் வேலையே ஓடவில்லை. ஒரு மாதிரி ஜபித்தபடி தனியாக சுற்றிக் கொண்டிருந்தேன். சுற்றி நடப்பது ஒன்றும் புரியவில்லை. 'வேண் டாம், என்னை விட்டுடுங்க' என்று மறுத்துப் பார்த்தேன். ஆனால் மிருதுளா சாராபாய் என்னைத் தலைமைத் தகவல் பரிமாற்ற அதிகாரி யாக ஆக்கப் போவதாகச் சொன்னார். சித்தியிடம், 'அவளைக் கூட்டிக் கொண்டு போய் விடாதே, இங்கேயே இருக்கட்டும். அவளுடைய வேலைக்கான உத்தரவை நான் ஏற்பாடு செய்கிறேன்' என்றார்.

'என்ன நடக்குது இங்கே?' என்றேன் குழப்பத்துடன்.

'உன்னை இயக்குநர் ஆக்குகிறேன்.'

'இயக்குனரா? என்ன இயக்குநர், எதுக்கு இயக்குநர்?'

'மீட்புப் பணிகளுக்கு.'

'எனக்கு மீட்புன்னாலும் என்னன்னு தெரியாது, இயக்குநர்ன்னாலும் என்னன்னு தெரியாது.'

'இல்லை, இல்லை.. எல்லாம் சரி பண்ணிடலாம்.'

'என் கிட்ட துணிமணி கூட இல்லை.'

'ஜீப் போகுதில்லே, அவங்க கொண்டு வந்துடுவாங்க.'

அவ்வளவுதான். எனக்கு எதுவும் புரியவில்லை. திடீரென்று சித்தியைக் காணோம். கையில் எதுவுமில்லாமல் தனியாக நான்! எனக்கு ஒரு வினோதமான வழக்கம். பிரச்சினையில் இருக்கிற போதெல்லாம் கடவுளிடம் பேச ஆரம்பித்து விடுவேன். எனக்கு எதுவும் தெரியாது. நான் அவனுடைய கருவி... அவ்வளவுதான். என்ன விளையாட்டு இது? என்று அவனிடம் கேட்டேன். திடீரென்று என்னை இயக்குனர் என்று சொல்லி கையில் ஒரு கடிதத்தைக் கொடுத்திருக்கிறார்கள். என் அப்பா, தாத்தாவெல்லாம் கூட இது மாதிரி பொறுப்புகளில் இருந்ததில்லை. என் பேரைக் காப்பாற்ற வேண்டியது உன் பொறுப்பு என்றேன் அவனிடம்.

உடனடியாக வேலை காத்திருந்தது. ஒரு இளம் பெண்ணைக் கவர்ந்து வந்திருக்கிறார்கள் என்றும், அந்த வட்டாரத்திலேயே

எங்கோ அவள் இருப்பதாகவும் தகவல் வந்தது. ஏதேதோ செய்து ஒரு வழியாக அவளை மீட்டு வந்தோம். பெருமளவில் அகதிகள் வந்து சேர்வதும், பெரிய குழுக்களாகப் புறப்பட்டுப் போவதும் நடந்த வண்ணம் இருந்தன.

★★★

பகுதி 2

வரலாறு என்பது பெண்ணின் உடல்

பரஸ்பர ஒப்பந்தத்தைத் தொடர்ந்து இந்திய, பாகிஸ்தானிய அரசாங்கங்கள் எவ்வளவு முடியுமோ அவ்வளவு பெண்களை மீட்பதில் முனைப்பாக இருந்தன. மைய மீட்புப் பணி என்று அழைக்கப்பட்ட அந்தப் பணியில் மிக முனைப்போடு செயல்பட்டவர் மிருதுளா சாராபாய். அவருக்கு காந்தியிடமும் நேருவிடமும் நல்ல பரிச்சயம் இருந்தது. அகமதாபாத்தைச் சேர்ந்த மிகப் பெரிய தொழிலதிபர் குடும்பத்திலிருந்து வந்தவர், காங்கிரஸ் அரசியல்வாதிகளுடன் நல்ல பழக்கம். நேருவுக்கு 14 பக்கங்கள் அடங்கிய ஒரு கடிதம் எழுதி, மீட்புப் பணிகளின் அவசியத்தைக் குறிப்பிட்டு அரசாங்கத்தின் சம்மதத்தைப் பெற்றார். இரு நாடுகளும் மீட்புப் பணிகளை மேற்கொள்ள வேண்டியது குறித்த ஒப்பந்தம் போடப்பட்டபோது, இந்திய அரசாங்கம் அந்தப் பொறுப்பை மிருதுளா சாராபாய் வசம் ஒப்படைத்து முதன்மை சமூகப் பணியாளர் என்ற பதவியைத் தந்தது. பெரும்பாலும் காவல்துறையினர் அடங்கிய ஒரு குழு அவருக்குத் துணையாக இருக்க அமைக்கப் பட்டது.

மிக விரைவில் இரு நாடுகளும் செய்து கொண்ட ஒப்பந்தத்துக்கு அரசியல் ரீதியான ஒப்புதல் கிடைத்தது. முதலில் ஒரு மசோதாவாக வும், 1949இல் சட்டமாகவும் இயற்றப்பட்டது.* இந்தச் சட்டத்தின் படி, செயலாக்க அமைப்பு ஒன்று நிறுவப்பட்டது. முக்கியமாக, கவர்ந்து போகப்படுதல் (abduction) என்ற வார்த்தைக்கு நடைமுறை அர்த்தம் என்ன என்பது வரையறுக்கப்பட்டது.

இது மிகவும் அவசியமான ஒன்று. காரணம் எடுத்துக் கொண்ட வேலை மிகச் சிக்கலானது. யார் கவர்ந்து வரப்பட்டவர்கள், யார் இல்லை என்பதை எப்படித் தீர்மானிப்பது? மிகுந்த யோசனையும், கவனமும் தேவைப்படுகிற விஷயம் இது. நடுநிலை அமைப்பான அரசாங்கத்

* The Abducted Persons (Recovery and Restoration) Act, 1949 (Act No. LXV of 1949)

துக்கு, இது போன்ற உறுத்தலான பிரச்னைகளுக்கு நேரம், தேதி, எண்ணிக்கைகள் தீர்மானிப்பது எளிதான வேலை. ஆகவே கால வரையரை நிர்ணயிக்கப்பட்டது. 1947 மார்ச் மாதத்திலேயே பஞ்சாபில் வன்முறை தொடங்கி விட்டது. ஆகவே இதற்குப் பிறகு வேற்று மதத்தைச் சேர்ந்த ஆணுடன் இணைந்து வாழ்கிற, அல்லது உறவு கொண்டுள்ள எந்தப் பெண்ணும் கவர்ந்து வரப்பட்டதாகக் கருதப் பட்டாள். இந்தக் காலத்துக்குப் பின் நடந்த மதமாற்றங்களும், திருமணங் களும் கட்டாயத்தின் பேரில் நடந்ததாகக் கருதப்பட்டு அவை அங்கீ கரிக்கப்படவில்லை. சம்பந்தப்பட்ட பெண்கள் என்ன சொன்னாலும், எவ்வளவு எதிர்த்தாலும், நிஜமான உறவு இருப்பதாக எடுத்துச் சொன் னாலும் அவை செல்லுபடியாகவில்லை.

தேதி நிர்ணயம் செய்யப்பட்டதால் பல விஷயங்கள் தீர்வின்றி தொங்க லில் இருந்தன. இது போன்ற உறவுகளில் பிறந்த குழந்தைகளும் கவர்ந்து வரப்பட்டதாகக் கருதப்படுமா? அல்லது குறிப்பிட்ட தேதிக்குப் பிறகு கருத்தரித்த குழந்தைகளுக்கு மட்டும்தான் செல்லுபடி யாகுமா? இது போன்ற விஷயங்களில் இந்தச் சட்டத்தில் தெளி வின்மை நீடித்தது.

மீட்புப் பணிக்கு உதவும் குழுவில் இருந்த காவல்துறை அதிகாரிகள் மிகச் சொற்பம். ஒரு துணை இன்ஸ்பெக்டர் ஜெனரல், இரண்டு டெபுடி சப் இன்ஸ்பெக்டர்கள், பதினைந்து இன்ஸ்பெக்டர்கள், பத்து சப் இன்ஸ்பெக்டர்கள், ஆறு துணை சப் இன்ஸ்பெக்டர்கள். சமூக சேவகிப் பெண்களுடன் இணைந்து வேற்று நாட்டுக்குப் பயணம் செய்யவும், பொருத்தமான முறையில் மீட்புப் பணிகளைச் செய்யவும் இந்தக் காவல் குழுவுக்கு அதிகாரம் வழங்கப்பட்டிருந்தது. இரு தரப்பிலும் இருந்த சமூகப் பணியாளர்கள், கவர்ந்து செல்லப்பட்டவர்களைக் கண்டு பிடிக்க பல்வேறு தந்திரங்களைக் கையாள வேண்டியிருந்தது.

இணைந்து பணியாற்ற வேண்டியவர்களாகக் கருதப்பட்ட அடுத்த நாட்டுக் காவல்துறை முன்னதாக ரகசியத் தகவல் அனுப்பி, சம்பந்தப் பட்ட பெண்களை மறைத்து வைக்க உதவி செய்தார்கள்.

சாமர்த்தியமான சமூகப் பணியாளர்கள் இதை எதிர்கொண்ட விதம் சுவாரஸ்யமானது. மாறு வேடம், பொய்ப் பெயர்கள், முறைசாராத வகைகளில் தாங்களே வகுத்த திட்டங்களில் செயல்படுதல், அல்லது முன்னறிவிப்பின்றி பாதிக்கப்பட்ட பெண்கள் இருக்கும் வீடுகளில் திடுதிப்பென்று நுழைவது உள்ளிட்ட பலவிதங்களில் அவர்கள் செயல் பட்டார்கள். இரண்டு உதாரணங்கள் கீழே :

> காலை வேளைகளில் கிராமப்புறங்களுக்குப் போய் பெண்களைத் தேடுவோம். மாலை வேளைகளில் மீட்டு அழைத்து வரப்பட்ட

பெண்களைத் தலைமை அலுவலகத்தில் சேர்ப்போம். அதற்குப் பிறகு நாடு மாற்றும் சம்பிரதாயங்கள் தொடங்கும். மீட்டு வரும் சமூகப் பணியாளர்கள் அசாத்திய தைரியம் படைத்தவர்கள்.

முடை விற்கிறவர்கள் மாதிரிப் போவோம். வீடு வீடாகப் போய் 'அம்மா, ரொம்ப தூரத்திலேர்ந்து வர்ரோம், கொஞ்சம் மோர் குடுங் கம்மா' என்று முட்டை கொடுத்து மோர் வாங்கிக் குடிப்போம். அதற்குப் பிறகு கதை சொல்ல ஆரம்பிப்போம்.

'இந்தியாவிலேர்ந்து வர்ரோம். பாழாய்ப்போன சீக்கியர்கள் என் தம்பி பொண்டாட்டியை தூக்கிக்கிட்டு வந்துட்டாங்க. பாவம், தனியா கஷ்டப்படறான். இந்தப் பக்கம் எங்கேயாவது அப்படி சந்தேகத்துக்கிடமா பொண்ணுங்க பார்த்தீங்களா? விலை குடுத்து வேணாலும் வாங்கிக்கத் தயாரா இருக்கோம், பாவம் அந்தப் பையன்' என்று கதை பேசும் போது வயதான பெண்கள் பேச்சு வாக்கில் இன்ன இடத்தில் அப்படி ஒரு பெண்ணைப் பார்த்திருக் கிறேன் என்று சொல்லி விடுவார்கள்.

'பசிக்குது, சோறு போடுங்க' என்று கேட்டு உட்கார்ந்து சாப் பிட்டபடி பேச ஆரம்பிப்போம். நம்பிக்கை வரும் மாதிரிப் பேசி பிறகு கேட்போம். அல்லது வேலைக்கு ஒரு பெண்ணை வாங்க வந்திருப்பதாகச் சொல்வோம். இந்த முறையில் நிறையத் தகவல் கிடைக்கும்.*

★★★

டெல்லியிலிருந்து புறப்பட்டுப் போன அகதிகளில் புதிதாகத் திரு மணம் ஆன இளைஞன் ஒருவன் இருந்தான். கல்யாணமாகி ஒன்றரை வருஷம்தான் ஆகியிருந்தது, மனைவியையும் இரண்டு மாதக் குழந்தை யையும் காணவில்லை. ஒரு நாள் ஒரு வயதான பெண்மணி வந்து அவனிடம், டெல்லியின் புறநகர்ப் பகுதியில் ஒரு ஜாட் இனத்தவரிடம் அந்தப் பெண் இருப்பதாகத் தெரிவித்தார்.

அந்தப் பெண்ணின் மேல் இரக்கம் கொண்டு கணவரிடம் தகவல் கொடுப்பதாக வாக்குறுதி கொடுத்திருந்தார் அந்தப் பெண்மணி. அந்தப் பையன் என்னிடம் வந்து மனைவி ஒரு போட்டோ கேட்டு அனுப்பி யிருந்ததாகவும், அதை அனுப்பி வைத்திருப்பதாகவும் சொன்னான். தகவல் சொன்ன பெண்மணி, கடத்திக் கொண்டு போன ஆசாமி அந்தப் பெண்ணை வயலில் வேலைக்கு வைத்திருப்பதாகவும் சொன்னார்.

---

* Damyanthi Sahgal: Personal Interview

சுசீலா நையார் அப்போது முகாமுக்கு வந்திருந்தார்.

'வா போகலாம், நான் உன்னுடன் வருகிறேன்.. எங்கே இருக்கிறது அந்தாளுடைய வயல்?' என்று என்னை அழைத்துக் கொண்டு புறப் பட்டார். ஓக்லாவை நாங்கள் அடைகிற போது இருட்ட ஆரம்பித்து விட்டது. சுசீலாவுக்கு பயம் கொஞ்சம் கூட இல்லை. எனக்கு இருபதடி முன்னால் அவர் நடந்து போய்க் கொண்டிருந்தார். செடி கொடிகளை யும் புதர்களையும் விலக்கிக் கொண்டு அவர் பாட்டுக்கு நடந்தார். யார் யாரையோ பார்த்தோம், ஆனால் தேடி வந்த அந்தக் குறிப்பிட்ட பெண் இல்லை. பண்ணைக்கு நடுவில் இருந்த வீட்டுக்குள் திடு திடுவென்று நுழைந்து விட்டார். நானும் பின்னாலேயே போனேன்.

ஆசஃப் என்கிற அந்த மனிதர் 'ஜான் பீ.. ஜான் பீ' என்று மனைவியைப் பேர் சொல்லி அழைத்தார். பதிலே இல்லை. அங்கே இருந்தவர் களைப் பார்த்து சுசீலா பேச ஆரம்பித்தார்.

'எங்கே அந்தப் பொண்ணு? இங்கே இருந்தா உடனே அனுப்பிடுங்க. சொல்லுங்க, எங்கே இருக்கா? இப்ப நான் மட்டும்தான் வந்திருக்கேன். அனுப்பினா கூட்டிட்டுப் போய்டுவேன். உங்களுக்கு எந்தப் பிரச்னை யும் இல்லை. போலிஸ்காரங்க வந்தா மாட்டினீங்க. அப்புறம் கூட்டிட்டுப் போய் உள்ளே போட்டுடுவாங்க.'

பிரயோஜனமில்லை. அந்தப் பெண்ணைக் காணவில்லை. ராத்திரி ஒன்பது மணிக்கு வெறுத்துப் போய் தோல்வியோடு திரும்பி வந்தோம்.*

சுசீலா நைய்யாரும், ஆனிஸ் கிட்வாயும் ஜான் பி என்கிற அந்தப் பெண்ணைத் தேடுவதைக் கைவிடவில்லை. அதே வீட்டில் வைக்கோல் வைக்கும் பரணில் அவள் ஒளித்து வைக்கப்பட்டிருந்தாள். மாட்டிக் கொள்ளப் போகிறோம் என்கிற பயத்தில் அவளைக் கூட்டிக் கொண்டு உ.பி. க்கு அந்த ஆள் ஓட முற்பட்டான். வழியில் ஜான் பி தப்பி விட்டாள். நமாஸ் செய்து கொண்டிருந்த சில இஸ்லாமியர்களிடம் ஓடிப் போய்த் தன் கதையைச் சொல்லி அழுதிருக்கிறாள்.

அவர்கள் அவளைக் காப்பாற்றி அவள் கணவனிடம் சேர்ப்பித்தார்கள். ஆனாலும் குழந்தையைக் காணவில்லை. எல்லாக் கதைகளுமே சுபமாக முடியவில்லை. சில பெண்கள் சாமர்த்தியமாக ஒளித்து வைக்கப்பட்டு, அவர்கள் கண்டுபிடிக்கப்படவே இல்லை.

* Anis Kidwai : Azadi ki Chaon Mein (Hindi) Delhi, National Book Trust, 1990, p. 131.

அரசாங்கம் நிர்ணயித்திருந்த காலக் கெடு, தெளிவில்லாத விஷயங்களை சரி செய்து விடவில்லை. பல பெண்கள் எதிர்த்தார்கள். திரும்பிப் போக மாட்டேன் என்று மறுத்தார்கள். ஸைனாப் போலவே கவர்ந்து வந்த ஆண்களுடனோ, விலைக்கு வாங்கியவர்களுடனோ நல்ல உறவை உண்டாக்கிக் கொண்டிருந்த பெண்கள் நிறையப் பேர் இருந்தார்கள். முதலில் இது எனக்கு நம்பவே கஷ்டமாக இருந்தது. ஆனால் அதில் ஒரு வினோத உண்மை இருந்தது. இந்தியப் பெண்களுக்கு திருமணம் என்பதே ஏறக்குறைய கவர்ந்து போகப்படுவது போலத் தான். கவர்ந்து போனது வேற்று மதத்தைச் சேர்ந்த ஆண் என்பதால் இதை வித்தியாசமாகப் பார்க்க முடியுமா என்ன!

'ஏன் வர வேண்டும்? எதற்காக என்னை இந்தியாவுக்கு அழைத்துப் போவதில் குறியாக இருக்கிறீர்கள்? என்னில் மதமோ மாண்போ என்ன பாக்கி இருக்கிறது?' என்று ஒரு பெண் கேட்டாள்.

இன்னொரு பெண், 'கணவனை இழந்தேன். இப்போது இன்னொரு கணவனுடன் வாழ்கிறேன். எனக்கென்று யாருமே இல்லாத இந்தியாவுக்கு என்னைப் போகச் சொல்கிறீர்கள். தினந்தோறும் ஒரு கணவர் மாற்றிக் கொண்டிருக்கச் சொல்லி என்னை எதிர்பார்க்க மாட்டீர்கள் என்று நம்புகிறேன்' என்றாள்.*

பல நடுத்தர வர்க்கத்துப் பெண்களைச் சமூகப் பணிக்குக் கொண்டு வரக் கருவியாக இருந்தவர் மிருதுளா சாராபாய். இவர்களில் பெரும்பாலான பெண்கள் கவர்ந்து போகப்பட்ட இந்து, சீக்கியப் பெண்களுடன் பணியாற்றினார்கள். டெல்லியில், புரானா குய்லாவிலும், ஹுமாயுன் டாம்பிலும் இருந்த இஸ்லாமிய முகாம்களில் தானே முன்வந்து ஒரு பெண் பணியாற்றினார். இந்துக்களாலும், சீக்கியர்களாலும் கவர்ந்து வரப்பட்ட இஸ்லாமியப் பெண்களுக்காக இவர் பணியாற்றினார். அனிஸ் கிட்வாய் என்கிற இவரது கணவர் ஷாஃபி அஹமத் கிட்வாய் பிரிவினையின் போது முசோரியில் நடந்த கலவரத்தில் கொல்லப் பட்டார்.

சம்பவம் நடந்தபோது தன் அலுவலகத்தில் இருந்த இந்த அரசு அதிகாரி, உடனிருந்தவர்கள் எவ்வளவோ எடுத்துச் சொல்லியும் தப்பிப் போக மறுத்து விட்டார். 'என் வேலையையும், என் ஊழியர்களையும் விட்டு ஓடிப் போக என்னால் முடியாது' என்று பிடிவாதமாக மறுத்து விட்டார். கணவரின் மரணம் அனிஸை உலுக்கி விட்டது. ஆறுதலுக்காக காந்தியைப் பார்க்கப் போயிருக்கிறார். துக்கத்தில் ஆழ்ந்திருக்

---

* Kirpal Singh: The Partition of the Punjab, Publications Bureau, Punjab University, Patiala, 1972, p. 171

காமல் எதிலாவது உன்னை ஈடுபடுத்திக் கொள் என்று காந்தி அறிவுரை சொல்லியிருக்கிறார். இஸ்லாமிய அகதிகளுக்குப் பணியாற்ற சமூகப் பணியில் இறங்கியிருக்கிறார். தன்னுடைய பணியின் போது கவர்ந்து போகப்பட்ட பல இஸ்லாமியப் பெண்களை அவர் சந்தித்திருக்கிறார். அவர்களது பிரச்னைகள் குறித்து உணர்வுப்பூர்வமாக எழுதி இருக் கிறார். அது குறித்து கொஞ்சம் சொல்கிறேன்.

...இந்த மாதிரி சந்தர்ப்பங்களில் சில நேரம் ஒரு பெண் கொல்லப் படுவாள் அல்லது பலமாகக் காயமடைவாள். தரமான 'சரக்கு' காவல் துறையினராலும், ராணுவத்தினராலும் பங்கிட்டுக் கொள்ளப்படும். அடுத்த தரத்தில் இருக்கும் 'சரக்கு' மற்றவர்களுக்குப் போகும். இந்தப் பெண்கள் இதே மாதிரி கைமாறி இறுதியில் ஹோட்டல்களை அலங் கரிப்பார்கள். காவல்துறை அதிகாரிகளை சந்தோஷப்படுத்த இவர்கள் பயன்படுத்தப்படுவார்கள்.

பாதிக்கப்பட்ட ஒவ்வொரு பெண்ணும், தன்னை மீட்டவரை ஒரு தேவதையாகவோ, மஹாபுருஷனாகவோ மதிக்கிறார்கள். கலவரமான சூழ்நிலையில் அவளுக்காகப் போராடி மீட்டு வந்தவர் என்பதால் இந்த மனப்பான்மை தவிர்க்க முடியாதது. தன்னுடைய வேட்டியையோ, பனியனையோ கழற்றி இந்த ஆண் அவளது நிர்வாணத்தை மறைக்கும் போது, அவளுக்கு அறுபட்ட அம்மாவின் கழுத்து, ரத்தத்தில் மிதந்த அப்பாவின் உடல், துடிதுடித்து இறந்த கணவன் எல்லாம் மறந்து போகிறது. தன் மானத்தைக் காத்தவன் மட்டுமே மனதில் வியாபிக் கிறான். அவள் இப்படி இருப்பதில் என்ன தவறு இருக்க முடியும்? பயங்கரமான சூழ்நிலையிலிருந்து மீட்டு அவளைத் தன் வீட்டுக்கு அழைத்து வந்திருக்கிறான். அவளை மரியாதையாக நடத்துகிறான், கல்யாணம் செய்து கொள்ள முன்வருகிறான். வாழ்நாள் பூரா அவனுக்கு அடிமையாவதில் என்ன பிழை?

அவ்வளவு கயவர்களுக்கு மத்தியில் இவன் ஒருத்தன் மட்டும் எப்படிக் குற்றமற்றவனாக இருந்திருக்க முடியும் என்கிற ஞானம் நெடுங் காலத்திற்குப் பிறகுதான் உதிக்கிறது. எல்லாருமே ஒரே குட்டையில் ஊறிய மட்டைகளாக நினைக்கப்படுகிறார்கள். ஒவ்வொருவரும் வாழ்வா சாவா என்று சில இளம் பெண்களின் மாண்பைக் காப்பாற்றப் போராடியவர்கள், அதே சமயம் ஏகப்பட்ட தாய்மார்களும் சகோதரி களும் நல்லவர்களாக ஒரு சாராரால் கருதப்படும் இவர்களைச் சபித்துக் கொண்டும் இருந்திருக்கக் கூடும்.

எது எப்படியானாலும் இந்த ஞானம் வரும் போது அது மிகத் தாமத மாகப் போய் விடுகிறது. இப்போது அவளுக்குப் போக்கிடம் இல்லை. ஒரு தாயாகிற நிலையில் இருக்கிறாள் அல்லது ஏற்கனவே பல கைகள்

மாறியவளாக இருக்கிறாள். இத்தனை ஆண்களைப் பார்த்த பிறகு இந்த இந்தியக் குடிமகள்கள் தங்கள் பெற்றோரின் முகத்திலோ அல்லது கணவரின் முகத்திலோ எப்படி விழிப்பார்கள்?*

கவர்ந்து செல்லப்பட்ட பெண்கள் குறித்து, 'ஒரு பெண்ணாக, இதையெல்லாம் கேட்கிற போது என் உணர்வுகள் எப்படி இருந்தன என்பது வாசகர்களுக்குத் தெரியாது' என்று குறிப்பிடும் கிட்வாய் மீட்புப் பணியில் ஈடுபட்ட பல சமூக சேவகிகளின் அனுபவங்களை விவரிக்கிறார். அரசாங்கத்தின் கடமை தவறாத பணியாளர்களாக இருந்தாலும் , பெண்களிடம் பெண்களாக அணுகினார்கள். அதாவது, தங்களுக்கு இடப்பட்ட பணியைத்தான் செய்ய வேண்டும் என்றாலும் அதற்கு எதிராகவும் சில நேரம் செயல்பட வேண்டியிருந்தது. கிட்வாயின் அனுபவத்தைச் சொல்கிறார்.

'வசதியில்லாத குடும்பத்தில் பிறந்து ஏழைமையைத் தவிர வேறெதையும் பார்த்திராத சில பெண்கள் இருந்தார்கள். அரை வயிறு உணவும் அரை ஆடைகளுமே அவர்கள் பார்த்திருந்தவை! இப்படிப்பட்டவர்கள் பட்டுத் துணியும், சால்வைகளும் வாங்கித் தந்து, சினிமாவுக்கு அழைத்துப் போய் ஐஸ் கிரீமும் காபியும் வாங்கித் தரும் ஆண்களின் கவனிப்பில் மயங்கிப் போயிருந்தார்கள். இவர்களை விட்டு மறுபடி மண்டை பிளக்கும் வெய்யிலில் கிழிந்த துணியோடு கூலி வேலை செய்யும் வாழ்க்கைக்கு அவர்கள் ஏன் திரும்பிப் போக வேண்டும்? பயங்கரமான கடந்த காலத்தை மறந்து, நிச்சயமில்லாத எதிர் காலத்தைத் துறந்து இன்பமான நிகழ்காலத்தைத் தொடரவே அவர்கள் விரும்பினார்கள்.

அவர்களுக்கு இன்னொரு பயமும் இருந்தது. அழைத்துப் போக வந்திருந்தவர்கள் நண்பர்களா, எதிரியா? அழைத்துப் போய் இன்னொருத்தருக்கு விற்று விட மாட்டார்கள் என்று என்ன நிச்சயம்? பலதரம் விற்கப்பட்டிருக்கிறார்கள், இன்னும் எத்தனை தரமோ என்றுதானே நினைப்பார்கள்? இதே காவல்துறை சீருடைகள்தானே அவர்களைப் பலமுறை கைமாற்றியது! தலைப்பாகை அணிந்து வந்த ஒரே காரணத்தால் தங்கள் மனிதர்கள் என்று எப்படி நினைப்பார்கள்? பலவந்தமாக இழுத்துப் போய் உறவினர்களிடம் விடப்பட்டு சில தினங்கள் ஆகும் வரை இந்த பயம் அவர்கள் மனதிலிருந்து விலகவில்லை.

மதம் என்ற ஓர் இடர்பாடு இருந்தது. ஆனால் அதைப் பற்றி இந்தப் பெண்களுக்கு என்ன தெரியும்? ஆண்களாவது பள்ளிவாசல் போவார்கள், நமாஸ் படிப்பார்கள், முல்லாக்கள் சொல்வதைக் கேட்பார்கள்...

---

* Anis Kidwai, Azadi ki Chaon Mein, p. 142

பெண்களை அங்கே அனுமதித்ததே கிடையாதே! இளம் பெண்களை அங்கே பார்த்தாலே அவர்களுக்குக் கண்கள் சிவந்து விடும். 'இங்கே என்ன வேலை உங்களுக்கு, போய் உங்கள் வேலையைப் பாருங்கள்' என்று நாய்களைப் போல விரட்டப்படுவார்கள். தவறு அவர்கள் பேரில் என்றாலும் பெண்களை விரட்டி அடிப்பார்கள். அவர்கள் பள்ளிவாசலுக்கு வந்தால் நமாஸ் கெட்டுப் போகும் என்றார்கள். முல்லாக்கள் பேசுவதைக் கேட்க வந்தால் அனைவருடைய கவனமும் சிதறிப் போகிறது என்பார்கள். தர்க்காவுக்குப் போனால் தள்ளி விடப்படுவார்கள். கவ்வாலி மெஹ்ஃபிலுக்குப் போனால் நிகழ்த்து கிறவரின் கவனம் கடவுளுக்குப் பதில் லௌகீக விஷயங்களில் திரும்பி விடுமாம்.

இந்த மதத்தின் கடவுள் பெண்ணை வசதியான இடத்தில் வைத்திருப் பதே இல்லை. ஆனால் புதிதாக யாருடன் அவள் வந்து வாழ்கிறாளோ அவன் கடவுள். யார் என்ன சொன்னாலும் சரி அவள் வாழ்வை வண்ணமயமாக்கிய அவனை விட்டு அவள் பிரியமாட்டாள்.'

பல பெண்கள் மீட்கப்படுவதிலும், தங்கள் குடும்பத்துக்குத் திரும்பு வதிலும் சந்தோஷம் அடைந்தார்கள். ஆனால், மீட்புக்கு சம்மதிக்காத பெண்கள் பலவந்தமாக அழைத்துப் போகப்பட்டார்கள்.

★★★

தமயந்தி சாகல் வார்த்தைகளில்

இரண்டு இளைஞர்கள் என்னிடம் வந்து, சத்யா என்கிற தங்கள் தங்கையை அவளுக்குக் கல்யாண ஏற்பாடுகள் நடந்து கொண்டிருக்கிற போது கவர்ந்து போய் விட்டதாக புகார் செய்தார்கள். பதான்கள் (பாகிஸ்தானிலும், ஆப்கனிஸ்தானிலும் காணப்படும் ஒரு இனத் தவர்கள்) கவர்ந்து போய் விட்டதாகச் சந்தேகிப்பதாகவும், எப்படி யாவது கண்டுபிடித்துத் தரவேண்டும் என்றும் கேட்டுக் கொண்டார்கள். ஜமீந்தார் ஒருவரின் பெண்ணைக் கடத்திப் போன கொள்ளைக்காரப் பதான்கள் அந்தப் பெண்ணுக்குக் குதிரையேற்றம், ஆயுத உபயோக மெல்லாம் சொல்லிக் கொடுத்து அவள் கையில் துப்பாக்கியுடன் இருப்பதாக யாரோ எப்போதோ சொன்னது நினைவு வந்தது.

இந்த சத்யா கொள்ளைக்காரர்களுடன் இருப்பதாக அறிந்தேன். நன் றாகப் பயிற்சி பெற்று அவர்களை விட ஒரு படி மேலாக இருப்பதாக வும் அறிந்தேன். போலிஸ் சூப்பிரண்டண்ட் அங்கே நான் போக விரும்புவதாகச் சொன்னேன். அது ரொம்ப ஆபத்தான இடம் என்று அவர் எச்சரித்தார். அதைப் பற்றி எனக்குக் கவலை இல்லை, நான்

போயாக வேண்டும் என்றேன். அவர்கள் என்ன செய்தார்கள் என்று பாருங்கள், சம்பந்தப்பட்டவர்களுக்கு ரகசிய தகவல் அனுப்பி விட்டார்கள். செய்தி கிடைத்தவுடன் அவர்கள் ஓடி விடுவார்கள்.

எங்கள் ஒவ்வொரு அசைவும் கவனமாகச் செய்ய வேண்டியிருந்தது. மற்றவர்களைவிட அதிகமாக நான் சுற்றித் திரிந்தேன். பண்ணைகள் வழியாகவும், வயல்கள் வழியாகவும் போக வேண்டியிருந்தது. எஸ்.பி. திரும்பத் திரும்ப அது ஆபத்தான பகுதி என்று சொல்லிக் கொண்டே இருந்தார். காலையிலேயே சத்யாவை ஒளித்து வைக்கும் படி தகவல் அனுப்பியிருந்ததால் அலைந்து திரிந்து துரத்தி எப்படியோ அந்தப் பெண்ணைப் பிடித்து விட்டோம். அவளை குஜராத்துக்கு அழைத்து வரவேண்டியிருந்த போது முதல் வேலையாக எச்.பி. யிடம் போலிஸ் பாதுகாப்பு கேட்க வேண்டியிருந்தது.

எங்களைத் தொடர்ந்து வந்த பதான்கள் நீதிமன்றத்தில் அந்தப் பெண் தொடக்கத்திலிருந்தே இஸ்லாமியர் என்றும் அவளை அனுப்பி வைக்க தங்களுக்குச் சம்மதம் இல்லை என்றும் தெரிவித்தார்கள். பாகிஸ்தான் என்ற நாடு உருவாகுமுன்பே அந்தப் பெண் தீன் மதத்துக்கு மாறிவிட்ட தாக அவர்கள் சொன்னார்கள். ஆகவே டெபுடி கமிஷனர் அவளை என்னிடமிருந்து பிரித்து அவர்களுடன் போக வேண்டும் என்றார். அவளுடைய சகோதரன் கோபத்தில் சத்தம் போட ஆரம்பித்தான், ஆனால் அவனைப் பார்க்கக்கூட அனுமதிக்கவில்லை. சகோதரனை அவள் பார்க்கட்டுமே என்று நான் கேட்டுக் கொண்டது மறுக்கப் பட்டது.

உயிரைப் பணயம் வைத்து, பல ஆபத்துக்களைக் கடந்து, பல கஷ்டங் களைக் கடந்து அந்தப் பெண்ணை மீட்டு வந்திருந்த நான் டெபுடி கமிஷனரின் இந்தச் செயலால் மிகவும் பாதிப்படைந்தேன். அதற்குப் பிறகு நான் பாகிஸ்தானின் முதல் பிரதமர், யார் அவர்... ஆங், லியாகத் அலி (தமயந்தி குறிப்பிடுவது ராஜா கஸ்னாஃபர் என்கிறவரை, அவர் பிரதமரல்ல, அகதிகள் துறைக்கு அமைச்சர். ஞாபகப் பிசகாக தவறாகக் குறிப்பிடுகிறார்)... கராச்சியில் இருந்த அவருக்கு ஒரு தந்தி அனுப்பி னேன். தந்தியில் இரு நாடுகளும் செய்து கொண்டிருந்த ஒப்பந்தத்தை மேற்கோள் காட்டி என் ஏமாற்றத்தைச் சொன்னேன். இந்த மாதிரி ஏமாற்றுகள் தொடருமானால் பாகிஸ்தானில் தங்கி, இந்த வேலையை என்னால் தொடர முடியாது என்று சொல்லியிருந்தேன். மறுநாள் தான் குஜராத் வருவதாகவும், சத்யா தேவியைத் தன்னைச் சந்திக்க ரயில்வே ஸ்டேஷனுக்கு அழைத்து வரும்படியும் அவர் பதில் தந்தி அனுப்பி னார். என்னால் என்ன செய்ய முடியும் என்று பார்க்கிறேன் என்றும் சொல்லியிருந்தார்.

நாங்கள் ரயில் வருவதற்காகக் காத்திருந்தோம்.

ஓர் இந்துப் பெண்மணியின் அழைப்பை மதித்து தங்கள் பிரதமர் வருகிறார் என்கிற செய்தி இஸ்லாமியர்கள் அனைவருக்கும் பரவியது. பதான்களிடமிருந்து ஒரு பெண் மீட்டு வரப்பட்டிருக்கிறாள் என்றும் அவள் கைவிலங்கு இடப்பட்டிருக்கிறாள் என்றும் செய்தி பரவியது. இது கொஞ்சம் பதட்டமான சூழ்நிலை. ஏனென்றால் கொள்ளைக் காரர்களும் பொதுமக்களும் ஒருவரை ஒருவர் பழி தீர்த்துக் கொள் வார்கள். இந்தப் பெண் வேறு கொள்ளைக்காரியாக ஆகியிருந்தாள். எஸ்.பி., டி.எஸ்.பி என்று ஊரில் இருக்கிற அத்தனை போலிஸ் அதிகாரி களும் ஆஜராகியிருந்தார்கள். ராணுவ ஆசாமிகளும் இருந்தார்கள். ஒரு கேப்டன் வந்திருந்தார். என்னை ஒரு அறையில் உட்காரச் சொன் னார்கள்.

இந்த நிலைமையை எப்படிக் கையாளப் போகிறோம் என்று கவலையாக இருந்தது. அந்தப் பெண் இஸ்லாமுக்கு மாறி விட்டாள். அந்த இடம் முழுக்க இஸ்லாமியர்கள். நான் தனியாக இருந்தேன். அமைச்சரிடம் என்ன சொல்லப் போகிறேன்? ஒரு பேப்பரும் பென்சிலும் கேட்டேன். இரண்டு வரி எழுத வேண்டும் என்று கேட்டு வாங்கிக் கொண்டேன். ‘ஜனாப், பாகிஸ்தானின் செலுத்துவிசையே உங்கள் கைகளில்தான் இருக்கிறது, நீங்கள் ஒரு பண்பட்ட மனிதர் என்று கொஞ்சம் பாராட்டு களுடன் ஆரம்பித்தேன். பாகிஸ்தானின் மிக உயர்ந்த பதவியில் இருப் பதே நீங்கள் ஒரு புத்திசாலி என்பதைப் பறைசாற்றுகிறது. நான் ரொம்பச் சின்னவள். பெரிதாக விஷயம் தெரிந்தவள் இல்லை. நான் சொல்ல விரும்புவது இதுதான்: ஒரு சாதாரண, இரக்கத்துக்குரிய பெண்ணைக் கண்டுபிடித்து அழைத்து வந்திருக்கிறேன். மொத்த பாகிஸ்தானே இங்கே கூடி நிற்கிறது. நான் உங்களிடம் கேட்க விரும்புவது, மீட்புக்கு உதவுவது இதுதானா? இரு நாடுகளும் போட்டுக் கொண்ட ஒப்பந்தம் இப்படித்தானா? ஒரு பெண்ணுக்காக ஆயிரக் கணக்கில் வந்து குவிகிற அளவுக்குக் கீழிறங்கி ஏன் மக்கள் வர வேண்டும்? அவ்வளவு வீரியமான நெருப்பு அவர்கள் மனதில் இருக்கிறதா? இது போன்ற சூழ்நிலையில் என்னால் வேலை செய்ய முடியும் என்று எப்படி எதிர்பார்க்கிறீர்கள்? எழுதி முடித்து கையில் எடுத்துக் கொண்டு நேராக ரயிலுக்குப் போனேன்.

ரயில் வந்தாச்சு, ரயில் வந்தாச்சு என்று எல்லாரும் கூக்குரல் இட்டார்கள். அப்பா, ரயிலா அது! முழுக்க வெள்ளை நிறத்தில் எங்கும் பாகிஸ்தான் கொடிகளுடன்! போலிஸ் என்னை அழைத்துப் போனார் கள். அவர் பேரென்ன... ம்ம்ம்ம்...லியாகத் அலி, அவர் வெளியில் வந்தார்.

‘நீங்கதானா அது?’ என்றார்.

‘ஆமாம்’ என்றேன்.

‘தயவு செய்து கம்பார்ட்மெண்ட்டுக்குள் வாங்க.’

‘வர்ரேன், நிலைமையைக் கொஞ்சம் சீர்தூக்கிப் பார்த்துக்கங்க. ஒரு பொண்ணுக்காக ஏகப்பட்ட ஆள்கள். என்ன இதெல்லாம்? எனக்குப் புரியவே இல்லை. என்ன பண்ணிட்டேன்? ஒரு பெண்ணைத் தேடிக் கண்டுபிடிச்சேன். அதுக்கு இவ்வளவு குழப்பமும், பதற்றமும்.

அவருக்குக் கோபம் வந்தது.

‘எங்கேய்யா டி.ஸி?’ என்று சத்தம் போட்டார். ‘எதுக்குய்யா இங்கே இத்தனை ஆளுங்க?’

‘சார்... எல்லாம் அந்தப் பொண்ணுக்காக...’

‘ஒரு பொண்ணைக் காப்பாத்த இத்தனை பேர் தேவையா? எங்கே அந்தப் பொண்ணு, அழைச்சிட்டு வாங்க.’

போலிஸ்காரர்கள் கைவிலங்குடன் அந்தப் பெண்ணை அழைத்து வந்தார்கள். அங்கே நான் இருக்கிறேன், அவர் இருக்கிறார், அந்தப் பெண் சத்தம் போட ஆரம்பித்தாள்.

‘என்னைக் கூட்டிட்டுப் போக வந்திருக்கிறது யாரு? இந்தத் தே... பொம் பளையா?’ இதுதான் எனக்குக் கிடைத்த கைம்மாறு! இவளா என்னைக் கூட்டிட்டுப் போக வந்திருக்கா? நான் போக மாட்டேன்!’ காலிலிருந்ததைக் கையில் கழற்றி எடுத்து என் முகத்துக்கு நேரே ஆட்டினாள்.

அவருடைய முகம் சிவந்தது.

‘அந்தப் பொண்ணைத் தூக்கி ஜெயில்ல தள்ளுங்க. இந்தப் போலிஸ் காரங்களை உடனே டிஸ்மிஸ் பண்ணுங்க. இந்த எஸ்.பி.யை டிரான்ஸ்ஃபர் பண்ணுங்க’ இதெல்லாம் அவர் போட்ட உத்திரவுகள். அதற்குப் பிறகு பிளாட்ஃபாரத்தில் நின்று பேச ஆரம்பித்தார்.

‘இந்து சேவகர்களை எண்ணி நான் பெருமிதம் அடைகிறேன். இந்தியா சார்பாக ஒரு பெண் இங்கே இருக்கிறாள், உங்கள் மொத்த போலிஸ் படையும் வர வேண்டி இருந்திருக்கிறது. எந்தப் பாதுகாப்பும் இல்லா மல் சிங்கம் மாதிரி நிற்கும் இந்தப் பெண்ணைப் பாருங்கள். உங்களை எண்ணி நான் அவமானப்படுகிறேன். உங்களால் என்ன பயன்? நீங்க

ளெல்லாம் எப்படி முன்னேறி என்னத்தைச் சாதிக்கப் போகிறீர்கள்? உங்கள் கடமையைச் செய்யாமல், இவளை காலணியைக் கழற்றி ஒருவர் முகத்துக்கு எதிரில் ஆட்ட அனுமதிக்கிறீர்கள், அதுவும் எனக் கெதிரிலேயே.. அவளையும், கூட வந்த பொறுக்கிகளையும் சங்கிலி யால் கட்டி அடுத்த கம்பார்ட்மெண்ட்டில் போடுங்கள்.'

என்னை முதுகில் தட்டிக் கொடுத்து அருகில் உட்காரச் சொன்னார். 'உன்னை எண்ணி ரொம்பப் பெருமையாக இருக்கிறது; உன்னை மட்டு மில்லை, இந்தியாவையே எண்ணி.. இது ரொம்ப ஆச்சரியமானது. பார்க்க இத்தனை மென்மையா இருக்கிற நீ இந்த நிலைமையை எப்படி சமாளித்தாய்?' என்றார். பதினைந்து நிமிஷம் பேசிக் கொண்டிருந் தோம். பிறகு ரயில் புறப்பட்டது. நான் மட்டுமில்லை, எல்லா ஜனங் களும் ஆச்சரியப்பட்டார்கள்.

அவர்கள் எல்லாரையும் திட்டி, சிலரை டிரான்ஸ்ஃபர் செய்து, இவளைப் பார், இவளைப் பார் என்று அவர் என்னைக் குறிப்பிட்டுப் பேசியது எல்லாம் என்னைக் கொஞ்சம் வெட்கமடையச் செய்தது. ரயிலிலிருந்து நான் திரும்பி வந்த போது ஒருவர் என்னிடம் சொன்னார்.

'இப்போ உனக்குத் திருப்தியா இருக்கும்னு நினைக்கிறேன். நிம்மதியா இருக்கே, அமைதியா இருக்கே. இப்ப டிரான்ஸ்ஃபர் ஆனவங்க குடும்பமும், குழந்தைகளும் என்ன ஆவாங்க தெரியுமா? உன்னைப் பத்தி அவங்க என்ன சொல்வாங்க தெரியுமா? உன்னால இதைப் பண்ணிட்டு நிம்மதியா இருந்துட முடியுமா? அவங்க எல்லார் வீடும் இன்னைக்கு மயான அமைதியா இருக்கும். சமையல் இருக்காது, சாப்பாடு இருக்காது. இந்தியாவிலேர்ந்து வந்த அந்தப் பொம்பளை யாருன்னே எல்லாரும் யோசிப்பாங்க. அவங்களைப் பொறுத்த வரைக் கும் நீ ஒரு பூதகி ஆயிட்டே!' என்றார்.

பிரச்னை ரொம்பத் தீவிரமாகி விட்டதோ என்ற கவலை வந்தது எனக்கு.

'என்ன எல்லாரையும் டிஸ்மிஸ்ஸா பண்ணிட்டாங்க?' என்று கவலை யுடன் கேட்டேன்.

'பின்னே? வேற என்ன? சம்பாதிக்கிறவனை வெளியூருக்கு அனுப்பி யாச்சு. உன்னை வாழ்த்தவா செய்வாங்க?'

'நான் என்ன பண்ணேன்?'

'பண்ணது நீஇல்லாம இருக்கலாம். காரணம் நீதானே? நீ குடுத்த புகார் தானே?'

உடனே நேராக எஸ்.பி. யிடம் போனேன். 'ஒரு விசாரணை பண்ணுங்க...' என்று சொன்னேன். அதுக்கு என்ன பேர் சொல்வாங்க... ம்ம்ம்ம்... சஸ்பென்ஷன். 'யாரையும் டிஸ்மிஸ் பண்ணாதீங்க, சஸ்பெண்ட் பண்ணுங்க' என்று கேட்டுக் கொண்டேன். அமைச்சருடைய உத்தரவை என்னால் மீற முடியாது என்றார். அதற்குப் பிறகு டெபுடி கமிஷனரிடம் போனேன். தயவு செய்து வேண்டாம் என்று அழுதேன்.

'இல்லைங்க, எஸ்.பி., தன்னுடைய கடமையைத்தான் செய்யறாரு. அமைச்சரைப் பார்த்தீங்க இல்லே? நான் என்ன செய்ய முடியும்?' என்றார்.

'ஆமாம், பார்த்தேன். ஆனா எனக்கே சாப்பிடப் பிடிக்கலை. குறைந்த பட்சம் அமைச்சரோட நான் பேச ஏற்பாடு பண்ணித் தர முடியுமா?' என்று கேட்டேன்.

'அது முடியும்னு நினைக்கிறேன். அவரை டெலிஃபோன்ல கூப்பிடறேன். நீங்க பேசினா ஏதாவது நல்லது நடக்கலாம். ஆனா நீங்க பேசணும்' என்றார். ஒப்புக் கொண்டேன். ஃபோன் போட்டுக் கொடுத்தார். முதலில் நன்றி சொல்லிவிட்டு ஆரம்பித்தேன்.

'வருத்தமா இருக்கிறது ஒரு விஷயம் பத்தித்தான். இந்த டிஸ்மிஸல்கள்... அது கொஞ்சம் துரதிஷ்ட வசமானதுன்னு நினைக்கிறேன்' என்றேன்.

'அவங்க கடமைலேர்ந்து தவறிட்டாங்க.'

'நிஜம்தான் சாப். ஆனாலும் நீங்க கொஞ்சம் யோசிச்சுப் பார்க்கணும். இன்றைய நிலவரத்தில் எல்லார் மனசும் குழப்பத்தில் இருக்கு. இப்படி நடப்பதுதான் பாகிஸ்தானுக்கு ஆதரவு, பாகிஸ்தானை ஆதரிப்பது அவங்க கடமைன்னு நினைச்சிருக்காங்க. நானும் அதே போல அந்தப் பெண்ணை அழைத்துப் போறது என் கடமைன்னு நினைச்சேன். இப்ப ரொம்ப வருத்தமா இருக்கு'

'உண்மையிலேயே என் கிட்ட நீ எதிர்பார்க்கிறது இதுதானா?'

'ஆமாம்'

எஸ்.பி. யிடம் அவர்கள் மீது நடவடிக்கை எதுவும் எடுக்க வேண்டாம் என்று தெரிவித்தார். அந்தப் பெண் என்ன ஆனாள் எங்கே போனாள் என்றெல்லாம் தெரியாது. ஸ்டேஷனிலிருந்து புறப்படும் போது அவளுடைய சகோதரர்கள் காத்திருப்பதாகச் சொன்னேன். அவள் என்னைத் திட்டினாள். 'போடி வேசி, அதைப் பத்தி எனக்கென்ன கவலை? இது என்ன ஆனா உனக்கென்ன?' என்று சொல்லிவிட்டுப் போய்விட்டாள்.

இந்தக் காட்சி ரொம்ப ஆச்சரியமானது. யோசித்துப் பாருங்கள். ஒரு இளம் பெண்ணைக் கையில் விலங்கிட்டுக் கூட்டி வருகிறார்கள். ஒரு பக்கம் போலிஸ். இன்னொரு பக்கம் அழைத்துப் போகக் காத்திருக்கும் அவளுடைய சகோதரர்கள். எதிரில் அவளை மீட்டு வந்த நான், நாங்கள் எல்லாரும் அரசாங்க உயர்பதவியில் இருப்பவர் முன்னால் அந்தப் பெண் என் மேல் விஷத்தைக் கக்குகிறாள். இவள்தான் எல்லாவற்றுக்கும் காரணம் என்கிற மாதிரி பேசுகிறாள்.

அவளுக்கு என்ன ஆயிற்றோ தெரியாது. அந்த அமைச்சர் அவளது எதிர்காலத்தை உத்தேசித்து என்ன செய்தாரோ... அவளைக் கூட்டிக் கொண்டு போய் விட்டார்கள். இந்தியாவுக்குக் கூட அனுப்பியிருக்கலாம், தெரியாது. குஜராத்தில் நடக்கும் ஒரு முகாம் குறித்துச் சொன்னார்கள். நவாப் ஒருவர் சிம்மாசனத்தில் அமர்ந்திருப்பாராம். கவர்ந்து வரப்பட்ட இளம் பெண்களை அணிவகுப்பு மாதிரி அவர் முன்னால் அழைத்துப் போவார்களாம். அழகான பெண்களை அவர் தேர்ந்தெடுத்துக் கொள்வாராம். அந்தப் பெண்களால் இதை எதிர்த்து எதுவும் செய்ய முடியவில்லை. பெற்றோரை இழந்த இரண்டு பையன்களைக் கூட அவர்கள் வைத்திருப்பதாக அறிந்தேன்.

அவர்களை அணுகி அந்தப் பையன்களை அனுப்பும்படி கேட்டுப் பார்த்தேன். மறுத்து விட்டார்கள்.

'ஏன், உங்களுக்கென்று குடும்பம், குழந்தைகள் இல்லையா?' என்று அந்த நவாபின் மனைவியைக் கேட்டேன்.

'இருக்கிறார்கள். எங்கள் மகன்களே இருக்கிறார்கள்.'

'பின்னே இவர்கள் எதற்கு?'

'நாங்கள் செய்வதில் ஒரு ஒழுங்கு, அர்த்தம் இருக்கிறது. கண்ட உபயோகமில்லாதவர்களையும் நாங்கள் வாங்குவதில்லை. தேர்ந்தெடுத்து தான் வாங்குவோம். இந்தப் பையன்கள் எங்கள் மகன்களுடன் சேர்ந்து படிக்கிறார்கள். மேல்படிப்புக்கு இங்கிலாந்து அனுப்புவோம். எங்களிடம் பணம் இருக்கிறது. இந்தப் பையன்கள் புத்திசாலிகள். இவர்களோடு சேர்ந்தால் என் பிள்ளைகள் புத்திசாலியாக இருப்பார்கள். இவர்களுக்குக் கல்யாணம் பண்ணி வைக்கும்போது பிறக்கும் குழந்தைகள் புத்திசாலியாக இருப்பார்கள். இந்துக்கள் இங்கிருந்து போனதில் அன்பும் போய்விட்டது. அந்த அன்பைத் திரும்ப அழைத்து வந்து பல மடங்காகப் பெருக்குவோம். இவர்கள் பிள்ளைகளை நல்ல இஸ்லாமியர்களாக வளர்ப்போம்.'

என்ன நடந்து கொண்டிருந்தது என்று புரியாமல் அல்லும் பகலும் பெண்களை மீட்பதிலும், மீட்கப்பட்ட பின் அவர்களைக் கவனித்துக் கொள்வதிலும் மூழ்கியிருந்தேன். ரொம்ப சுறுசுறுப்பாகவும், திருப்தி யாகவும் இருந்தேன். பஞ்ச் என்ற ஊரில் ஒரு குடிலில் சாமியார் ஒருவரை வைத்து கவர்ந்து போகப்பட்ட பெண்களுக்கு பிரைன் வாஷ் செய்தார்களாம். இஸ்லாமியர்களோடு இருந்துவிட்டுப் போகிறாய், இந்துக்களும், சீக்கியர்களும் உன்னைச் சேர்க்க மாட்டார்கள் என்று திரும்பத் திரும்பச் சொல்வார்களாம். உங்கள் சொந்தக்காரர்கள் இங் கிருந்து அழைத்துப் போவார்கள் ஆனால் எல்லை தாண்டுவதற்கு முன்னால் கொன்று விடுவார்கள் என்று சொல்வார்களாம். இந்தியா வில் நிலைமை ரொம்ப மோசமாகி விட்டது; ஒரு டம்ளர் தண்ணீர் ஒரு ரூபாய்க்கு விற்கிறார்களாம் என்பார்களாம். இங்கிருந்து போன எல்லாரும் சோற்றுக்கு இல்லாமல் தவிக்கிறார்கள் என்பார்களாம். இந்த மாதிரி பொய்யும் புரட்டுமாகச் சொல்லி அவர்களை நன்றாகப் பயமுறுத்தி வைப்பார்களாம். அதற்குப் பிறகு நமாஸ் படிக்கச் சொல்லிக் கொடுத்து மதமாற்றம் செய்வார்கள்.

சும்மாவாவது ஏற்பாடு செய்த ஆட்களை வைத்து இன்னாரின் அப்பா வந்திருக்கிறார் என்று சொல்வார்களாம். விடுவித்து அனுப்புவது மாதிரி அனுப்புவார்களாம். பத்தே நாளில் அந்தப் பெண் தப்பினேன் பிழைத்தேன் என்று ஓடி வருவது மாதிரி செய்வார்களாம். நிறைய இந்துப் பெண்களைச் சில இஸ்லாமியப் பெண்களுடன் கலந்து வைக்கிற போது இந்துக்களையும், சீக்கியர்களையும் கொடூரமானவர் களாகக் காட்ட முடிந்திருக்கிறது அவர்களால். திரும்பி வந்ததும் இந்துக்கள் பற்றியும் சீக்கியர்கள் பற்றியும் இப்படிக் கலந்து வைக்கப் பட்ட பெண்கள் சொல்லும் விஷயங்கள் மற்றவர்களை நடுங்க வைத்திருக்கிறது. கவர்ந்து கொண்டு போகிறவர்கள் பெண்களையும் ஆண்களையும் பிரித்து வைத்து விடுவார்கள். ஆண்களை என்ன செய்தார்கள் என்று தெரியவில்லை. அநேகமாகக் கொன்றிருப்பார்கள். வயதான பெண்களையும் தனியாகப் பிரித்து வைத்து விடுவார்கள். என் மாதிரிப் பெண்கள்... அவர்களிடம் என்ன எதிர்பார்த்தார்கள்? வயதான பெண்களின் மகன்களைக் கொன்று விட்டு அவர்கள் மகனாகி விடுவார்கள். அப்படி ஆன பிறகு சொத்துகளைப் பறித்துக் கொண்டு விடுவார்கள்.

ஒருவேளை வயதான பெண்களைப் போக அனுமதித்தால் அவர் களுக்குப் போன இடத்தில் நஷ்ட ஈடாக நிலம் கிடைக்கும், இங்கே இருக்கும் அவர்கள் சொத்துகள் பறிமுதல் செய்யப்படும். ஆகவே அவர்களைப் போக அனுமதிக்க மாட்டார்கள் இவர்கள். நன்றாகத் திட்டமிட்டு வேலை செய்தார்கள். பலமும் தைரியமும் இருந்தது.

இதையெல்லாம் செய்தார்கள். இந்துக்கள்... அவர்களிடம் லேசாக ரத்தம் படிந்த துணி ஒன்றைக் காட்டினால் பயந்து ஓடிவிடுவார்கள். யார் கொன்றார்கள், யாரைக் கொன்றார்கள் என்றெல்லாம் தெரியாது என்று சொல்லிவிடுவார்கள். நாம் புத்திசாலிகள் அவர்கள் பலசாலிகள். இஸ்லாமியர்களுக்கு இறைச்சி மூளை நமக்கு மீன் மூளை.

எத்தனைப் பெண்களை மீட்டேன் என்று தெரியாது. நூற்றுக்கணக்கில் இருக்கலாம். அதிகமாகக் கூட இருக்கலாம். நான் நேரடியாக ஈடுபடாத கேஸே இல்லை. கூட இருந்த பணியாளர்கள் தாங்களே ஈடுபட்டு முடித்தது என்று ஒரு கேஸ் கூடச் சொல்ல முடியாது. இவை தவிர எங்களிடம் கொண்டு வந்து ஒப்படைக்கப்பட்ட பெண்கள் நிறைய உண்டு. அப்படி ஒப்படைக்கப்படும் பெண்களைப் பெற்றுக் கொண்டதாக நாங்கள் ரசீது தரவேண்டும். இது போல ஒரு பதினைந்து இருபது கேஸ்கள்.'

★★★

'எனக்கென்று யாருமில்லை' என்ற சொற்றொடரில் பெண்கள் அறிந்து கொண்டதை விட அதிக அர்த்தம் உண்டு என்று நினைக்கிறேன். தாங்கள் மீட்கப்பட அனுமதித்தவர்களுக்கும், பலவந்தமாக மீட்டு வரப்பட்டவர்களுக்கும் இன்னொரு அதிர்ச்சி காத்திருந்தது. அரசாங்கத்தில் புகார் கொடுத்து தேடித் தரும்படி வேண்டியிருந்த அவர்களுடைய குடும்பத்தினர் இப்போது அவர்களை ஏற்றுக் கொள்ள மறுத்தனர். பிரிவினைக் கழகத்தின் பதினாறாவது கூட்டத்தில் ஒரு தீர்மானம் போடப்பட்டது. இரு நாடுகளும் அகதிகளைக் கவனமாகப் பார்த்துக் கொள்ள வேண்டும், எந்த அகதியையும் சொந்த ஊருக்குத் திருப்பிப் போகக் கட்டாயப்படுத்தக் கூடாது என்பதே அது. அந்தந்த நாடுகள் பாதுகாப்பை உறுதி செய்து கொண்ட பிறகே அகதிகள் திருப்பி அனுப்பப்பட வேண்டும் என்று தீர்மானிக்கப்பட்டது. பெண்கள் குறித்து என்ன சொல்லப்பட்டது?

> 'மீட்பு மற்றும் மறுவாழ்வுத் துறை உண்மை கண்டறியும் கிளை ஒன்றைத் துவக்கியுள்ளது. செஞ்சிலுவை சங்கத்தின் ஆலோசனையுடன் தொடங்கப்பட்டுள்ள இந்தக் கிளையில் விசாரணை மற்றும் தேடும் குழு ஒன்று கவர்ந்து செல்லப்பட்ட பெண்களைக் கண்டுபிடிக்க அமைக்கப்பட்டுள்ளது. ஏற்கனவே 23,000 பேர்கள் குறித்த விவரங்கள் பாகிஸ்தான் அரசாங்கத்திடம் தரப்பட்டு விட்டது. மீட்புக்கு, அரசாங்கம் முன்னணி மனிதர்களையும், சமூக சேவகர்களையும் சார்ந்திருக்கிறது. டிசம்பர் 6 ம் தேதி இரு நாடுகளின் சந்திப்புக் கூட்டம் நடத்தப்பட்டு, இரண்டு அரசாங்கங்களும் மீட்புக்கு முனைப்பான முயற்சிகளை மேற்கொள்ள வேண்டும் என்று தீர்மானிக்கப்பட்டது.

பாகிஸ்தானில் இருக்கும் 25,000க்கும் மேற்பட்ட கவர்ந்து போகப் பட்ட பெண்கள் குறித்தான விசாரணைகள் மீட்பு-மறுவாழ்வுத் துறையின் பெண்கள் பிரிவால் பெறப்பட்டுள்ளன. ஏறக்குறைய 2500 பேர் மீட்கப்பட்டு விட்டார்கள். தங்கள் சமூகத்தினரால் ஏற்றுக் கொள்ளப்படமாட்டார்கள் என்கிற பயம் இந்துப் பெண்களின் மனதில் விதைக்கப்பட்டுள்ளது. இந்தப் பயம்தான் மீட்புக் குழுவினருக்கு பெரிய தடங்கலாக இருக்கிறது. அவர்கள் மனதில் ஏற்றிவிடப்பட்டுள்ள பயத்தின் காரணமாக, பல பெண்கள் கவர்ந்து போனவர்களை விட்டு வர மறுக்கிறார்கள். இது மாதிரி சூழ்நிலை களில், அவர்கள் பலவந்தமாக அழைத்து வரப்பட வேண்டும் என்று இரு நாடுகளும் தீர்மானித்திருக்கின்றன.*

பலவந்தமாக அழைத்து வரப்பட வேண்டும் என்பது ஒன்று. குடும் பங்கள் அவர்களை ஏற்றுக் கொள்வது அடுத்தது. காந்தியும், நேருவும் மீண்டும் மீண்டும் சம்பந்தப்பட்ட குடும்பங்களை 'அவர்கள் தூய்மை கெட்டு விடவில்லை, ஏற்றுக் கொள்ளுங்கள்' என்று வேண்டுகோள் விடுக்கும் அளவுக்குக் குடும்பங்களின் தயக்கம் இருந்தது.

காந்தி சொன்னார்: 'இந்துக்கள் தங்கள் குடும்பத்துப் பெண்கள் தூய்மை இழந்து விட்டதாகக் கருதி அவர்களை ஏற்க மறுப்பதாக அறிகிறேன். இதை அவமானத்தின் உச்சம் என்று நான் நினைக்கிறேன். எனக்கு அருகில் அமர்ந்திருக்கும் இந்தப் பெண்கள் எவ்வளவு தூய்மையான வர்களோ அவ்வளவு தூய்மையானவர்கள் அவர்களும். மீட்கப்பட்ட பெண்களில் யாரேனும் என்னிடம் வருவார்களேயானால், இந்தப் பெண்களுக்குத் தருகிற முக்கியத்துவத்தையும், மரியாதையையும் அவர்களுக்கு நான் தருவேன்.'+

1948 இல் பொதுமக்களுக்கு நேரு ஒரு விண்ணப்பம் விடுத்தார்.

'உறவினர்களுக்கு இந்தப் பெண்களைத் திரும்ப ஏற்றுக் கொள் வதில் விருப்பமில்லை என்று சொல்கிறார்கள். இது மிகவும் தவ றான, கண்டிக்கப்பட வேண்டிய மனப்பாங்கு. இந்த மனப்பாங்கைத் தரும் சமூகச் சம்பிரதாயங்கள் ஒதுக்கப்படவேண்டியவை. இந்தப் பெண்கள் அன்பாக மென்மையாக அரவணைக்கப்பட வேண்டிய

* Sixteenth Meeting of the Partition Council, 1948

+ Published as a appeal in The Hindustan Times, January 17, 1948. Quoted in Selected Works of Jawaharlal Nehru, Second Series, Vol. 5, Delhi, Jawaharlal Nehru Fund, 1987, p.113

வர்கள். அவர்களைத் திரும்ப ஏற்று வேண்டிய உதவிகளைச் செய்வது அவர்களுடைய உறவினர்களுக்குப் பெருமை சேர்ப்பதாகும்.*

ராவணனால் கவர்ந்து போகப்பட்ட சீதை, கணவனிடமிருந்து நெடுங் காலம் பிரிந்திருந்தும் எப்படிப் புனிதம் கெடாமல் இருந்தாள் என்பதை விளக்கும் பிரசுரங்கள் ஏராளமாக விநியோகிக்கப்பட்டன. கற்புக்கும், கறைபடிதலுக்கும் அதிக முக்கியத்துவத்தை இந்து மதம் கொடுப்ப தாலோ என்னவோ, இந்தியாவில் சீக்கியர்களுக்கும் இந்துக்களுக்கும் பெண்களின் தூய்மை மற்ற எல்லாவற்றையும் விட முக்கியத் தடையாக இருந்தது இந்த விஷயத்தில். கவர்ந்து போகப்பட்ட இஸ்லாமியப் பெண்கள் பாகிஸ்தானில் அவர்களின் குடும்பத்தினரால் மிக எளிதாக ஏற்றுக் கொள்ளப்பட்டார்கள். அகில பாகிஸ்தானியப் பெண்கள் சங்கம் மீட்கப்பட்ட பெண்களுக்கு திருமணம் செய்வதற்காகக் கடுமையாக உழைத்தது. இந்துக் குடும்பங்களில் குழந்தை இல்லாத பெண்கள் ஓரளவு ஏற்கப்பட்டார்கள், குழந்தை இருப்பவர்களின் நிலை வேறு! வேற்று மதத்தைச் சேர்ந்த ஆணோடு உறவு கொண்டவள் என்பதால் அவர்களுக்கு இருவேறு விதமான வழிகள் முன்வைக்கப்பட்டன : கலப்பில் பிறந்த குழந்தை நெறி தவறலை நினைவுபடுத்திக் கொண்டே இருக்கும் என்பதால் ஒன்று, அவர்கள் குழந்தையுடன் ஆசிரமத்தில் தங்கலாம். அல்லது குழந்தையை அநாதை விடுதிக்கு அனுப்பி விட்டு அவர்கள் தங்கள் குடும்பத்தினருடன் சேரலாம்.

இன்னொரு பிரச்னை இருந்தது. பல பெண்கள் கருவுற்றிருந்தார்கள். அவர்களை எப்படிக் கையாள்வது? சமூகப் பணியாளர்களின்படி அவர்கள் தேர்ந்தெடுத்த இடங்களில் தங்கி பிரசவம் முடிந்ததும் பிள்ளைகளைத் தத்துக் கொடுத்துவிட்டுத் திரும்புவார்கள், அல்லது கருக்கலைப்பு செய்து கொள்வார்கள். கருக்கலைப்பு சட்ட விரோதம் என்று கருதப்பட்ட காலத்தில், அரசாங்கமே பெருமளவில் கருக் கலைப்பு செய்யும் 'சஃபயா' என்கிற திட்டத்துக்கு நிதி ஒதுக்கீடு செய்தது. இதன் மூலம் ஏகப்பட்ட மருத்துவமனைகள் நிறைய சம்பாதித்தன என்று தமயந்தி சாகல் கூறுகிறார்:

> 'ஜலந்தர் முகாமில், காந்தி வனிதா என்கிற இடத்தில் வந்த பெண்கள் எல்லாரும் ஆண் தொடர்பு ஏதும் இல்லாதவர்களாக இருந்ததால் அங்கே ஏகப்பட்ட கல்யாணங்கள்! அங்கே பெரும் எண்ணிக்கையில் இளம் பெண்கள் இருந்ததால் கல்யாணம் பேச

---

* Quoted in G.D. Khosla, Stern Reckoning : A Survey of the Events Leading up to and following the Partition of India, Delhi, Oxford University Press, 1949, rpt 1989, p. 75

நிறைய பேர் வந்தார்கள். அந்தப் பெண்களுக்கு வேலை வாய்ப்புக் கள் பெற்றுத் தருவது, உறவினர்களிடம் கொண்டு சேர்ப்பது எல்லா வேலைகளையும் செய்து கொண்டிருந்தோம்.

இஸ்லாமியர்களுக்குப் பிறந்த குழந்தைகளோடு வந்த பெண்களை ஏற்க அவர்கள் குடும்பத்தினர் தயங்கினார்கள். பெண்களுக்கு, குழந்தைகள் கருவில் தோன்றிய நிலையில்கூட அதைப் பிரிவது கடினமான விஷயம். இஸ்லாமியரின் குழந்தை என்பதாலே பல பெண்கள் குழந்தைகளைத் துறக்கும் படி கட்டாயப்படுத்தப் பட்டார்கள். அந்தக் குழந்தைகளின் எதிர்காலம் என்ன ஆகி யிருக்கும்? ஒரு வருஷத்துக்குக் குறைவான காலத்துக்குள் மீட்கப் பட்ட பெண்களைக் குடும்பங்கள் ஏற்றுக் கொண்டன. ஆனால், கருவுற்ற பெண்கள்... இந்த டாக்டர் கபூரின் கிளினிக் தெரியுமா? அங்கே அபார்ஷன் செய்து கொள்வார்கள் அல்லது அங்கே தங்கி குழந்தை பெற்றுக் கொள்வார்கள். குழந்தையை அலகாபாத்தில் இருக்கும் விடுதிக்குக் கொடுத்து விடுவார்கள். அப்படி விட்ட குழந்தைகளை அந்தத் தாய்மார்கள் போய்ப் பார்க்க விரும்பு வார்கள். அந்தக் குழந்தைகளைக் கௌரவமாக, நல்லமுறையில் வளர்க்க அவர்கள் விரும்பினால் கூடவே வைத்துக் கொள்ள சில குடும்பங்கள் அனுமதித்தன.

இது ஒரு குழப்பமான நிலை. ஒவ்வொருவர் மனநிலை ஒருவாறு இருந்தது. எங்களிடம் அனுமதி வாங்கிக் கொண்டு அலகாபாத்துக்குக் குழந்தையைப் பார்க்கப் போவார்கள் பல பெண்கள். என்ன செய்வார்களோ அங்கே! அந்தக் குழந்தைகளின் எதிர்காலம் என்ன ஆகியிருக்கும்? யாருக்குத் தெரியும்!'

ஜலந்தர், அமிர்தசரஸ், கர்னால், டெல்லி உள்ளிட்ட பல நகரங்களில் கவர்ந்து போகப்பட்ட பெண்களுக்காக ஆசிரமங்கள் அமைக்கப் பட்டன. அவற்றில் சில குடும்பத்தினர் வந்து அழைத்துப் போகிற வரை அவர்கள் தாற்காலிகமாகத் தங்குவதற்கு. ஆனால், பல குடும் பங்கள் அழைத்துப் போக வரவே இல்லை. அவர்கள் கரை பட்டு விட்டார்களாம்! அந்தப் பெண்கள் இல்லாமல் மனதையும், வாழ்க்கையையும் தேற்றிக் கொண்டு விட்ட அந்தக் குடும்பங்கள் மீண்டும் எதற்காக அவர்களுக்கென்று ஓரிடத்தை உண்டாக்க வேண்டும்? ஆகவே அந்த ஆசிரமங்கள் அவர்களின் நிலையான வசிப்பிடங்களாக ஆயின. அங்கேயே தங்கள் நினைவுகளை அசைபோட்டபடி வாழ்ந்தார்கள். சில நினைவுகளைத் தங்களை யொத்த இதர பெண்களுடன் பகிர்ந்து கொண்டும், பகிர முடியாத பல நினைவுகளுடனும் அவர்கள் வாழ்ந்தார்கள். அங்கேயே சிலர்

இறந்தும் போனார்கள்; பிரிவினையின் காரணமாக இரட்டை இடப்பெயர்ச்சி ஆனவர்கள்! 1997 வரையில் கூட சில பெண்கள் கர்னாலில் ஆசிரமங்களில் இருந்தார்கள். ஜலந்தர் காந்தி வனிதா ஆசிரமத்தில் இன்றும் கூடப் பெண்கள் இருக்கிறார்கள். இவர்களில் பலரின் சரித்திரங்கள் மறைக்கப்பட்டே இருக்கும். சிலருக்குத் தங்களின் சரித்திரமே தெரியாது.

ஜலந்தர் ஆசிரமத்தில் இருக்கும் ஒரு பெண் சில மாதங்களே வயதாகியிருந்த போது அங்கே கொண்டுவரப் பட்டவள். அந்தப் பெண் என்ன மதம் என்ன இனம் என்பதெல்லாம் யாருக்கும் தெரியாது. பெற்றோர் யார் என்பது குறித்து எந்தத் தகவலும் இல்லை. சரித்திரத்துக்குப் பிறந்த அந்தக் குழந்தைக்குத் தன் சரித்திரம் தெரியாது. காந்தி வனிதா ஆசிரமம் இன்று ஆதரவற்ற பெண்களுக்கும், விதவைகளுக்குமான விடுதியாகத் திகழ்கிறது. அந்த ஆசிரமம் அமைக்கப்படுவதற்கு வேலை செய்த சமூக சேவகர்களில் ஒருவர் சொல்கிறார்:

'ஆசிரமம் அமைக்க எங்கெங்கோ இடம் தேடினோம். கடைசியில் கிடைத்த இந்த இடம், இஸ்லாமியர்கள் இறந்தவர்களைப் புதைக்கும் (கப்ரிஸ்தான்) இடம். இறந்தவர்களின் உடல்களின் மீது பெண்களுக்கு வாழ்வைக் கட்டினோம்.'

பிரிவினை என்பதே வாழ்வா சாவா போராட்டம் என்பதாலோ என்னவோ, அரசாங்கம் சுடுகாட்டை உரிமை பேசியது இந்த வேலைக்கு. இதை ஆராய்ந்து கொண்டிருக்கக்கூட நேரமில்லாமல் வாழ்க்கைக்குப் போராடிக் கொண்டிருந்தார்கள் மக்கள். குடும்பத்தினரால் ஏற்கப்படாத அந்தப் பெண்களுக்கு என்ன மாதிரியான வாழ்க்கையைக் கட்டிக் கொடுத்தார்கள் என்பது என்றைக்கும் நம்மால் அறிய முடியாத புதிராகவே இருக்கும்!

ஆரம்பித்த ஒன்றிரண்டு வருடங்களிலேயே மீட்புகள் வெகுவாகக் குறைய ஆரம்பித்து விட்டாலும் பிரிவினைக்குப் பிந்தைய ஒன்பது வருடங்களுக்கு மீட்புப் பணிகள் நடந்தன. இந்தியாவிலிருந்து மீட்கப்பட்ட 22,000 இஸ்லாமியப் பெண்கள், பாகிஸ்தானிலிருந்து மீட்கப்பட்ட 8000 இந்து மற்றும் சீக்கியப் பெண்கள் என்று மொத்தம் 30,000 பெண்கள் மீட்கப்பட்டார்கள். இவர்களில் பெரும்பாலோர் இரு அரசாங்கங்களின் பட்டியல்களிலும் இல்லாதவர்கள். காலம் செல்லச் செல்ல மீட்புப் பணி மேன்மேலும் சிரமமானது. குழந்தைகளைப் பிரிய மனமில்லாத தாய்மார்கள்தான் கட்டாய மீட்புக்குப் பெரிய தடையாக இருந்தார்கள். முக்கிய சமூகப் பணியாளர்களிடையே கருத்து வேறுபாடுகள் உண்டாயிற்று.

உதாரணத்துக்கு ராமேஷ்வரி நேரு மீட்புப் பணிகளை நிறுத்திக் கொள்ளலாம் என்று சொன்ன போது மிருதுளா சாராபாய் தொடர வேண்டும் என்றார். 1954இல் நடந்த ஒரு மாநாட்டில், கவர்ந்து வரப் பட்டவர்கள் அவர்கள் விருப்பத்துக்கு எதிராக வேற்று நாட்டுக்குப் போகக் கட்டாயப்படுத்தப் படாமலிருப்பதை உறுதி செய்கிற மாதிரி ஏதாவது வழிமுறைகள் வேண்டும் என்று பேசப்பட்டது. விருப்பம் இல்லாதவர்கள் தங்கி, யாருடைய கட்டாயமும் இல்லாமல் தாங்களே யோசித்து முடிவுக்கு வருவதற்காக தனி விடுதிகள் அமைக்கப்பட்டன. இந்த முயற்சி எவ்வளவு தூரம் தன்னிச்சையான முடிவுகளுக்குத் துணை செய்தது என்பது யோசிக்கப்பட வேண்டிய விஷயம்.

★★★

தமயந்தி சாகல் வார்த்தைகளில்

ஜலந்தரில் ஒரு வருஷம் இருந்த பிறகு ஹோஷியார்பூர் முகாமுக்குப் போனேன். சுமார் 1500 பெண்களைக் கொண்ட மிகப் பெரிய முகாம் அது. தப்பி வந்தவர்கள், எங்களால் மீட்கப்பட்டவர்கள், குடும்பத்தின ராலேயே கொலை செய்யப்படவிருந்தவர்கள் என்று பலரகம். நாற்பத்தைந்து ஊழியர்கள் இருந்த அந்த இடத்தில் நானும் போய்ச் சேர்ந்தேன். அவர்கள் எல்லாருக்கும் மறுவாழ்வு தர வேண்டியது எங்கள் வேலை. முகாமே மறுவாழ்வு மையம்தான். உடல்ரீதியான, உளரீதியான, பொருளாதார ரீதியான மறுவாழ்வு தேவைப்பட்டது. எங்களில் எத்தனை பேரால் இதைச் செய்ய முடிந்தது என்பது வேறு கதை.

தனிமையில் இருந்தவர்களுக்காகவும், அநாதையாக ஆக்கப்பட்டவர் களுக்காகவும் அரசாங்கம் இந்த முகாமை அமைத்திருந்தது. ஹோஷ்யார்பூரை அடுத்து ஜலந்தர் பெரிய முகாமாகத் திகழ்ந்தது. அதற்குப் பிறகு கர்னாலிலும் இதர இடங்களிலும் முகாம்கள் இருந்தன. இந்த முகாம்கள் திறக்கப்பட்டு என் போன்ற பெண்கள் பணியில் அமர்த்தப்பட்டார்கள். எங்கள் பணியை எப்படிச் செய்தோம் என்பது அவரவரைப் பொறுத்தது. எங்களில் யாரும் இது மாதிரி வேலைக்கேற்ற தகுதியோ பயிற்சியோ இல்லாதவர்கள். பெரும் பாலோர் படிப்பறிவே இல்லாதவர்களாக இருந்தோம்.

அரசாங்கம் இந்தப் பெண்களுக்கு எல்லா விதத்திலும் மறுமலர்ச்சி தர விரும்பியது. அவர்களைத் தங்கள் துயரத்தை மறக்கச் செய்து, ரத்த ஓட்டத்தில் உயிரைச் செலுத்தி, பொருளாதார ரீதியான சுய சார்பை அவர்களுக்குத் தரவேண்டியது எங்கள் வேலை. இது ஒரு மிகப் பெரிய பொறுப்பு. பொருளாதார விஷயம் சற்று எளிதானது ஆனால், மன

மாற்றம் தருவதற்கு நீண்ட காலம் தேவைப்பட்டது. பின்னல் வேலைகள், தையல், கூடை முடைதல், எம்பிராய்டரி மாதிரி வேலைகள் செய்யும் தொழில் நிலையங்களை அரசாங்கம் எங்களுக்குத் தந்திருந்தது. ஹோஷியார்பூர் முகாமுக்குச் செல்வதற்கு முன்பே என் பணிகள் எல்லாவற்றையும் முடித்து விட வேண்டும் என்று நினைத்திருந்தேன்.

ஆனால் நேருவின் அலுவலகத்தில் என் பணிகளைப் பாராட்டி நான் தொடர்ந்து பணியாற்ற வேண்டும் என்று விரும்பினார்கள். இதை சித்தி(பிரேமி) மூலம் வலியுறுத்தினார்கள். முன்னதாக மீட்புப் பணிகளைச் செய்திருந்தோம். இப்போது மீட்கப்பட்டவர்களின் மறுவாழ்வு அடுத்த வேலையாக இருந்தது. நேரு அலுவலகத்தில் ஹோஷியார்பூர் மிகாமின் பொறுப்பாளர் குறித்து புகார்கள் வருவதாகவும், அதனால் பொறுப்பை நான் எடுத்துக் கொள்ள வேண்டும் என்றும் சொன்னார்கள். 'இல்லை, நான் இந்தப் பொறுப்பை ஏற்க விரும்பவில்லை' என்று எவ்வளவோ மறுத்தும் சித்தி அதை ஏற்கவில்லை. ஒருநாள் லேடி மவுண்ட்பேட்டனை ஹோஷியார்பூர் முகாமுக்கு அழைத்துப் போக வேண்டியிருந்தது. கூடப் போகலாம் என்று சும்மா நான் போனேன்.

வரவேற்புக்கு ஏகப்பட்ட ஏற்பாடுகள் செய்திருந்தார்கள். முதலில், பின்னல் வேலை செய்து கொண்டிருந்த பெண்களைப் பார்த்தார். பொதுவாகப் பார்வையாளர்களிடம் அந்தப் பெண்கள் நன்றாகச் சம்பாதிப்பதாகச் சொல்வார்கள். பின்னல் வேலை செய்யும் பெண்கள் தினசரி பத்து ரூபாய் சம்பாதிப்பதாகச் சொன்னார்கள். அடுத்து தையல் வேலை செய்கிறவர்களைப் பார்த்தார். அவர்கள் பற்றியும் அதே போலச் சொன்னார்கள். எம்பிராய்டரி, இதர வேலைகளுக்கும் அப்படியே சொன்னார்கள். எனக்கு ஆச்சரியமாக இருந்தது. பின்னல் வேலையில் அவ்வளவு வருமானம் கிடைக்காது. தினம் பத்து ரூபாய் என்றால் மாசம் முன்னூறு ரூபாய். இருக்கவே முடியாது. சித்தியிடம் வந்து சொன்ன போது, 'தப்பு, உனக்கு யோசனையே இல்லை. நீ அங்கேயே, அவர்கள் அருகிலேயே இருந்து பார்க்க வேண்டும்' என்றார். சித்தி ஒரு சக்தி வாய்ந்த சுறுசுறுப்பான பெண்மணி... என்ன ஒரு ஆளுமை!

'இதை என்னிடம் சொல்வதில் பிரயோஜனமில்லை' என்றவர் என்னைத் தன்னோடு வந்து பார்க்கச் சொன்னார். ஆய்வு செய்வதற்காகப் போய்க் கொண்டிருந்த அவருடன் நானும் போனேன். அங்கே போனதும், 'இங்கேயே இரேன். கொஞ்ச நாள் கழிச்சி வந்து கூட்டிட்டுப் போறேன்' என்றார்.

அங்கே இருந்தவர்களிடம் எனக்குத் தங்குவதற்கு படுக்கை வசதிகள் கொடுத்து பார்த்துக் கொள்ளுமாறு சொன்னார். அப்போதிலிருந்து

அந்த வேலை எனக்குத் தரப்பட்டது. எனக்குத் தரப்படுகிற வேலைகளில் மிகுந்த ஈடுபாடும், உழைப்பும் கொண்டு வெற்றி அடைகிற சக்தியை ஆண்டவன் எனக்குத் தந்திருக்கிறான். ஒரு மாதம் கழித்து நடந்துள்ள வேலைகளுக்கும் கிடைத்திருக்கும் வருமானத்துக்கும் கணக்கு தயாரித்து என்னிடம் கொண்டு வந்தார்கள். என்ன அது என்று கேட்டேன். நான் கையெழுத்துப் போட்டால் வேலை செய்தவர்களுக்கு உரிய சம்பாத்தியப் பணத்தை பட்டுவாடா செய்வார்கள் என்று சொன்னார்கள். அதைப் பார்க்கிற போது தெரிந்தது: சிலர் ஐந்து ரூபாய், சிலர் பத்து ரூபாய்தான் மாதம் முழுவதும் சம்பாதித்திருந்தார்கள். பின்னல் வேலை செய்தவர்கள் பத்து ரூபாயும், கூடை முடைந்தவர்கள் நாற்பது ரூபாயும் சம்பாதித்திருந்தார்கள். சந்தேகம் வந்து இது தினசரி சம்பாத்தியமா என்று கேட்ட போது ‘இல்லை, மாதம் முழுதுக்கும்’ என்றார்கள்.

பார்வையாளர்களோடு வந்த அன்று வேறு விதமாக இருந்ததைச் சுட்டிக் காட்டி கேட்ட போது, அது சும்மா விசிட்டர்களுக்காக என்றார்கள். தொடர்ந்து, அவர்களால் அவ்வளவு சம்பாதிக்க முடியும் என்று நம்புகிறீர்களா? என்று கேட்டார்கள். பின்னே ஏன் பொய் சொன்னீர்கள் என்று கேட்டால், பொய்யில்லை, ஒருவர் இரவும் பகலும் தொடர்ந்து உழைத்தால் அவ்வளவு சம்பாதிக்க முடியும் என்றார்கள்.

இன்னொன்றும் கவனித்தேன். வெளியிலிருந்து தையல் ஆர்டர்கள் வந்தால், வெட்டுகிற வேலையைத் தையல் கலைஞர்கள்தான் செய்வார்கள். தைக்கிற பெண்களால் முழுவதும் தானாகச் செய்யத் தெரியாது. ஏகப்பட்ட துணி வாங்கி அவர்கள் முன்னால் வைத்தால் எதுவும் செய்ய முடியாமல் சும்மாதான் இருப்பார்கள். இந்தப் பெண்கள் எங்கே போனாலும் கூடவே தையல் கலைஞர்களும் போக வேண்டுமா? என்று கேட்டேன். பின்னல் வேலைகளில் கூட அந்தத் தொழில் தெரிந்த வல்லுனர்கள்தான் பொறுப்பேற்றிருந்தார்கள். எல்லாம் காண்பிக்கப்பட்ட விதம் ஒன்றாகவும் நிஜம் வேறாகவும் இருந்தன. வல்லுனர்கள் இல்லாவிட்டால் எல்லா வேலைகளும் நின்று விடும் என்கிற மாதிரிதான் இருந்தது.

இது என்ன பெரிய பொருளாதார மறுவாழ்வு?

முகாமில் இருக்கிற வரைக்கும் ஏதோ செய்து சொற்பமாகச் சம்பாதித்தார்கள். வெளியே போனால் வல்லுனர்கள் இல்லாமல் பின்னலாவது, தையலாவது! எந்திரமே வாங்கிக் கொடுத்தாலும் என்ன செய்வார்கள்? ஒரு இழை அறுந்தால் உடனே ஓடி வந்து சரி செய்கிற

வர்கள் இங்கே இருக்கிறார்கள். வெளியே போனால்? என்ன எதிர் காலம் அமைக்கப்பட்டது அவர்களுக்கு? மூன்று வருடங்களில் இந்தப் பெண்கள் எல்லோரும் தங்கள் சொந்தக் கால்களில் நிற்க வேண்டும் என்று அரசாங்கம் விரும்பியது. இந்த மாதிரி அமைப்பை வைத்துக் கொண்டு நாங்கள் எப்படி அதை நிறைவேற்றுவோம்?

இது குறித்து எனக்கு மிகுந்த கவலை ஏற்பட்டது. இதற்கு ஏதாவது செய்தாக வேண்டுமே என்ற எண்ணம் என்னைப் பல நாட்களுக்குத் தூங்க விடவில்லை. ஆன்மிகத்தில் நம்பிக்கை இருப்பவள் என்பதால் பாவம் செய்கிறோமோ என்ற உணர்வைத் தவிர்க்க முடியவில்லை. முகாமின் தலைவி என்ற முக்கிய பதவியில் இருக்கிறேன், எல்லாரும் வணக்கம் போடுகிறார்கள், நிறைய பணியாட்கள், உதவியாளர்கள் இருக்கிறார்கள்.. எதற்காக முகாமோ அதற்கு என்ன செய்கிறேன்? என்கிற கேள்வி குடைந்தது. என்னால் என்ன செய்ய முடியும் என்று பிரார்த்தனை செய்து கொண்டே இருந்தேன். இந்தச் சமயத்தில்தான் வயது வந்தோர் கல்வி குறித்து யோசனை வந்தது எனக்கு.

1948 இல் ஹோஷியார்பூர் வந்த பிறகு என் பணியாளர்களுடன் வயது வந்தோர் கல்விக்குப் புறப்பட்டேன். என் உதவியாளர்களிடம் 'முப்பது முப்பத்தைந்து வயதுள்ள விதவைகளின் பட்டியல் தயார் செய்யுங்கள், எனக்கு நினைவிருக்காது' என்றேன். அதற்கு அதிக வயதுள்ளவர்களை விட்டு விடுங்கள் என்றேன். ஏறக்குறைய நூற்றைம்பது பேர் இந்த வயது வரம்பில் வந்தார்கள். பணியாளர்கள் பெயரும் கல்வித் தகுதியும் இருக்கிற மாதிரி ஒரு பட்டியல் கேட்டேன். எஸ்.எஸ்.எல்.ஸி ஃபெயில் ஆனவர்களாக இருந்தாலும் ஏதாவது ஒரு பாடத்தில் நல்ல மார்க் இருக்கும். ஆகவே அந்தப் பாடம் எது என்று குறிப்பிட ஒரு காலம் ஒதுக்கச் சொன்னேன். இதன் மூலம் பணியாளர் ஒவ்வொருவரும் இன்னின்ன சப்ஜெக்ட்டில் ஸ்ட்ராங்காக இருக்கிறார்கள் என்கிற விவரம் புரிந்தது. அவர்களிடம் சொன்னேன் :

நாம் எல்லாரும் எட்டு மணி நேரம் வேலை செய்கிறோம். ஆனால் பெரிய ரிஸல்ட் எதுவும் வந்து விடவில்லை. எல்லாரும் காலையில் பிரார்த்தனை செய்கிறோம், ஆனாலும் நாடு தீவிரமான கஷ்டத்தில் இருக்கிறது. அந்தக் கஷ்டத்துக்கு உதவவும் நம்மிடம் கையில் ஒன்று மில்லை. நான் உங்களிடம் பணத்தைக் கேட்கப் போவதில்லை. நம் எல்லோராலும் நம் நேரத்தைச் செலவிட முடியும். அதைத்தான் நான் கேட்கப் போகிறேன். எட்டு மணிநேரம் அரசாங்கத்துக்காகக் கடமை ஆற்றுகிறீர்கள். அதற்கு மேற்பட்டு கொஞ்சம் இந்த வேலைக்காக நேரம் செலவு செய்யுங்கள்.

பட்டியல் தயாரானது.

முதலில் என் பெயர் இருந்தது. என்னால் அரை மணி நேரம் செலவிட முடியும் என்று தோன்றியது. என் பெயருக்கு முன்னால் அரை மணி என்று போட்டேன். என்னைத் தொடர்ந்து சிலர் அரை மணியும் சிலர் ஒரு மணியும் போட்டார்கள். நாற்பது நாற்பத்தைந்து பணியாளர்களின் நேரமும் சேர்ந்து ஏகப்பட்ட நேரம் கிடைத்தது அவர்களுக்குச் செல விட. பணியாளர்களின் பட்டியலையும், கல்வி கற்பிக்கப்பட வேண்டிய பெண்களின் பட்டியலையும் ஒப்பிட்டதில் ஒருவருக்கு ஐந்து பெண்கள் என்கிற விகிதத்தில் இருந்தது. வேலையை ஆரம்பித் தோம். அடுத்த பிரச்னை முளைத்தது. பென்சில், நோட்டுப் புத்தகங்கள் தேவைப்பட்டன.

அரசாங்கம் இந்தப் பெண்களுக்கு மாதம் பத்து ரூபாய்தான் அலவன்ஸ் கொடுத்தது. அது சாப்பாட்டுக்கே போதாது, இதெல்லாம் எப்படி முடியும்? நோட்டு, பென்சில் எல்லாம் என் அலுவலகத்திலிருந்து எடுத்துக் கொள்ளச் சொன்னேன். அவர்களிடம் காசு கேட்க முடியாது, அரசாங்கத்துக்கு எங்கள் முயற்சி புரியாது. நான் பிரார்த்தனை செய்கிற போதெல்லாம் அந்தப் பெண்களையும் பிரார்த்திக்கச் சொன்னேன். வீட்டு வேலை, பாத்திரம் தேய்ப்பது மாதிரியான வேலைகள் செய்ய அவசியம் ஏற்படாமல் கௌரவமாக வாழ்கிற நிலை வேண்டும் என்று பிரார்த்திக்கச் சொன்னேன். இந்த விஷயம் செல்வி தாப்பருக்குத் தெரிந்தது. ‘இந்த மாதிரி ஐடியாவெல்லாம் உனக்குத்தான் வரும்ன்னு எனக்குத் தெரியும்’ என்றார். செய்தி பரவியது.

ஜலந்தரிலிருந்து செய்தி வந்தது.

‘வயது வந்தோர் கல்விக்காக வகுப்புகள் நீ தொடங்கி இருப்பதாக அறிகிறேன். நீ ஒரு அரசாங்க அமைப்பில் வேலை செய்கிறாய் என் பதை மறந்து விடுகிறாய். இது போல ஏதாவது செய்வதாக இருந்தால் முன்னரே அனுமதி வாங்க வேண்டும். தன்னிச்சையாக இப்படி செயல்பட முடியாது.’ என்றது அந்தச் செய்தி.

யோசித்தேன். என்ன செய்ய முடியும் அவர்களால்? பேசிக் கொண்டே இருப்பார்கள் அவ்வளவுதான். கொலையா செய்ய முடியும்? சம்பந்தப் பட்ட பெண்களைக் கூப்பிட்டு நாளை முதல் வகுப்பு ஆரம்பம் என்று அறிவித்து விட்டேன். ஆனால், வகுப்பை எங்கே நடத்துவது என்று புரியவில்லை. மரத்தடியில்தான் நடத்த வேண்டும். அப்படியே அவர் களிடம் சொல்லி விட்டேன். இந்தியும் பஞ்சாபியும் ஓரளவு தெரிந்தவர் கள், கையெழுத்துப் போடத் தெரிந்தவர்கள், கைநாட்டுகள் என்று பலதிறப்பட்ட பெண்கள் இருந்தார்கள்.

அதி விரைவாகப் படிப்பு சொல்லித் தரும் பணியாளர்களுக்கு பரிசு அறிவித்தேன். அந்தக் கைத்தொழில் அமைப்பு நன்றாகத்தான் இருந்தது, ஆனால் வல்லுநர்களின் தலையீட்டால். வல்லுநர்கள்தான் நிறைய சம்பாதித்தார்கள். அந்த நிலையில் பெண்களால் எங்கும் போக முடியாது. ஆனால் கொஞ்சம் படிப்பறிவு வந்ததும் மெல்ல விவாதம் ஆரம்பித்தது. வல்லுநர்களுக்கு பயம் ஆரம்பித்தது. முன்னேற்றம் காண்பிக்காவிட்டால் அவர்களுக்கு வேலை போய்விடும் என்கிற நிலை. என் மேல் கோபத்தைக் காட்ட ஆரம்பித்தார்கள்.

முதல் வருஷம் வெளியில் வந்த சுமார் எண்பது பெண்களில் சிலர் பாட்டியாகும் அளவு வயதில் இருந்தார்கள். ஒவ்வொருவரும் ஓரளவாவது படித்திருந்தார்கள். பலர் நடுநிலைப் பள்ளி போகிற அளவும் சிலர் இலக்கியம் படிக்கிற அளவும் வந்திருந்தார்கள். படித்திருந்தாலும் பல வேலைகளுக்கு வயது வரம்பு இருந்ததால் அவர்களுக்குப் பிரச்னை இருந்தது. இருபத்தெட்டு வயதுக்கு மேற்பட்டவர்களுக்கு அரசாங்க வேலை கிடையாது என்று ஒரு விதி இருந்தது. என்ன லாஜிக்கோ தெரியாது. இந்தத் தகுதிக்குப் பொருந்தி வரும் பெண்களின் பட்டியலைத் தயாரிக்கச் சொன்னேன். ரொம்பக் குறைவான பெண்களே இருப்பதாகச் சொன்னார்கள். பட்டியலைப் பெரிதாக்குங்கள் என்றேன். எப்படி என்று கேட்டார்கள். எப்படியாவது என்றேன். எனக்குப் பைத்தியம் பிடித்து விட்டதாக அவர்கள் எண்ணியிருக்கலாம்.

மாஜிஸ்ட்ரேட்டை சந்தித்தேன்; உதவி டெபுடி கமிஷனர்... அவர் பெயர்... ம்ம்ம் பூரி.. அவரைப் பார்த்தேன். போவதற்கு முன் போன் செய்து உங்களைப் பார்க்க வர வேண்டும் என்று சொன்ன போது, தாராளமா வாங்க, என்ன விஷயம் என்று கேட்டார். வயதுச் சான்றிதழ்கள் சிலவற்றில் கையெழுத்து வேண்டும் என்றேன். யாருடைய வயது, எதற்கு சான்றிதழ் என்று கேட்டார். எட்டாம் வகுப்புத் தேர்வு எழுதவிருக்கும் பெண்கள் என்ற போது, அவர்களையும் அழைத்து வரச் சொன்னார். சான்றிதழ் தரவேண்டும் என்றால் அவர்களை அவசியம் பார்த்தாக வேண்டும் என்றார். ஏதேதோ சொல்லி சமாதானம் செய்ய முயன்றேன்.

‘விளையாடாதீங்க, அந்தப் பெண்களைக் கூட்டி வாங்க.’

‘யார் விளையாடறாங்க, நீங்கதான்; கையெழுத்துக்கும் அவங்களைப் பார்க்கிறதுக்கும் என்ன சம்பந்தம்?’

‘மிஸ். சாகல் நீங்க ஒரு விநோதமான ஆளா இருக்கீங்க. தயவு பண்ணி அவங்களைக் கூட்டி வாங்க.’

உள்ளே அழைத்துப் போனோம். பாவம் அந்த மனிதர் பயந்திருப்பார். அந்தப் பெண்களின் வயது 12, 14, 18 என்றெல்லாம் எழுதியிருந்தோம். எல்லாரையும் பார்த்தார்.

‘இவங்கதான் அந்தப் பெண்களா? இதில் எழுதியிருப்பதுதான் அவங்க வயதா?’

‘கையெழுத்தைப் போடுங்க சார். உங்க நேரமும் வீணாகுது, என் நேரமும் வீணாகுது. இது ஒரு பெரிய பிரச்சினையா?’

‘அங்கே பாருங்க, அந்தம்மா தலை நரைச்சிருக்கு.’

‘வாழ்த்துக்கள். சரியா கண்டுபிடிச்சிட்டீங்க. அட சின்ன வயசிலேயே சிலருக்கு தலை நரைக்கும்ன்னு தெரியாதா உங்களுக்கு? எத்தனை பேருக்கு 12 வயசில் நரைக்குதுன்னு உங்களுக்குக் காட்டட்டுமா? அதையெல்லாம் ரெஃபரன்ஸாவே வெச்சிக்க முடியாது.’

‘சரி, அது போகட்டும்; அந்தம்மாவைப் பாருங்க, பல்லே இல்லை.’

‘நல்ல கூர்மையான பார்வை சார் உங்களுக்கு. ஏம்மா, கூரைலேர்ந்து விழும்போதுதான் பல்லு போச்சுன்னு சாருக்கு சொல்லேன்.’

‘நீங்க என்னை முட்டாளாக்க முயற்சி பண்ணிகிட்டு இருக்கீங்க.’

‘நான் ஏன் சார் அப்படியெல்லாம் பண்ணனும். எல்லாரும் உங்க எதிர்லயே இருக்காங்க. நீங்களே பார்த்துக்கங்களேன்.’

‘எதை, அவங்க முகத்திலெல்லாம் சுருக்கம் விழுந்திருப்பதையா?’

‘பல விஷயங்களை கவனிக்கிறீங்க.. ஆமாம் காலைல என்ன டிபன் இன்னைக்கு வீட்ல?’

‘பேச்சை மாத்தாதீங்க.’

‘சேச்சே.. நிஜமாவே என்ன சாப்ட்டீங்கன்னு தெரிஞ்சிக்க ஆசை. பால், பழம், வெண்ணை, முட்டைன்னு ஏதேதோ சாப்பிட்டிருப்பீங்க. உங்க மனைவி பிரியமா கொடுத்திருப்பாங்க. நான் கூட நிறைய சாப்பிட்டேன். ஆனா இந்தப் பரிதாபத்துக்குரிய பெண்கள் சாப்பிட்டார்களான்னு யோசியுங்க. அவங்களுக்கு என்ன கிடைக்கும்? அரசாங்கம் மாதம் பத்து ரூபா தருது. அந்தக் காசில் அவங்க என்ன சாப்பிட முடியும்? பட்டினி.. பல நாள்கள் பட்டினிதான். அப்படி இருந்தா ஏன் முகம் சுருங்காது? போதுமான அளவு சாப்பிடட்டும் அப்புறம் பாருங்க.’

‘நீங்க ஒரு டிபிக்கல் பஞ்சாபிப் பெண்ணாப் பேசறீங்க. ஒருத்தருக்கு பல் இல்லை, இன்னொருத்தருக்கு முடி நரைச்சிருக்கு. அவருக்கு முக மெல்லாம் சுருங்கி...’

‘இப்ப என்ன சார் வேணும் உங்களுக்கு?’

‘இவங்க நிஜ வயசு என்ன?’

‘என்ன வேணுமோ எழுதிக்கங்க சார். நீங்க என்ன எழுதறீங்களோ அதை நான் ஏத்துக்கறேன்.’

‘எப்படி?’

‘எப்படின்னா? பேனாவை எடுத்துக்கங்க. உங்க அனுமானத்தில் இவங்க பிறந்த தேதி என்னன்னு தோணுதோ அதை எழுதுங்க. நான் நம்பறேன்.’

‘எனக்கெப்படிங்க தெரியும்?’

‘பின்னே எனக்கு மட்டும் எப்படித் தெரியும்? உங்க அனுமானத்தை நீங்க எழுதப் போறீங்க. அதே மாதிரிதான் நானும் எழுதியிருக்கேன். அவங் களையே கேட்க முடியுமா? முடியாது. கிராமத்துப் பொம்பளைங்க. எதுவும் தெரியாது. தப்பாதான் சொல்வாங்க. எல்லாரும் தப்பு. அவங்களுக்கும் தெரியாது, எனக்கும் தெரியாது, உங்களுக்கும் தெரியாது. எல்லாருமே தப்புங்கிறப்போ தப்பா கையெழுத்துப் போடுவதில் என்ன தப்பு? வேறென்ன நாம செய்ய முடியும்?’

இதே ரீதியில் நாற்பத்தைந்து நிமிஷம் விவாதம் நடந்தது.

‘என்ன பண்ணலாம்?’ என்றார் கடைசியில்.

‘இவங்க பிறந்த தேதி, மாசம், வருஷம், நேரம் எல்லாம் துல்லியமாத் தெரியும்ன்னா அதை எழுதுங்க. தெரியல்லைன்னா கடவுள் பெயரால் கையெழுத்தைப் போடுங்க. நான் அதைத்தான் பண்ணேன்.’

கையெழுத்துப் போட்டார்.

அவர்கள் எல்லோரும் பரிட்சையில் பாஸ் செய்தார்கள்!

5

‘மாண்பு’

பகுதி 1

எங்கள் பெண்கள், உங்கள் பெண்கள்

தொடக்கத்திலிருந்தே மீட்புப் பணிகள் சிரமமாகவும், கலவரம் தருவ தாகவும் இருந்தன. ஆரம்பத்தில் பாகிஸ்தான் ராணுவ வெளியேற்றுக் கழகத்தின் (Military Evacuation Organisation) தலையீட்டை எதிர்த்தது. அவர்களின் பணி இடைக்கால முகாம்களைக் (மீட்கப்பட்ட பெண்கள் அவரவர் நாட்டுக்கு அனுப்பப்படும் வரை தங்க வைக்கப் படும் முகாம்) காவல் காக்கிற மட்டில் இருக்க வேண்டும் என்பது பாகிஸ்தானின் கருத்து. மீட்புப் பணிக்குத் துணை செய்வதைக் காவல் துறைதான் செய்ய வேண்டும் என்றனர். பல பெண்களைக் காவல்துறை யினரே கவர்ந்து போயிருந்ததால் இதை நடைமுறைப்படுத்த இந்திய அரசாங்கம் தயங்கியது. சமூக சேவகர்களின் கருத்தும் இதை ஆமோ திப்பதாகவே இருந்தது.

அதிகாரத்தில் இருந்தவர்களே கவர்ந்து போனவர்களாக இருந்தது இருதரப்பிலும் நடந்திருந்தது. மாண்ட்டோகோமரியில், கவர்ந்து போகப்பட்ட பெண்கள் குறித்தான அறிவிப்புகளிலும், ஒலிபரப்பு களிலும் உற்சாகமாகப் பங்கேற்ற ஒரு தாசில்தார் கவர்ந்து வரப்பட்ட பெண்ணை எட்டு மாதங்கள் தன் வசம் வைத்திருந்ததாகச் சொன் னார்கள். இன்னொரு சம்பவத்தில் ஒரு பெண்ணை மீட்கச் சென்ற இரண்டு உதவி துணை-ஆய்வாளர்களே அந்தப் பெண்ணைப் பாலியல் பலாத்காரம் செய்ததாகவும் செய்தி இருந்தது.*

இரு நாடுகளுக்கிடையே ஒப்பந்தம் கையெழுத்தாகி பல ஆண்டு களுக்கு கவர்ந்து போகப்பட்ட பெண்களின் எதிர்காலம் பெரிய பிரச்னை யாக இருந்தது. 1947-க்குப் பிந்தைய சட்டசபைப் பதிவுகள், செய்தித் தாள்கள், பத்திரிகைகள் எல்லாமே தொடர்ச்சியான கவலையைப் பதிவு செய்தன. மீட்புப் பணியில் இரு நாடுகளுக்கிடையே இருந்த வேக மாறு பாடு, மீட்கப்பட்ட பெண்களின் எண்ணிக்கை, எங்கே பெருமளவில் மீட்கப்பட்டார்கள், ஏன் பாகிஸ்தானிய சமூகப் பணியாளர்களுக்கு இந்திய அரசு கொடுத்த சுதந்தரம் பாகிஸ்தானில் இந்திய சமூகப் பணியாளர்களுக்குத் தரப்படவில்லை, ஏன் இந்தியாவில் மீட்கப்பட்ட இஸ்லாமியப் பெண்களைவிட பாகிஸ்தானில் மீட்கப்பட்ட இந்து-சீக்கியப் பெண்களின் எண்ணிக்கை குறைவாக இருந்தது, போதுமான இந்து-சீக்கியப் பெண்கள் மீட்கப்படும் வரை இஸ்லாமியப் பெண்

* Kirpal Singh, The Partition of the Punjab, p. 171

களின் மீட்பை ஏன் இந்தியா நிறுத்தி வைக்கவில்லை என்பதுபோல பல பிரச்னைகள் அலசப்பட்டன.

இந்தியாவிலிருந்து இஸ்லாமியப் பெண்களை மீட்கப்படுவதற்குத் துணை செய்யும் அவசரச் சட்டம் டிசம்பர் 30, 1949 இல் முடிவுக்கு வர இருந்தது. இதற்கு பதினைந்து நாள்கள் முன்னதாக கோபால்சாமி ஐயங்கார் என்கிற இந்திய அரசின் பிரதிநிதி 'கவர்ந்து போகப் பட்டோரின் மீட்பு மற்றும் சேர்ப்பித்தல் சட்டம்' (Abducted Persons Recovery and Restoration Act) என்ற இடைக்கால சட்டத்தை நிறை வேற்றும் மசோதாவை முன் வைத்தார். இந்த இடைக்கால சட்டம் 1957 வரை செயல்பாட்டில் இருந்தது. அதற்குப் பின் புதுப்பிக்கப்பட வில்லை. இந்தக் காலகட்டத்தில் மீட்புப் பணிகளின் வேகம் மிகவும் குறைந்திருந்தது. நிறையப் பேரைக் கண்டுபிடிக்க முடியவில்லை. இன்னும் சிலர் புது இடத்தில் சந்தோஷமாக செட்டில் ஆகியிருந் தார்கள். ஆனாலும் அவ்வப்போது தேடல்கள் தொடர்ந்தன.

நாடாளுமன்றத்தில் மசோதாவின் அம்சங்கள் விவாதிக்கப்பட்டன. இந்த முயற்சி மனிதாபிமானம் நிறைந்தது என்றும், செய்திருக்க வேண்டிய ஒன்றுதான் என்றும் பேசப்பட்டது. உண்மைதான். தங்கள் பிரஜைகள் குறித்து அலட்சியமாக எந்த அரசு இருக்கும்? அதிலும் அவர்கள் வல்லுறவுக்கும் கடத்தலுக்கும் ஆளான பெண்கள் என்னும் போது? இந்த விவாதங்கள் இந்திய அரசியல்வாதிகளுக்கு வேறொரு விஷயம் குறித்து விமரிசனம் செய்யும் வாய்ப்பாகவும் அமைந்தது. பாகிஸ்தான் அரசின் தன்மை.

பாகிஸ்தானின் உருவாக்கத்தில், இந்தியாவையும் தங்களையும் மதசார் பற்றவர்களாகவும், சகிப்புத்தன்மை நிறைந்தவர்களாகவும் அழைத்துக் கொண்ட பல அரசியல் தலைவர்கள் இருந்தார்கள். ஒவ்வொரு பேச் சாளரும் இந்திய பாகிஸ்தான் கூட்டு ஒப்பந்தத்தை நிறைவேற்றுவதில் பாகிஸ்தானின் ஒத்துழையாமையைப் பேசினார்கள். நாகரிகமான ஒரு அரசாங்கம் செய்கிற காரியமல்ல இது என்றார்கள். இது இரண்டு விஷயங்களின் பிரதிபலிப்பு. முதலாவது: பாகிஸ்தானின் நாகரிகமற்ற தன்மை (இயற்கையிலேயே மதச்சார்புக் குணம் படைத்தவர்களால் மதச்சார்பு நாடு கேட்டுச் சண்டையிட்டு பெற்ற நாடு என்பதால்), அடுத்தது: இந்திய அரசாங்கத்தின் அதீத மனிதாபிமானமும், நாகரிக மானதுமான அணுகுமுறை.

இந்தியாவில் எத்தனை பாகிஸ்தானியப் பெண்கள் மீட்கப்படுகிறார் களோ அதே எண்ணிக்கையில் பாகிஸ்தானையும் இந்தியப் பெண்களை மீட்கச் சொல்லி வலியுறுத்தாதது இந்தியாவின் பலவீனமாகப் பார்க்கப்பட்டது. பேராசிரியர் ஷிப்பான் லால் ஷர்மா (உத்தரப்

பிரதேசத்தின் தலைமை ஆட்சியாளர்) நம்முடைய சகோதரிகளை மீட்கச் சொல்லி சரியான தூண்டுதலை நம் அரசாங்கம் அடுத்த நாட்டுக்குச் செய்யாதது தனக்கு மிகுந்த அதிருப்தியைத் தருவதாகக் குறிப்பிட்டார். நிலைமையின் தீவிரத்துக்கு ஏற்றவாறு எதிர்நடவடிக்கை எடுத்தாக வேண்டியது நம் சகோதரிகளுக்காக இல்லாவிட்டாலும், நம் பாரம்பரியத்தை முன் வைத்து செய்தாக வேண்டியது அவசியம் என்றார். ராமாயணமும் மகாபாரதமும் மதிக்கப்படுகின்றன. ராவணன் கவர்ந்து போன ஒரு பெண்ணுக்காக இந்த நாடே படையெடுத்துப் போய் அவளை மீட்டு வந்தது. ஆனால் இப்போதோ ஆயிரக்கணக்கான பெண்கள் கவரப்பட்டிருக்கிறார்கள். அதனை நாம் எதிர் கொள்ளும் விதம்... காஷ்மிரில் இருக்கும் நம் சகோதரிகள் கடைத் தெருவில் விற்கப்பட்டதுடன் இன்னும் ஏதேதோ அநீதிகள் அவர்களுக்கு இழைக்கப்பட்டன.*

இந்து, சீக்கியப் பெண்களின் மீட்பு போர் நிறுத்த ஒப்பந்தத்தின் ஓர் அம்சமாக ஆக்கப்படவேண்டும் என்பது உள்ளிட்ட பல விமரிசனங்கள் எழுந்தன. தேவையென்றால் போர் அறிவியுங்கள் என்று ஓர் அங்கத்தினர் பேசினார்.

> ‘எக்காரணத்தை முன்னிட்டும் சமாதானம் அடைய முடியாத மிகவும் கசப்பான, துயரமான விஷயம் ஒன்று உண்டென்றால் கவர்ந்து செல்லப்பட்ட இந்துப் பெண்களை மீட்க முடியாமல் இருப்பது தான். ஸ்ரீராமனின் காலத்தில் சீதையை ராவணன் கவர்ந்து போன போது என்ன ஆனது என்ற சரித்திரம் நாம் அறியாததல்ல. ஆயிரக் கணக்கான பெண்களுக்கு அதே போல ஆகியிருப்பதை நாம் மறக்கவே முடியாது. சொத்து, சுகம் வேறு எதை வேண்டுமானாலும் மறந்து விடலாம், ஆனால் இதை மறக்க இயலாது. ராமனின் வழித் தோன்றல்களான நாம் ஒவ்வொரு சீதையையும் மீட்டு வந்தாக வேண்டும்.’

பாகிஸ்தானை வழிக்குக் கொண்டுவர வேண்டும் என்ற உணர்வை மேலும் பலரும் எதிரொலித்தார்கள். அப்படி எதிரொலித்தவர்கள், பண்டிட் ஹ்ருதய் நாத் ஹுஂஸ்ரு சொன்னதையே நினைவு கூர்ந்தார்கள்: இஸ்லாமியப் பெண்களை அவர்கள் நாட்டுக்கு (பாகிஸ்தான்) அனுப்பி வைப்பது நம் தார்மிகக் கடமை. மற்றவர்கள் தங்கள் கடமையைச் செய்யத் தவறுவதால் நாமும் நம் கடமையிலிருந்து தவறுவது சரியாகாது என்று அவர் குறிப்பிட்டிருந்தார். விருப்பமில்லாதவர்

---

* *India : Constituent Assembly of India (Legislative) Debates,* 1949. Unless otherwise stated all further references to the debates in this section are taken from the debates of this year.

களைத் தங்கள் நாட்டில் வைத்திருப்பதும், அவர்களைக் கட்டாயமாக இஸ்லாமிய மதத்தைத் தழுவச் செய்வதும் தரந்தாழ்ந்த செயல்களே யன்றி உயர்வான விஷயங்களல்ல என்பதை பாகிஸ்தானுக்கு உணர்த்து வதே அவர் நோக்கம்.

எதிர்ப்பு நடவடிக்கைகள் குறித்த ஆலோசனைகள் அரசாங்கப் பிரதி நிதிகளால் முடக்கப்பட்டன. பண்டிட் தாக்குர் தாஸ் பார்கவா 'அவர்கள் பெண்களை (இஸ்லாமியப் பெண்கள்) சிறிது காலம் பிணைக் கைதி களாக வைத்திருப்பது நியாயமற்ற செயலாக நினைக்கவில்லை!' என்று குறிப்பிட்டார். இந்திய அரசாங்கத்தின் பிரதிநிதியான கோபால்சாமி ஐயங்கார் இதற்கு விடையாக, 'அப்படிச் செய்வது நாகரிகமான அரசாங்கத்தின் செயலல்ல' என்று குறிப்பிட்டார். தன்னை நாகரிகமான அரசாங்கம் என்று சொல்லிக் கொள்ளும் ஒரு நாட்டை அதற்கேற்ற வாறு நடக்கும்படி உணர்த்துவது நவீனத்துவம், மதச்சார்பின்மை, சமநிலைப்பட்ட பார்வை இதெல்லாம் நிறைந்த இந்திய அரசின் பொறுப்பு என்றே சொல்லலாம். மேலும் அவர், 'கவர்ந்து செல்வது இரு நாட்டினரும் செய்திருக்கிறார்கள் என்பதை மறக்கலாகாது. நாமொன்றும் நாணயத்தின் மொத்த வாரிசுகளும் அல்ல அவர்களொன் றும் அயோக்கியத்தனத்தின் குத்தகைதாரர்களும் அல்ல. அவர்களிடம் எவ்வளவு தவறு இருக்கிறதோ அதே அளவு தவறு நம்மிடமும் இருக் கிறது' என்றும் சொன்னார்.

இந்து, சீக்கியப் பெண்களைக் கவர்ந்து போன இஸ்லாமியர்கள் பார்க்கப்பட்ட அதே கண்ணோட்டத்தில் பாகிஸ்தானே பார்க்கப் பட்டது. நாகரிகமில்லாத, தராதரம் தெரியாத நாடாகப் பார்க்கப் பட்டது. 'இந்தியா, பாகிஸ்தான் குறித்த தன் கருத்தை மாற்றிக் கொள்ளப் போவதில்லை. இந்தியாவுக்கென்று இலக்குகளும் தராதரங் களும் இருக்கின்றன. பாகிஸ்தான் ஒத்துழைக்கிறதோ இல்லையோ, பாகிஸ்தான் அளவுக்கு தராதரம் இல்லாத தன்மைக்கு இந்தியா இறங்கி போக வேண்டும் என்று அவசியமில்லை' என்று மேற்கு வங்காளத்தைச் சேர்ந்த ரேணுகா ரே குறிப்பிட்டார். பண்டிட் தாக்குர் தாஸ் பார்கவா சொன்னது : 'எங்களைப் பொறுத்தவரை, எங்கள் தார்மிகக் கடமை களை எவ்விதம் கௌரவிப்பது என்பது எங்களுக்குத் தெரியும்.'

பாகிஸ்தானுக்கு மேற்சொன்ன கௌரவம் என்னவென்று தெரிய வில்லை என்பது தெளிவு. யார் ஒழுங்கு, யார் ஒழுங்கில்லை என்ற இந்த உரத்த குரல்களுக்கிடையில், விவாதத்தின் முக்கியப் பொருளான பெண்கள் குறித்து அவ்வப்போது சின்ன குரல்களும் எழுந்தன. சென்னையைச் சேர்ந்த திருமதி அம்மு சுவாமினாதன் : 'எதிர்த்து நிற்க வேண்டும் என்று சில உறுப்பினர்கள் பேசியது வருத்தமளிக்கிறது. அது

சற்றும் மனிதாபிமானம் இல்லாத செயலாக இருக்கும். இரு நாடுகளும் ஒத்துப் போகாததற்கு இந்த இரக்கத்துக்குரிய பெண்கள் தண்டிக்கப் படக் கூடாது. ஆகவே நாம் எதிர்ப்பு பதிலடி என்கிற ரீதியில் சிந் திக்கவே கூடாது' என்றார்.

இன்னொரு உறுத்தலான விஷயம், தாங்கள் மீட்கப்படுவதற்கு பெண்கள் எதிர்ப்பு தெரிவிக்கும் போது என்ன செய்வது? இந்தச் செயல் அரசாங்கத்துக்கு எதிரானது. அதாவது ஒருவர் இரு நாட்டுப் பிரஜையாக இருப்பது போன்றது. குறிப்பிட்ட நாளுக்குப் பிறகு கட்டாய மதமாற்ற மும், கல்யாணங்களும் அங்கீகரிக்கப்படமாட்டாது என்று இரு நாடுகளும் தெரிவித்திருந்தன. தானே முன் வந்து ஏற்றுக் கொண்ட உறவு இது என்று ஒரு பெண் சொன்னால் என்ன செய்வது? இதை உட்கார்ந்து நியாயம் பார்த்துக் கொண்டிருப்பது யார்? இது போன்ற குறைகளை விசாரிக்க அமைக்கப்பட்டிருந்த குழுவில் இரு நாட்டுக் காவல்துறை அதிகாரிகளும் இருந்தார்கள். பெண்களின் இந்தக் கூற்று நிஜமானதா இல்லையா என்று தீர்மானிக்க அவர்கள் சரியான வர்கள்தானா என்று மக்கள் கேட்டார்கள்.

கடினமான இந்தக் கேள்வியை எதிர் கொண்ட கோபால்சாமி ஐயங்கார், இது போன்ற கூற்றுகளில் உண்மை இருக்கக்கூடும் என்று ஏற்க மறுத்தார். 'பெண்கள் மீட்கப்பட்ட சூழ்நிலைகள் தங்கள் வாழ்க்கை குறித்து சுதந்தரமாக, தன்னிச்சையாக முடிவு செய்ய முடிந்த சூழ்நிலை களாக இல்லை. இந்தச் சட்டத்தின் நோக்கமே, அப்படிப்பட்ட சூழ் நிலையை அவர்களுக்கு ஏற்படுத்தித் தருவதுதான்!' என்றார்.

ஆனால், பெண்களை அகதிகள் முகாம் போன்ற ஒரு இடத்தில் வைத் திருப்பதில் என்ன சுதந்தரமான சூழல் அமைந்து விடப் போகிறது? புதிய இடம் என்பதாலேயே அவர்களின் சுதந்தரம் முடக்கப்படுகிறது. சுற்றிலும் போலிஸ்காரர்களும், சமூகப் பணியாளர்களும் எப்போதும் இருப்பார்கள். கவர்ந்து சென்றவர்களின் குழந்தையைக் கருவிலோ கையிலோ சுமந்திருப்பவர்களைத் தங்கள் குடும்பத்துக்குத் திரும்பச் சொல்லி வற்புறுத்துவது (நாசூக்கான வற்புறுத்தல்தான் என்றாலும்) தன்னிச்சையான தேர்வு செய்ய வழி வகுக்காது.

அமைச்சரின் கருத்துகள் ஆதரிக்கப்பட்டாலும் சில எதிர்ப்புகளும் இருந்தன. மேற்கு வங்கத்தைச் சேர்ந்த ரேணுகா ரே, நூற்றில் ஒரு பெண் தன் நாட்டுக்குத் திரும்ப மறுத்தாலும் அரசாங்கம் அதை கவனிக்க வேண்டும். 'சட்டப் பூர்வமான திருமணங்களும் நடைபெறத் தான் செய்கின்றன. நடந்து பலகாலம் ஆகி விட்ட படியால் மணமுறிவு செய்வதில் விருப்பம் இல்லாத பெண்களை நம்முடைய ஆர்வக் கோளாறினால் திரும்ப அழைத்து வந்து விடக் கூடாது!' என்றார் அவர்.

முன்னதாக, பூர்ணிமா பேனர்ஜி என்ற பெண்மணியும் இது குறித்து அரசாங்கத்தை முன்னெச்சரிக்கையாக இருக்க வலியுறுத்தியிருக்கிறார். இது குறித்து இவ்வாறு சொல்கிறார்.

> 'இந்தப் பெண்கள் கவர்ந்து போகப்பட்டு குறிப்பிடத்தக்க அளவு காலம் கடந்து விட்டது. இந்தக் கால அவகாசத்தில் அவர்கள், ஒருவரோடு ஒருவர் கூடி வாழ்ந்திருக்கிறார்கள், பரஸ்பர ஈர்ப்பு வளர்ந்திருக்கும். இது போன்ற பெண்கள் சம்பந்தப்பட்ட மதத்தைச் சேர்ந்தவர்கள் என்ற ஒரே காரணத்துக்காகவோ, தங்கள் நாட்டிலிருந்து அழைத்து வரப்பட்ட சூழ்நிலை 'கவர்ந்து வரப்படுதல்' என்ற வரையறைக்கு உட்பட்டு இருப்பதாலோ அவர்களைத் தத்தம் நாட்டுக்கு அனுப்பப்படக் கூடாது.'

இந்தப் பெண்களின் இரட்டைத் துன்பத்துக்காகக் குரலெழுப்பிய ஸ்ரீமகாவீர் தியாகி, 'ஏற்கெனவே வன்முறைக்குப் பலியானவர்கள் இந்தப் பெண்கள். பலவந்தமாக அவர்களைப் பிரித்து, அவர்கள் விருப்பத்திற்கு மாறாக முகாம்களுக்கு அழைத்துப் போவது வன் முறையின் இன்னொரு வடிவம்தானே?' என்று குறிப்பிட்டார்.

எது எப்படியானாலும் அமைச்சர் உறுதியாக இருந்தார். மறுக்கும் பெண்களுக்குத் தெரிவு செய்யும் வாய்ப்பை நல்கும் சட்ட மாறுதலைக் கொண்டு வர அவர் விரும்பவில்லை. குடும்பத்தில், தன் பெற்றோர், சகோதரர்கள், கணவனுடன் சேர்ப்பிக்கப்பட்ட பிறகு கவர்ந்து போன வரிடமே திரும்பிப் போகிறேன் என்று யாரும் சொன்னதாக இதுவரை ஒரு சம்பவம்கூட இல்லை என்றார் அவர். ஒருவேளை அவர்கள் தவறான சூழலில் விடப்பட்டிருந்தால், இது போன்ற நிலையில் இருப்பவர்களின் இயற்கையான மனநிலை அதை மறுத்திருக்கும் என்றும் குறிப்பிட்டார். மேலும், இங்கிருந்து பாகிஸ்தானுக்கு அனுப்பப்பட்ட எந்தப் பெண் ணும் அவளது விருப்பத்துக்கு மாறாக பலவந்தமாக பாகிஸ்தான் அனுப்பப்படவில்லை என்று குறிப்பிட்ட அவர் ஒரு விஷயத்தை ஒப்புக் கொண்டார். முதன் முதலில் இந்தப் பெண்கள் மீட்பின் வாயிலாகப் பொறுப்பில் எடுத்துக் கொள்ளப்பட்ட போது அவர்களின் விருப்பம் கேட்டறியப்படவில்லை என்பதே அது. அந்தச் சூழ்நிலை யில் அவர்களால், தாங்கள் தங்கள் வீடுகளுக்குத் திரும்ப விரும்பு கிறார்களா, அல்லது அங்கேயே இருக்க விரும்புகிறார்களா என்பதைத் துணிவாகச் சொல்லும் சுதந்தரம் இல்லாத சூழ்நிலை என்ற அடிப்படையில்தான் விருப்பம் கேளாமல் விடப்பட்டது என்றார்.

தாங்கள் மீட்கப்படுவதற்குப் பெண்கள் எதிர்ப்பு தெரிவித்தது கையாள் வதற்கு எவ்வளவு சிக்கலான பிரச்சினையோ அதே அளவு சிக்கல் அவர்களின் குழந்தைகளை என்ன செய்வது என்பதிலும் இருந்தது.

ஆச்சரியமான ஒரு விஷயம், கவர்ந்து போவது அவமானத்துக்குரிய, ஒழுக்கக் குறைவான செயல் என்று குரல் கொடுத்த உறுப்பினர்கள், பெண்கள் தங்கள் குழந்தைகளை அங்கேயே விட்டு வருவதை ஆதரித்ததுதான். பண்டிட் தாக்குர்தாஸ் பார்கவா இதைச் சொல்லும் போது, 'இந்திய நாட்டில் பிறந்த எல்லாக் குழந்தையும் இந்தியக் குழந்தைகள் என்பதை உணர வேண்டும். ஒரு இந்து ஆணும், இஸ்லாமியப் பெண்ணும் மணந்து கொண்டிருந்தால், வாரிசுக்கு யார் காப்பாளர்? ஒரு இஸ்லாமியப் பெண் மீட்கப்படும்போது அவள் பாகிஸ்தானுக்குச் செல்கிறாள். அங்கே போனதும் குழந்தையின் மதத்தை மாற்றுவாள். ஆனால், அந்தக் குழந்தை முறை தவறிப் பிறந்த குழந்தையாக நடத்தப்படும். தவறான விதங்களில் நடத்தப்படும் அல்லது கொல்லப்படலாம். அப்பா, அம்மா இருவரில் காப்பாளராக யாருக்குத் தகுதி?'

குழந்தைகள் விஷயம்தான் இந்த விவாதத்தில் மிகவும் வெறுப்பளிப்பதாக இருந்தது. ஆழ்ந்த உணர்வுகள் கொண்ட இந்த விஷயம் உணர்வுகளுக்கு இடம் தராமல், நடைமுறைக்கு ஒத்து வருமாறு தீர்மானிக்கப்பட்டதாகச் சொல்லப்பட்டது. பாராளுமன்ற உறுப்பினர்கள் உணர்வுகளின்றி இருந்திருக்கலாம், நிச்சயமாக தாய்மார்களால் அப்படி இருந்திருக்க முடியாது. இந்தப் பிரச்னையின் தீவிரத்தைச் சொல்லும் போது கமலாபென் படேல், 'ஒரு இஸ்லாமியத் தகப்பனுக்கும், இந்துத் தாய்க்கும் பிறந்த குழந்தையை இந்து சமூகம் ஏற்பதில்லை. மீட்கப்பட்ட பெண்ணின் உறவினர்கள் இந்தக் குழந்தையை ஏற்கவில்லை என்றால் ஏராளமான நிராகரிக்கப்பட்ட, ஆதரவற்ற குழந்தைகள் பிரச்னையை இந்த அரசாங்கம் சந்திக்க வேண்டியிருக்கும்' என்றார். குழந்தைகள் தங்கள் 'இயற்கையான தகப்பனிடம்' இருக்கட்டும் என்ற தீர்மானம் இதிலிருந்து வந்ததாக இருக்கலாம். குழந்தைகள் பிரச்னைக்கு அப்புறம் வருகிறேன்.

★★★

பெண்களின் விதி விவாதிக்கப்பட்டது நாடாளுமன்றத்தில் மட்டுமல்ல, பத்திரிகைகளிலும், செய்தித் தாள்களிலும் கூட இது போன்ற விவாதங்கள் நடந்தன. ஆர்.எஸ்.எஸ் இதழான ஆர்கனைஸர் இந்தப் பிரச்னையைத் தீவிரமாக அலசியது. 1949 டிசம்பர் 29 இதழில் 'பாகிஸ்தான் என்கிற பாவி' (Pakisthaan the sinner): 25,000 கவர்ந்து போகப்பட்டனர்; ஆயிரக் கணக்கில் விற்கப்பட்டனர்' என்ற தலைப்பில் கவர் ஸ்டோரி வெளியிட்டது. அந்தக் கட்டுரையில்:

'சீதையின் மாண்பைக் காப்பதற்காக ஸ்ரீராமர், ராவணனுடன் போரிட்டு அவனை அழித்தார், அயோக்கியன் கில்ஜி சித்தூரைச் சுற்றி வளைத்த போது, ராணி பத்மினி தலைமையில் காவிச் சேலை அணிந்த ஏராள

மான பெண்கள் சிரித்த முகத்துடன் தியாகத் தீயில் குதித்து இந்துப் பெண்களின் ஒரு சொட்டு ரத்தத்தைத் கூட அவனால் மாசு படுத்த இயலாமல் செய்தார்கள். இன்று ஆயிரக்கணக்கான இந்துப் பெண்கள் துன்பமான பகல்களும், துயரமான இரவுகளுமாக பாகிஸ்தானில் வாடுகிற போது சுதந்தர இந்தியாவின் முதல் அரசாங்கத்தால் அதற்கு ஒப்பாரிதான் வைக்க முடிகிறது!'

இந்தக் கட்டுரையிலும், தொடர்ந்த பல்வேறு கட்டுரைகளிலும் பாகிஸ்தானுக்கு மாண்பு கெட்டவர்கள் என்ற அடைமொழி பொருத்தம் என்று ஆர்கனைஸர் இதழ் எழுதியது. இந்து, சீக்கியப் பெண்களின் கடத்தலும், பலாத்காரமும் பாகிஸ்தானைக் காமுகர்கள் என்றும், அநாகரிகமானவர்கள் என்றும், காட்டுமிராண்டிகள் என்றும் வர்ணிக்கப் பின்னணியாக விளங்கியது. பாரதமாதாவின் உடலைச் சிதைத்து பாகிஸ்தான் உருவானதாலேயே, இந்துப் பெண்களின் உடம்பு தீண்டப் பட்டு அவர்கள் புனிதம் கெட்டது. எதிரி நாடான பாகிஸ்தானுக்குப் புரிகிற பாஷையில் பதிலடி கொடுத்து, இந்தியப் பெண்களைக் காப்பாற்றாததற்கு இந்திய அரசாங்கம் தொடர்ந்து வசைபாடப்பட்டது. முன்னெப்போதையும்விட அப்போதுதான் இந்துக்களுக்கு சக்தி வாய்ந்த ராணுவத்தின் துணையுடனான வலுவான அரசாங்கம் தேவைப்பட்டது.

இந்து அமெரிக்கா என்கிற நூலில் அதன் ஆசிரியர் சமன்லால் கூறு கிறார்: 'எவ்வளவு உதைத்தாலும் திருப்பி அடிக்காமல், திரும்பத் திரும்பத் தாக்குதல் செய்கிறவர்களை, உண்மை, நியாயம் என்ற பெயர்களில் கோரிக்கைகள் மட்டுமே விடுத்துக் கொண்டிருக்கும் நாம் அளவுக்கதிகமான அமைதி விரும்பிகளாக இருக்கிறோம்.' இப்படி உதைப்பவர்களை அன்பாகவே எதிர்கொள்வது என்றால் இந்தத் தேசிய பலகீனத்தை நீக்கி இந்து சமூகத்தை க்ஷத்ரியர்களாக ஆக்க வேண்டும்.*

ஆர்கனைஸர் இதழின் பல எழுத்தாளர்களுக்குப் பலாத்காரமும் கவர்ந்து போதலும் அவமானமான செயலாகத் தெரிந்தாலும் அவை அனுமானிக்க முடிந்தவையாக இருந்தன. பாகிஸ்தானிடம் வேறென்ன எதிர்பார்க்க முடியும்? 'இந்துக்களின் சொத்திலும், இந்துப் பெண்களின் மீதும் மோகம் கொண்ட அந்த நாடு தங்கள் காமுகர்களையும் பொறாமை கொண்டவர்களையும் அடக்கி வைக்க எந்த முயற்சியும் மேற்கொள்ள வில்லையே'+ இன்னொரு உண்மை இருந்தது. இஸ்லாமியப் பெண்

---

* Organiser, July 10, 1947.

+ Organiser, December 14, 1949.

களையும் இந்துக்களும் சீக்கியர்களும் கவர்ந்து போனார்கள் என்பதே அது. இதை எப்படி விளக்குவது? நாடாளுமன்றத்தில் இந்தச் செயல் ஒரு பிறழ்வாகத்தான் பார்க்கப்பட்டது; துராசைகளுக்கு ஆட்பட்டு விட்டதாக இவர்கள் வருணிக்கப்பட்டார்கள். இந்து, சீக்கிய ஆண்கள் பெண்களைக் கவரும் செயலைச் செய்ததை ஒப்புக்கொள்ளும் மனப் பாங்கில் ஆர்கனைஸர் இதழ் இல்லை. ஒரு படி மேலே போய் இஸ்லாமியப் பெண்களுக்கு ஆதரவும் அனுதாபமும் காட்டினார்கள். '1947 போரின் போது' என்கிற கட்டுரையில் ஆசிரியர் எழுதியிருப்பது:

> '1947 கோடைக் காலத்தில் பஞ்சாபில் நடந்த இந்து-இஸ்லாமியப் போரில் வெறி தலைவிரித்தாடியது. இருதரப்பிலும் லட்சக்கணக் கானவர்கள் கொல்லப்பட்டார்கள். போரை விட நாட்டையே துயரத்திலும், கொடுமையிலும் ஆழ்த்தியது இஸ்லாமியர்களின் ஆதிகாலத்திலிருந்து தொடரும் பழக்கமான பெண்களைக் கவர்ந்து போகும் செயல். இந்துக்கள் பெரும்பான்மையாக வாழும் இடங் களிலும் ஆயிரக்கணக்கான கைவிடப்பட்டவிதவையான இஸ் லாமியப் பெண்களைக் காண முடிந்தது. ஆனால், மீட்புப் பணிகள் தொடங்கியதும் இந்துக்களின் பாதுகாப்பில் இருந்த அவர்களில் பெரும்பாலோர் பொறுப்பானவர்களின் வசம் ஒப்படைக்கப் பட்டார்கள். எந்த இஸ்லாமியப் பெண்ணும் அவளது விருப்பத் துக்கு மாறாக இந்தியாவில் இருக்கவில்லை. அந்தப் பெண்களில் பெரும்பாலோர் இஸ்லாமிய ஆண்களாலேயே கவர்ந்து வரப்பட்ட வர்கள் என்பது கவனிக்கத்தக்கது.'*

இவ்வாறாக, தப்பு வழியில் போன மிகச் சில இந்தியர்களும் ஆபத் தில்லாதவர்களாக, பலவீனமானவர்களாக, காமவெறி இல்லாதவர் களாக இருந்தார்கள். 'இந்து மனம் நியாயமாக நடந்து கொள்ளும் அளவு பரந்தது என்றாலும் நியாயம் கேட்கும் அளவு துணிவானது *அல்ல!*'+ என்றது அந்த இதழ். இதன் காரணம் இந்தியாவின் பாரம் பரியம் மகத்தானது, பெருந்தன்மைமிக்க பண்பாடு கொண்டது.

> 'ஆண்டாண்டு காலமாய் ஆயுத பலத்தின் உச்சத்தில் இருந்த போதும், மொத்தக் கண்டத்தையும் ஆட்கொள்ள முடியும் என்ற போதும் இந்தியா ஒரு போதும் ஒரு சர்வாதிகாரமாக உருவெடுக்க முயன்றதில்லை. இதர நாடுகள், தங்கள் சகோதர மனித இனத்தை அடிமைப்படுத்தவும், ஆட்கொள்ளவும், கட்டாய மதமாற்றம் செய்யவும் மூதாதையர்கள் தொடங்கி வைத்த தாக்குதல்

---

* Organiser, December 14, 1949

\+ Organiser, December 14, 1949

கலாசாரத்தைத் தொடர்வதில் பெருமிதம் அடைகிறார்கள். நினைவுகூரத்தக்க பல ஞானிகளின் வழிநடத்துதலாலும், பழமை மிக்க கலாசாரத்தாலும் இந்தியா எப்போதுமே கடல்கடந்து பரவியிருக்கும் தன் ஒளிமிகுந்த நாட்களை மட்டுமே நினைவில் கொள்கிறது''* என்று எழுதினார்கள் அந்த இதழில்.

இந்தப் பழமை மிகுந்த பாரம்பரியம்தான் இந்து ஆண்களுக்கு சகிப்புத் தன்மையும் நாகரிகமும் கொடுத்து, மீட்புக் குழுக்கள் வேண்டுகோள் விடுத்ததும், கவர்ந்து வந்த பெண்களை (தவறுதான் என்று உணர்ந்து)

உடனடியாக ஒப்படைக்க வைத்தது. இதே சகிப்புத் தன்மைதான் இந்து ஆண்களைத் தங்களைச் சார்ந்த பெண்களைக் காக்க இயலாதவர்களாக வும் செய்தது. இதனால்தான் இஸ்லாமிய அரசை ஆயுதங்கள் கொண்டு எதிர்கொள்ளும் யோசனை எழுந்தது. ஏறக்குறைய இதே பொருளில் இன்னொரு கட்டுரையாசிரியர் எழுதியிருக்கிறார்:

'ரத்தத்தைப் பார்த்தாலே மூர்ச்சித்து விழும் நெறி தவறாத ஆயிரக் கணக்கான நம் தாய்மார்களும், சகோதரிகளும் கடத்தப்பட்டு ரூபா, அணா, பைசாவுக்கு விற்கப்பட்டார்கள். அந்தப் 'புனித' பூமியி லிருந்து மீட்கப்பட்ட சிலரைப் பார்த்தேன். அவர்கள் நெற்றியில் 'முஹமதின் அடிமை', 'மியான் அஹமதின் அடிமை', 'ஹாஜி ஹுஸைனின் அடிமை' என்ற மாதிரி உரிமையாளர் பெயர் பச்சை குத்தப்பட்டிருந்தது. உடனடியாக அவர்களை ஏற்பதும், சமூகத் திலும் பொருளாதாரத்திலும் சேர்த்துக் கொள்வதும் ஒவ்வொரு இந்தியனுக்கும் அடிப்படைக் கடமையாகும். இது அவ்வளவு எளிதல்ல. உறுத்தலான சிரமங்கள் இதில் உண்டு என்பது வெளிப் படை. ஆனால் அதை விட இன்னொன்று மிக வெளிப்படையானது: இந்தப் பிரச்னை நாட்டை விட மனித குலத்துக்கே சவாலான ஒன்று.'+

மனிதத்துவத்துக்கும், தேசியத்துவத்துக்கும் தரப்படும் இந்தச் சமன் பாடு புதிதல்ல. தாய்நாட்டின் மாண்பைக் காப்பாற்ற மனிதர்கள் தேவைப் பட்டார்கள். ஆர்கனைஸர் இதழின் பல கட்டுரையாசிரியர்களுக்கு இந்து மதத்தின் பிறப்பிடமான இந்தியத் தாயின் தூய்மையை நிலைநிறுத்துவது முக்கியமாகப்பட்டது. பாரதம் என்றோ, ஹிந்துஸ்தான் என்றோ, அல்லது பெண்பாலில் ஒரு தாயாகவே பார்க்கப்பட்டாலும் பிரிவினை இந்தியா வின் உடல் துண்டாடப்பட்டதாகவே பார்க்கப்பட்டது.

---

* Organiser, November 30, 1949.

+ Organiser July 10, 1947.

ஆகஸ்ட் 14, 1947 தேதியிட்ட ஆர்கனைஸர் இதழில் ஒரு அட்டைப்படம் போடப்பட்டிருந்தது. இந்திய தேசப்படம் கை வெட்டுண்ட ஒரு பெண்ணாகவும், அருகில் ரத்தம் தோய்ந்த கத்தியுடன் நேரு நிற்பது போலவும் அந்தப் படம் இருந்தது. 'மக்களின் இந்தத் தீவிரமான மத நம்பிக்கைதான் பாரதத் தாயை பல நூற்றாண்டுகளாக அழிவு சக்தி களிடமிருந்து பல நூற்றாண்டுகளாகக் காப்பாற்றி வருகிறது என்பது இதர நாடுகளின் நம்பிக்கை. இந்தியத் தாய் ஒடுக்கப்படுதலுக்கும், சீறி எழுவதற்கும் இடையில் நடந்து செல்ல வேண்டிய தண்டனையைக் கடந்து வந்திருக்கிறாள்; அச்சங்களினாலும், அழுத்தங்களினாலும், ஆசைகளினாலும் புராதன நம்பிக்கைகளை விட்டொழித்து புது நம்பிக்கைகளைக் கடைப் பிடிக்கத் தூண்டப்பட்டிருந்தும், உயிருக்கு நிகரான தன் மத நம்பிக்கைகளிலிருந்து விலகவில்லை.'*

இதில், கவர்ந்து போதலுக்கு எளிதில் பலியான அல்லது வேற்று மதத்தை ஏற்க முடிவு செய்த பெண்களுக்கும் ஓர் பாடம் இருந்தது. நல்ல இந்துப் பெண்மணியாக இருப்பதும், நல்ல இந்துத் தாயாக இருப்பதும் ஒரே மாதிரியானவை என்றால், இஸ்லாமிய ஆண்களுடன் திருமணமற்ற உறவு கொள்ள அவர்கள் கட்டாயப்படுத்தப்பட்டது இந்தக் கொள்கைக்கு முரணானது, ஆகவே எதிர்க்கப்படவேண்டியது என்றாகிறது. பொறுப்பு, பாதிக்கப்பட்ட பெண்களின் கணவர்களிட மும், சகோதரர்களிடமும் இருந்தது; தேவைப்பட்டால் தன்னை எரித்துச் சாம்பலாக்கிக் கொண்டாவது இந்தப் பெண்களை அவர்கள் அடைந்ததாகக் கூறப்படும் மாசையும் மீறி மீட்க வேண்டிய கட்டாயம் அவர்களுக்கு இருந்தது.

கமால் என்ற புனைப் பெயரில் வழக்கமாக எழுதும் ஒரு ஆசிரியர், 'பாரத மாதா நம் தாய், நாம் அவர்களின் குழந்தைகள் என்பது மட்டு மல்ல, அவள் கர்ப்பக்கிரகத்தில் இருக்கும் தெய்வம், நாமெல்லோரும் அவளின் பக்தர்கள். அவள் புனிதமானவள். அவளிடமிருந்து விலகி தூய்மையில்லாத, காட்டுமிராண்டித்தனமான நாடுகளுக்குப் போவ தாலேயே, திரும்பி வரும்போது புனிதப்படுத்துதல் அவசியமாகிறது.'+ இன்னொரு கட்டுரையில், ராமர் தன் சகோதரனுக்குச் சொல்வது போல, 'லக்ஷ்மணா, இந்தத் தங்க இலங்கை என் மனதுக்கு சந்தோஷம் தரவில்லை. நாம் பிறந்த மண், நம் தாய் நாடு, சொர்க்கத்தை விட இனியது.'#

---

* Organiser November 13, 1948.

+ Organiser, September 25, 1947.

Organiser, August 19, 1948.

ஓர் இந்துத் தாயும், இஸ்லாமியப் பெண்ணும் முற்றிலும் முரண்பட்டவர்களாக இருந்தார்கள். எப்போதோ ஒரு முறைதான் ஆர்கனைஸரின் பக்கங்களில் இடம் பெற்றாலும், வாசகர்கள் அவள் குறித்த அபாயங்கள் பற்றி எச்சரிக்கப்பட்டார்கள். 'சிந்துவில் வாழ்க்கை' என்ற தலைப்பில் ஹூண்ட்ராஜ் கிருபளானி எழுதியிருக்கும் கட்டுரையில், இந்துக்கள் ஒவ்வொரு படியிலும் அவமதிப்புக்கும், அவப்பெயருக்கும் உள்ளாகிறார்கள் என்ற வருந்தத்தக்க உண்மையை முன்வைக்கிறார். 'உங்கள் சொந்த வீட்டிலேயே உங்களுக்குப் பாதுகாப்பு இல்லை. இஸ்லாமியப் பெண்கள் உங்களிடம் விற்க ஏதாவது இருக்கிறதா என்று விசாரிக்கும் சாக்கில் பிரவேசிப்பார்கள். சில நிமிடங்கள் பேசி விட்டு அங்கே தங்குவதற்காக வந்திருப்பதாகச் சொல்வார்கள். அவர்களை வெளியில் துரத்த முடியாது. ஏனென்றால் அவர்களைத் தொடுவதற்கோ, வேறு யாரையாவது வைத்து வெளியில் அனுப்புவதற்கோ உங்களுக்கு தைரியம் இருக்காது' மேலும், ஒரு சாமர்த்தியமான எச்சரிக்கையையும் தன் இந்துச் சகோதரர்களுக்கு அவர் தருகிறார் : 'இரண்டு நாட்களுக்கு அவர்களுடன் இருப்பீர்கள். அதற்குப் பிறகு, நடு ராத்திரியில் எழுந்து சப்தமாக அவர்கள் ஓலமிடுகிற அபாயம் இருக்கவே இருக்கிறது. அப்போது என்ன ஆகும் உங்களுக்கு?'*

அடாவடி இஸ்லாமியப் பெண்கள் வலுக்கட்டாயமாக வந்து சேர்ந்து கொள்கிற போது இந்து ஆண்கள் நிராதரவாக ஆகிறார்கள் என்பது இதிலிருந்து வெளிப்படை.

★★★

பிரிவினை தவிர்க்க முடியாத ஒன்றாக இருந்திருக்கலாம், ஆனால் இவ்வளவு பெரிய அளவில் இடப் பெயர்ச்சி, மரணங்கள், அழிவு, நஷ்டம் இவையெல்லாம் அரங்கேறும் என்றோ, இவ்வளவு ரத்தச் சேதத்தையும் விரோதத்தையும் அது உண்டாக்கும் என்றோ யாரும் எதிர்பார்த்திருக்க மாட்டார்கள். டெல்லியைச் சேர்ந்த தச்சுத் தொழிலாளி ஃபர்யாத் சொல்கிறார் : 'சுதந்தரம் வந்ததும் டெல்லித் தெருக்கள் எல்லாம் தங்கத்தால் இழைச்சி, பாலாறு ஓடும்னு நினைச்சோம். ஆனால் நாம் பார்த்ததென்னவோ ரத்த ஆறுதான்.' பெண்களுக்கு இவ்வளவு முக்கியத்துவமும் அவர்களால் குழப்பமும் பிரச்னைகளும் வரப் போகின்றன என்றும் யாரும் எதிர்பார்த்திருக்க மாட்டார்கள். வீடுகளை இழந்தவர்களுக்கும், உடைமைகளை இழந்தவர்களுக்கும் அரசாங்கத்தால் ஓரளவுக்காவது இழப்பீடுகள் செய்திருக்கமுடியும்.. ஆனால் பெருமளவிலான பலாத்காரங்களும், கடத்தல்களும் நடந்த

---

* Ibid

சூழலில், கவர்ந்து போனவர்களுடன்தான் இருக்கப் போகிறேன் என்று பெண்கள் சொல்லும் போது இழப்பீட்டை எப்படி கவனிப்பது?

1947 இல் இந்தியா, போட்டிகளுக்கும், போராட்டங்களுக்கும் இடையே மலர்ந்த மொட்டாக, எளிதில் உடையும் கன்னாடியாகப் பரிணமிக்க ஆரம்பித்ததுமே ஏகப்பட்ட முரண்பாடான பிரச்னை களைத் தனியே சந்திக்கும் நிலைக்குத் தள்ளப்பட்டது. புது அரசாங்கத் தின் செயல்பாடுகளை ஆதரித்தவர்கள், நிராகரித்தவர்கள் என்று இரு சாராரும் இருந்தார்கள், ஆனால் அரசாங்கத்தைக் கொள்கை அளவில் ஆதரித்தவர்கள் யாருமே இல்லை. ஆனால் பெரும்பாலான அதிருப்தி கள் ஏறக்குறைய பொருளளவில்தான் என்று சொல்ல வேண்டும். எவ்வளவு இழப்பீடு, சொத்து மீட்பு என்பது போலவே இருந்தன. பெண்கள் என்று வரும் போது மட்டும், தேசத்தின், தேச மக்களின் மாண்பு நினைவு வந்தது.

பிரிவினை என்பதே ஒரு இழப்புதானே? என்னதான் சுதந்தரம் கிடைத்தது என்றாலும், தன்னில் ஒரு பகுதியை, தன் அங்கத்தை வேறொரு நாட்டுக்கு விட்டுக் கொடுத்த ஆழமான அவமானமும் அதில் இருந்ததே! தேசிய இயக்கங்கள் எல்லாம் நாட்டு மக்களை எழுச்சி அடையச் செய்யப் பயன்படுத்திய கருவியே நாட்டை பாரதமாதா என்கிற தாயாக உருவகப்படுத்தியதே ஆகும். பிரிவினை இந்தத் தாயின் உடலைத் துண்டாடியது. முன்னர் சுட்டிக்காட்டப்பட்ட ஆர்கனைஸர் இதழின் அட்டைப்படமே இந்த உணர்வுக்கு அத்தாட்சி.

பிரிவினையே தேசத் தாயின் உடலுக்கு ஊறு விளைவிப்பது என்றால், பெண்களுக்கு நேர்ந்த வல்லுறவுகளும், கடத்தல்களும் உடலுக்குச் செய்த நிஜமான ஊறுகள். பாதிக்கப்பட்ட ஒவ்வொரு பெண்ணும் ஒரு தாயாகவோ, தாயாகப் போகிறவளாகவோ இருந்தவள்தானே! தாய்மையை எப்படி இவ்விதம் கொச்சைப்படுத்தலாம்? இப்படி ஒன்று நடந்தது என்பதையே காலத்தின் கோலம் என்று நினைத்து விட்டு விடுவதுதானே சரியாக இருக்கும்? இந்த நாட்டின், குடும்பங்களின், சமூகத்தின் ஆண்கள் எப்படி அப்படிப்பட்ட விஷயம் நடப்பதைத் தொடர அனுமதிக்க முடியும்?

பெண்களைத் திரும்ப அழைத்து வரவேண்டியிருந்தது. அவர்களைத் தூய்மைப்படுத்த வேண்டியிருந்தது. அதாவது சட்டத்துக்குப் புறம் பாகப் பிறந்த குழந்தைகளிடமிருந்து அவர்களைப் பிரிக்க வேண்டி யிருந்தது. அவர்களைத் தங்கள் குடும்பத்தாருடன் சேர்த்து வைக்க வேண்டியிருந்தது. அதற்குப் பிறகுதான் தேசத்தின் ஒழுக்கமும் ஒற்றுமையும் திரும்ப வரும் அல்லது ஆர்கனைஸர் இதழ் மீண்டும் மீண்டும் சுட்டிக்காட்டியது போல அப்போதுதான் பலவீனப்பட்டிருந்த

ஆண் குலம் சரியாகும். பிரிவினை என்பது ஒரு தாய்க்குச் செய்யப்படும் அநீதி என்றால், பெண்களை மீட்டு வந்தது அதற்கு எதிரானது, அதாவது பெண்களின் புனிதத்தைக் காப்பது என்று சமூகம் நம்பியது,

கவர்ந்து போகப்பட்டவர்களை மீட்பதற்கான மசோதாவின் மீது நடந்த மிக நீண்ட விவாதங்கள் பெண்களைக் குறித்து அதிகம் கவலை கொள்ள வில்லை. இது ஒன்றும் புதிதல்ல. இன்றைக்கும்கூட பெண்களுக்காக என்று விவாதிக்கப்படும் விஷயங்கள் பெண்கள் குறித்து அதிகம் நாட்டம் உள்ளவை என்று சொல்ல முடியாது. ஆனால் வேறு விஷயங் கள் விவாதிக்கப் பயன்படும் சந்தர்ப்பமாக அவை பயன்படுத்திக் கொள்ளப்படுகின்றன. இதே போலத்தான் அன்று நாடாளுமன்றத்தில் நடந்த விவாதங்கள் இந்தியாவின் சுய ரூபத்தை, சுய கௌரவத்தைக் காட்டிக் கொள்ளும் வாய்ப்பாகத்தான் பயன்பட்டது.

இன்றைக்கு நம் மனதில் அழுத்தமாக இடம் பெற்றிருக்கும் கேள்வி, கவர்ந்து போகப்பட்ட பெண்களை மீட்பதில் இந்தியா இப்படி அளவு கடந்த ஆர்வம் காட்டியது ஏன்? அதற்காகக் கொண்டு வரப்பட்ட மசோதா ஏன் அவ்வளவு சக்தி வாய்ந்ததாக இருந்தது? ஆரம்ப சில நாட் களில் சம்பந்தப்பட்ட குடும்பங்கள் கொடுத்த அழுத்தத்தின் காரணமாக அரசாங்கத்தால் அலட்சியமாக இருந்திருக்க முடியாது. காலம் செல்லச் செல்ல மீட்புப் பணிகளில் சிரமம் ஏற்பட்டது. குழந்தை பிறந்துவிட்ட காரணத்தாலேயே பல பெண்கள் திரும்பி வருவதற்கு விரும்பவில்லை. அந்த நிலையில் அரசாங்கம் மீட்புப் பணிகளை ஏன் தொடர்ந்தது?

அப்படி பெண்களை மீட்க வேண்டியது அரசாங்கத்துக்கு இன்றியமை யாதது என்றால் இன்னொரு கேள்வி எழுகிறது : ஆர்கனைஸர் இதழில் எழுதப்பட்டது போன்ற கட்டுரைகளுக்கு என்ன அவசியம் வந் திருக்கும்? மேற்சொன்ன இரண்டு உதாரணங்களிலுமே பெண் ஒரு மனிஷியாகவே கருதப்படவில்லை, அவளது விருப்பங்கள் முக்கியத் துவம் பெறவில்லை, எதிர்க்கவோ, மறுக்கவோ, ஏன் வேண்டிக் கேட்டுக் கொள்ளக்கூட அவளுக்கு உரிமையை மசோதா தரவில்லை. பெண்கள் பலவந்தமாக மீட்டுக் கொண்டுவரப்பட்டது மட்டுமில்லை, அதில் அவளுக்குக் குறை இருக்குமானால் ஒரு விசாரணைக் குழுவிடம் முறையிடலாம் (1954 க்குப் பிறகு இது). ஆனால் அந்தத் தீர்ப்பும் சாதகமாக இல்லாவிட்டால் மேற்கொண்டு எதுவும் செய்ய முடியாது. பெண்களை மையமாகக் கொண்ட ஒரு பிரச்னையில் அவர்களது விருப்பு வெறுப்புக்கள் ஒரு பொருட்டே அல்ல என்றால் மீட்புப் பணியின் நோக்கம்தான் என்ன?

தேசத்தின் மாண்பு... இந்தியத் தாயின் உடல்மீது கட்டப்பட்டிருந்த மாண்பு என்ற கட்டடம்! இதன் காரணமாகவே தாயாக இருந்த, தாய்

ஆகவிருந்த இந்து, சீக்கியப் பெண்களின் உடல்மீதும் கட்டப்பட்டிருந்த கட்டடமாகவும் இது இருந்தது. வேற்று மதத்து ஆண்களிடம் இழக்கப் பட்ட இந்தப் பெண்கள், தங்கள் அடிப்படைக் குடும்பத்தையும் இழந்தார்கள். இந்த அடிப்படைக் குடும்பம்தான் அவர்களுடைய சட்டப்பூர்வமான குடும்பமே ஒழிய, அவர்கள் அமைத்துக் கொண் டிருந்த புதிய குடும்பம் அல்ல. ஆகவே மீட்பு என்பது அவர்களை இந்தக் குடும்பத்துடன் சேர்ப்பதாகவே இருந்தது. இதை நிறைவேற்று வதற்காக, அவர்கள் ஏற்றுக் கொண்டிருந்த உறவுகளை விலக்க வேண்டியிருந்தாலும் அதைச் செய்தாக வேண்டியிருந்தது.

ஒரு வேளை பெண்களிடம் அவர்களுடைய அபிப்பிராயத்தைக் கேட்டிருந்தாலும் அவர்களால் சுதந்தரமாக, வெளிப்படையாகத் தங்கள் அபிப்பிராயத்தைச் சொல்ல முடியாது என்ற அனுமானத்தின் பேரில் எடுக்கப்பட்ட முடிவு இது. இதில் ஓரளவு உண்மையும் இருந்தது. ஆனால் இதற்கு மறுபுறம் இன்னொரு உண்மையும் இருந்தது. பெண்கள் தங்கள் சொந்தக் குடும்பத்திலேயே சுதந்தரமாகக் கருத்தைப் பகிரும் அளவுக்கு உரிமை பெற்றவர்களாக இருப்ப தில்லையே! ஆனாலும் சொந்தக் குடும்பங்கள்தான் சட்டப்பூர்வமான குடும்பங்கள் என்று கொள்ளப்பட்டது. ஆகவே ஏற்கமுடியாத குடும்பங்களிலிருந்து பிரித்து சட்டப்பூர்வமான குடும்பங்களுக்கு அவர்களை அழைத்து வரவேண்டியிருந்தது. தேசத்தின் மாண்புக்காக செய்ய வேண்டிய விஷயமாக இது இருந்தது.

இந்தியப் பெண்களை நல்ல குணமுள்ள நடுத்தர வர்க்கத்துப் பெண் ணாக, தாயாக உருவகப்படுத்தும் பக்குவத்தைக் காலனியாதிக்கம் தந்தது. சுதந்தரமும் பிரிவினையும் பெண்களை இந்தியாவின் மாண்புக்கு அடையாளமாக எண்ண வைத்தது.

இதில் ஆச்சரியமில்லை. 'சுதந்தரம் காலனியாதிக்கத்தை வென்ற சந் தோஷம், பிரிவினை மதச்சார்பின் சந்தோஷம்.'* இன்றைய இந்தியாவில் ஆழமான பின்விளைவுகளை உண்டாக்கியிருப்பது இது. மதச்சார்பு என்பது பாகிஸ்தானுடன் தொடர்புடையதாக வந்தது. மதச்சார்பை மூடியிருந்த அதன் எதிர்ப்புறத்தை இந்தியா எடுத்துக் கொண்டது. தான் கவர்ந்து போன இந்து சீக்கியப் பெண்களைத் திரும்ப அனுப்ப மறுக்கும் மதவாத நாடாக பாகிஸ்தான் சித்திரிக்கப்பட்டது. இந்தியா, தன் தார்மிகக் கடமைகளை நிறைவேற்றும் பொறுப்பில் இருக்கும் நாகரிகமான, நடுநிலையான, மதச்சார்பில்லாத நாடாக இருந்தது.

★★★

* Aijaz Ahmed, 'Some reflections on Urdu' in seminar 359, July 1989, 25.

பாகம் 2

தியாகப் பாரம்பரியம்

பிரிவினையின் காரணமாகப் பெண்கள் எதிர்கொண்ட வன்முறைகள் மௌனத்தின் பல அடுக்குகளால் மூடப்பட்டது. பெண்களின் கடத்தல்களும் வல்லுறவுகளும் சரித்திரத்தில் இடம் பெறாமல், வன்முறை என்பதே வேற்றுச் சமூக ஆண்கள் குறித்தானதாக மட்டும் காணக் கிடைக்கிறது. இந்துமத, சீக்கியப் பெண்கள் தங்கள் மதத்து ஆண்களாலேயே குறி வைக்கப்பட்டது மிகச் சில இடங்களில் (அதுவும் புனைவுகளில் மட்டுமே) அறிய முடிகிறது. இந்து, சீக்கிய ஆண்கள் இப்படி பிரமிக்கத்தக்க அளவு வெகுளியாக, மாசற்றவர்களாக இருந்திருக்கவே வாய்ப்பில்லை. பிரிவினையில் பாதிக்கப்பட்டவர்கள் பலரின் கூற்றுப்படி, மக்கள் தாங்கள் சார்ந்திருக்கும் சமூகத்தைக் கொஞ்சம்கூட இந்தக் காலக்கட்டத்தில் விட்டுக் கொடுக்கவில்லை. அப்படி இருக்கும் போது, தங்கள் சமூகத்து ஆண்கள் இழைத்த அநீதிகளை எப்படி பெண்கள் வெளியில் சொல்லியிருக்க முடியும்?

முதன் முதலில் 1986ல்தான் சொந்த சமூகத்தின், சொந்தக் குடும்பத்தின் வன்முறைகள் குறித்து நான் கேள்விப்பட்டேன். அப்போது எனக்கு அதன் பரிமாணம் புரியவில்லை. மெல்ல மெல்லத்தான் அது எவ்வளவு பரவலாக இருந்திருக்கிறது என்பதை உணர்ந்தேன். பிரிவினை குறித்த சம்பவங்களைக் கேட்டறிய ஆரம்பித்தபோது நான் முதலில் சந்தித்த நபர் மங்கள் சிங். அமிர்தசரஸ் கடைத் தெருவில் வசித்த அவர் ஒரு வரலாறாக நினைக்கப்பட்டவர். மூன்று சகோதரர்களில், உயிரோடு பிழைத்த ஒரே ஆளாக அவர் அமிர்தசரஸ் வந்த போது அணிந்திருந்த ஆடைகள் மட்டுமே அவரிடம் இருந்தன. எல்லை தாண்டி வந்த அவர், இஸ்லாமியர்கள் விட்டுப் போயிருந்த ஒரு சிறிய நிலப்பகுதியை எடுத்துக் கொண்டு வசிக்க ஆரம்பித்தார். அந்த நிலப்பகுதி பெரிதாக, திறந்து, காலியாக இருந்ததாகவும் தன் மனம் சுமையாக இருந்ததாகவும் அவர் குறிப்பிட்டார். அந்த வெறுமையும், தெளிவும் தனக்குத் தேவையிருந்தது என்றும் குறிப்பிட்டார்.

வாழ்க்கையை ஆரம்பத்திலிருந்து தொடங்க வேண்டிய சிரமமான வேலையை ஆரம்பித்தார். நண்பர்களிடமும், உறவினர்களிடமும் கடன் வாங்கிய சில நூறு ரூபாய்களைக் கொண்டு மின்விசிறிகளும், மின்சார உதிரி பாகங்களும் விற்கும் கடை ஒன்றை ஆரம்பித்தார். (சில நூறோ சில ஆயிரமோ வேண்டுமென்றாலும் அதை தரும் ஜனங்கள் இருந்தார்கள் என்று குறிப்பிட்டார்). கல்யாணம் செய்து கொண்டு

குடும்பமும் அமைத்தார். நான் சந்திக்கிற போது எழுபது வயதைக் கடந்து, தாத்தாவாகி, சுற்றத்தார் புடை சூழ இருந்தார். பிள்ளைகள் வியாபாரத்தைப் பார்த்துக் கொள்ள தன் நேரத்தை பேரக் குழந்தை களுடன் கழித்து வந்தார்.

நிறையப் பேர் மங்கள் சிங்கிடம் பேசுங்கள் என்று சொன்னபோது என் ஆர்வம் அதிகரித்தது. அவருடைய சுற்றுவட்டாரத்தில் அவர் ஒரு வர லாற்று நாயகனாகப் பார்க்கப்பட்டதற்குக் காரணம், அவரும் அவர் சகோதரர்களும் தங்கள் குடும்பத்துப் பெண்களும் குழந்தைகளுமாகச் சுமார் பதினேழு பேர்களைக் கொன்று விட்டதுதான். இதை என்னால் நம்பவே முடியவில்லை. எப்படி ஒருவர் தன் குடும்பத்தினரை, குழந்தை களைக் கொல்ல முடியும்? எதற்காக? முதலில் மங்கள் சிங் என்னிடம் பேசத் தயங்கினார்: 'அதையெல்லாம் திரும்பத் தோண்டிப் பார்த்து என்ன ஆகப் போகிறது?' ஆனாலும், தன் குடும்பத்தாரோடு கலந்தாலோசித்த போது அவர்கள் வற்புறுத்தலின் பேரில் பேசச் சம்மதித்தார். குடும்பத் தார், அவர் இந்தச் சுமையை நெடுங்காலமாக சுமந்து கொண்டிருப் பதாக நினைத்தார்கள். மறைந்த குடும்பம் பற்றிக் கேட்டேன்.

'சத்தான குடும்பம். அந்த நாட்களில் எல்லாருக்கும் நிறையக் குழந்தை கள் இருக்கும். நிறையப் பெண்கள். அவர்களுக்கு நிறையக் குழந்தை கள்; பையன்கள், பெண்கள், மைத்துனன், மச்சினி, அத்தை, சித்தப்பா... எவ்வளவு முழுமையான சந்தோஷமான குடும்பம்!'

பின் எதற்காக அவரும் அவர் சகோதரர்களும் அத்தனை பேரையும் கொன்றார்கள்? மங்கள் சிங் கொலை என்ற வார்த்தையை உபயோகிப் பதை விரும்பவில்லை. அதைத் தியாகம் என்றார். தியாகப் பலி என்றே குறிப்பிட்டார்:

> 'வீட்டிலிருந்து வெளியேறியதும், சுற்றிலும் அகழி மாதிரி இருந்த தண்ணீரைக் கடக்க வேண்டியிருந்தது. அவர்களில் பலரால் கடந்து வந்து தப்பித்திருக்கவே முடியாது. அதனால் எங்கள் குடும்பத் தாரை, பதினேழு பேரை தியாகப் பலி தரவேண்டியதாயிற்று. பதினேழு உயிர்கள்.. அவர்கள் மனம் எங்கள் மனம் எல்லாமே துயரத்தில் நிரம்ப.. பதினேழு உயிர்களை பலி கொடுத்தோம். கையில் காலணா காசு இல்லாமல், சாப்பிட துளி சோறு இல்லாமல்.. போக வேண்டியிருந்தது. புறப்பட்டோம். வந்திருக்காவிட்டால் எங்களைக் கொன்றிருப்பார்கள். காலம் அப்படிப்பட்ட காலம்...'

'ஆனால் ஏன்.. ஏன் பெண்களையும் குழந்தைகளையும்? அவர்களுக்கு வாழத் தகுதி இல்லையா? தப்பியிருக்க மாட்டார்களா?'

‘பெண்களும் குழந்தைகளும் தாங்களே முன் வந்து செத்துப் போனார்கள்.’

‘ஏன்?’

‘உயிரோடு இருந்திருந்தால் மதம் மாறியிருப்பார்கள், கற்பிழந்திருப் பார்கள்.’

‘அவர்களாக முன் வந்தார்கள் என்றால்? கொஞ்சம் கூட பயமே இல்லையா அவர்களுக்கு?’

இதைக் கேட்டதும் கொஞ்சம் சீற்றமடைந்தார் :

> ‘பயமா? ஒன்று சொல்கிறேன், சீக்கிய இனத்தைத் தெரியுமா உனக்கு? அவர்களுக்கு பயமே கிடையாது. அநீதியைக் கண்டு பயமே கிடையாது. அவர்களுக்கு பயமே இல்லை. படியிறங்கி வந்து ஹாலில் உட்கார்ந்தார்கள். பலி கொடுங்கள் எங்களை, நாங்கள் தயார் என்றார்கள். பலியாகிக் காட்டினார்கள். சின்னக் குழந்தைகள் கூட! எதற்காக பயம்? நிஜமான பயம் மாண்பு கெட்டுப் போவதுதான். அவர்களை இஸ்லாமியர்கள் பிடித்திருந்தால், அவர்கள் மாண்பு, எங்கள் மாண்பு எல்லாமே போயிருக்கும். மானம் பெரிது என்றால், அதில் பெருமிதம் இருந்தால் பயமே இருக்காது.’

ஆனால், பெருமிதம் யாருக்கு? அச்சம் யாருக்கு? இந்தக் கேள்வி களுக்கு அவரிடம் பதிலில்லை. அவர் சொல்வதை அப்படியே எடுத்துக் கொள்வதானால், அப்போதைய குடும்பங்களுக்கும் சமூகத்துக்கும் மிகப் பெரிய அபாயமே மதமாற்றம்தான். வன்முறையை எதிர்கொள்ள லாம், ஆனால் மதமாற்றம் வேறு விதமாகப் பார்க்கப்பட்டிருக்கிறது. அவர்கள் கவலை அர்த்தமற்றதாகப் படுகிறது. மதமாற்றங்கள் இரு புறமும் நடந்திருக்கின்றன. சீக்கிய ஆண்கள் தங்களைக் காப்பாற்றிக் கொள்ள முடியும் என்று நம்பியிருக்கிறார்கள், ஆனால் பெண்களால் முடியாது என்பது அவர்களுடைய அச்சம். குறிப்பாக மதமாற்றத்துக்கு அவர்கள் ஒப்பவே இல்லை. பெண்கள் வல்லுறவுக்கு உட்பட்டு வேற்று மதத்தின் குழந்தை விதைக்கப்படும் போது அந்தப் பெண்கள் மட்டுமல்ல ஒட்டு மொத்த மதமே புனிதம் கெட்டு விடும் என்று நம்பினார்கள். பெண்களைப் பலி கொடுத்தால்தான் தங்கள் இனத்தின் மாண்பு காக்கப்படும் என்று நினைத்தார்கள்.

மங்கள் சிங்குடன் பேசிய பிறகு, பழைய செய்தித்தாள்களில் அது போன்ற சம்பவங்கள் தென்படுகின்றனவா என்று தேடினேன். 1947, ஆகஸ்ட் 15 தேதியிட்ட ஸ்டேட்ஸ்மென் இதழில் கீழ்கண்ட செய்தி இருந்தது:

'சமீபத்திய கலவரங்களின்போது ராவல்பிண்டி மாவட்டத்தைச் சேர்ந்த தோவா கல்ஸா கிராமத்தைச் சேர்ந்த 90 பெண்கள் கிணற்றில் குதித்து இறந்து போயிருப்பது பஞ்சாப் மக்களின் கற்பனையைக் கிளறுகிறது. தங்கள் இனத்து ஆண்களால் காப்பாற்ற இயலாத நிலை வரும் போது தங்களையே மாய்த்துக் கொள்ளும் ராஜபுத்திரப் பாரம்பரியத்தைத் தழுவியிருக்கிறார்கள். அவர்கள் தேர்ந்தெடுத்தது காந்தியின் அறிவுரையும் கூட; சில சூழ்நிலைகளில் தன்னை இழப்பதை விட தற்கொலைகூட தார்மிகமாக மேலான தீர்வு என்று அவர் சொல்லியிருக்கிறார்.

சுமார் ஒரு மாதத்துக்கு முன்னர், நாட்டுத் துப்பாக்கிகள், கைக் குண்டுகள், கைத்தடிகளுடன் ஒரு மதவாதக் கூட்டம் கிராமத்தைச் சூழ்ந்தது. கிராம மக்கள் எவ்வளவு தூரம் தங்களைக் காத்துக் கொள்ள முடியுமோ அவ்வளவு முயன்றார்கள். ஆனால் இறுதியில் சமாதானக் கொடியைத் தூக்க வேண்டியதாயிற்று. பேரங்கள் ஆரம்பமாயின. பத்தாயிரம் ரூபாய் கேட்கப்பட்டது. கேட்ட பணம் தரப்பட்டது. கலகக்காரர்கள் திரும்ப வரமாட்டோம் என்று உறுதியளித்தார்கள்.

அடுத்த நாளே உறுதிமொழி மீறப்பட்டது. மறுபடியும் வந்து இன்னும் அதிகப் பணம் கேட்டார்கள். நாற்பது பேர்களைப் பிடித்து வைத்துக் கொண்டு கொன்றுவிடுவோம் என்று பயமுறுத்தினார்கள். வந்தவர்களின் எண்ணிக்கை அதிகமாக இருந்ததால் எதிர்த்துப் போராட முடியவில்லை. கிராமத்துப் பெண்கள் கூடிப் பேசினார்கள். தங்கள் மானம் ஒன்றைத் தவிர வேறெதுவும் இல்லை என்று உணர்ந்தார்கள். மறு நிமிஷம் 90 பெண்கள் கிணற்றில் குதித்து இறந்தார்கள். கிணற்றில் இருந்த தண்ணீர் எல்லாருக்கும் போதுமானதாக இல்லாததால் மூவர் மட்டும் இறக்கவில்லை.'

மதம் தொடர்பான வன்முறைகள் பஞ்சாபில், பிரிவினைக்குச் சில மாதங்களுக்கு முன்னர் அதாவது மார்ச் 1947ம் ஆண்டிலேயே தொடங்கிவிட்டன. மார்ச் ஆரம்பத்தில் ராவல்பிண்டி மாவட்டத்து சீக்கிய கிராமங்கள் பல தாக்கப்பட்டன. பிகாரில் இஸ்லாமியர்கள் தாக்கப்பட்டதற்கும், சீக்கிய அரசியல் தலைவர் தாரா சிங் லாகூரில் ஆட்சேபககரமாகப் பேசியதற்கும் அது பதிலடி என்று சொல்லப்பட்டது. யார் மூல காரணம் என்று ஆராய்ந்து கொண்டிருப்பது உபயோகமில்லாத வேலை. பிரிவினை ஆகப் போகிறது என்பது தெரிந்தது முதல் இஸ்லாமியர்களும் இந்துக்களும் தாக்கிக் கொண்டார்கள் என்பதுதான் நிஜம். ராவல்பிண்டி மாவட்டத்தின் தமாலி, தோவா கல்ஸா, மாட்டூர், நாரா உள்ளிட்ட பல கிராமங்களில் ராணுவம் பாதுகாப்புக்காக மார்ச் 13 அன்று வந்தபோது காப்பாற்றப்பட மிகச் சிலரே இருந்தார்கள்.

இந்தக் கலவரத்தில் பிழைத்த ஒரு சிறிய பிரிவினர் டெல்லியின் நடுத்தர வர்க்கத்தினர் வசிக்கும் பகுதிகளான ஜங்புராவிலும், போகாலிலும் இருக்கிறார்கள். அவர்களிடமிருந்துதான் தோவா கல்ஸாவில் நடந்த பெருந் தற்கொலை குறித்து சற்று அதிகம் தெரிந்து கொண்டேன். இந்த நிகழ்வின் காரணமாகவே ராவல்பிண்டிகாரர்களிலேயே சற்று முக்கியமானவர்களாக இவர்கள் கருதப்படுகிறார்கள். மங்கள் சிங் பற்றிப் பேசியது போலவே இவர்கள் குறித்துப் பேசும் போதும் மக்களிடம் ஆச்சரியமும், மரியாதையும் தெரிந்தது. இதற்கு நேர் மாறாக, சகோதரிகளைக் கவர்ந்து போனவர்களிடம் பறிகொடுத்த இரண்டு சகோதரர்கள் குறித்துப் பேசும் போது, தவறு அந்தச் சகோதரர் களுடையது போலப் பேசினார்கள்.

பெண்களின் தியாகம் அவர்கள் குடும்பத்தின், சமூகத்தின் பெருமையை உயர்த்தியிருக்கிறது என்பது தெளிவு. தோவா கல்ஸா குறித்து நாங்கள் முதலில் பேசியது பசந்த் கௌர் என்ற எழுபது வயது மதிக்கத்தக்க திடகாத்திரமான பெண்மணியிடம். கிணற்றில் தண்ணீர் போதாமல் தப்பிப் பிழைத்தவர்களில் ஒருவர் இவர். அவருடைய நேர்காணலி லிருந்து பெரும்பகுதியைக் கீழே தருகிறேன் :

★★★

பசந்த் கௌர் வார்த்தைகளில்

'அவர்களிடம் எப்போதும் இதைச் சொன்னபடி இருக்கிறேன்!'

என் பெயர் பசந்த் கௌர். இறந்த என் கணவர் பெயர் சாண்ட் ராஜா சிங். வீட்டிலிருந்து மார்ச் 12ம் தேதி வெளியேறினோம், 13ம் தேதி கிராமத் தில் வெளியே தங்கியிருந்தோம். முதலில் எங்கள் பலத்தை உபயோ கித்துப் பார்த்தோம்; ஆனால் அதில் பலனில்லை என்று தெரிந்ததும் வெளியேற முடிவு செய்தோம். மூன்று நான்கு நாட்களுக்கு வீட்டி லேயே அடைபட்டிருந்தோம். வீட்டின் கூரை வழியாகத் தப்பிக்க முயன்றாலும் முடியவில்லை. எங்கள் ஆட்களில் ஒருவரிடம் துப்பாக்கி இருந்தது. அதை உபயோகித்த போது அவர்களில் இரண்டு மூன்று பேர் இறந்து போனார்கள். அவர்கள் திருப்பிச் சுட்ட போது என் மைத்துனர் இறந்து போனார்.

துப்பாக்கியைத் தயார்நிலையிலேயே வைத்திருந்தோம். கொஞ்சம் போனதும் எங்கும் துப்பாக்கி சீற்றத்துடன் வெடிக்கும் சப்தம், எங்க ளால் ஈடு கொடுக்க முடியவில்லை. நான், கணவரின் மூத்த சகோதரர், என் மூத்த மைத்துனர், அவருடைய மகன் எல்லாரும் இருந்தோம். அந்த மூத்த சகோதரர் ஓபியம் கொடு அதை தண்ணீரில் கரைத்து

சாப்பிட்டு விடுகிறேன் என்று கேட்டபடி இருந்தார். அவருடைய அம்மா, சகோதரி, மனைவி, மகள், மாமா எல்லாரையும் கொன்று விட்டார். என் மகளும் கொல்லப்பட்டாள். எல்லாரும் கிராமத்தின் உள்ளே போய் ஒரு பெரிய வீட்டில் கூடினோம். நாங்கள் கூடிய இடத்தில் ஒரு பெரிய கிணறும் இருந்தது. லஜ்ஜாவந்தி என்பவரின் வீடு அது. அவரது கணவர் சில ஆண்டுகளுக்கு முன்பே இறந்து போயிருந் தார். அவரும் இன்னொரு பெண்மணியும், சில குழந்தைகளும் இருந்தார்கள் வீட்டில். அவர்கள் எல்லாரும் வெளியே வந்தார்கள்.

பேச ஆரம்பித்தோம். இஸ்லாமியர்களாக யாரும் மாற வேண்டாம், அதை விடச் செத்துப் போகலாம் என்று தீர்மானித்தோம். எல்லாரிட மும் ஓபியம் கொடுக்கப்பட்டது. நான் மாடிக்குப் போய்விட்டுத் திரும்பி வருகிற போது என் கணவர் பேரப்பிள்ளைகள் உள்பட பலர் இஸ்லாமியர்களிடமிருந்து காப்பாற்றப்படுவதற்காகக் கொல்லப்பட் டிருந்தார்கள். எங்கள் கிராமத்தைச் சேர்ந்த ஒரு பெண் மட்டும் இஸ் லாமியர்களுடன் போய்விட்டாள். அந்தப் பெண் அழகாக இருப்பாள். ஒருத்தி போனாளென்றால் எல்லாரையும் வற்புறுத்துவார்களே என்ற கவலை எல்லாருக்கும் ஏற்பட்டது. எல்லாப் பெண்களையும் கொன்று விடுவது என்று முடிவானது. என்னுடைய கணவரின் மூத்த சகோதரர் ஹர்பான்ஸ் சிங் மனைவி, மகள், மகன் - அவனுக்கு ஏழு வயதுதான் - எல்லாரையும் கொன்றார். என் மைத்துனி, அவள் குழந்தைகள் எல்லாரையும் கொன்றார்கள். 14ம் தேதி ஜெலுமிக்கு வந்தோம். வண்டி வந்து எங்களை அழைத்துப் போய் ஓரிடத்தில் தங்க வைத்தார்கள். அதற்குப் பிறகு டெல்லி வந்தோம்.

டெல்லியில் இருந்த என் நான்கு சகோதரர்கள் இந்த நிகழ்ச்சி குறித்துப் படித்திருந்தார்கள். முகாமுக்கு வந்து எங்களைத் தேடிப் பிடித்தார்கள். காலம் போயிற்று, குழந்தைகள் மெல்ல வளர்ந்தார்கள். நிலைமை மெல்ல மாறியது. என் பெற்றோர் தமாலி பகுதியைச் சேர்ந்தவர்கள். அங்கே யாருமே தப்பிப் பிழைக்கவில்லை. குர்மீட் குடும்பம் உனக்குத் தெரிந்திருக்கும். இரண்டு சகோதரிகளையும் இஸ்லாமியர்கள் தூக்கிச் சென்று விட்டார்கள். செத்துப் போனார்களா, தூக்கிப் போனார்களா தெரியாது. அவர்கள் உடல் கிடைக்கவில்லை. சிலர் இப்படி, சிலர் அப்படி, சிலர் இங்கே, சிலர் அங்கே என்று எப்படி எப்படியோ செத்துப் போனார்கள். யாருக்குமே தெரியாது. என் பெற்றோரை உயிரோடு எரித்து விட்டார்கள்.

அந்தப் பகுதியே காடு போல இருக்கும். அது ஒரு கிராமம். என் சகோ தரர்களில் ஒருவனும், ஒரு சகோதரியும் தப்பிப் பிழைத்து வந்தார்கள். அவர்களுக்கு உதவி செய்தது ஓர் இஸ்லாமியர்; சில நல்லவர்களும்

இருந்தார்கள். தன் வீட்டில் அவர்களை மறைத்து வைத்திருந்தார். ராணுவ வண்டி வரும் போது ஏற்றி அனுப்பினார். ராணுவ வண்டி மாட்டூர் போனது. ஷா நவாஸ் மாட்டூரில் போய்ச் சேர்ந்தவர்களுக்கு எந்தத் துன்பமும் வராதவாறு பாதுகாப்பளித்தார். நாராவிலிருந்து தப்பிப் போக முயன்றவர்கள் வழியிலேயே கொல்லப்பட்டார்கள். என் சகோதரர்கள் செய்தித்தாளில் பார்த்துத் தெரிந்து கொண்டார்கள். என் கணவர் மகள், மைத்துனி, தன் சகோதரி, ஒரு பேரக் குழந்தை எல்லாரையும் குத்துவாளால் கொன்று விட்டார். என் கணவரின் மூத்த சகோதரர் மகன், தன் அம்மா, தன் மனைவி, மகள், பேரக் குழந்தைகள் எல்லாரையும் துப்பாக்கியால் சுட்டுக் கொன்றார். அதற்குப் பிறகு மேலே மண்ணெண்ணெயை ஊற்றிக் கொண்டு நெருப்பில் குதித்து விட்டார்.

ஏகப்பட்ட பெண்கள் கொல்லப்பட்டார்கள். லஜ்ஜாவந்தியின் வீட்டருகே தோட்டம் போல இருந்த ஒரு இடத்தில் பெரிய கிணறு இருந்தது. நாங்கள் எல்லாரும், சுமார் நூறு பேர் அதில் குதித்தோம். அதில் சில பையன்களும் இருந்தார்கள். நான் போட்டிருந்த நகைகள், கையிலிருந்த 14 ரூபாய் பணம் எல்லாவற்றையும் கிணற்றில் எறிந்து விட்டு இரண்டு குழந்தைகளுடன் குதித்தேன். ஆனால், நிரம்பிய தந்தூரில் போட்ட ரொட்டிகள் போல ஆயிற்று... மேலே இருப்பவற்றை வேகாமல் திருப்பி எடுக்க வேண்டும், அதுதான் நடந்தது. உயிரோடு இருந்த எங்களை வெளியில் எடுத்து விட்டார்கள். கிராமத்தில் எங்களைத் தவிர, ஓடிப்போன ஒரு பெண்ணைத் தவிர மீதமிருந்த சிலரைக் காப்பாற்றினார்கள்.

எனக்குப் பயமாக இருந்தது. வேறு சிலரும் இருந்தார்கள்; எங்களுக்குப் பயமாக இருந்தது, இஸ்லாமியர்கள் தூக்கிப் போய் விடுவார்கள் என்று. லஜ்ஜாவந்தியின் வீட்டருகில் இருந்த 100, 180 பெண்கள் அந்தக் கிணற்றருகே கூடியிருந்தார்கள். லஜ்ஜாவந்திக்கு எழுபது வயது இருக்கலாம். நல்ல உயரமான திடகாத்திரமான பெண்மணி. பெண்களுக்கு நிறைய சேவை செய்தவர், அவரே கிணற்றில் குதித்தார். நிறையப் பேரை மக்கள் பேரணியாகப் போகும் போதே கொன்று விட்டார்கள். அதற்குப் பிறகு வீடுகள், கட்டடங்கள் மேலேறிக் கொலை செய்தார்கள் இஸ்லாமியர்கள். துப்பாக்கியால் சுட்டார்கள். என் மைத்துனரின் மார்பில் ஒருவர் துப்பாக்கியை வைக்கும் போது... நாங்கள் கிணற்றில் குதித்தோம். மற்றவர்கள் முதலிலேயே இறந்திருந்தார்கள். என் ஓரகத்திக்கும் அவள் மகளுக்கும் ஓபியம் கலந்த தண்ணீர் கொடுத்தேன். வெளியிலேயே கிடந்தார்கள், நாய்கள் சாப்பிட்டிருக்கும். இறுதிக் கடன்கள் செய்யவெல்லாம் நேரமில்லை. ஒரு மணி நேரம் கழித்து வண்டி வந்தது.

என்னைத் தூக்கிப் போட வேண்டாம் என்று சொன்னவர்களுக் கெல்லாம் ஓபியம் கொடுத்தோம். மைத்துனரிடம் இருந்தது, நிறைய பேருக்குக் கொடுத்தோம். மைத்துனர் மகன், மருமகள் அவர்கள் மகளெல்லாம் ஜீலம் வந்த பிறகு கொல்லப்பட்டார்கள். மார்ச் 15ம் தேதி தினியா முகாமுக்குப் போனோம். ஜீலம் அருகில் இருந்தது அது. நாலு நாள்கள் போராடினோம். 12ம் தேதி பேரணியாகப் போனோம். 13ம் தேதி எல்லாரும் கொல்லப்பட்டார்கள். அதற்குப் பிறகு வண்டி வந்தது. எல்லாரையும் ரவத் என்ற கிராமத்துக்குக் கூட்டிப் போனார்கள்.

அங்கே அழைத்துப் போனார்களே ஒழிய அங்கேயும் தங்கவில்லை, மறுபடி வேறிடம்; எங்கே போவது? சாப்பிட எதுவுமில்லை. பக்கத் தில் இருந்த சிலர் ஏதோ சாப்பிட்டுக் கொண்டிருந்தார்கள். என் குழந்தைகளுக்குத் தர எதுவுமில்லை. கையில் காசும் இல்லை. மூத்த பையனிடம் இரண்டணா இருந்தது. அதில் ஏதாவது வாங்கலாமா என்று பார்த்தோம். என் சகோதரனின் பிள்ளைகளுக்கும் பசி. கடைசியில் கடையில் அந்தக் காசு செல்லாது என்று சொல்லிவிட்டார்கள். (அழு கிறார்). இந்த மாதிரி எல்லாமே பிரச்னையாக இருந்தது. அவர்கள் வயிற்றை எப்படி நிரப்புவது! இன்றைக்கு இருந்தால் ராணி மாதிரி இருந்திருப்பார்கள். ஓரகத்திகள், குழந்தைகள் எல்லாருமே... நான்தான் ரொம்ப இளையவள் அப்போது. இப்போது வீட்டில் உட்கார்ந்திருக் கிறேன். குழந்தைகள் வெளியில் வேலைக்குப் போகிறார்கள். அவர் களுக்கு இந்தக் கதையைச் சொல்லிக் கொண்டு இருக்கிறேன். அவை இப்போது வெறும் கதைகள். மூச்சு போகும் வரைக்கும் சொல்லிக் கொண்டிருக்க வேண்டியதுதான்!

★★★

அவள் கதைகளைக் கேட்காதே என்று அவர்களுக்குச் சொல்லியிருக் கிறார்கள். போகலில் மார்ச் 13ம் தேதியைத் தியாகிகள் தினம் என்று குறிப்பிடுகிறோம். குர்மிட் என்ன சொன்னார் உன்னிடம்? தமாலி பற்றிச் சொன்னாரா? என் பெற்றோரின் ஊர் அது. சின்னப் பெண்களைக் கடத்திக் கொண்டு போனார்கள், அதைச் சொன்னாரா? எங்கள் ஊரில் ஒரு கோயில் இருந்தது. ஒரு குருத்வாரா இருந்தது ஆனால் மசூதி இல்லை. இஸ்லாமியர்கள் வெளியிலிருந்து வந்தவர்கள்தான். தமாலியில் சில இஸ்லாமியர்கள் இருந்தார்கள். கோதுமை, இதர தானியங்கள், கடலை போன்றவற்றை அரைப்பவர்கள். சில சடங்கு களைச் சம்பிரதாயத்துக்காகச் செய்வார்கள். எதுவும் செய்வதில்லை, எங்கள் உப்பைத் தின்பதைத் தவிர.

என் கணவர்? மைத்துனன் அவரைக் கொன்று விட்டான். எல்லோரும் அவரவர் குடும்பத்துப் பெண்களைக் குத்து வாளால் கொன்றார்கள். என்

கணவரின் மூத்த சகோதரரின் மகனிடம் துப்பாக்கி இருந்தது. அம்மாவையும் மாமாவையும் அதைக் கொண்டு கொன்றான். என் மைத்துனனும் ஒரு துப்பாக்கியால் என் கணவரைக் கொன்று விட்டான். அவனுக்கு ஒன்றரை வயதுப் பெண் குழந்தை இருந்தது. அதுவும் துப்பாக்கிக் குண்டுக்கு இரையாயிற்று. ஆமாம், என் கணவரை மைத்துனன்தான் கொன்றான், காரணம் நான் ஒரு இஸ்லாமியனாக ஆக மாட்டேன் என்பதில் உறுதியாக இருந்தார். கற்பனை பண்ணிப் பார்; பதினைந்து, இருபதாயிரம் மக்கள், எங்களிடம் நாலு துப்பாக்கிகள். அதையும் பறித்து விட்டார்கள். தமாலியிலும் இப்படித்தான் நடந்தது. ஆயுதங்கள் எல்லாவற்றையும் பறித்து விட்டார்கள். அதற்குப் பிறகு **எல்லாரையும்** கொன்று விட்டார்கள் . என் மைத்துனன் இளைஞன். திட மானவன். கணவரின் மூத்த சகோதரனின் மகன். அவனுக்குக் கடைகள் எல்லாம் இருந்தன. என் கணவருக்கு நிறைய அண்ணன்கள். எட்டு பேர். இவனும் தன்னை மாய்த்துக் கொண்டான்.

என் மகன், தன் மனைவி, மகள், ரொம்பச் சின்ன மகன் எல்லாரையும் கொன்றான். கணவரின் ஒரு அண்ணன் ரங்கபாத் வந்தார், ஒருவர் எரித்துக் கொல்லப்பட்டார், எல்லாருக்கும் மூத்தவர் நடந்தது எல்லா வற்றையும் பார்த்துக் கொண்டிருந்தார். இவரைப் போய் கொல்ல வேண்டாம் என்று நினைத்தார்கள், மகன், மகள் யாரும் இல்லை அவருக்கு. ரெண்டு அண்ணன்களுக்குக் குழந்தைகள் கிடையாது. இதெல்லாம் நடந்து முடிந்துவிட்ட நிலையில்தான் நாங்கள் கிணற்றில் குதித்தோம். நாலு பேரை கிணற்றிலிருந்து வெளியே எடுத்தார்கள், ஆயுதங்களைக் காட்டியபடி, இஸ்லாமியர்கள். ஒருத்தி ரொம்ப அழகாக இருப்பாள். எட்டு குழந்தைகள். குழந்தைகளைக் கிணற்றில் எறிந்து விட்டுக் குதித்தாள். அவளைக் காப்பாற்றி விட்டார்கள். தண்ணீர் இதற்கு மேல் ஏற முடியாது என்ற நிலையில் சிலர் காப்பாற்றப்பட்டார்கள். சில பெண்கள், சில குழந்தைகள், பஹ்மானிக்கள் என்று அழைக்கப் படும் உயர்ந்த ஜாதிப் பெண்கள்.நேரு எங்கள் கிராமத்துக்கு வந்திருந்தார். அழுதார். அந்தக் கிணற்றை மூடிப் பூட்டி விட்டார்கள். ராணுவம் வந்து திறந்தது, அப்போதுதான் நான் டெல்லி வந்தேன். தினியா முகாமிலிருந்து என் சகோதரர்கள் அழைத்து வந்தார்கள். இங்கே இருந்த என் சகோதரர்கள் டிரக் ஓட்டிக் கொண்டிருந்தார்கள்.

எங்கள் கிராமத்தில் சில இஸ்லாமியர் குடும்பங்கள் இருந்தன. ஆனால் எங்களுக்கு எந்தப் பிரச்னையும் இல்லை. சேர்ந்து வாழ்ந்தோம். கல்யாணம், காட்சி என்றால் போவோம். ரொம்ப நெருக்கமாக இருந்தோம். பக்கத்தில் இருந்த திஹாய், சயிந்த்தா, சாடியோக், சத்தா போன்ற கிராமங்களில் நிறைய இஸ்லாமியர்கள் இருந்தார்கள். நான் பிறந்த இடம் பெஷாவர். தமாலி வரும் போது பத்தொன்பது வயது.

தோவா கல்ஸாவிலேயே எனக்குக் கல்யாணம் ஆகிவிட்டது. அப்பாவை அவர்கள் கொல்லும் போது அவருக்குத் தொண்ணூறு வயது. ரிடையர் ஆன பிறகு தமாலியில் இருந்தார். ரொம்ப காலம் பென்ஷன் வாங்கி கொண்டிருந்தார். நாற்பதோ, நாற்பத்தைந்தாகவோ இருந்த பென்ஷன் 1947க்கு சற்று முன்பு தொண்ணூறாகியது. அப்பா சொல்வார், சகோதரிகள் எல்லாரும் போயாச்சு. நீ ஒருத்திதான் இருக்கே. உனக்கும் வேளை வந்தாச்சு!'. 'தேவையில்லை. எப்ப தேவையோ அப்ப போய்க்கறேன்' என்பேன். சௌக்யமாகத்தானே இருந்தோம்.

எனக்கும் இப்போது பென்ஷன் வருகிறது, ஆனால் அது என் கணவர் பெயரில். எதற்காக நான் பொய் சொல்ல வேண்டும்? பேரணியாகத் திரண்டு வரும்போது ஏகப்பட்ட சர்க்கரை, பேரிச்சம் பழம், பட்டாணி இன்னும் ஏதேதோ கொண்டு வந்தோம். மொத்த விலைக்கு வாங்குவோம், அதனால் அரிசி, பருப்பு, நெய் எல்லாம் மலையாகக் குவிந்திருந்தன வீட்டில். ஜீலம் நதி வீட்டிலிருந்து சுமார் 12 மைலில் இருந்தது.

நாற்பது அல்லது ஐம்பது இந்து வீடுகள் எங்கள் கிராமத்தில் இருந்தன. மீதி எல்லாம் சர்தார்கள். இருபது அல்லது இருபத்தைந்து பஹ்மான்கள் வீடுகள். தோவா ஏறக்குறைய ஒரு பட்டணம் என்று சொல்லலாம். பெரிதாக இருக்கும். இந்துக்கள் அவர்கள் தொழிலைச் செய்தார்கள், கடை கண்ணிகள் என்று ஏதேதோ. வாங்குவது, விற்பது... சீக்கியர்களுக்கு ராஜா ரஞ்சித் சிங் காலத்தில் கிடைத்த பட்டா நிலங்கள் இருந்தன.

வன்முறை அலை ராவல்பிண்டியிலும் லாகூரிலும் ஆரம்பித்தது. ஒரே நாளில் தீர்மானித்து இன்றோடு இவர்களை முடித்து விடுவது என்கிற மாதிரி இருந்தது அது. ராவல்பிண்டியில் ஆரம்பித்தாலும் அங்கே யாரும் சாகவில்லை. மரணம் நிகழ்ந்ததெல்லாம் சுற்றியிருந்த கிராமங்களில் தான். முதன் முதலில் ராவட் என்ற இடத்தில்தான் மரணம் நிகழ்ந்தது என்று நினைக்கிறேன். அங்கே ஒரு கமிட்டி இருந்தது, கமிட்டி என்றால் தெரியுமோ, கழுதை, குதிரை எல்லாம் விற்கிற சந்தை. அங்கே ஒரு தானாவும் (காவல் நிலையம்) இருந்தது. சோவா, தமாலி, தோவா, நாரா, பீவால் இங்கெல்லாம் வன்முறை நடந்தது. யாரையும் விட்டு வைக்கவில்லை. ஆயுதங்களைப் பிடுங்கிக் கொண்டார்கள். எங்களிடம் நாலு துப்பாக்கி இருந்தது, அதைப் பறித்துக் கொண்டார்கள். இன்னும் இரண்டு பேரிடம் இருந்தது, ஒரு வேலைக்காரன், ராணுவத்திலிருந்து விடுப்பில் வந்த ஒருவர். ரவாட்டிலிருந்து வன்முறை பிண்டிக்கு பரவி பிறகு எங்கள் கிராமத்துக்கு வந்தது.'

★★★

பெண்கள் கவர்ந்து போகப்பட்டது, பலாத்காரம் செய்யப்பட்டது, அவர்களுக்கு இழைக்கப்பட்ட உடல் ரீதியான துன்பங்கள், அந்தரங்க உறுப்புகளில் வேற்று மதத்துச் சின்னங்களைப் பச்சை குத்தியது ஆகியவை எல்லோராலும் வன்மையாகக் கண்டிக்கப்பட்டன. ஆனால் குடும்பங்களோ, அரசாங்கமோ, சரித்திர ஆசிரியர்களோ இது குறித்து எங்கேயும், எப்போதும் குறிப்பிட்டதில்லை. அலட்சியப்படுத்தக் கூடிய சிறிய விஷயங்கள் அல்ல இவை. ஏறக்குறைய ஒவ்வொரு கிராமத்திலும் இது போன்ற கதைகள் இருந்தன. தமாலி வன்முறை களில் பிழைத்த குர்மீட் சிங் தன் அனுபவத்தைச் சொல்லும் போது :

'மார்ச் 12ம் தேதி அதிகாலை நாலு மணிக்குக் கிளம்பினோம். எங்கள் மொத்தக் குடும்பமும் குருத்வாராவில் கூடியது; காவலுக்குச் சில ஆள்களை ஏற்பாடு செய்திருந்தோம். இளம் பெண்கள் எல்லாரை யும் கொன்று விடச் சொல்லி அறிவித்தோம். குருத்வாராவையும் எண்ணெய் ஊற்றிக் கொளுத்திவிடச் சொன்னோம்.

இது நாங்கள் எங்களுக்குள்ளாகத் தீர்மானித்தது. ஏகப்பட்ட பேர் சூழ்ந்திருந்தார்கள், ஆகவே வேறு வழி தெரியவில்லை. திரும்பிய திசையெல்லாம் ஜனக் கடல்தான் தெரிந்தது. கண்ணுக்கெட்டிய தூரம் வரை ஜனங்கள். பயம்! மக்கள் கூடியது ஒருவருக்கொருவர் தைரியம் சொல்லிக் கொள்ள. கையில் ஆயுதங்கள் எதுவுமில்லை. இருந்த ஒன்றிரண்டு ஆயுதங்களையும் பறித்துக் கொண்டார்கள். குருத்வாராவில் கூடி எல்லாப் பெண்களையும், இளம் பெண் களையும் கொன்று விடும் பொறுப்பு இரண்டு மூன்று பேரிடம் கொடுக்கப்பட்டது. குருத்வாராவின் உள்ளே இருந்தவர்களுக்கு, உள்ளே இருந்தபடியே குருத்வாராவுக்கு நெருப்பு வைக்குமாறு சொல்லப்பட்டது. முதலில் இளம் பெண்கள் எல்லாரையும் எங்கள் கையாலேயே கொன்றோம். அதற்குப் பிறகு குருத்வாராவில் மண்ணெண்ணெய் ஊற்றிக் கொளுத்தி விட்டோம். பெண்களும் குழந்தைகளும் எங்கு செல்வார்கள்?'

பல ஆண்டுகளில், பல ஆண்களிடமும் பெண்களிடமும் பேசும் போது இதே போன்ற மனப்பாங்கை மறுபடியும் பார்க்க நேர்ந்தது. ஸ்டேட்ஸ் மென் இதழின் மேற்சொன்ன செய்தியில் தெரியும் மனநிலையை, மதத்தின் மாண்பைக் காப்பாற்றுவதற்காகத் தங்கள் குடும்பத்தை தியாகப் பலிக்கு ஆளாக்கிய ஒவ்வொரு குடும்பத்து அங்கத்தினரிடமும் பார்க்க முடிந்தது. சில நாள்கள் கழித்து பசந்த் கௌரை சந்தித்த போது அவர் மகன் பீர் பகதுர் சிங் அறிமுகம் ஆனார். தோவ கல்ஸாவில் நடந்த மதம் தொடர்பான வன்முறைகள் குறித்து இன்னும் சற்று விவரமாகச் சொன்னார்:

‘குலாப் சிங்கின் மாளிகையில் இருபத்தாறு இளம் பெண்களைக் கொண்டு வைத்திருந்தார்கள். முதன் முதலில் வந்தவர் என் அப்பா சாண்ட் ராஜா சிங். தன் மகளைக் கொல்வதற்காக அழைத்துக் கொண்டு வந்தார். முதலில் பிரார்த்தித்தார். சீக்கிய சம்பிரதாயப்படி ஆர்டாஸ், சச்சே பத்ஷா எல்லாம் செய்தார். அதற்கு அர்த்தம், ‘உன்னுடைய சீக்கியப் பெண்ணைப் புனிதம் இழக்க நாங்கள் அனுமதிக்கவில்லை. அந்தப் புனிதத்தைக் காக்க எங்கள் மகள்களைத் தியாகப் பலியாக்கப் போகிறோம். எங்களை மன்னித்து விடு.’

எங்கள் கிராமத்தில் கூலி வேலை செய்பவன் ஒருவன் இருந்தான். அவன் முன்னால் வந்து என் அப்பாவின் கால்களைப் பிடித்துக் கொண்டான். ‘ஐயா, முதலில் என்னைக் கொன்று விடுங்கள். என் கால்கள் வீங்கியிருக்கின்றன. ஓட முடியாது, தப்ப முடியாது. இஸ்லாமியர்கள் என்னைப் பிடித்து மதம் மாற்றி விடுவார்கள்’ என்று கெஞ்சினான். அப்பா முதலில் வீச்சறிவாளால் அவன் தலையைச் சீவினார். அதற்குப் பிறகு, நந்த் சிங் தீர் என்பவர் வந்தார். ‘லாகூருக்கு என் பிள்ளைகளைப் பார்க்கப் போய்க் கொண்டிருக்கிறேன். இஸ்லாமியர்கள் என் தாடியை நீக்க அனுமதிப்பேன் என்று எண்ணுகிறீர்களா? என் பிள்ளைகளைப் பார்க்க நான் ஒரு ஷேக்காகப் போவேனா? என்னையும் தியாகப் பலி கொடுங்கள்’ என்றார். அப்பா அவரையும் அடுத்துக் கொன்றார். மூன்றாவது என் சகோதரி. அவள் வந்து அப்பாவுக்கு முன்னால் உட்கார்ந்தாள். நான் அப்பாவின் குர்தாவைப் பிடித்துக் கொண்டு நின்றேன்.

அது ஒரு பயங்கரமான காட்சி. அப்பா வாளை எடுக்கும் போது அது உறையில் சிக்கிக் கொண்டதோ என்னவோ வரவில்லை. என் சகோதரியே அதை வெளியில் எடுத்துக் கொடுத்தாள்; அதற்குப் பிறகு ஓரே வீச்சில் என் சகோதரியின் கழுத்து நீங்கி தூர விழுந்தது. நான் அழுது கொண்டே மெல்ல மாடியிலிருந்து இறங்கி வந்து விட்டேன். ஆனால் வாள் எடுக்கப்படும் சப்தமும் வெட்டும் சப்தமும் தொடர்ந்து கேட்டுக் கொண்டே இருந்தது. இருபத்தைந்து பெண்கள் பலியானார்கள். கர்ப்பமாக இருந்த ஒரு உறவுக்காரப் பெண்ணை மட்டும் வெட்டவில்லை. ஆனால் பின்னர் அவள் கணவனே பிஸ்டலால் சுட்டான். அப்போதும் அவள் தப்பித்து விட்டாள். நான் வாழ விரும்பவில்லை, என்னைக் கொன்று விடுங்கள் என்று சொன்னபடி இருந்தாள். வயிற்றில் குண்டடி பட்டிருந்தது. ஒரு துளை போல ஆகி ரத்தம் வந்து கொண்டிருந்தது.

நாங்கள் அவளுக்கு ஓபியத்தை நீரில் கரைத்து தந்தோம். சாப்பிட்டு விட்டு பிரார்த்தனை செய்தாள். அவளைப் போல் சாவுக்குத்

தயாராகவும், சாவைக் கட்டுப்பாட்டில் வைத்திருப்பவர்களையும் பார்க்கவே முடியாது. பிரார்த்தனை செய்தபடி இருந்தாள். பிரார்த் தனையின் இறுதி வார்த்தை சொல்கிற வரை - அரைமணி நேரம் வரை - அவள் இறக்கவில்லை. கடைசி வார்த்தை பிரார்த்தனை முடித்துத் தான் இறந்தாள்.'

தங்கள் மாண்பு சோதனைக்கு உள்ளாகும் முன்பு பெண்கள் தாங்களே கிணற்றில் குதித்து உயிரை மாய்த்துக் கொண்டதையும் பீர் பஹதூர் சிங் பார்த்திருக்கிறார். இந்தச் சம்பவம் வரலாற்று முக்கியத்துவம் பெற்றது தமஸ் என்ற தொலைக்காட்சித் தொடரால்! உயரமான நிமிர்த்த பார்வை யுடன், தீர்மானத்துடனும், பெருமிதத்துடனும் பஞ்சாபிப் பெண்கள் தங்கள் மதத்தின் மாண்பைக் காப்பதற்காக கிணற்றில் குதிக்கும் காட்சியை அதில் காட்டினார்கள். இந்த நிகழ்ச்சி நிஜத்தில் நடந்த போது வித்தியாச மாக இருந்திருக்கும். இந்த வன்முறைச் சம்பவங்களிலிருந்து மீண்டு வந்தவர்களின் வர்ணனை (பெரும்பாலும் ஆண்கள்) சம்பந்தப்பட்ட பெண்களின் வீரத்தையும், சாகசத்தையும் மறு உறுதி செய்வதாக அமைந்திருக்கிறது. பீர் பஹதூர் சிங்கின் வார்த்தைகளில் :

'சர்தாரிணி குலாப் கௌர் அவர்களின் (மாதா லஜ்ஜாவந்தி) கிணற்றில் நான் பார்த்துக் கொண்டிருந்த போது, அவர், சச்சே பத்ஷா என்ற பிரார்த்தனையைச் சொல்லி 'பெண்களின் மாண்பைக் காக்கலாம் வாருங்கள், ஏற்கெனவே இவ்விதமாக இருபத்தைந்து பெண்களின் மாண்பு காக்கப்பட்டு விட்டது!' என்று அழைத்தார். அவருக்குத் தெரியும், சாண்ட் ராஜா சிங் தன் குடும்பத்தைச் சேர்ந்த மகள்களையும் இதர பெண்களையும் தியாகப் பலி கொடுத்து விட்டார் என்பது. மீண்டிருப்பவர்கள் தங்கள் உயிரை மாய்த்துக் கொள்ள நாம் விட வேண்டாம். அவர்கள் இங்கிருந்து அழைத்துப் போகப்படுவதை நாம் அனுமதித்து விடலாம் என்றார் அவர்.

தங்களுக்குள் பேசி ஒரு முடிவுக்கு வந்த பெண்கள், தங்களைக் கவர வந்த இஸ்லாமியர்களிடம், 'தாகமாக இருக்கிறது' என்றார்கள். இஸ்லாமியர்கள் அவர்களை அந்தக் கிணற்றின் அருகில் அழைத்து வந்தார்கள். முன் சொன்ன இருபத்தைந்து பெண்களின் தியாகத்தையும் பக்கத்தில் இருந்து பார்த்தேன்; இப்போதும் கிணற்றின் அருகே அம்மாவுடன் நின்றிருந்தேன். மாதா லஜ்ஜாவந்தி பிரார்த்தனை போன்ற இரண்டு சொற்களைச் சொன்னபடி கிணற்றில் குதித்தார். அவரைத் தொடர்ந்து சுமார் எண்பது பெண்கள்... அவர்களும் குதித்தார்கள். கிணறு நிரம்பியது. ஆறு குழந்தைகளைச் சுமந்து பெற்றெடுத்த கருப்பையுடன் கூடிய பசந்த் கௌர் என்கிற பெண்மணி சாகவில்லை, பிழைத்து விட்டார். நாலு தரம் முயன்றார். கிணற்றில் தண்ணீர்

இல்லாததால் மரணம் நிகழவில்லை. குழந்தைகளைத் தன்னில் பார்த்துக் கொண்டு இன்று வரை அவர் உயிரோடுதான் இருக்கிறார்.'

வன்முறையாளர்களுக்கும், கிராமத்து வாசிகளுக்கும் இடையே பேரங்கள் பல கிராமங்களில் நடந்தன. தமாலி சம்பவங்களில் பிழைத்த குல்வந்த் சிங் அப்படி இருசாராருக்கும் இடையில் உண்டான (எழுதாத) ஒப்பந்தத்தை நினைவு கூர்கிறார். குல்வந்த் சிங் கூற்றுப்படி, ஆயுதங் களைக் கீழே வைக்க பதினாறிலிருந்து முப்பதாயிரம் வரை பணம் தருவ தென்று முடிவானது. 'இது முடிவான இரவில், தியாகத்தீ வளர்த்து எங்கள் சகோதரிகளில் பலரும், குழந்தைகளும் அதில் குதித்துத் தங்களை மாய்த்துக் கொண்டார்கள். குருத்வாராவில் ஏராளமான உடல்கள் கிடந்தன' என்றார். தாங்கள் சார்ந்திருக்கும் மதத்தினராலும், தங்கள் குடும்பத்தாராலும் கொல்லப்பட்ட பெண்கள், குழந்தைகளின் எண்ணிக்கைக்குக் கணக்கே இல்லை. கவர்ந்து போகப்பட்ட பெண்கள் பற்றிப் புகார் செய்தது போல இந்த விஷயத்தில் யாரும் புகார் எதுவும் தரவில்லை. கவர்ந்து போகப்பட்டவர்கள் மௌனத்தில் கரைந்து போனார்கள், இந்தப் பெண்கள் தியாகத்தில் கரைந்து போனார்கள்.

பெரிய அளவில் தற்கொலையில் ஈடுபட்ட, அல்லது தங்கள் குடும்பத் தினராலேயே கொல்லப்பட்டவர்கள் குறித்த கதைகள் ஏராளம். இன்று, அரை நூற்றாண்டுக்குப் பிறகு, இந்தக் கதைகள் சீக்கிய மதத்தின் வீரத்துக்கும் ஆண்மைக்கும் எடுத்துக்காட்டாக மட்டுமின்றி, தங்கள் மதத்துக்காக முன் வந்து உயிர்த் தியாகம் செய்த சீக்கியப் பெண்களின் வீர சாகசமாகவும் சொல்லப்படுகிறது. (உயிரைத் தியாகம் செய்த வர்கள் பெண்கள் என்றாலும், அவர்களுடைய மாண்பைக் காக்க இந்தத் தீர்மானத்தை எடுத்த ஆண்களுக்கே இந்தப் பெருமை தரப்படுகிறது). குருத்வாராக்களில் ஆண்டு தோறும் நடக்கும் மதச் சம்பிரதாய நிகழ்வு களில், சீக்கியப் பெண்களின் இந்தத் தியாகச் செயல், சீக்கியர்கள் எல்லோருக்கும் சொல்லப்படுகிறது; இதே போன்ற அச்சில் உங்களை வார்த்துக் கொள்ளுங்கள் என்றும் அறிவுறுத்தப்படுகிறது.

உங்கள் இனம் ஆபத்தில் இருக்கும் போது உங்கள் கடமை என்ன வென்பதைப் புரிந்து கொள்ளுங்கள் என்று அவர்களுக்குச் சொல்லப் படுகிறது. ஸ்டேட்ஸ்மென் இதழில் இது போன்ற தியாக மரணம் எய்திய பெண்களை, கணவர்கள் போரில் கொல்லப்பட்ட போது தங்களை மாய்த்துக் கொண்ட ராஜபுத்திரப் பெண்களுடன் ஒப்பிட்டு எழுதப்பட்டுள்ளது. இந்த இரண்டு தியாகங்களையும் நேராக ஒப் பிட்டுச் சொல்வது அசாதாரணமானது அல்ல. உயிரை மாய்த்துக் கொண்டு மதத்தின் மாண்பைக் காத்த பெண்களும் உண்டு; உடைமை களையும் உரியவர்களையும் இழந்து மதத்தின் மாண்பைக் காத்த

பெண்களும் உண்டு. ஆயினும் இந்த இரு பிரிவினரில் உயிரை மாய்த்துக் கொண்டவர்களின் தியாகமே உயர்வாகச் சொல்லப் படுகிறது. தோவா கல்ஸாவில் தொண்ணூறு பெண்கள் கூட்டமாகத் தற்கொலை செய்து கொண்ட பிறகு மீதம் பெண்கள் இருந்தார்களா என்று கேட்ட போது பீர் பஹதூர் சிங் பதிலளித்தார்.

> 'ஆமாம், மீதம் நிறையப் பெண்கள் எங்கள் கிராமத்தில் இருந் தார்கள். எங்கள் குடும்பத்துப் பெண்களும் , கிணற்றில் குதித்தவர் களும் போக இன்னும் பலர் இருந்தார்கள். அவர்கள் கொல்லப் படவில்லை; காரணம் இஸ்லாமியர்கள் பெண்கள் தாங்களே தங்களை மாய்த்துக் கொள்வதைப் பார்த்தார்கள். கொல்லப்பட்ட எங்கள் குடும்பத்துப் பெண்கள் கொல்லப்படாமல் இருந்திருந் தாலோ, கிணற்றில் குதித்து பெண்கள் தற்கொலை செய்து கொள்ளா மல் இருந்திருந்தாலோ அந்த மீதமிருந்த பெண்கள் உயிரோடு இருந்திருக்க மாட்டார்கள் இன்று.'

இதர பெண்கள் தங்களை மாய்த்துக் கொள்ள முன்வராமல் இருந்திருந் தால், இவர்களுக்கு என்ன ஆகியிருக்கும்? பலாத்காரத்துக்கு ஆளாகி யிருக்கலாம், கடத்தப்பட்டிருக்கலாம், அநேகமாக மதமாற்றம் செய்யப்பட்டிருக்கலாம். இவை எல்லாமே சாவுக்கு நிகரானவை. ஆனால் சில பெண்களின் தியாகம் மற்றவர்களை - மற்ற ஆண்களை யும், பெண்களையும் காப்பாற்றியது. பெண்களின் அந்தத் தியாகத்தின் சக்தி மகத்தானது; ஒடுக்க வந்தவர்கள் மதத்தின் மாண்பைக் காப்பதில் பெண்களின் இந்த உறுதியையும் வீரத்தையும் கண்டு அஞ்சி பின்வாங்கி னார்கள். இது போன்ற மகத்தான தியாகத்தால் பெண்கள் தங்கள் உயிரைத்தான் அழித்துக் கொண்டார்கள் - அல்லது அழியாப் புகழுக்கு விலையாக அதைக் கொடுத்தார்கள். மதம் தன் மாண்பை இழக்காமல் நிமிர்ந்து நின்றது. இந்த நிகழ்வுகள் சொல்லும் நீதி, மதங்களின் மாண்பு, தன் மதத்துப் பெண்கள் தவறாக அணுகப்படுவதைத் தடுப்பதில் இருக்கிறது என்று அனுமானமாகக் கொள்ளலாம்.

பீர் பஹதூர் சிங் சொல்கிறார் : 'என் அப்பா முதல் அடி வைத்தார். அதற்குப் பின் மாதா லஜ்ஜாவந்தி தன்னைத் தியாகம் செய்து இதர சீக்கியர்களின் வாழ்வைக் காப்பாற்றினார்.'

தன்னைக் காத்துக் கொள்ள வேண்டும் என்ற போது தீர்மானம் இத்தனை தெளிவாக இல்லை. பல்வேறு விவாதங்கள் வந்தன. ஒவ்வொரு சந்தர்பத்திலும் பெண்களை என்ன செய்வது என்பதுதான் பொதுவான கவலையாக இருந்தது. பேரங்கள் நடந்த பல கிராமங்களில் பெரும் பாலான சந்தர்பங்களில் விடுபடுவதற்காக, பெண்கள் பிணைப் பொருளாகத் தரப்பட்டார்கள். தோவா கல்ஸாவிலும் இது போல ஒரு

பெண் இஸ்லாமியருக்குத் தரப்பட்டதாகச் சொன்னார்கள். தாக்குதல் நடத்துமுன், குறிப்பிட்ட பெண்ணைத் தந்தால் அந்தக் கிராமத்தை விட்டு விடுவதாகச் சொல்லியிருக்கிறார்கள். பீர் பகதூர் சொல்கிறார்:

'விஷயம் இதுதான்; சண்டைகள் ஆரம்பிக்கும் போதே சமரசத்துக் கான பேரங்களும் தொடங்கி விட்டன. சண்டை என்று ஒன்று இருந் தாலே சமரசம் என்று ஒன்று இருந்தாக வேண்டுமே! இஸ்லாமி யர்கள் சமரசத்துக்குப் பேச முன்வந்தார்கள். அந்தப் பெண்ணைக் கொடுத்து விட்டால் எங்கள் வீடுகளில் தொடர்ந்து நாங்கள் வசிக் கலாம் என்றார்கள். அவர்களில் மிக பலசாலியான ஓர் இஸ்லாமியர் இருந்தார். நிலத்தில் வேலை செய்து கொண்டிருந்தவர், பார்க்க உதவாக்கரை போல இருந்தார், அவர்தான் இந்தப் பெண்ணைக் கேட்டவர். அவருக்கு அந்தப் பெண்ணோடு ஏதோ உறவு இருந்தது. ஜனங்கள் இது குறித்துப் பேசிக் கொண்டார்கள். எப்படி இருந்தாலும் அந்தப் பெண்ணுக்கு நடத்தை சரியில்லை. அவனோடு தொடர்பு இருக்கிறது. அவளைப் பாதுகாத்து வைத்துக் கொள்வதில் என்ன பிரயோஜனம்? உயிர் போகிற பிரச்னை என்கிற போது இதையெல் லாம் பார்த்துக் கொண்டிருக்கக் கூடாது... இந்த ரீதியில் யோசித்து அவளை விட்டுக் கொடுத்து விடுவது என்று முடிவு செய்தார்கள். அந்தச் சமயத்தில் அவள் விருப்பம் என்ன என்றெல்லாம் யாரும் யோசிக்கவில்லை. கிராமத்தின் மாண்புதான் முக்கியமாக இருந்தது.'

இறுதியில் பேரம் படியவில்லை, அந்தப் பெண் தரப்படவில்லை. பின்னர் ஒரு சந்தர்பத்தில் தோவா கல்ஸா அகதிகள் இருந்த முகாமில் இருந்து அவளை இஸ்லாமியர்கள் வந்து தூக்கிப் போய்விட்டார்கள். எல்லாரும் சொல்வதிலிருந்து அந்தப் பெண் பிடித்துத்தான் போனாள் என்பதும், ஓர் இஸ்லாமியக் குடும்பத்துக்கு மருமகளானாள் என்பதும் தெரிகிறது. பேட்டி முழுக்க பீர் பஹதூர் சிங் தன் குடும்பத்து ஆண்கள், பெண்களின் தியாகங்களை மீண்டும் மீண்டும் சொன்னார். அவர், அவர் குடும்பத்தார், மற்றும் தோவா கல்ஸாவில் பிழைத்து மீண்டவர்கள் எல்லாருமே இறந்து போனவர்களுக்குக் கடன்பட்டிருப்பதாகச் சொன்னார்கள்.

'எங்களைச் சுற்றிலும் நெருப்பு. என்ன செய்வது? தங்களை மாய்த்துக் கொண்டவர்களுக்கும், தங்கள் குடும்பத்தினரையே கொலை செய்தவர்களையுமே எல்லாப் பெருமையும் சேரும். அவர்கள்தான் எங்களைக் காப்பாற்றினார்கள். இது மாதிரி தியாகம் செய்தவர்களின் குடும்பத்தைப் பாருங்கள், தழைத்தோங்கி அந்தக் குடும்பங்கள் வளர்ந்திருக்கும். தியாக ரத்தம் அத்தகைய தன்மை யுள்ளது. பயிர்களுக்கு நீர் ஊற்றினால் வளர்வது போலக் குடும்பங்கள் ரத்தம் சிந்தினால் வளர்கின்றன.'

கடந்து போன அந்தக் காலத்தை நினைவு கூர்ந்து, 'இன்றைக்கும் இதையெல்லாம் நினைத்துப் பார்க்கிற போது நான் அழுகிறேன். மனச்சுமை இறங்க அது பயன்படுகிறது. ஒரு தகப்பன் மகளைக் கொல்வது... எப்படிப்பட்ட பலி... எவ்வளவு நிராதரவான சூழ்நிலை!' என்று அவர் சொல்கிறார்.

★★★

இந்த ரீதியில் இறந்து போன பெண்கள் எல்லாருமே பலவந்தமாகத் தங்கள் குடும்பத்தினரால் மதம் சார்ந்த வன்முறைக்குப் பலியாக்கப் பட்டவர்கள் என்பது என் எண்ணமல்ல. அல்லது அவர்கள் எல்லோரும் தங்கள் சமூகத்தின் ஆண்களும் மூத்தோரும் செய்து கொண்ட எழுதப் படாத மதப்பற்று ஒப்பந்தத்துக்குப் பலியானவர்கள் என்பதும் என் எண்ணமல்ல. இந்த நிகழ்வுகளின் உண்மைத் தன்மையை எவ்விதம் கண்டறிவது? கவர்ந்து போகப்பட்ட பெண்கள் விஷயத்தில், அவர்கள் எண்ணத்தைக் கேட்டறிவது எளிதான செயலாக இல்லை. மேற் சொன்ன அனுபவங்களில் பஸந்த் கௌர் தவிர்த்து மற்றவை ஆண் களால் சொல்லப்பட்டவை; பெண்களின் எண்ணங்களைத்தான் அவை தெளிவாகப் பிரதிபலிப்பதாக எடுத்துக் கொள்ள இயலாது. விருப்பத் துக்கும், வற்புறுத்தலுக்கும் இடையிலிருந்த கோடு இந்த அனு பவங்கள் காட்டுவதைவிடப் பலவீனமாகத்தான் இருந்திருக்கும் என்று தோன்றுகிறது.

உதாரணத்துக்கு, கிணற்றில் விழுவதற்குத் திரும்பத் திரும்ப முயன்ற பெண்கள் குறித்துச் சொல்லும் போது பீர் பகதூர் சிங் அவர்களில் ஒருவர் தன் தாய் பஸந்த கௌர் என்பதைக் குறிப்பிடவில்லை. ஆகவே பஸந்த் கௌர் இதை முதல்நிலைத் தகவலாகச் சொல்லும் போதுகூட அதில் எனக்கு நம்பிக்கையில்லை. கேட்டறிந்து உறுதி செய்து கொண்ட பின்னரே, பீர் பஹதூர் சிங் அதைக் குறிப்பிடுவதைத் தவிர்த் திருப்பது புரிந்தது. உயிரை மாய்த்துக்கொண்டு தியாகம் செய்தவர் களுக்கு இணையாகத் தன் தாயைக் குறிப்பிட முடியாது என்று அவர் எண்ணியிருக்கலாம். தியாகப் பலியான சகோதரி குறித்துப் பேசுவது இதைக் காட்டிலும் எளிதாக இருந்திருக்கிறது.

தோவா கல்ஸாவிலும், சுற்றுவட்டாரத்திலும் எட்டு நாள்களுக்கு தாக்குதல் தொடர்ந்திருக்கிறது. இறுதி நாளன்றுதான் இந்தக் கிணற்றில் குதிக்கும் சம்பவம் நிகழ்ந்துள்ளது. கிராம மக்கள் எல்லோருக்கும் நடந்த விவாதங்கள், பேரங்கள் தெரிந்திருக்கிறது. அவர்கள் கூற்றுப் படி, பொதுவாக ஆண்கள்தான் பேரங்களைச் செய்தவர்கள் என்றாலும், பெண்களின் பங்களிப்பும் இருந்திருக்கிறது. இவர்களில் முக்கிய மானவர் மாதா லஜ்ஜாவந்தி என்று அழைக்கப்பட்ட குலாப் கௌர்.

இறப்பதற்கு முன்னர் அவர் கணவர் குலாப் சிங்குக்குக் கிராமத்தில் இருந்த முக்கியத்துவம் இவருக்கும் இறுதி வரை இருந்தது. தீர்மானத்தை எடுத்தது மட்டுமில்லாமல், பஞ்சாபியப் பெண்களுக்கே உரித்தான பலம், உறுதி, தைரியம், நேர்த்த பார்வையுடன் பெண் களைக் கிணற்றுக்கு வழிநடத்தி வந்தவர். பெண்களுக்கு நடந்த விவாதங்கள் தெரிந்திருந்தால், அவர்கள் பங்களிப்பும் விவாதங்களில் இருந்திருந்தால், தங்கள் மரணம் தங்கள் சமூகத்தின் நன்மைக்காக என்கிற நம்பிக்கைக்கு உடன்பட்டார்கள் என்று கொள்ளலாமா? அவர்களுடைய மரணம் இந்த நம்பிக்கையை உறுதி செய்ததா? பெண்களை மதம் சார்ந்த வன்முறைகளிலிருந்து காப்பாற்றுவதில்தான் மதத்தின் மாண்பு இருக்கிறதா? ஆண்கள்தான் பாதுகாவலர்கள், அவர்களால் இந்தத் தருணத்தில் பாதுகாப்பு அளிக்க முடியவில்லை. இதைப் பெண்கள் அறிந்திருந்தார்கள் என்ற காரணத்தினாலேயே மதத்தின் மாண்பைக் காக்க மரணிக்க முன்வந்தார்கள் என்று சொல்ல முடியுமா? இதே ரீதியில் பலியானவர்களையும், அந்த முடிவு எடுத்தவர்களையும் அவர்கள் ஆதரித்தார்களா? அவர்கள் தீர்மானத்தில் எந்த இடத்தில் வற்புறுத்தல் தேய்ந்து விருப்பம் தோன்றியது? அவர்களுடைய மௌனம் எதை மறைக்கிறது?

இதன் உண்மையைக் கண்டறிய திருப்திகரமான வழி ஏதாவது இருக் கிறதா? தெரிவு அல்லது விருப்பத்தை மாற்றி அமைத்துக் கொள்வது எளிதல்ல. அதிலிருக்கும் முரண்பாட்டை நான் பார்க்க முடிவதற்கு இந்த நிகழ்வுகள் காரணமல்ல, சமகாலப் பெண்ணியக் கருத்துகள்தான் காரணம். இந்தச் சம்பவங்களும், இது போன்ற பல்வேறு சம்பவங் களும், விருப்பமா, வற்புறுத்தலா என்பதற்கு அப்பாற்பட்டு பெண்கள் பலியாக்கப்பட்டார்களா, அல்லது விதிவசத்தால் பலியானார்களா என்பதை வெளிச்சம் போட்டுக் காட்டுகின்றன என்பதால், அவை முக்கியமானவை என்று கருதுகிறேன்.

பிரிவினை குறித்த எந்தக் குறிப்பும் இந்தச் சம்பவங்களை வன்முறை என்று குறிப்பிடவில்லை. பிரிவினை காலத்திய வன்முறைகள் பற்றிப் பேசும் போது மக்களுக்குள், அவர்களுடைய குடும்பத்துக்குள் அல்லது அவர்கள் சமூகத்துக்குள் நடந்த வன்முறைகளை நாம் பேசுவதில்லை. மாறாக, இவற்றை வீரப் பிரதாபங்களாக, பெண்கள் தாங்களே முன்வந்து மரணத்தைத் தழுவியதாகப் பேசுகிறோம். இது மாதிரி செயல்களைப் பாராட்டிப் பேசுவதில் இது போன்ற வன்முறைகள் தொடரும் மோசமான விளைவு இருப்பதையும் நாம் நினைத்துப் பார்ப்பதில்லை.

பிரிவினைக் காலத்து வன்முறைகள் குறித்த தவறான நம்பிக்கை ஒன்று இருக்கிறது. பெண்கள் வன்முறைக்கு ஆளானவர்களே ஒழிய அதற்குக்

காரணமானவர்களோ, நடத்தியவர்களோ இல்லை, அதெல்லாம் ஆண்கள் என்பதே அது. வன்முறை என்பதை நாம் எந்த விதத்தில் புரிந்து கொண்டிருக்கிறோம் என்பதன் அடிப்படையில் விளைந்த கருத்து இது. வன்முறை குறித்த நம் புரிதல் ஆணாதிக்கக் கோணத்தில் இருக்கின்றன. பெண்களின் கோணத்தில், உயிர்கள் பிறப்புக்குக் காரணமான பெண்களை வன்முறையாளர்களாக நம்மால் பார்க்க முடியவில்லை.

ஆனாலும், தோவா கல்ஸாவில் தாங்களே முன் வந்து மாய்த்துக் கொண்டார்களோ இல்லையோ, அந்தப் பெண்கள் இம்மாதிரி முடிவுக்கு வந்த விதம் வன்முறைதான். பிரிவினைக் காலத்தில் கண் கூடாக நிகழ்ந்த வழக்கமான வன்முறைகளிலிருந்து இது மாறுபட்டிருந் தாலும், இதுவும் வன்முறையே. மேலும், வன்முறை, குடும்பங்களி லிருந்தும், சமூகத்திலிருந்தும் விலகி வேறிடத்தில் இருக்கும் பட்சத் தில் அவை கட்டுக்குள் இருக்கும். பிரிவினைக் காலத்திலும், அதை நினைவுகூர்வதிலும் வன்முறை என்பது மற்றவர்களைச் சம்பந்தப் படுத்தியே பார்க்கப்படுகிறது. இந்து, சீக்கியப் பெண்கள் தங்கள் சமூகத்து ஆண்களை வன்முறையாளர்களாகப் பார்த்திருக்கக்கூடும் என்ற சாத்தியத்தையே இந்தத் தவறான நம்பிக்கை மழுங்கடிக்கிறது. எத்தனை தன்னார்வத் தற்கொலைகள் நிகழ்ந்தனவோ அத்தனை கொலைகளும் நிகழ்ந்துள்ளன.

பெண்கள் தங்கள் குடும்பங்களின், தங்கள் சமூகத்தின் வன்முறைகளை எதிர்கொள்ள வேண்டியிருந்திருக்கிறது. குடும்ப, சமூக வன்முறைச் சம்பவங்களை முடிக்குமுன், காந்தி வனிதா ஆசிரமத்தில் நான் சந்தித்த ப்ரகாஷ்வந்தி என்ற பெண்ணின் கதையைச் சொல்ல விரும்புகிறேன். பிரிவினைக் கால அகதிகளில் மீதமிருக்கும் மூவரில் ஒருவரான அவர் சொன்னது:

அவரும், அவர் கணவரும், அவர்கள் குழந்தையும் ஷெய்குபுராவில் வசித்தார்கள். 1947ல் அவருக்கு சுமார் 20 வயதிருக்கும். பிரிவினை குறித்த பேச்சுகள் நிஜமாக ஆரம்பிக்கிறபோது அவர் கிராமத்து இந்துக்கள் ஒரு அரிசி மில்லில் பாதுகாப்புக்காகப் போய்ச் சேர்ந் தார்கள். சிறிது நேரத்தில் அந்த அரிசி ஆலை தாக்குதலுக்கு உள்ளானது. பிரகாஷ்வந்தியின் கணவர் அவரிடம் வந்து 'நான் உன்னைக் கொன்று விடுகிறேன், இல்லாவிட்டால் அவர்கள் உன்னை மாசுபடுத்தி விடுவார்கள்' என்று கூறியிருக்கிறார். தொடர்ந்து, அவருடைய கணவர் அவரைத் தாக்கியிருக்கிறார்; அவர் நினைவிழந்து விட்டார். அதற்குப் பிறகு என்ன நடந்தது என்று தெரியாது. தாக்குதல் நடத்தியவர்கள் அவர் இறந்து போய் விட்டதாக நினைத்து போய்விட்டார்கள். கண் விழித்த போது பாறைக்குப் பின்னால் ஒளிந்திருந்த இரண்டு பெண்களைப்

பார்த்திருக்கிறார். கொஞ்சம் தாமதித்து கணவரின் உடலும், குழந்தையின் உடலும் பல உடல்களுக்கு இடையில் கிடப்பதைப் பார்த்திருக்கிறார். அவர் மேல் கோபம் வரவில்லையா என்று கேட்டேன். தனி ஆளா என்ன பண்ண முடியும்? என்று பதில் சொன்னார். கணவரின் செயலை நியாயப்படுத்த முயலவில்லை. ஆனால் அதில் அவர் பார்த்த லாஜிக்கை சொன்னார்.

மேற்சொன்ன பெண்களின் மரணம் இவ்வளவுதான் சொல்கிறதா என்று நான் அடிக்கடி வியந்திருக்கிறேன். அந்தக் கதைகளை இன்று நினைவுகூர்பவர்கள் வீரப் பிரதாபங்களாக, அவர்களை வரலாற்று நாயகிகளாக, தியாகச் செம்மல்களாக, மாண்பு காத்தவர்களாகச் சொல்வதற்கு வேறொரு நிஜமான காரணம் அல்லது தேவையும் இருந்தது.

தோவா கல்ஸாவை நினைவுகூரும் சம்பிரதாயங்களில், தங்கள் சமூகத்துப் பெண்கள் மீதான வன்முறைகளில் ஆண்களுக்கு ஒரு வரையறை இருந்திருப்பதைப் பார்க்கலாம். ஆகவே பெண்களை வன்முறையாளர்களாகச் சித்திரிக்க முடியவில்லை. இதனால்தான் அந்தப் பெண்களின் செயல்கள் வீரப் பிரதாபங்களாக, வரலாற்று நாயகிகளின் செயலாகச் சொல்லப்படுகின்றன. இது போன்ற சித்தரிப்புகள், பெண்களை அவர்கள் எல்லைக்குள் நிறுத்தி அஹிம்சை வாதிகளாகக் காட்டுவதற்காகச் சொல்லப்பட்டவை. பெண்களின் செயல்கள் இவ்விதமாகத் தியாகமாகவும், அஹிம்சையாகவும் காட்டப்பட்டன. இந்தப் பெண்களை ஆக்கப்பூர்வமாகக் குடும்ப மாண்பின் சின்னங்களாகக் காட்டியது அவர்களை வன்முறையிலிருந்து பிரித்துக் காட்டுவதற்கே.

★★★

பகுதி 3

பீர் பகதூர் சிங் வார்த்தைகளில்

'தியாகப் பலியான எந்தக் குடும்பத்தை எடுத்துக் கொண்டாலும் அது தழைத்தோங்கி வளர்வதைப் பார்க்கலாம்.'

பீர் பஹதூர் சிங் யாரென்பது வாசகர்களுக்கு இப்போது நன்றாகத் தெரிந்திருக்கும். அவர் சொன்ன பல விஷயங்களை ஏற்கனவே சொல்லியிருக்கிறேன். அவரது முழு நேர்காணலையும் தருவது என்று தீர்மானித்திருக்கிறேன். ஏற்கனவே சொல்லாத பல முக்கிய, குறிப்பான செய்திகளை அவர் சொல்லியிருக்கிறார் என்பதுதான் காரணம். இந்த நேர்காணல் டெல்லியில் 1990ல் நடந்தது. அப்போது பீர் பஹதூர் அவரது அறுபதுகளில் இருந்தார். இதர பலரைச் சந்தித்தது போலவே அவரைச் சந்தித்ததும் ஒரு விபத்துதான். ஒகாலிலும், ஜங்க்புராவிலும் இருந்த ராவல்பிண்டி சம்பவத்தில் பிழைத்தவர்களுடன் நானும் சுதீஷும் பல மாதங்கள் பேசினோம். இது போன்ற சந்தர்ப்பங்களில் ஒருவரிலிருந்து இன்னொருவர், அவரிலிருந்து மற்றொருவர் என்று அறிமுகங்கள் கிடைப்பது சகஜம். ஒரு நிலையில் யாரோ ஒருவர் எங்களை பீர் பஹதூரின் தாயார் பஸந்த் கௌரிடம் அறிமுகம் செய்தார்கள்.

பஸந்த் கௌரை சந்திக்கச் சென்ற ஒரு சந்தர்ப்பத்தில்தான் நாங்கள் பீர் பஹதூரைச் சந்திக்க நேர்ந்தது. நல்ல உயரமான, கவனத்தைக் கவர்கிற அந்த மனிதர் நீண்ட வெண் தாடியுடன் இருந்தார். சிறியதானாலும் லாபகரமாக நடக்கும் ஒரு பல்பொருள் கடை வைத்திருந்தார். நாங்கள் சந்தித்தவர்களில் நேரடி அரசியல் தொடர்பு வைத்திருந்தவர் பீர் பஹதூர்தான். சிரோமணி குருத்வாரா பிரபந்தக் கமிட்டி (SGPC)யின் அங்கத்தினராக இருந்ததுடன், இந்திரா காந்தி படுகொலையின் தொடர்ச்சியாக பாதிக்கப்பட்ட சீக்கியக் குடும்பங்களுக்கு உதவி செய்வதிலும் தீவிரமாக இருந்தார். பல்வேறு சீக்கிய அரசியல்வாதிகளுடன் நெருக்கமாக இருந்தார். தீவிரவாதி என்ற சந்தேகத்தின் பேரில் 1984ல் கைது செய்யப்பட்டுச் சிறையில் இருந்தார். இந்த நிகழ்ச்சியை விவரமாக இந்த நேர்காணலில் சொல்லியிருக்கிறார். 1984 க்குப் பிறகு அவருக்கும் பல சீக்கியர்களுக்கும் உண்டான விரக்தி உணர்வு குறித்துச் சொல்கிறார். பீர் பஹதூருக்கும் அவர் குடும்பத்தினருக்கும் பெரிய அளவிலான பொருள் இழப்பு ஏற்பட்டிருக்கிறது.

இந்த நேர்காணலில் அவருடைய விரக்தி உணர்வுக்கு இரண்டு காரணங்கள் தெரிகின்றன. இவை எழுதப்படும் வரை (1984 வன்முறை) குற்றவாளிகள் யாரும் தண்டிக்கப்படவில்லை; இந்த நாட்டின் சுதந்தரத்துக்காக ரத்தம் சிந்தியவர்களைப் புறக்கணிப்பது என்ற தீர்மானத்தில் அரசாங்கம் இருந்தது.

அதாவது, பிரிவினைக் காலத்தில் தங்கள் குடும்பங்களையே தியாகம் செய்தவர்கள் என்பதால் இதைக் குறிப்பிடுகிறார். நாட்டுக்காகவும் தன் சமூகத்துக்காகவும் தன் சொந்த ரத்த பந்தத்தைத் தியாகப் பலியாக்கிய அவரது தகப்பனாரை சீக்கியர்கள் மிகவும் நேசிக்கிறார்கள். தகப்பனால் பலியான அவரது சகோதரி மான் கௌர் என்பவரையும் நேசிக்கிறார்கள்.

பீர் பஹதூரின் கதையை முதலில் கேட்ட போதும், அதை நினைவுகூரும் போதும் பெண்களின் மரணத்தைப் பெருமிதமும், துக்கமும், இழப்பும் கலந்த உணர்வுடன் அவர் விளக்கியதிலிருந்து என்னால் மீள முடியவில்லை. அவரைப் பொருத்தவரைத் தியாகப் பலியான சகோதரி மான் கௌர் சமூகத்தின் மாண்பைக் காத்தவர் மட்டுமல்ல, தேச விடுதலைப் போராட்டத்திலும் அவர் பெயர் இடம் பெற வேண்டும் என்றார். உள்ளூர் குருத்வாராவில் ஆண்டு தோறும் நடக்கும் நினைவு கூரல்களில் தியாகப் பலியிடப்பட்ட, தியாகத் தற்கொலை செய்து கொண்ட பெண்கள் பற்றி அடிக்கடி பேசுபவர் பீர் பஹதூர் சிங்தான். இந்த வீரம் செறிந்த நிகழ்வுகளால்தான் அவர் தோவா கல்ஸாவை இதர சீக்கிய கிராமங்களிலிருந்து வேறுபடுத்திப் பார்க்கிறார். தோவா கல்ஸா ஆண்கள் தங்கள் சமூகப் பெண்களைக் கவர்ந்து போக விட்டு பலவீனத்தை அரங்கேற்றவில்லை; அதற்குப் பதிலாக அவர்களைத் தியாகப் பலி கொடுத்து அதைத் தவிர்த்தார்கள் என்கிறார்.

பாகிஸ்தானில் கவர்ந்து போகப்பட்ட பெண்களின் மாவட்ட ரீதியான பட்டியல் அடங்கிய புத்தகம் பற்றி ஏற்கனவே சொல்லியிருந்தேன். ஒரு முறை அவரைச் சந்திக்கப் போன போது அதை எடுத்துப் போயிருந்தோம். இந்தப் புத்தகம் குறித்தும், அந்தப் பட்டியலிலிருக்கும் பெயர்களில் யாரையாவது அடையாளம் காண முடிகிறதா என்றும் கேட்க நினைத்திருந்தோம். ஆனால் கேட்பதற்கு முன்பே அவர் சொல்லிவிட்டார்.தோவா கல்ஸா பெண்கள் யாரும் கடத்தப்படவில்லை. யார் பெயரும் அதில் இல்லை. ஆனால் அது சரியான தகவலல்ல. தோவா கல்ஸாவும் பட்டியலில் இருந்தது. அந்தப் பகுதிப் பெண்களின் தியாகத்தை வலியுறுத்துவதற்காக அவர் அதை மறுக்க வேண்டியிருந்தது. கடத்தலும், கற்பழிப்பும் நடந்திருப்பதை ஒப்புக் கொண்டால் அவர்களின் தியாகம் அர்த்தமற்றதாகிவிடும்.

பீர் பஹதூர் யாரையும் குறை காணவில்லை. தங்கள் குடும்பப் பெண்களையே ஆண்கள் எப்படிக் கொல்வார்கள் என்னும் கேள்வி எழுவில்லை. பிரிவினை குறித்து அடிக்கடி பேசப்படும் ஒரு விஷயம், தாங்கள் விடுவிக்கப் படுவதற்காக, தங்கள் குடும்பத்துப் பெண்களை வைத்து மக்கள் பேரம் பேசியது. பீர் பஹதூரும் அப்படிப்பட்ட ஒரு சம்பவத்தை முன் வைக்கிறார். 'வாழ்வா சாவா என்று ஆகும் போது இதையெல்லாம் பார்க்கக் கூடாது' என்கிறார். தந்துவிடுவது என்று முடிவுசெய்யப்பட்ட ஒருபெண், பீர் பஹதூரின் தகப்பனாரின் குறுக்கீட்டால் தரப்படவில்லை. பெண்களைத்

தியாகப் பலி கொடுப்பதென்று அவர் தீர்மானித்தார். இந்த எல்லாவற்றிலுமே பீர் பஹதூர் தன் தந்தையை நிராதரவான ஒரு சூழ்நிலைக்கு பலியானவ ராகவும், கடவுளின் இச்சைகளை நிறைவேற்றும் கருவியாகவும் சித்தரித்ததில் நான் தாக்கமுற்றேன். அவரது தகப்பனாரால் முதல் முயற்சியில் மகளைக் கொல்ல முடியவில்லை. பீர் பஹதூரின் கண்களுக்கு அப்பாவும் தமக்கையும் தங்கள் செய்கைகளைப் புரிந்து கொண்டிருப்பது தெரிந்திருக்கிறது. வார்த்தைகள் வேண்டாம், 'வீச்சரிவாளின் மொழியிலேயே புரிந்து கொள்ள முடியும்'.

இந்துக்களும், இஸ்லாமியர்களுக்கும் எப்படிப்பட்ட உறவு இருந்தது என்பதையும் அவர் உணர்வுப்பூர்வமாகச் சொல்கிறார். இஸ்லாமியர்களுக்கு ஒரு நாய்க்கு உரிய மரியாதை கூடத் தராத இந்துக்களும், சீக்கியர்களுமே பிரிவினைக்குப் பொறுப்பானவர்கள் என்கிறார். சில காலம் கழித்து நேரடி அரசியலில் இறங்கியிருக்கிறார். அவரைச் சந்தித்து சில ஆண்டுகள் ஆகிவிட்டன. இப்போது பி.ஜே.பி யில் உறுப்பினராக இருக்கிறார் என்று நம்புகிறேன். இந்து இஸ்லாமியர் உறவு குறித்து வருத்தம் தெரிவித்த தன்னுடைய ஆரம்பகாலக் கருத்துகளை மீறி, இஸ்லாமிய மக்கள் தொகை பெருகி வருவதைச் சுட்டிக் காட்டிய பி.ஜே.பி யுடன் அவர் இணைந்திருப்பது விளக்கத் தேவையில்லாதது.

ஒன்றுக்கொன்று முரண்பாடான விஷயங்களின் கலவையாகவே நிறைய விஷயங்கள் நேர்காணல் முழுவதும் இருந்தது என் கவனத்தைக் கவர்ந்தது. முதலாவது, இந்துக்கள் இஸ்லாமியர்களை எப்படி நடத்தினார்கள் என்று அவர் உணர்ந்து கொண்ட விதம்; அடுத்தது மெல்ல வளர்ந்து கொண்டு போன அவரது சீக்கிய அடையாளமும், இந்து தேசமாக அவர் பார்க்கிற ஒரு அமைப்பில் அவர் காணும் வேறுபாடுகள்; பிரிவினையை அவர் உணர்ந்திருக்கும் விதம், இஸ்லாமியர்கள் இந்தியாவைக் கைப்பற்றி விடுவார்களோ என்ற அச்சம்; இவற்றையெல்லாம் தவிர்த்து அடிமனதில் இருக்கும் மத அடையாளமும் அரசியல் நேர்மையும். இந்த எல்லாக் கோணங்களிலும் இது ஒரு முக்கியமான நேர்காணல்.

★★★

பீர் பஹதூர் சிங் வார்த்தைகளில்

நான் பீர் பஹதூர் சிங். என் தகப்பனார் சாண்ட் ராஜா சிங். ராவல்பிண்டி மாவட்டத்தில், கஹுட்டா தாலுக்காவில் இருக்கும் தோவ கல்ஸா என் கிராமம். அதை ஒரு மாடல் கிராமம் என்று சொல்லலாம். மிகப் பெரிய பரப்பு, குஜ்ஜார் கான் கிராமத்துக்கு அடுத்தபடி அந்தத் தாலுக்காவின் மிகப் பெரிய கிராமம். மொத்த விற்பனைக் கடைகளும் சுமார் ஐம்பது அறுபது பெரிய வியாபார நிறுவனங்களும் இருந்தன.

எங்களைச் சுற்றி சிறிய இஸ்லாமிய கிராமங்கள் இருந்தன. அங்கே கடைகள் கிடையாது. பொருள்கள் வாங்க திரளாக தோவா கல்ஸாவுக்குத்தான் வருவார்கள். உதாரணத்துக்கு ஒரு இஸ்லாமியப் பெண்மணி மளிகை வாங்குவதாக இருந்தால் தோவா கல்ஸாவுக்கு வந்து ஒரு மாதத்துக்குத் தேவையான சாமான்களை வாங்கிவிடுவார். ஏனென்றால் அவர்கள் இருக்கும் இடத்திலிருந்து அன்றாடம் வாங்க முடியாது. மக்கள் இருபது முப்பது பேராக, கூட்டம் கூட்டமாக வந்து வாங்கிப் போவார்கள்.

எங்கள் கிராமத்தின் முக்கிய சிறப்பு, முஸ்தாவானா சாஹீபைச் சேர்ந்த சாண்ட் அத்தர் சிங் குருத்வாரா தக் பஜ்னி சாஹீப் உருவாக்கினார் இங்கே. இந்த குருத்வாரா ரொம்பப் பிரபலம். வெகு தூரத்திலிருந் தெல்லாம் மக்கள் வருவார்கள். வருஷம் இரண்டு முறை திருவிழா நடக்கும். அந்தத் திருவிழாக்களுக்கு இந்துக்களும் சீக்கியர்களும் திரளாக வருவார்கள். இஸ்லாமியர்கள் கூடப் பெரும் எண்ணிக்கையில் வருவார்கள், அவர்களும் இங்கே வழிபட்டார்கள். எங்கள் கிராமத் துக்கு அருகே சயிந்தா கிராமம் இருக்கிறது. அங்கே இருபது முப்பது குடும்பங்கள் இருக்கின்றன. அது தவிர சில சிறிய கிராமங்களும் இருக்கின்றன. சயிந்தாவில் அப்பாவுக்கு ஒரு சின்ன கடை இருந்தது. என் பள்ளிக்காலம் அங்கேதான் கழிந்தது. என் ஆசிரியர்கள் எல்லாரும் இஸ்லாமியர்கள். அந்த ஊரின் ஒரே சீக்கியக் குடும்பம் நாங்கள். மீதி எல்லாரும் இஸ்லாமியர்கள்.

எங்கள் பகுதியில் அவர்கள் கஸ்பா என்று அழைக்கப்படும் சிறிய கிராமங்களில் குடும்பத்தோடு, கடை கண்ணிகள் வைத்துக் கொண்டு வாழ்வார்கள். முதல் வகுப்பிலிருந்து ஐந்தாம் வகுப்பு வரை அங்கே படித்தேன். தாதி என்று நாங்கள் அழைத்த இஸ்லாமியப் பெண் ஒருவர் இருந்தார். அவர் பெயர் மா ஹுஸ்ஸைனி. அவர் மடியில் ஒருபுறம் நானும் இன்னொரு புறம் அவரது பேத்தியும் உட்கார்வோம். நான் அவள் ஜடையைப் பிடித்து இழுத்துத் தள்ளி விடுவேன், அவள் என் முடியைப் பிடித்து உலுக்கித் தள்ளி விடுவாள். ‘என்னோட தாதி’ என்பேன் நான். ‘அதெல்லாம் இல்லை, என்னோட தாதி’ என்பாள் அவள். இதெல்லாம் நடக்கும்போது நான் ஐந்தாம் வகுப்பு படித்துக் கொண்டிருந்தேன், அவள் என்னைக் காட்டிலும் இளையவள். இப்போது அந்தப் பெண்ணின் மகன் ஒரு இளைஞன். துபாயிலிருந்து அவன் எழுதும் கடிதங்களில் என்னை மாமாஜி என்று குறிப்பிடுகிறான்.

அந்தப் பெண்ணுக்கு அப்போது கல்யாணம் கூட ஆகியிருக்கவில்லை. அவள் மகனுக்கு இப்போது 40 வயதாகிறது. தாத்தா பாட்டி வீட்டில் நான் எழுதிய கடிதத்தைப் பார்த்துவிட்டு யார் இது என்று கேட்டிருக்

கிறான். அவனுடைய மாமா, இவரும் உன் மாமாதான், இன்னொரு மாமா என்று சொல்லியிருக்கிறார்.

நல்ல உறவு இருந்தது. எங்கள் வீடுகளில் நடக்கும் சுப நிகழ்ச்சிகளுக்கு அவர்களை அழைப்போம். அவர்கள் வருவார்கள், சாப்பிடுவார்கள். நாங்கள் அவர்கள் வீடுகளில் சாப்பிட மாட்டோம். இது ரொம்பக் கெட்ட விஷயம் என்று இப்போது தோன்றுகிறது. அவர்கள் சாப்பிட வரும்போது வீட்டில் மூலையில் வைத்திருக்கும் பாத்திரத்தைக் காட்டுவோம். அவர்களும் அதில் சாப்பிட்டு விட்டு அலம்பி வைத்து விட்டுப் போய்விடுவார்கள். இது ரொம்ப மோசமான விஷயம், இதனால்தான் பாகிஸ்தானே உருவானது. நாங்கள் அவர்களின் வீடுகளில் நடக்கும் திருமணம் உள்ளிட்ட நிகழ்ச்சிகளில் கலந்து கொள்ளும் போது நம்மை மரியாதையாக நடத்தி கௌரவப்படுத்துவார்கள். அவர்கள் எங்களுக்குச் சமைக்காத பருப்பு, கோதுமை மாவு, நெய், காய்கறிகள், மாமிசம் போன்றவற்றைத் தருவார்கள். ஆனால் அவர்களை நாங்கள் நடத்திய விதம் சொல்வதற்கே வெட்கப்படும் அளவுக்குத் தாழ்ந்தது.

வீட்டுக்கு வரும் விருந்தினரிடம், அங்கே இருக்கிற பாத்திரங்களை எடுத்துக் கழுவிக்கொள்ளுங்கள் என்று சொல்வதும், அவர்களுக்கு உணவு பரிமாறும் போது என் சகோதரியோ, அம்மாவோ அவர்கள் மேல் பட்டு விட்டால் கூடப் பாவம் என்பது போல ரொட்டிகளை ஏறக்குறைய விசிறி அடிப்பது போலத் தருவதும்... இஸ்லாமியர்கள் எங்களை நடத்திய விதம் மேலாகவும், நாங்கள் அவர்களை நடத்திய விதம் மிகக் கீழாகவும் இருந்தது. கையில் ஏதாவது சாப்பிடும் பண்டம் இருக்கும்போது, தெருவில் ஒரு இஸ்லாமியருடன் கைகுலுக்க நேர்ந் தால் அந்தப் பண்டம் புனிதம் இழந்து சாப்பிடத் தகுதியில்லாததாகி விடும். இதுவே, ஒரு கையில் உணவும் மறுகையில் நாயும் இருந்தால் அந்த உணவு சாப்பிடும் தகுதியை இழப்பதில்லை. ஆனால் அது இஸ்லாமியர் என்னும் போது மட்டும், எங்கள் பெற்றோர் அந்த உணவைச் சாப்பிடாதே, அது புனிதம் இழந்து விட்டது என்பார்கள்.

இதுதான் அவர்களுடன் இருந்த உறவின் தன்மை. ஒரே ஊரில் சேர்ந்து வாழும் இரு சமூகத்தினரில் ஒருவர் மற்றவரை மரியாதையாக நடத்தும் போது, மற்றவர் ஒரு நாய்க்குத் தருகிற மரியாதைகூடத் தராமல் இருப்பது எப்படி நியாயமாகும்? அவர்கள் எங்கள் தாயையும், சகோதரிகளையும் பிரியமாக தீதி என்று அழைப்பார்கள்; எங்களை சகோதரர்களாக, சகோதரிகளாக, தகப்பன் ஸ்தானத்தில் கூட வைத் திருப்பார்கள். உதவி என்று கேட்டால் ஓடி வந்து உதவக் காத்திருப் பார்கள். ஆனாலும் அவர்கள் எங்கள் வீடுகளுக்கு வரும் போது மோச மாக நடத்தினோம். இது ரொம்பக் கொடுமையானது. இதனால்தான்

பாகிஸ்தான் உருவாயிற்று. அவர்கள், மனிதர்கள் எப்படி இவ்விதம் இருக்க முடியும் என்கிற விரக்திக்கு ஆளானார்கள்.

ஒரே கிராமத்தில் வசிக்கும் இரு சமூகத்தினரில் ஒரு சாரார் மற்றவர்மீது மிகுந்த அன்பு காட்டும் போது பிரிதொரு சாரார் அவர் தரும் உணவைச் சாப்பிடாமலும், அவர்களைத் தொடாமலும் இருக்கும் அளவு வெறுப்பை உமிழ்ந்தார்கள். இந்துக்களும் சீக்கியர்களும் தங்கள் சமூகத்தில் தாழ்ந்தவர்கள் எனக் கருதப்படும் சாதியரிடம்கூட இவ்விதம் நடப்பதில்லை.

உண்மையாகச் சொல்கிறேன், இதையெல்லாம் நினைத்து இன்று நான் வெட்கப்படுகிறேன். நான் ஒரு இஸ்லாமியரின் வீட்டுக்குப் போயிருந்த போது, 'என்ன சாப்பிடுகிறீர்கள்?' என்று கேட்டார். 'என்ன சாப்பிட மாட்டேன்? எல்லாமே சாப்பிடுவேன்' என்றேன். சாப்பிடுவதிலும் குடிப்பதிலும் என்ன இருக்கிறது? நீங்கள் யார் வீட்டுக்காவது போகும் போது உங்களுக்கென்று தனிப் பாத்திரம் வைத்து அதை உங்களையே எடுத்துக் கொள்ளச் சொல்லும் அளவு வெறுப்பைக் காட்டினால்... நான் மனுஷனாக இருந்தால் அதை ஏற்பேனா?

பிராமணத்தனம் சீக்கியரிடையேயும் இருந்தது. அந்த வழக்கத்தால் தான் வெறுப்பு வளர்ந்தது. இதை மறந்து விட்டால், அன்பு நிறைய இருந்தது. என் இளமைக் காலக் கதைகளைச் சொன்னேன் அல்லவா? இன்றைக்கு வரை எனக்குக் கடிதங்கள் வருகின்றன. என்னுடைய நெருங்கிய சொந்தக்காரர்கள்கூட இந்த இஸ்லாமிய நண்பர்கள் அளவு நெருக்கமாக இல்லை. பாகிஸ்தான் உருவாகி நாங்களெல்லாம் இங்கே வந்த பிறகுதான் நாங்கள் அத்தை என்று உறவுமுறை சொல்லி அழைத்த பெண்மணி உறவினரே அல்ல, அவர் ஓர் இஸ்லாமியர் என்பது தெரிந்தது. அவர் வீட்டில் அத்தி மரங்கள் இருந்தன. அதில் ஒன்றை எனக்காகவே ஒதுக்கி வைத்திருந்தார், மசூதிக்குக்கூட அதிலிருந்து பழம் தர மாட்டார். அவரது பேரன் கூட என்னைக் காப்பதற்காக இறந்து போனான். நிலத்தை உழுவதற்கு விவசாயிகள் வைத்திருக்கும் ஏர் தெரியுமில்லையா? ஓட்டுகிற ஆள் இப்படி அதில் நிற்பார், மாடுகள் முன்னால் இழுக்கும். நான் அவர் (ஆரிஃப்) பக்கத்தில் நின்றிருந்தேன். பாம்பு வந்தது. வெறுங்காலோடு இருந்த அவர் அதை எத்தித் தள்ளும் போது அது கடித்து விட்டது. ஒரே ஒரு பேரன்தான் இருந்தான் அவருக்கு, அவனும் இறந்து விட்டான்.

ஆனால் ஒருதரம் கூட இதற்கு குறை சொல்வது மாதிரி ஒரு வார்த்தை கூடப் பேசியதில்லை. இந்தப் பையனுக்குள் என் பேரன் இருக்கிறான் என்றுதான் சொல்வார். மிகுந்த கடவுள் பக்தி. இன்றைக்கு வரை

அப்படி ஒரு பெண்மணியைப் பார்த்ததே இல்லை. தானே நிலத்தை உழுவார். இளம் வயதிலேயே கணவர் இறந்து விட்டார். இஸ்லாமியப் பெண்கள் பலர் மறுமணம் செய்து கொள்வார்கள். ஆனால் இவர் செய்து கொள்ளவில்லை. தனக்கு வேண்டிய எல்லாவற்றையும் தானே தன் கையால் செய்து கொள்வார். ஏர் பிடித்து உழும் ஒரே பெண்மணி, பொதுவாக பெண்கள் செய்யாத வேலை அது. பஞ்சாபில் டிராக்டர்கள் வைத்து உழுவதைப் பார்க்கலாம். இப்போது பெண்கள்கூட அதை ஓட்டுகிறார்கள்.

இது மாதிரி, இஸ்லாமியர்களுடன் நல்ல உறவில், நெருக்கமான நட்பில் இருந்தோம். பிராமணத்துவமும், அரசியலும்தான் கெடுத்து விட்டன. எங்கள் முன்னோர்கள் இஸ்லாமியர்களுக்கு எதிராக நிறைய தவறுகள் செய்திருக்கிறார்கள். இன்னும் நூறு தலைமுறை ஆனாலும் தண்டனைகள் தொடர்கிற அளவில் தவறுகள் இருக்கின்றன. செய்த பாவங்களுக்கு இது தேவைதான்.

இஸ்லாமியர்கள் எங்கள்மீது எவ்வளவு நம்பிக்கை வைத்திருந்தார்கள்! ஒரு மணியார்டர் வந்தால் அதைத் தருவதற்கு அவர்கள் வீடுகளுக்கு யாரும் போக மாட்டார்கள். அவர்களே தபால் நிலையத்துக்கு வந்துதான் பெற்றுக் கொண்டு போக வேண்டும்.

இதன் காரணமாகவே அவர்கள் வெளியூர்களுக்கு வேலைக்குப் போகும்போது எங்கள் விலாசத்துக்கு மணியார்டர் அனுப்புவார்கள். அப்பா எல்லாவற்றையும் பெற்றுக் கொண்டு இன்னின்னது இன் னின்னாருடையது என்று பொறுப்பாக ஒரு ரிஜிஸ்தரில் எழுதிக் கொள்வார். சம்பந்தப்பட்டவர்கள் இந்தப் பணத்தில் எங்கள் கடையில் மளிகை வாங்கிக் கொள்வார்கள். இது ஒரு வகைமுன் பணம் மாதிரி! நூறு பேருக்கு நூறு ரூபாய் என்றாலும் பத்தாயிரம் ரூபாய். அதில் கடைக்குச் சரக்கு வாங்குவது உள்ளிட்ட செலவுகளைச் செய்து கொள் வோம். எவ்வளவு நம்பினார்கள் பாருங்கள். ஆனால் மனிதர்களாக அவர்களை நடத்த வேண்டும் என்றுகூட நாங்கள் நினைக்கவில்லை.

நானொன்றும் நீங்கள் மதம் மாறி இஸ்லாமியர் ஆக வேண்டும் என்று சொல்லவில்லை. மதம் என்பது வேறு, மனித நேயம் வேறு. மனித நேயத்தைத் தூரத் தள்ளிவிட்டோம். நானே உங்களிடம் அவர்கள் நடத்தப்பட்ட விதம் எவ்வளவு மோசமானது என்று சொல்கிறேன், ஓர் இஸ்லாமியர் இன்னொரு இஸ்லாமியரிடம் தாங்கள் நடத்தப்பட்ட விதத்தைச் சொன்னால் இதைக் காட்டிலும் பல மடங்கு அதிகமாகச் சொல்வார்கள். நாங்கள் நடத்திய விதம் தவறு, இந்த நிலையில் தொடர்ந்து சேர்ந்து இருக்க முடியாது என்று அவர்கள் சொல்வது நியாயம்தான்.

எதற்காக அவர்கள் சேர்ந்து இருக்க வேண்டும்? பிரிந்து போனது நல்லதுதான். அவர்களுடன் சேர்ந்து வாழ்கிற தகுதி எங்களுக்கு இல்லை. அவர்கள் கையில் வாங்கிய அடி, தண்டனைகள் எல்லாம் இதன் காரணமாகத்தான். இல்லையென்றால் சகோதரர்களாக வாழ்ந்த வர்கள் எப்படிக் கொலை செய்யத் துணிவார்கள்? எங்கள் மீதும் தவறு இருந்ததே, மனிதர்களை வெறுப்பதை மனித நேயம் எப்படி மன்னிக்கும்?

★★★

தோவா கல்ஸாவில் ஆரம்பித்த கலவரம் மூன்று நாள்கள் தொடர்ந்தது. எங்கள் அணிக்காரர்கள் இஸ்லாமியர்களை விரட்டியடித்தபடி இருந் தார்கள். ஆயிரக்கணக்கில் இஸ்லாமியர்கள் தாக்குதலுக்கு வந்தபோது சண்டையிட்டபடி இருந்தோம். ஆனால், இறுதியில் ஒரு ஒப்பந்தம் உரு வாயிற்று. சில இஸ்லாமியர்கள் இது குறித்துப் பேச முன்வந்தார்கள். ஒரு பெண் இருந்தாள். அவள் இப்போதும் பாகிஸ்தானில் இருக் கிறாள். அவளுக்கு இஸ்லாமியர் ஒருவருடன் தொடர்பு இருந்தது. நான் அப்போது ஒரு குழந்தை, எனக்கே இது தெரியும் என்றால் கிராமத்துப் பெரியவர்களுக்கு நிச்சயம் தெரிந்திருக்கும். அந்தப் பெண்ணை விட்டுக் கொடுக்க வேண்டும் என்பது அவர்களுடைய ஒப்பந்த விதியாக இருந்தது. என் அப்பா உறுதியாகச் சொல்லி விட்டார். இது மாதிரி யெல்லாம் செய்து கொண்டிருக்கிற ஆசாமிகள் இல்லை நாங்கள். பணம் வேண்டுமா, பணம் வாங்கிக் கொள்ளுங்கள், வேறு ஏதாவது வேண்டுமானாலும் வாங்கிக் கொள்ளுங்கள்; காபுல் கந்தரில் கஜினி முகமது எங்கள் பெண்களைக் கவர்ந்து போன போது கூட திரும்பக் கொண்டு வந்து விட்டோம். இன்றைக்கு எங்களை இந்தப் பெண்ணைத் தரச் சொல்கிறீர்கள். நிச்சயமாக முடியாது.

என் அப்பாவும் அவரது சகோதர சகோதரிகளும் அவர்கள் குழந்தை களுமாக சுமார் இருபத்தைந்து பேர்கள். இளம் பெண்கள், கல்யாணம் ஆனவர்கள் ஆகாதவர்கள் என்று நிறையப் பெண்கள். அப்பாவும், மாமா அவ்தார் சிங்கும் எல்லாரையும் ஓரிடத்தில் கூட்டினார்கள். என்ன ஆனாலும் சரி அவர்களது இந்த விதிமுறைக்கு நாங்கள் ஒப்புக் கொள்ளப் போவதில்லை. அதை விட உங்கள் எல்லாரையும் நாங்கள் கொன்று விடத் தயாராக இருக்கிறோம் என்று சொன்னார்கள். இதற்கு எதிர்ப்பே இல்லை. எல்லோரும் அதற்கு ஒப்புக் கொண்டார்கள்.

கிராமத்தில் சுமார் 1200 பேர் இருந்தார்கள். சர்தார் குலாப் சிங் என்பவரின் மாளிகையில் எல்லோரும் கூடினோம். குலாப் சிங்கின் மாளிகையில் இருபத்தாறு இளம் பெண்களைக் கொண்டு வைத்திருந்தார்கள். முதன் முதலில் வந்தவர் என் அப்பா சாண்ட் ராஜா சிங். தன் மகளைக்

கொல்வதற்காக அழைத்துக் கொண்டு வந்தார். முதலில் பிரார்த்தித்தார். சீக்கிய சம்பிரதாயப்படி ஆர்டாஸ், சச்சே பத்ஷா எல்லாம் செய்தார். அதற்கு அர்த்தம், 'உன்னுடைய சீக்கியப் பெண்ணைப் புனிதம் இழக்க நாங்கள் அனுமதிக்கவில்லை. அந்தப் புனிதத்தைக் காக்க எங்கள் மகள்களைத் தியாகப் பலியாக்கப் போகிறோம். எங்களை மன்னித்து விடு.'

எங்கள் கிராமத்தில் கூலி வேலை செய்பவன் ஒருவன் இருந்தான். அவன் முன்னால் வந்து என் அப்பாவின் கால்களைப் பிடித்துக் கொண்டான். 'ஐயா, முதலில் என்னைக் கொன்று விடுங்கள். என் கால்கள் வீங்கியிருக்கின்றன. ஓட முடியாது, தப்ப முடியாது. இஸ்லாமியர்கள் என்னைப் பிடித்து மதம் மாற்றி விடுவார்கள்!' என்று கெஞ்சினான். அப்பா முதலில் வீச்சறிவாளால் அவன் தலையைச் சீவினார். அதற்குப் பிறகு, நந்த் சிங் தீர் என்பவர் வந்தார். 'லாகூருக்கு என் பிள்ளைகளைப் பார்க்கப் போய்க் கொண்டிருக்கிறேன். இஸ்லாமியர்கள் என் தாடியை நீக்க அனுமதிப்பேன் என்று எண்ணுகிறீர்களா? என் பிள்ளைகளைப் பார்க்க நான் ஒரு ஷேக்காகப் போவேனா? என்னையும் தியாகப் பலி கொடுங்கள்' என்றார். அப்பா அவரையும் அடுத்துக் கொன்றார். மூன்றாவது என் சகோதரி. அவள் வந்து அப்பாவுக்கு முன்னால் உட்கார்ந்தாள். நான் அப்பாவின் குர்தாவைப் பிடித்துக் கொண்டு நின்றேன்.

அது ஒரு பயங்கரமான காட்சி. அப்பா வாளை எடுக்கும் போது அது உறையில் சிக்கிக் கொண்டதோ என்னவோ வரவில்லை. என் சகோதரியே அதை வெளியில் எடுத்துக் கொடுத்தாள்; அதற்குப் பிறகு ஒரே வீச்சில் என் சகோதரியின் கழுத்து நீங்கி தூர விழுந்தது. நான் அழுது கொண்டே மெல்ல மாடியிலிருந்து இறங்கி வந்து விட்டேன். ஆனால் வாள் எடுக்கப்படும் சப்தமும் வெட்டும் சப்தமும் தொடர்ந்து கேட்டுக் கொண்டே இருந்தது. இருபத்தைந்து பெண்கள் பலி யானார்கள். கர்ப்பமாக இருந்த ஒரு உறவுக்காரப் பெண்ணை மட்டும் வெட்டவில்லை. ஆனால் பின்னர் அவள் கணவனே பிஸ்டலால் சுட்டான். அப்போதும் அவள் தப்பித்து விட்டாள். நான் வாழ விரும்பவில்லை, என்னைக் கொன்று விடுங்கள் என்று சொன்னபடி இருந்தாள். வயிற்றில் குண்டடி பட்டிருந்தது. ஒரு துளை போல ஆகி இரத்தம் வந்து கொண்டிருந்தது.

நாங்கள் அவளுக்கு ஓபியம் நீரில் கரைத்துத் தந்தோம். சாப்பிட்டு விட்டு பிரார்த்தனை செய்தாள். அவளைப் போல் சாவுக்குத் தயாராகவும், சாவைக் கட்டுப்பாட்டில் வைத்திருப்பவர்களையும் பார்க்கவே முடியாது. பிரார்த்தனை செய்தபடி இருந்தாள். பிரார்த்தனையின் இறுதி

வார்த்தை சொல்கிற வரை - அரைமணி நேரம் வரை - அவள் இறக்க வில்லை. கடைசி வார்த்தை பிரார்த்தனை முடித்துத்தான் இறந்தாள்.

அதே நாள் இரவு, இரண்டு இளம் பெண்களை அந்த மாளிகையின் கிணற்றில் தள்ளிக் கொன்று விடுவது என்று முடிவாகியிருந்தது. காலையில் இறந்து விடுவார்கள் என்று நினைத்தோம். ரொம்ப ஆழமான கிணறு. ராவல்பிண்டி கிணறுகள் எல்லாமே ரொம்ப ஆழம். எட்டிப் பார்த்தால் ஆழம் எவ்வளவு என்று கூடத் தெரியாது. காலையில் பத் எனப்படும் ஜபம் ஜபிக்கப்படும் ஒலிகள் கிணற்றிலிருந்து கேட்டன. தண்ணீர் கொண்டு வரப்போன இரண்டு பெண்கள் தவறி கிணற்றில் விழுந்து விட்டார்கள் அவர்களை வெளியில் எடுக்க உதவ முடியுமா என்று இஸ்லாமியர்களைக் கேட்டோம். கயிறு கொண்டு வந்தார்கள். அவர்களை உயிருடன் மீட்டோம். அவர்கள் கையிலிருந்த வளையல் கூட உடைந்திருக்கவில்லை. ஹரி சிங் என்று ஒருவர் இருந்தார். என்னைத் தூரப் போகும்படி ஜாடை காட்டினார். பேச முயற்சி செய்தார், ஆனால் முடியவில்லை. இஸ்லாமுக்கு மாற மறுத்ததால் அவர்கள் தன் நாக்கை வெட்டி விட்டதாக ஜாடையில் சொன்னார். தலையை வெட்ட வேண்டாம், நாக்கை வெட்டி விடுங்கள் என்று அவர்தான் சொன்னாராம். யாருமே இஸ்லாமியராக மாற முன்வரவில்லை. நாங்கள் எல்லோரும் கிளம்பி ஆற்றின் கரையோரம் போனோம்.

★★★

சாயிந்தாவிலிருந்து தோவா கல்ஸாவுக்கு 1945 இல் வந்தோம். ஆறு மாதங்கள் கழித்து அங்கே போயிருந்தோம். வரும் போது இரண்டு ஒட்டகச் சுமை பரிசுப் பொருள்கள் கொண்டு வந்தோம். மாம்பழங்கள், முந்திரி, பருப்பு, நெய் என்று ஏகப்பட்ட பொருள்களை அங்கிருந்த இஸ்லாமியர்கள் கொடுத்தனுப்பினார்கள். தங்கள் உறவினர்களுக்கும், மத குருவுக்கும் தருவது போலத் தந்திருந்தார்கள். இஸ்லாமியர்கள் உழவுத் தொழிலும் சம்பளத்துக்கு வேலையும் செய்தார்கள். சிலர் ராணுவத்திலும் பணியாற்றினார்கள். அங்கிருந்து பணம் அனுப்பு வார்கள், அது எங்கள் பெயருக்கு வரும். நல்ல மனிதர்கள்; திருட மாட் டார்கள், அச்சுறுத்த மாட்டார்கள். பாகிஸ்தான் உருவாகப் போகிறது என்பது தெரிந்த பிறகு நாங்கள் எந்தத் துன்பத்துக்கும் உள்ளாகாமல் இருப்பதற்காகவாவது அங்கிருந்து நாங்கள் புறப்பட வேண்டும் என்று நினைத்தார்கள். கலவரம் ஆரம்பித்த பிறகு அங்கிருந்து கௌரவமாக வெளியில் வந்தோம்.

மா ஹஸினா பற்றியும் அவர் மகன் சாஜவால் கான் பற்றியும் சொல்லி யிருந்தேன். அந்த சாஜவால் கான் எங்களிடம் வந்து, உங்களுக்கு

ஆட்சேபம் இல்லையென்றால் எங்களோடு தங்கிக் கொள்ளலாம் என்று தெரிவித்தார். தன் குழந்தைகளை அழைத்துக் கொண்டு வந்து இதைச் சொன்னார். ஆனால் நாங்கள் அவரைச் சந்தேகப்பட்டோம். இப்போது யோசிக்கும் போது அவர் முகத்தில் இருந்தது நிஜமான கரிசனமும் கவலையும்தான் என்பது புரிகிறது. நாங்கள் அப்போது தவறாகப் புரிந்து கொண்டோம். அப்போது ஏகப்பட்ட பிரச்னையில் இருந்தோம். அவர்கள் உதவ முன்வந்தும் நாங்கள் அதை ஏற்கவில்லை.

ராவல்பிண்டியில் இருந்த கடைக்காரர்களுக்கு சொந்தத்தில் நிலம் இருந்தது. இஸ்லாமியர்களின் நிலங்களைக்கூட அடமானமாகச் சிலர் வைத்திருந்தார்கள். சீக்கிய ஜமீன்தார்கள் இருந்தார்கள். அவர்களிடம் மாடுகள், ஒட்டகங்கள் உள்ளிட்ட கால்நடைகள் விவசாயத்துக்காக இருந்தன. பண்ணை போல இடம் தேவைப்பட்டது. அடமானத்துக்கு இருந்த நிலங்களை அதற்காகப் பயன்படுத்துவார்கள். பொதுவாக இஸ்லாமியர்கள் கடை வைத்து நடத்துபவர்களாகவே இருந்தார்கள். தரமான, நாணயமான வியாபாரம், குறைந்த லாபம்.

அப்போது நான் ஐந்தாம் வகுப்பு படித்துக் கொண்டிருந்தேன். அப்பா சொல்வார் ‘நீ அனாவசிய செலவு நிறைய செய்கிறாய். அன்றாட செலவுக்கு வீட்டுக்கு பணம் வேண்டுமென்று உனக்குத் தெரியாதா? பணத்தைக் கவனமாக செலவு செய்ய வேண்டும்.’ மக்கள் தங்கள் வாழ்க்கைக்கு எவ்வளவு தேவையோ அவ்வளவு மட்டும் சம்பாதித்துக் கொண்டு சந்தோஷமாக இருந்தார்கள். நான் காலையிலேயே கடையைத் திறந்து விடுவேன். அப்பா குருத்வாராவிலிருந்து ஒன்பது மணிக்கு வருவார். காலையில் நாலு மணிக்கே எழுந்து விடுவார். ஜபம் எல்லாம் செய்து விட்டு, குருத்வாராவுக்குப் போய்விட்டு அப்புறமாகக் கடைக்கு வருவார். நான் இன்றைக்குத் தெரிந்து கொண்டிருப்ப தெல்லாம் அப்பாவிடம் கற்றவைதான். சுத்தமான, நாணயமான வியாபாரம். ஒரு சின்னப் பெண் கடைக்கு வந்தாள் ‘மகளே’ என்று கூப்பிடுவார். கொஞ்சம் மூத்தவர்களாக இருந்தால் ‘சகோதரி’ என்று அழைப்பார். எல்லாரையும் மரியாதையுடன் நடத்துவார்.

மக்கள் குஜ்ஜார் கானிடம் பொருள்கள் வாங்குவார்கள். சரக்கு ஒட்டகங் களில் வரும். கடைக்காரர்கள் போய் இறக்கிக் கொள்வார்கள். அப்போ தெல்லாம் லாரிகள் இல்லை. தோவா கல்ஸாவிலிருந்து ராவல் பிண்டிக்கு பேருந்துகள் இருக்கும். சுமார் இருபது கிமீ தூரம். இந்துக் களும் சீக்கியர்களும் இஸ்லாமியர்களும் அடிக்கடி ராவல்பிண்டிக்குப் பேருந்தில் சேர்ந்தே போய் வருவார்கள். அவர்கள் சின்ன விஷயங் களைப் பெரிதுபடுத்தியதே இல்லை. இஸ்லாமியர்கள் பரந்த மனம்

படைத்தவர்கள். தானியங்கள், பழங்கள் என்று உற்பத்தித் தொழில் அவர்கள் வசம் இருந்தது. ...தாராள மனம் படைத்தவர்கள். யாராவது அவர்கள் வீடுகளுக்குச் சென்றால், உதாரணத்துக்குச் சீக்கியர் ஒருவர் சென்றால் சுகிரா என்றழைக்கப்படும் தானப் பொருள்கள் தருவார்கள். சமைக்காத பண்டங்கள்... உண்மையில், வீட்டுக்கு வரும் விருந்தினர் களுக்கு ஒரு இஸ்லாமியர் இப்படித் தானம் தரவில்லையென்றால் அவரது சமூகத்தினர் தவறான கண்ணோட்டத்துடன் பார்ப்பார்கள். ஷாஜி வந்திருந்தார், நீ அவருக்கு எதுவுமே தரவில்லை என்பார்கள். யாரும் கேட்க வேண்டும் என்பதே இல்லை. தானாக முன் வந்து, இரண்டு மூன்று இஸ்லாமியர்கள் ஏதாவதுஎடுத்து வந்து தருவார்கள்.

சமைக்காத பொருள்களைத் தந்தபடி, அமைதியாகச் சொல்வார்கள். 'நாங்கள் சமைத்த உணவை நீங்கள் சாப்பிட மாட்டீர்கள் இல்லையா, அதனால்தான்'. அது மட்டுமல்ல, நம் வீட்டுக்குச் சாப்பிட வரும் போது பாத்திரங்களும் அவர்களே சில சமயம் எடுத்து வருவார்கள். அவர்கள் வீட்டில் பால் சாப்பிடுவோம், ஆனால் அது அவர்கள் பயன்படுத்தாத புதுப் பாத்திரங்களாக இருக்க வேண்டும். என்ன பெரிய வித்தியாசம் என்று நாங்கள் எண்ணிப் பார்த்ததில்லை. அவர்கள் பயன்படுத்தும் பாத்திரங்களையே கழுவி விட்டு உபயோகித்திருக்கலாம், என்ன ஆகிவிடும்? அந்தப் பாத்திரங்களிலேயே சாப்பிடும் மனப்பான்மை இருந்திருந்தால், ஒற்றுமையாகவே இருந்திருப்போம். இந்த வேறு பாடுகள் வளர்ந்திருக்காது, ஆயிரக்கணக்கான உயிர்களின் இழப்பு இருந்திருக்காது. பிரிவினையே வந்திருக்காது. இஸ்லாமியர்கள் இந்தியாவில் வாழவில்லையா? அல்லது இந்துக்கள்தான் பாகிஸ் தானில் வாழவில்லையா? இதற்கு அரசியல் மட்டும் காரணமில்லை. பிராமணத்துவமும்தான்.

இந்தக் காலத்தில், அன்று இஸ்லாமியர்கள் செய்ததை ஹரிஜன்கள் ஏன் செய்ய மாட்டார்கள் என்று தோன்றுகிறது. சூத்திரர்கள் என்று நாம் அழைக்கும் ஹரிஜன்களுடன் நாம் சம்பந்தம் செய்து கொள்வதில்லை, அவர்களை மரியாதையாக நடத்துவதில்லை. ஒருநாள் அப்படி அவர்கள் நடக்கலாம். இது ஆபத்தானது. அவர்கள் ஒருநாள் எழுச்சி அடையலாம். கன்ஷிராம் என்ன சொல்கிறார் பாருங்கள். பிராமணத் துவம் எங்களுக்குத் தேவையில்லை என்கிறார். ஆத்திரம் தொடங்கி விட்டது. ஹரிஜனாக இருந்தாலும், சீக்கியராக இருந்தாலும், இஸ்லாமியராக இருந்தாலும், யாராக இருந்தாலும் அவர்களுடனான உறவு ஒரே தரமானதாக இருக்க வேண்டும். வெவ்வேறு விதமாக நடத்தக்கூடாது. ஒருவருக்கு நான்கு நண்பர்கள் இருந்தால் ஒருவர் இந்துவாக, ஒருவர் சீக்கியராக, ஒருவர் இஸ்லாமியராக இருக்க

வேண்டும். ஒவ்வொரு சமூகத்திலிருந்தும் எனக்கு நண்பர்கள் உண்டு என்று உறுதி செய்ய வேண்டும் என்பதே என் விருப்பம்.

★★★

*1984*ல் கலவரம் தொடங்கியபோது எனக்கு நிறைய நண்பர்கள் இருந்தார்கள். மனோஹர் குப்தா என்று ஒரு நண்பன் இருந்தான். அவன் வந்து என் கடை வாசலில் நின்று கொண்டான். கலவரக்காரர்கள் வந்த போது அவர்களிடம் 'இது என்னுடைய கடை' என்றான். அவர்களோ, 'போர்டில் பீர் பஹதூர் சிங் என்று போட்டிருக்கிறதே?' என்று சந்தேகமாகக் கேட்டார்கள். அவன், 'நான் தான் அந்த பீர் பஹதூர்' என்றான். மூன்று நாள்கள் தன் வீட்டில் பாதுகாப்பாக எங்களை வைத்திருந்தான். திவான் மற்றும் தேவையான பொருள் களைக் கொடுத்திருந்தான். கலவரக்காரர்களிடமிருந்து எப்படி தப்புவது என்று ஒத்திகை செய்து சொல்லிக் கொடுத்தான். கொஞ்சம் குங்கு மத்தைக் கொடுத்து நெற்றியில் பூசிக் கொள்ளச் சொன்னான். கலவரக் காரர்கள் வந்தால், தலையை அவிழ்த்து விருத்துப் போட்டுக் கொண்டு ஜபித்தபடி நடுவில் உட்கார், நாங்கள் உன்னைச் சுற்றி உட்கார்ந்து கொள்கிறோம். எங்கள் மதகுரு பிரார்த்தனைக்கு வந்திருக்கிறார் என்று சொல்லி சமாளித்து விடலாம் என்றான். ஒரு மனிதன் உனக்காகப் பிரார்த்திக்கத் தயாராக இருக்கும் போது, உயிரைக் காக்க முன் வரும் போது, உன்னைக் குருவென்று சொல்ல முன் வரும் போது அதை விடப் பெரிய விஷயம் என்ன இருக்கிறது? இது எவ்வளவு பெருந்தன்மை? இதைப் போல் பல்வேறு சமூகத்தைச் சேர்ந்த நண்பர்களும் உதவ முன்வந்தார்கள்.

1984 இல் சீக்கியர்களுக்கு ஆன கதி பற்றி நினைக்கவே ரொம்ப வருத்த மாக இருக்கிறது. இரண்டு சகோதரர்களும், அம்மாவுமாக இங்கே வந்தோம். எங்களுக்கு நிலமோ, வீடோ எதுவும் தரப்படவில்லை. அரசாங்கத்திடமிருந்து எந்த உதவியும் கிடைக்கவில்லை. கையில் பைசாக் காசு இல்லை. கடுமையாக உழைத்து ஒரு சிறிய பண்ணை அமைத்துக் கொண்டோம். மெல்ல மெல்லத் தலையெடுக்க ஆரம்பித் தோம். ஆனால் அவை எல்லாம் *1984*ல் அழிக்கப்பட்டு, கொள்ளை யடிக்கப்பட்டது. அரசாங்கத்திடம் அனுமதி பெற்று நாலாயிரம் வாத்துக் கள் வாங்கியிருந்தேன். உத்தரப் பிரதேசத்தில் இருக்கும் ஹரிஜன கிராமங் களில் குட்டைகளில் வாத்து முட்டைகள் உற்பத்தி செய்யத் திட்ட மிட்டிருந்தேன். அவை கோழி முட்டைகளைவிட வைட்டமின்கள் அதிக முள்ளவை. நீரிலேயே வாத்துக்கள் வாழ்வதால் உற்பத்திச் செலவும் குறைவு. ஆகவே விலை குறைவாக இருக்கும். ஆனால் அவற்றை அழித்து விட்டார்கள். என் குழாய்க் கிணற்றைப் பிடுங்கி வீசி அழித்

தார்கள். இது நடந்தது காசியாபாத் மாவட்டத்தில். இதைச் செய்தவர்கள் அடையாளம் காணப்பட்டாலும் நடவடிக்கை எடுக்கப் படவில்லை.

இந்த நாட்டுக்காக ரத்தம் சிந்திய சமூகத்துக்கு அரசாங்கம் என்ன செய்திருக்கவேண்டும்? இந்த நாட்டின்மீது எங்களுக்கு நேசமே இல்லை என்றால் வேறு விதமாக இருந்திருக்கலாம். நாங்கள் இஸ்லாமியர்களாக மாறியிருந்தால் அங்கேயே தொடர்ந்து இருந் திருக்கலாம். முடியாது, எங்கள் வேர்கள் இந்தியாவில் இருக்கின்றன என்று மறுத்து விட்டோம். அப்போது மாஸ்டர் தாராசிங் என்ன சொன்னார்? இந்துக்களும் சீக்கியர்களும் ஒன்று என்றார். உண்மையில் ஒன்றுதான் என்று நான் நம்புகிறேன்.

தோவா கல்ஸாவில், கடைக்குப் பின்புறம் ஆயிரம் ஆண்டுகள் பழைமையான கோயில் ஒன்று இருந்தது. சுமார் 300 ஆண்டுகளான குருத்வாரா ஒன்றும் இருந்தது. சீக்கிய மதமே அவ்வளவு பழமை யானதுதானே? அதற்கு முன்னர் என் முன்னோர்கள் வழிபாட்டுக்குக் கோயிலுக்குத்தானே போயிருப்பார்கள், மசூதிக்கா போயிருப்பார்கள்? பிறகு எப்படி நாங்கள் வேறாக இருக்க முடியும். குரு கிராந்த் சாஹிபிலும் இதேபோல இரண்டு மதங்களும் ஒன்று என்பதற்கு ஆதாரமான விஷயங்கள் இருக்கின்றன. எங்கள் வேர்கள் இந்து மதத்தில் இருக்கின்றன. வேர்கள் அழிந்து போனால் மரங்கள் என்ன ஆவது? இந்துக்களுக்குச் சீக்கியர்கள் காக்கும் சேனைகள் போன்ற வர்கள். அவர்களை விட்டால் உங்கள் வீடுகளை யார் காப்பார்கள்? எல்லாருமாகச் சேர்ந்து கொண்டு ஒரு சிப்பாயைச் சூழ்ந்து தாக்க ஆரம்பித்தால் அவன் திரும்பத் தாக்கத்தான் செய்வான் என்பது வேறு விஷயம். 1984ல் நடந்தவற்றை நான் ஏற்க மாட்டேன். இன்று வரை காரணமானவர்கள் தண்டிக்கப்படவே இல்லை. யார் யார் மீதோ எஃப்.ஐ.ஆர் போட்டு துன்புறுத்துகிறார்கள்.

ஒரு ஆளைத் தூக்கில் போட்டாயிற்று என்றால் விஷயம் முடிந்தது. அதற்குப் பிறகும் இப்படியெல்லாம் நடந்தால் சிம் ரஞ்சித் சிங் மான் மட்டுமில்லை. ஒவ்வொரு சீக்கியருக்கும் தங்களுக்கு என்ன ஆகுமோ என்ற அச்சம் வரத்தானே செய்யும்? ஒரு ஆளைத் தூக்கில் போட்ட பிறகும் மக்களைப் பழி வாங்குவது தொடர்ந்து கொண்டே போக லாமா? போன வருஷம் என்னைக் கைது செய்தார்கள். இதை உங்கள் ஒலிப்பதிவுக் கருவியில் நான் பேசலாமா? பேச விரும்புகிறேன்.

அக்டோபர் 24ம் தேதி பிரபோத் சந்தர் என்ற காங்கிரஸ் அமைச்சர் பஞ்சாபில் இறந்து போனார். அவர் என் நண்பர். வீரேந்திர சிங் என்ற நண்பரும் நானும் இறந்தவரின் வீட்டுக்குப் போய்விட்டுத் திரும்பிக்

கொண்டிருந்தோம். வரும் வழியில், ப்ரிதிவி ராஜ் ரோடில் கார் ஒன்று சாலையோரத்தில் இருந்தது. சிலர் காயம்பட்டு சாலையில் கிடந் தார்கள். இரண்டு பேர் செத்துக்கூடப் போயிருந்தார்கள். காயம் பட்டவர்களில் ஒருவர் பூட்டா சிங்கின் மகன் என்று அடையாளம் கண்டு கொண்டேன். போகிற வண்டிகளை நிறுத்தச் சொல்லி கேட்ட படி இருந்தார். யாருமே வண்டியை நிறுத்தக் காணோம். நான் நிறுத்தினேன். பூட்டா சிங் மகனையும், அவரது பாதுகாவலரையும், நண்பர் ஒருவரையும் என் காரில் ஏற்றிக்கொண்டு போய் அமெரிக்கன் ஹாஸ்பிடலில் சேர்த்தேன். கார் பூரா ரத்தம். மனிதாபிமானத்தில் இதைச் செய்தேன். செய்யாமல் இருக்க முடியவில்லை. ஒருவர் இறந்து விட்டார். அடிபட்டிருந்தவர் ஓர் இந்து.

பதினைந்து நாள்களாயின. (இதற்கு எல்லாரும் என்னைப் பாராட்டப் போகிறார்கள் என்றுதான் நினைத்திருந்தேன். பூட்டா சிங்கிடம் இந்த நிகழ்ச்சி பற்றிச் சொன்னதும், அவர் என்னைப் பாராட்டியதும் நினைவில் இருக்கிறது.) உடம்பு சரியில்லாமல் வீட்டில் படுத்திருந்த போது வந்து பிடித்தார்கள். பேப்பரில் படித்தது உங்களுக்கு நினை விருக்கலாம். அந்தச் செய்தி : ஐந்து முக்கிய தீவிரவாதிகள் டெல்லியில் பாங்ள்ளா சாஹிப் குருத்வாரா அருகே கைது. இரவு இரண்டு மணிக்கு அவர்கள் அங்கே சந்தித்துக் கொண்டபோது கைது செய்தோம். அவர்களுக்கு பஞ்சாப் தீவிரவாதிகளுடன் தொடர்பு இருப்பதும், பார்லிமெண்ட் கட்டடத்தைத் தகர்க்கவும், ராஜிவைக் கொல்லத் திட்டமிட்டிருந்ததும் தெரிய வந்துள்ளது.

பூட்டா சிங்கின் மகனே எங்களுடன் இருந்தார். நாங்கள் தீவிரவாதி களாக இருந்தால் அவரைக் கடத்திக் கொண்டு போய் பூட்டா சிங்கிடமும் தீவிரவாதிகளிடமும் பணம் வாங்கியிருக்கலாம். அப்படி யெல்லாம் செய்யாமல் மனிதாபிமானத்துடன் நடந்து கொண்டோம். ஆனாலும் பூட்டா சிங் எங்களைச் சிறையில் வைத்திருந்தார். ஐந்து மாதங்கள் எங்களைத் தீவிரவாதிகள் என்ற பெயரில் சிறையில் வைத்திருந்தார். இருபத்தி நான்கு மணி நேரம் எட்டுக்கு ஆறு அளவுள்ள ஒரு இருண்ட அறையில் இருந்தோம். அங்கே விளக்கு வசதி தரச் சொல்லிக் கேட்டுக் கொண்டு கவர்னருக்குக் கடிதம் எழுதினோம். அங்கே பாத், பாக் என்று சொல்லப்படும் பிரார்த்தனைகளைச் செய்து முடித்தேன். தூக்கு தண்டனைக் கைதிகளை வைக்கும் இடம் போல இருந்தது அந்த இடம்.

சிறை அதிகாரிகள் இன்னாரை இங்கேதான் தூக்கில் போட்டோம், அவரை இங்கேதான் தூக்கில் போட்டோம் என்றெல்லாம் பலரைப் பற்றிச் சொல்லி, அவர்களை எல்லாம் தூக்கில் போடுவதற்கு முன்னால்

இங்கேதான் வைத்திருந்தோம் என்று சொன்னார்கள். எனக்கு அங்கே செத்துப் போனவர்கள் எல்லாம் மனக் கண்ணில் வந்து கொண்டே இருந்தார்கள். ராத்திரியில் அவர்களைப் பார்ப்பது போன்ற பிரமை ஏற்படும். மக்பூல் பட், பில்லா, ரங்கா இப்படி தூக்கில் போடப்பட்ட எல்லாரையும் இங்கேதான் அடைத்து வைத்திருந்தோம் என்றார்கள். எங்கள் ஜாமின் மனுக்கள் எல்லாம் உயர் நீதிமன்றம் வரை மறுக்கப்பட்டன. இறுதியில், பீர் பஹதூர் சிங்கை நாங்கள் கைது செய்திருந்தாலும், அவருக்குத் தீவிரவாதிகளுடன் நேரடித் தொடர்பு இல்லை என்று எழுதிக் கொடுத்தார்கள். இது 1987 அக்டோபரில். உயர் நீதிமன்றம் டிசம்பரில் எங்களை விடுவித்தது. 1988 மே அல்லது ஜூன் மாதம் செஷன்ஸ் கோர்ட் எங்களுக்குத் தொடர்பில்லை என்று எழுதிக் கொடுத்தது. நான் தீவிரவாதி அல்ல. நான் சிரோமணி குருத்வாரா பிரபந்தக் கமிட்டியின் உறுப்பினர், அவ்வளவே.

சிறையில் தனிமையில் இருந்தோம். ஆமாம் நாங்கள் ஐவரும் தனித்தனியாக வைக்கப்பட்டிருந்தோம். தூக்குப் போடும் இடம் இரு பகுதிகளாக இருந்தது. ஒரு பகுதி, தூக்கில் போடப்படுபவருக்காக. இன்னொரு பகுதி காலியாக இருக்கும். எங்களை அங்கேதான் வைத்திருந்தார்கள். மூன்று அடிக்கு இரண்டடியோ என்னவோ, ஒரு சின்ன பாத்ரூம் இருந்தது. தண்ணீர் தேங்கி இருக்கும், ஒரே கொசுக்கள். கழிப்பறையும் அதுதான், சாப்பாடும் அங்கேதான். தேசபக்தர்களின் குழந்தைகள் என்ற எண்ணம் எங்களுக்கு இருந்தது. அந்த எண்ணத் துடன் நாங்கள் வைக்கப்பட்டிருந்த சிறையைப் பார்த்தோம். என்ன சொல்வது... எங்கள் மனப்பாங்கு அந்த ரீதியில் இருந்திருந்தால், இந்த அனுபவம் எங்களைத் தீவிரவாதிகளாகக்கூட மாற்றியிருக்கலாம்.

எனக்கு நிறையக் கோபங்கள் இருக்கின்றன, ஆனால் எதிர்த்துப் போராடும் சக்தி இல்லை. எனக்கென்று ஒரு குடும்பம் இருக்கிறது, மகள்கள் இருக்கிறார்கள், எப்படிப் போராடுவது? ஒருவேளை இருபது அல்லது இருபத்திரண்டு வயதாக இருந்திருந்தால், அப்படி ஏதாவது ஆகியிருக்கும். என் அனுபவத்தைப் போன்றே நூற்றுக்கணக்கானவர் களுக்கு அனுபவங்கள் இருந்தன. அப்படிப்பட்ட அனுபவங்களில் இளைஞர்கள் தீவிரவாதிகளாக மாறியதும் உண்டு. இதுதான் நிலை.. ஆனால் எழுபது வயதான ஒரு ஆசாமியை அவர்கள் தீவிரவாதியாகப் பார்த்தார்கள்! என்னுடைய பின்னணியைப் பாருங்கள். நான் முனிசிபல் சார்மேனாக இருந்திருக்கிறேன், எஸ்.ஜி.பி.சி யின் உறுப்பினராக இருக்கிறேன், என் மேல் வழக்குகள் எதுவுமே கிடையாது. நாணயமாக கௌரவமாக வாழ்ந்து கொண்டிருக்கிறேன். என் குடும்பப் பின்னணியைப் பாருங்கள், என் அப்பா யாரென்று பாருங்கள்.

என் அப்பா ஒரு தேசியவாதி. சுதந்தரப் போராட்டத்தில் முன்னணியில் இருந்து செயல்பட்டவர். அவர் நெடுங்காலம் சிறையில் இருந்ததால் தான் அம்மாவுக்கு தியாகி பென்ஷன் வருகிறது. ஒரு பக்கம் தியாகிகள் பென்ஷன், இன்னொரு பக்கம் தீவிரவாதி முத்திரை. இந்த மாதிரி முரண்பாடான நிலைகளால்தான், உங்கள் சொந்த சகோதரன், சகோதரி கூட உங்களை அணுக அஞ்சுகிறார்கள். மனைவியையும் மகள்களை யும் பார்க்க வேண்டும், பேச வேண்டும் என்ற ஆசை இருந்தாலும், தூரத்திலிருந்து பார்த்து ஜாடையில்தான் பேச முடிந்தது. எங்களுக்கு இடையில் போலிஸ்காரர்கள் இருப்பார்கள். என்ன பேசுவது? இதில் எங்கே நியாயம் இருக்கிறது? இது ஜனநாயகமா? இப்படி எஸ்.ஜி.பி.சி உறுப்பினன் ஒருவனைப் பிடித்து, அவனுக்குத் தீவிரவாதி முத்திரை குத்தி உள்ளே வைப்பது சரிதானா? பெரிய பாவம் இல்லையா? அவர்கள் எங்களை நடத்திய விதம் என்னால் வாழ்க்கை பூரா மறக்க முடியாத விஷயம். ஆனாலும் இந்தியாதான் எங்கள் நாடு என்று சீக்கியர்கள் எல்லாரும் நினைக்கிறார்கள். யாருக்கும் காலிஸ்தான் தேவையில்லை. ராஜ் கரேகா கல்ஸா (உண்மை நிலைக்கும்) என்பதுதான் தொடக்கத்தி லிருந்து எங்கள் கோஷமாக இருந்து வந்திருக்கிறது.

★★★

விஷயம் என்னவென்றால் அதிகம் தாக்குதலுக்கு உள்ளானவர்கள் சீக்கியர்கள். காரணம் தோற்றத்திலிருந்தே ஒரு சீக்கியரை அடையாளம் கண்டுவிடலாம். இந்துக்களுக்கும் இஸ்லாமியர்களுக்கும் உருவத்தில் பெரிய வித்தியாசங்கள் கிடையாது. சில சமயம் இந்து என்று நினைத்து இஸ்லாமியரைக் கூடத் தாக்கியிருப்பார்கள் என்ற சந்தேகம் எனக்கு உண்டு. ஆனால் சீக்கியர்களை எளிதில் அடையாளம் கண்டுவிடலாம். அவர்களிடமிருந்து வீச்சரிவாளைப் பிடுங்கி விடுவார்கள். அப்பா என் சகோதரியைக் கொன்ற பிறகு ஏழு இஸ்லாமியர்களையும் கொன்றார். அவர்களுடன் எந்த விரோதமும் கிடையாது. உண்மையில் அளவு கடந்த நேசம்தான் இருந்தது. ஆனால், கொள்கை என்று வருகிற போது, பிரச்சினை என்கிற போது சீக்கியர்கள் இப்படித்தான் நடப்பார்கள். வீச்சரிவாள்தான் பேசும். சீக்கியர்களுக்கு இப்படிப்பட்ட மனப்பாங்கு அமைந்ததற்குக் காரணம் குரு கோவிந்த் சிங். அது எளிதில் மாறவே மாறாது. ஆங்கிலேயர்களேகூட இதை உணர்ந்தார்கள். இந்த அரசாங் கத்தில், கடந்த நாற்பதாண்டுகளாகத் தங்களுக்கு என்ன நேர்ந்தாலும் சீக்கியர்கள் சரித்திரம் படைத்துக் கொண்டிருக்கிறார்கள். 1984 ல் கவர்னரைச் சந்தித்து, நடந்து கொண்டிருக்கிற விஷயங்கள் ரொம்ப வருத்தமளிக்கின்றன என்று சொன்னேன். நான் எஸ்.ஜி.பி.சி யின் உறுப் பினராக இருந்தும், வெளியே போய், மக்கள் எப்படி இருக்கிறார்கள் என்று நலன் விசாரிக்க முடியவில்லை என்று தெரிவித்தேன்.

'என்ன வேண்டும்?' என்று கேட்டார். 'கலவரத்தால் பாதிப்புக்குள்ளான பகுதிகளுக்குப் போய்ப் பார்க்க வேண்டும்' என்றேன். எங்களுக்கு ஒரு காரும் பாதுகாப்புக்கு ஆட்களும் கொடுத்தார். நகரம் முழுக்க செல்ல முடிந்த ஒரே சீக்கியன் நானாகத்தான் இருந்தேன். ஷாகர்பூர் உள்ளிட்ட பல இடங்களுக்குப் போனேன். கூட ஆட்களையும் அனுப்பியிருந் தார்கள். இதற்கு நான் மிகவும் கடமைப்பட்டிருக்கிறேன். ஷாகர்பூரில் காயம்பட்டவர்களைச் சிகிச்சைக்கு சாண்ட்டா தே தேராவுக்கு அழைத்துப் போனோம். சாலையில் ஒரு பெண் விழுந்து கிடந்தாள். அருகில் அவளுடைய குழந்தை பால் குடிப்பதற்காக அவளது மார்பைத் தேடிக் கொண்டிருந்தது. காரை நிறுத்தி அந்தப் பெண்ணை உரக்க அழைத்துப் பார்த்தோம். அவள் ஏற்கனவே இறந்து போயிருந்தாள். குழந்தையை எடுத்து முகாமுக்கு அனுப்பினோம். இதுதான் அன்று பெண்களின் நிலை. இதைப் பார்க்கிற இளம் உள்ளங்களுக்கு எங்கிருந்து எதன் மீதும் நம்பிக்கை வரும்? நம்பிக்கை நம்பிக்கையைப் பெறுகிறது, அவநம்பிக்கை அவநம்பிக்கையைத்தான் பெறும். சஜாவல் கானைச் சந்தேகித்தோம், அவரை நாங்கள் நம்பியிருக்க வேண்டும் என்று ஏற்கனவே சொன்னேன். நம்பிக்கை ரொம்பவும் உயர்ந்தது. எதிரிகூட நம்பத் தகுதியானவன். அவன்மீது நம்பிக்கை காட்டினால், பொய் சொல்லவோ ஏமாற்றவோ மாட்டான். நாணயமில்லாதவன்கூட அப்படிச் செய்ய மாட்டான்.

கிணற்றில் விழுந்து உயிருக்குப் போராடிக் கொண்டிருந்த அந்த இரண்டு பெண்களின் தகப்பனார் இஸ்லாமியர்களால் காயப்பட்டுக் கிடந்தார். அந்தப் பெண்களில் ஒருத்தியின் பெயர் மஹிந்தர் கௌர். அவர் காலில் குண்டு பாய்ந்திருந்தது. அவர்தான் அப்போது எங்க ளுக்குத் தலைவராகச் செயல்பட்டார். பிரதாப் சிங் தீர் என்பது அவர் பெயர். அவர் போடும் உத்தரவுகள் எல்லாவற்றையும் நிறைவேற்று வோம். இஸ்லாமியர்களாக மாறுங்கள் என்று அவர் சொல்லிருந்தால் மாறியிருப்போம். ஆனால் அவர், துண்டு துண்டாக வெட்டப் பட்டாலும் சரி, மதம் மாற மாட்டோம் என்றார். உயிருக்காக மதம் மாற மாட்டோம். நான் ஏற்கனவே பாதி செத்துப் போய் விட்டேன். என்னை ஒவ்வொரு துண்டாக வெட்டி, ஒவ்வொரு துண்டுக்கும் மதம் மாறச் சொல்லிக் கேட்டுப் பாருங்கள், நான் மாற மாட்டேன் என்றார். அவர் இதைச் சொல்லிக் கொண்டிருந்த போதுதான் லஜ்ஜாவந்தியும், இதர பெண்களும் கிணற்றில் குதித்தார்கள். எனவே, இஸ்லாமியர்கள், 'இவர்கள் தங்களை மாய்த்துக் கொள்ள ஆரம்பித்து விட்டார்கள்' என்று தங்களுக்குள் சொல்லிக்கொண்டு தோவாவிலிருந்து நாலு கிலோமீட்டர் தள்ளியிருந்த தமாலிக்குப் போய்விட்டார்கள். எங்கள் கிராமம் அங்கே அருகில், சிறிய குன்றுகளால் சூழப்பட்டு அழகான ஊராக விளங்கியது.

அங்கே கொள்ளையடிக்க ஏகப்பட்ட பேர் வந்தார்கள். பிற்பாடு கிராமத்தைப் போய் பார்த்தவர்கள் செங்கல்லைக்கூட விட்டுவைக் கவில்லை என்று சொன்னார்கள். எங்கள் கிராமத்திலிருந்து கலவரக் காரர்கள் அடுத்து போன இடம் தமாலி. அங்கே சில நாள்களுக்கு தாக்குதல் நடந்தது. அங்கே, தேவன் கௌர் என்ற ஒரு வீரப் பெண்மணி இருந்தார். அவர் என் சொந்தக்காரர்களில் ஒருவர். பாக்ரி என்ற பாரம் பரிய உடையை அணிந்து கொண்டு எதிர்த்துப் போரிட்டார். கிராமத்தி லிருந்து கொஞ்ச தூரம் தள்ளி அவரது உடல் கண்டெடுக்கப்பட்டது. மக்கள் அவரைத் தனியாகப் போக வேண்டாம் என்று எச்சரித்துக் கொண்டே இருந்தார்கள். ஆனால் அவரோ, 'என்ன முட்டாள்தன மாகப் பேசுகிறீர்கள், நான் குரு கோவிந்த் சிங்கின் மகள்' என்று சொல்லி வீறுகொண்டு எதிரிகள்மீது பாய்ந்தார்.

ஆம், எங்கள் கிராமத்தில் நிறையப் பெண்கள் மீதமிருந்தார்கள். என் அப்பாவால் தியாகப் பலியிடப்பட்ட என் உறவுக்காரப் பெண்கள் மற்றும் கிணற்றில் குதித்து உயிரை மாய்த்துக் கொண்டவர்கள் நீங்கலாக மற்ற பெண்கள் உயிருடன் இருந்தார்கள். பெண்கள் தங்களை மாய்த்துக் கொள்ள ஆரம்பித்து விட்டார்கள் என்பதைக் கண்டு இஸ்லாமியர்கள் பின் வாங்கியதே இதற்குக் காரணம். எங்கள் குடும்பத்துப் பெண்கள் கொல்லப் படாமல் விடப்பட்டிருந்தாலோ, கிணற்றில் குதித்து பெண்கள் தங்கள் உயிரைத் தியாகம் செய்யாமல் இருந்திருந்தாலோ உயிருடன் இந்தப் பெண்கள் இருந்திருக்க முடியாது. இஸ்லாமியர்கள் இவர்களைக் கொண்டு போகத்தானே வந்தார்கள், கிடைக்க மாட்டார்கள் என்று உணர்ந்ததால்தான் விட்டுச் சென்றார்கள். நான் இதைச் சொல்வதற்கு என்னை மன்னிக்க வேண்டும். எங்கள் கிராமத்து இஸ்லாமியர்கள் அவ்வளவு நல்லவர்கள் இல்லை. எங்கள் வீட்டுக் குழந்தைகள் சுத்த மாக, நல்ல உடைகள் அணிந்து நன்றாக இருப்பார்கள். இஸ்லாமி யர்கள் ஏழெட்டு நாள்களுக்குக் குளிக்க மாட்டார்கள். சோப்பு என்கிற விஷயமே அவர்கள் கேள்விப்படாதது.

பார்க்கவே கொடுமையாக இருப்பார்கள். எங்கள் சமூகப் பெண்கள் அழகாக இருப்பார்கள். அதனால்தான் அவர்களைக் கவர்ந்து போகத் திட்டமிட்டு இஸ்லாமியர்கள் வந்தார்கள். அப்பா, அது போல நடக்கவே கூடாது என்பதில் தீர்மானமாக இருந்தார். 'சரித்திரம் தினமும் மாறுவ தில்லை, நாம் அனுதினமும் பிறப்பதில்லை, இன்னும் எத்தனைக் காலம் நாம் வாழப் போகிறோம், பத்து வருடம்? இருபது வருடம்? அதற்குப் பிறகு? செத்துத்தானே போக வேண்டும்? மானத்தோடு செத்துப் போவோம்' என்றார். தொடக்க நடவடிக்கைகளைத்தான் அப்பா மேற்கொண்டார், மீதியை சர்தாரிணி லஜ்ஜாவந்தி பொறுப்பேற்றார்.

எங்கள் பகுதியில் இரண்டே இரண்டு வழக்கறிஞர்கள்தான் இருந்தார்கள். ஒருவர் ஜஸ்டிஸ் ஹர்னாம் சிங், மற்றவர் சாண்ட் குலாப் சிங்.

ஹர்னாம் சிங் உயர் நீதிமன்றத்துக்குப் போனார்; குலாப் சிங் வேறு திசையில் போனார். அவர் கொஞ்சம் உயர்வான சிந்தனைகளை உடையவர். ஆகவே இலக்கியப் பாதையைத் தேர்ந்தெடுத்தார். மாதா லஜ்ஜாவந்தி இவரது மனைவிதான். பல சீக்கியர்களைத் தன்னைத் தியாகம் செய்து காப்பாற்றினார் இவர். இருபத்தாறாக இருந்த தியாகம் செய்த பெண்களின் எண்ணிக்கையை அவரால் நூறாக்க முடிந்தது. எங்கள் கிராமத்தைச் சேர்ந்த ஹரி சிங் என்பவரையும், இன்னொரு வரையும் இஸ்லாமியர்கள் பிடித்து அழைத்துப் போனார்கள். முதலில் அவரது கையையும், பிறகு புஜத்தையும் வெட்டினார்கள். ஆனால் அவர் இஸ்லாமுக்கு மாற மறுத்தார். 'வேண்டுமானால் என்னைக் கொலை செய்து கொள்ளுங்கள்' என்று சொல்லிவிட்டார். அவரைக் கொன்று விட்டார்கள். குர்பக்ஷ் சிங் தீர் என்று ஓர் உறவினர் இருந்தார், இப்போது அவர் உயிருடன் இல்லை. அவர் நெஞ்சில் துப்பாக்கியை வைத்து 'உங்கப்பா எங்கே?' என்று கேட்டுக் கொண்டே இருந்தார்கள். அவருடைய அப்பா இரவே தப்பித்து சுமார் இருபது கிலோமீட்டர் நடந்து ராவல்பிண்டி போய்விட்டார். அங்கே ஜில்லா கலெக்டரை அணுகி, உதவிக்கு ராணுவத்தை அழைத்து வந்தார்.

நிஜமான தியாகத்தைச் செய்தவர்கள் மாதா லஜ்ஜாவந்தியும், கிணற்றில் விழுந்து மாய்த்துக் கொண்ட பெண்களும்தான்.அவர் தேர்ந்தெடுத்த ஆயுதத்தைப் பாருங்கள்.. அந்தத் தருணத்துக்கு எவ்வளவு பொருத்த மாக இருந்திருக்கிறது! அவருக்குத் தூண்டுதலாக இருந்தது சாண்ட் ராஜா சிங். தன்னுடைய மகள்களையே அவர் வெட்டிக் கொல்வதைப் பார்த்திருக்கிறார், அதைத் தொடர்ந்து இந்தப் பெண்கள்.. என்ன வேறுபாடு? ஒரு பெண்ணை அவர்கள் தூக்கிப் போயிருந்தாலும் அது அவமானத்தை உண்டாக்கியிருக்கும். விவாதத்தில் இருந்த 'அந்தப் பெண்ணை' நாங்கள் அழைத்து வந்து விட்டோம். உயிரோடுதான் இருந்தாள். அவளை எங்களுடன் முகாமுக்கு அழைத்து வந்தோம். அதற்குப் பிறகு ஓர் இஸ்லாமியரோடு அவள் மாண்ட்டோகோமரிக்கு ஓடிப் போய்விட்டாள். அவனைக் கல்யாணமும் பண்ணிக் கொண்டு விட்டாள். அவள் இன்னமும் எங்கள் கிராமத்தில் இருக்கிறாள்.

கலவரங்கள் தொடங்கிய போதே சமாதானப் பேச்சு வார்த்தைகளும் ஒருபுறம் தொடங்கின. சண்டை இருந்தால் சமாதானமும் இருக்கத் தானே செய்யும்? ஆகவே இஸ்லாமியர்கள் உடன்படிக்கை செய்து கொள்ள முன்வந்தார்கள். அந்தப் பெண்ணைக் கொடுத்து விட்டால் நாங்கள் தொடர்ந்து எங்கள் வீடுகளில் இருக்கலாம் என்றார்கள்.

கொஞ்சம் பலசாலியாக, பார்க்க உதவாக்கரை மாதிரி இருக்கும் இஸ்லாமியன் ஒருவன் இருந்தான். கூலி வேலை செய்து பிழைக் கிறவன். அவன்தான் இந்தப் பெண்ணைக் கேட்டவன். அவர்களுக்குள் ஏதோ தொடர்பு இருந்திருக்கிறது. அவர்கள் இந்தப் பெண்ணைத் தருமாறு கேட்டபடி இருந்தார்கள். கொடுத்து விட்டால் கலவரம் செய்து கொண்டிருந்த எல்லா இஸ்லாமியர்களையும் அனுப்பிவிடுவ தாகச் சொன்னார்கள்.

மக்கள் இதைப் பற்றி கூடிப் பேசினார்கள். அவர்களுக்குள் தொடர்பு என்னவோ இருக்கிறது, அவள் நடத்தை சரியில்லை என்பது தெரிந்து விட்டது. அவளைப் போய் பாதுகாத்து வைத்துக் கொள்வதில் என்ன பிரயோஜனம் என்று பேசிக் கொண்டார்கள். உயிரைக் காத்துக் கொள்ள வேண்டும் என்று வருகிற போது இதையெல்லாம் செய்வதில் தவறில்லை. ஆகவே ஒரு மாதிரியாக அவளைத் தந்து விடுவது என்று முடிவாயிற்று.

அந்தச் சமயத்தில், அவளுடைய விருப்பம் என்ன என்ற கேள்வியே எழவில்லை. கிராமத்தின் மானம்தான் விவாதத்துக்குரியதாக இருந்தது. இதை எப்படி அனுமதிக்க முடியும் என்ற கேள்வியை அப்பா எழுப்பி னார். நம் வரலாறு என்ன சொல்கிறது? காபுலிலும் காந்தஹாரிலும் கஜினி முகமது பெண்களைக் கவர்ந்து போன போது அவர்களைத் திரும்ப அழைத்து வரவில்லையா நாம்? இப்போது மட்டும் இந்தப் பெண்ணை அழைத்துப் போங்கள் என்று எப்படிச் சொல்வது? அதுவும் நம் உயிரைக் காத்துக் கொள்ள எப்படி இதைச் செய்யலாம்? இவள் என் மகள். எல்லாரும் ஒதுங்கிப் போங்கள், எப்படி இந்தப் பெண்ணைக் கொடுத்து விடுகிறோம் என்று பார்க்கிறேன் என்றார். எல்லாப் பெண்களையும் ஒதுக்கி வைத்துவிட்டு மைதானத்துக்குப் போனார். சண்டையிட்டு எல்லாரையும் விரட்டியடித்தார். பிறகு, வந்து 'இப் போது கொடுங்கள் அந்தப் பெண்ணை, யாராவது மீதமிருந்தால்' என்றார். பிறகு, ராணுவம் வந்ததும் அந்தப் பெண் எங்களுடன் லாரி யில் வந்தாள். முதலில் ஜீலம் போனோம்... இல்லை குஜ்ஜார் கானிக்குப் போனோம். இரவு ரவாத்தை அடைந்தோம், பிறகு வாஹ் முகாமுக்குப் போனோம். அங்கே தங்கினோம், அந்தப் பெண்ணும் எங்களுடன் இருந்தாள். அவளுடைய சில உறவினர்கள் மாண்ட்கோமரியில் இருந்தார்கள். மற்ற பகுதிகளில் கலவரம் பெரிதாக இல்லை.

கலவரம் எங்கள் ராவல்பிண்டி பகுதியில் ஆரம்பித்தபோது இதர இடங்களில் மக்கள் பாதுகாப்பாக இருந்தார்கள். எங்கள் பகுதியில் கலவரம் மார்ச்சில் ஆரம்பித்தது. ஜீலத்தில் சர்தார் ஹர்னாம் சிங் என்று ஒருவர் இருந்தார். அவர் சீக்கியர்களுக்குப் பெரிதும் உதவியாக இருந்

தார். எல்லா இடங்களிலிருந்தும் பொருள்களைச் சேகரித்து மக்களுக்கு வழங்குவார். கையில் பைசாக் கூட இல்லாத மோசமான நிலையில் நாங்கள் இருந்தோம். ஒருதரம் என் சட்டைப் பையில் கைவிட்ட போது இரண்டணாக் காசுகள் கிடைத்தன. அதை என் உறவினரிடம் கொடுத்து சோளம் வாங்கிவரச் சொன்னேன். ரவாத் போகும் வழியில் பயங்கர மாகப் பசித்தது. ஒருவகையில் பார்த்தால் பசியும் தாகமும் மறந்து போயிருந்தது. ஒரு கையில் அம்மாவும், இன்னொரு கையில் ஒரு குழந்தையுமாக, ஒரு குழந்தையைத் தூக்கிக் கொண்டு போகும் போது எப்படிப் பசியை உணர முடியும்?

ஆனால், மனிதர்கள் மனிதர்கள்தானே! மனிதர்களுக்கு பசி வரத்தானே செய்யும்? சென்றவன் திரும்பி வந்து அந்தக் காசுகள் செல்லாதவை என்று சொன்னது ஞாபகம் இருக்கிறது. நான் அழுதேன். இன்னொரு பையில் கையை விட்டால் அப்பாவின் கடிதம் ஒன்று இருந்தது, தன் மைத்துனிக்கு அவர் எழுதிய கடிதம். கைத்தவறுதலாக அந்தப் பையில் இருந்திருக்க வேண்டும். அப்பாவின் ஷால் ஒன்றும் இருந்தது. சில சமயம் அந்தக் கடிதத்தைப் படித்துப் பார்ப்பேன், சில சமயம் அந்த ஷாலைத் தொட்டு முத்தமிடுவேன். அந்தக் கடிதத்தைப் பல வருடங்கள் வைத்திருந்தேன், இப்போது அது எங்கே என்று தெரியவில்லை. எப்போதெல்லாம் வருத்தமாக இருக்கிறேனோ அப்போது அதைப் படித்து அழுது சமாதானம் அடைவேன். கண்ணீர் என்பது நல்ல அறிகுறி. எல்லை மீறி வழிவது எல்லாமே நல்லவைதான். அந்தக் காசு செல்லாதது என்று தெரிந்த அன்று எவ்வளவு அழுதேன் என்பது எனக்கு இன்னும் நினைவிருக்கிறது.

ரவாத் முகாமில் இருந்த அறையில் ஒரு குழு வந்து சேர்ந்திருந்தது. நாங்கள் படுக்கத் தயாரானபோது அந்த அறை எங்களுக்கு அல்ல, வேறொரு அறை இருக்கிறது என்று சொன்னார்கள். எங்கள் பெட்ஷீட் களையும் சொற்ப உடைமைகளையும் எடுத்துக் கொண்டு புறப்படத் தயாரானோம். அப்போது ஒரு கைக்குட்டையில் கட்டி வைக்கப்பட்ட ஐம்பது ரூபாய் பணத்தைப் பார்த்தோம். 'இங்கே ஐம்பது ரூபாய் இருக்கிறது, யாராவது பணத்தை விட்டு விட்டீர்களா?' என்று கேட் டேன். அவ்வளவு கூட்டத்தில் யாராவது நிச்சயம் விட்டிருப்பார்கள். ஆனால் அப்போது மக்கள் இருந்த நிலையில் ஒவ்வொருவரும் ஆயிரக்கணக்கில் இழந்து விட்டு வந்திருந்தவர்கள். யாரும் அந்த ஐம்பது ரூபாயை சொந்தம் கொண்டாடவில்லை. முன்னாலேயே இருந்ததோ அந்தக் குழு வந்த பிறகுதான் இழக்கப்பட்டதோ, யாரும் அதற்கு சொந்தம் கொண்டாடவில்லை. ஆகவே அதை நாங்கள் வைத்துக் கொண்டோம். அடுத்த இரண்டு மாதங்களுக்கு எங்கள் தேவைகளை அந்தப் பணம் பூர்த்தி செய்தது.

பெஷாவரில் இருந்த எங்கள் உறவினர்கள் ஐம்பது ரூபாய் மணி ஆர்டர் அனுப்பினார்கள். அந்தப் பணத்தில், டெல்லியில் இருந்த எங்கள் உறவினர்கள் சிலர் எங்களை இங்கே அழைத்து வந்தார்கள். எங்களிடம் ஒன்றுமே இல்லை. எல்லோரும் இளையவர்கள். பதினாறு வயதுதான் இருக்கும் அப்போது. உறைவிக்கப்பட்ட பால் டின்களும், அவித்த மீன்கள் அடைத்த டின்களும் அங்கே கிடக்கும். மீன் டின்கள் வாணலி களாகவும், பால் டின்கள் டம்ளர்களாகவும் பயன்பட்டன. அந்த டின் களின் கூர் முனையைக் கல்லால் நசுக்கி விட்டு பயன்படுத்தினோம். ரொம்ப வசதியாக வாழ்ந்து கொண்டிருந்தவர்கள் கூட எங்களுக்கு ஒன்று எடுத்துக் கொடேன் என்று கேட்பார்கள். ராணுவ ஆசாமிகளை உங்க ளுக்குத் தெரியும், அவர்கள் இந்த டின்களைப் பயன்படுத்திய பிறகு தூக்கி எறிவார்கள். பொறுக்கி எடுத்து ஓரத்தைத் தட்டி தயார் செய்வோம். பிறகு அக்கா நீங்க ஒண்ணு வெச்சிக்குங்க, தாத்தா நீங்க ஒண்ணு வெச்சிக்கங்க என்று எல்லாருக்கும் தருவோம். நான் முதன் முதலில் செய்த சேவை இதுதான். எங்களுக்கு எடுத்துக்கொண்ட பின் மற்றவர்களுக்கும் பொறுக்கி எடுத்துத் தருவோம். சாப்பாட்டு நேரம் வரும்போது இவை தான் எங்கள் பாத்திரங்கள். மெல்ல மெல்ல முகாமில் இருந்தவர்கள் பாத்திரங்கள் தர ஆரம்பித்தார்கள், அதற்குப் பிறகு தட்டுகளும் டம்ளர்களும் கிடைத்தன. ஆனால் ஆரம்பத்தில் இவைதான் பாத் திரங்கள். அதற்குப் பின் மெல்ல இங்கே வந்து சேர்ந்தோம்.

ஆம், அந்தப் பெண்... மாண்ட்டோகோமரிக்கு அருகில் வரும் போது அவளைக் கவர்ந்து போய்விட்டார்கள். அதை ரொம்ப ஆரவாரமாக, கொண்டாட்டமாகச் செய்தார்கள். அந்தக் கிராமத்தில் அவள் கல்யாணம் செய்து கொண்டு பஸ் ஸ்டாண்ட் அருகில் வாழ்ந்தாள் என்றும், அவள் கருவுற்றிருந்தாள் என்றும் பிறகு தெரிந்து கொண் டோம். அந்த ஆள் அவளைக் கவர்ந்து போனான்... ரொம்ப அழகாக இருப்பாள். கல்யாணம் செய்து கொண்டாள்... அவளுடைய மகனே இப்போது வளர்ந்து அவனுக்கும் குழந்தைகள் பிறந்திருக்கும். அவர் களுக்கு ஒரு ஹோட்டல் இருந்தது. அவள் கணவன் இப்போதுதான் இரண்டு ஆண்டுகளுக்கு முன்பு இறந்து போனான். அதீத அழகு அவள். சில சமயம் சில விஷயங்கள் இப்படி அமைகின்றன, பலரின் சாவுக்கு அவள் காரணமாக இருந்தாள். நடந்ததெல்லாம் திட்டமிட்ட செயல்கள் அல்ல. கிராமம் மொத்தமும் ஒரே இரவில் சுற்றி வளைக்கப்பட்டது. சூழ்நிலை என்னவென்றால், ஒரு சீக்கிய கிராமம் இருந்தது என்றால் சுற்றிலும் முப்பது, நாற்பது இஸ்லாமிய கிராமங்கள் இருந்தன.

இப்படி இருக்கும் போது சீக்கியர்கள் எங்கே போவார்கள்? அவர்களும் சாப்பிட வேண்டும், தண்ணீர் குடிக்க வேண்டும். இஸ்லாமியர்கள் செய்தது மிக அநியாயம். அவர்கள் என்றுமே நேரில் நின்று சண்டை

யிட்டதில்லை. பின்னால் வந்து முதுகில் குத்துவார்கள். ஓர் இஸ்லாமியனுக்கு சீக்கியனை முகத்துக்கு எதிரே நின்று சண்டையிடும் தைரியம் என்றுமே இருந்ததில்லை. வீடுகளுக்கும் உடைமைகளுக்கும் தீயிட்டுக் கொண்டே வருவார்கள். கிராமத்தைச் சூழ்கிற போது வீடுகளைத் தீயிட்டுக் கொண்டே வருவார்கள். தீ என்பது அச்சத்தை ஏற்படுத்தக் கூடியது. புகையைப் பார்த்ததுமே பயந்து போவார்கள் மக்கள். எங்களைச் சுர்றி வளைத்தார்கள், சுற்றிலும் தீ. என்ன செய்ய முடியும்? தங்கள் குழந்தைகளை அழித்தவர்களுக்கும், கிணற்றில் குதித்து உயிரை மாய்த்துக் கொண்டவர்களுக்கும்தான் எல்லாப் பெருமையும் சேரும் என்று நம்புகிறேன். அவர்கள்தான் எங்களைக் காத்தார்கள். தியாகப் பலியான குடும்பங்களைப் பாருங்கள், அவர்கள் குடும்பம் தழைத் தோங்கி வளர்வதைப் பார்க்கலாம். மரத்துக்குத் தண்ணீர் ஊற்றினால் அவை நன்றாக வளர்வதைப் போல, அந்தத் தியாகிகள் தங்கள் குடும்பத்தை ரத்தம் ஊற்றிச் செழிக்கச் செய்திருக்கிறார்கள்.

எங்கள் குடும்பத்தில் என் மகன் இறந்தான். இது நடந்தது பாகிஸ்தான் உருவான பிறகு, ஒரு பண்ணையில். இங்கே, இப்போது நான் இருக்கும் இடத்தில் மரணம் எதுவும் நிகழவில்லை. சில கஷ்டங்கள் இருந்த போதும் சில நன்மைகளும் இருந்தன. மொத்தக் குடும்பமும் உடைமைகளும் அழிக்கப்பட்டாலும், என்ன கிடைத்திருக்கிறதோ அதை அழியாது காக்க வேண்டும் என்று விதி கூட சில சமயம் உணர்கிறது. வீரம் வீணாவதில்லை, அல்லவா? விதியின் விருப்பப்படி நாங்கள் வளர்ந்து தழைத்திருக்கிறோம். எனக்கு ஐந்து மகன்கள். இந்த நிகழ்வுகளை நினைவுகூரும் போதெல்லாம் நாள் முழுக்க அம்மா அழுவாள். குடும்பத்துக்கு நேர்ந்த துக்கத்தை ஏறக்குறைய நாள் முழுக்கப் பாடி அழுவாள். கடவுள் அவள் குரலைக் கேட்டிருக்க வேண்டும். இப்போது நாங்கள் மூன்று சகோதரர்கள். எல்லோருக்கும் குழந்தைகள் இருக்கிறார்கள். எனக்கு ஐந்து பையன்கள், பேரக் குழந்தைகள்... நல்ல பெரிய குடும்பம். இந்த இரைச்சலில் நிம்மதியாகத் தூங்க முடியவில்லை என்பதுதான் இப்போது அம்மாவின் புகார்! ஆகவே, விதி செய்திருக்கும் இந்த அற்புதத்தைப் பார்த்து சந்தோஷம்தானே பட வேண்டும்?

★★★

எனக்கு இரண்டு சகோதரிகள் இருந்தார்கள். ஒருவர் அப்போது கல்கத்தாவில் இருந்தார். இன்னொருவர்தான் முதன்முதலில் தியாகப் பலியானவர். அவர் அதைச் செய்த விதம் வீரமும் தைரியமும் நிறைந்தது. இதுவரை அப்படிப்பட்ட ஒருவரை என் கண்ணால் பார்த்ததில்லை. சும்மா, இப்படி உட்கார்ந்தார் என் சகோதரி, அப்பா

அவருக்குப் பின்னால் நின்றார். அப்பாவுக்கு அருகில் நான். அப்பாவும் மகளும் ஒருவரையொருவர் பார்த்துக் கொள்ள முடியவில்லை. அப்பா பின்னால் இருந்தார். வீச்சரிவாளை வெளியில் எடுத்து வைத்துக் கொண்டு தியானம் செய்தார் முதலில். அரிவாளை வீச முற்படும்போது ஏதோ தடுத்தது... மகள் மீது இருந்த பாசமாக இருக்கலாம். சகோதரியும் அவரும் ஒரு வார்த்தைகூடப் பேசிக் கொள்ளவில்லை. வாளின் மொழியே அவர்களை ஒருவரை ஒருவர் புரிந்து கொள்ளச் செய்தது. முதல் வீச்சு பயனில்லாமல் போனதில் அவர்கள் இருவருக்குமே வருத்தம். சகோதரி கத்தியைத் தானே பிடித்து கழுத்துக்கு எதிரே வைத்துக் கொள்ள அப்பா இப்படி வீசினார். சகோதரியின் தலை உருண்டது.

சிலர் மாடியிலும் சிலர் கீழேயும் இருந்தார்கள். முழு கிராமமும் அங்கே கூடியிருந்தது. கீழே சில அறைகளும் மாடியில் சில அறைகளும் இருந்தன. இதெல்லாம் திட்டமிட்டு நடந்ததல்ல. திடீரென்று தங்கள் குடும்பங்கள் அழிக்கப்படப் போகின்றன என்று உணர்ந்தார்கள். எல் லோரும் இளையவர்கள். அப்பாதான் ஏழு சகோதரர்களில் இளையவர். கர்ப்பத்தில் குழந்தை இருந்த பெண்ணின் அப்பா பற்றி ஏற்கனவே சொன்னேன், அவதார் சிங். அது அவள் முதல் குழந்தை... என்ன சொன்னேன், ம்ம்ம் அந்த சாச்சாவும் அவர் மைத்துனரும் இளைய வர்கள். மூத்த சகோதரனின் மகனும் சித்தப்பாவும் ஏறக்குறைய சம வயதினர். எல்லோருமே இளையவர்கள். நிறைய ஆண்களும் இருந் தார்கள். இருபத்தாறு பெண்கள் என்றால் எத்தனை ஆண்கள் இருந் திருப்பார்கள் என்று யூகிக்கலாம். பதினைந்து அல்லது இருபது இளைய வர்கள், அவர்கள் எல்லோரும் தாங்கள் அழிக்கப்படப் போகிறோம் என்று நினைத்தார்கள். ஆகவே இது சரிதான் என்றார் அந்தச் சித்தப்பா.

எல்லோரும் அவருக்குத் துணை நின்றார்கள். இஸ்லாமியர்கள் தங்கள் குடும்பத்துப் பெண்களைக் கவர்ந்து போனால், எத்தனைக் காலம் தாங்கள் உயிரோடு இருக்கப் போகிறோம் என்ற அதீத எண்ணம் எல்லோருக்கும். ஒருவேளை அவர்கள் இதை அன்று செய்யாம லிருந்தால் என் சகோதரியின் பெயர் இந்தப் புத்தகத்தில் இருந் திருக்கும். (குறிப்பிட்ட அந்தப் புத்தகம் கவர்ந்து போகப்பட்ட பெண் களின் விலாசங்கள் அடங்கியது. அதை நான் எடுத்துப் போயிருந்தேன்) இவர்கள்தான் எங்கள் உயிரைக் காப்பாற்றியவர்கள். எங்கள் பெண்கள் மானம் அழிந்து போவதை விட நாங்கள் அவர்களைக் கொன்று விடு கிறோம் என்றார்கள் அவர்கள். இந்தப் புத்தகம் முழுக்கப் பார்த்தாலும் எங்கள் கிராமம் இடம் பெற்றிருக்காது. நீங்கள் இங்கே பார்ப்ப தெல்லாம் தமாலி உள்ளிட்ட பகுதிகளில் இருந்த பெண்கள். பாவம், அவர்களுக்கு வேறு வழியே இருக்கவில்லை. திடீரென்று ஒரு பத்து

பேர் வந்து எங்கள் பெண்களை இழுத்துப் போனால் நான் செய்ய முடியும்? முடிவில்லாமல் ஏகப்பட்ட பேர் வந்தவண்ணம் இருந்தார்கள். உலகமே தன் எல்லைகலை உடைத்துக் கொண்டு மக்கள் வெள்ளமாக வந்தது போல இருந்தது.

ஆமாம், சிலர் எங்கள் பெண்களைக் கவர்ந்து போனார்கள். எங்கள் குடும்பம் மட்டும் மாடியிலும், மற்றவர்கள் கீழேயும் போய்விட்டார்கள். மாடியில் நாங்கள் தனியாக இருந்தோம். மேலே இருந்த எல்லோரும் கொல்லப்பட்டார்கள். ஆண்களைக் கொல்லவில்லை. நான் மேலேதான் இருந்தேன், என்னைக் கொல்லவில்லை. என்னை ஓரம் தள்ளி விட்டார்கள். அப்படி ஒரு அச்சுறுத்தும் காட்சியை நான் பார்த்ததே இல்லை. இன்றும் அதை நினைத்துப் பார்க்கும் போதெல்லாம் அழுகை வருகிறது. மனம் லேசாவதற்கு அது பயன்படுகிறது. ஒரு அப்பாவே மகளைக் கொல்ல வேண்டுமென்றால், என்ன ஒரு நிலை, எப்படிப்பட்ட நிராதரவான சூழல் அது! யாரோ என் மகளைக் கவர்ந்து போகப் போகிறார்கள் என்கிற எண்ணம் அவர் உள்ளத்தையே பிளந்திருக்க வேண்டும். வாழ்க்கை பூரா இவர்களுக்கெல்லாம் கடன் பட்டவன் நான்... அவர்களை மதமாற்றத்துக்காகத்தானே கொண்டு போக எண்ணினார்கள்!

1984 வன்முறை போலவேதான் அதுவும். தலைமுடியைச் சிரைத்துக் கொள்ளச் சொல்லி மக்கள் வற்புறுத்தப்பட்டார்கள். மதம் மாற வற்புறுத்தப்பட்டார்கள். அப்போது நடந்ததேதான். மக்கள் எதிர்த்து சண்டையிட்டார்கள். இறந்தார்கள். டெல்லியில் வேலை பார்த்துக் கொண்டிருந்த அந்தப் பெண்ணின் கணவனை அம்பாலாவுக்கு மாற்றல் செய்தார்கள். பாட்டியாலாவில் வேலை பார்த்த அவள் சகோதரன் டெல்லிக்கு மாற்றலானான். சகோதரி வீடு பெரிதாக இருக்கிறதே அவளுடன் வந்து தங்கிக் கொள்ளலாம் என்று வந்தான். கணவர் தனியாக அம்பாலாவிலும், டெல்லியில் இவர்கள் இருவரும் என்று இருந்தார்கள். அவர்கள் இருந்த இடம் பாலம் காலனி. அங்கே திடீரென்று கலவரக்காரர்கள் வந்து சூழ்ந்து கொண்டார்கள். தன் சகோதரனைக் கொல்ல வேண்டாம் என்று அவள் கெஞ்சிக் கேட்டுக் கொண்டாள். ஆனால் அவர்கள், ‘நீ ஒதுங்கிப் போ. நாங்கள் பெண்களைக் கொல்வதில்லை’ என்று சொல்லி அவள் கண்ணெதிரிலேயே கோடரிகளால் அடித்து அவளது சகோதரனைக் கொன்றார்கள்.

சகோதரனின் பிணத்துடன் அவள் தனியாக விடப்பட்டாள். என்ன செய்வதென்று தெரியாமல் தவித்திருக்கிறாள். ஜன்னலிலிருந்து மரத்தை உடைக்க முயல்வதும், எரிப்பதற்கு நெய்யை எடுப்பதுமாக இருந்திருக்கிறாள். புத்தகம், நாற்காலி என்று கையில் கிடைத்தவைகளை எல்லாம் திரட்டி சகோதரனின் ஈமச் சடங்கைச் செய்திருக்கிறாள். அப்போதும்

உடல் முழுவதுமாக எரியவில்லை. இதெல்லாம் எதனால்? மக்களின் மனப்பாங்கு! இஸ்லாமியர்கள் குறித்து எங்களுக்கிருந்த மனப்பாங்கால் விளைந்ததுதானே இதெல்லாம்? இந்தியா உருவாகக் காரணமாக இருந்தவர்கள் சீக்கியர்கள். நாங்கள்தான் அதன் கொடியைப் பட்டொளி வீசிப் பறக்க விட்டோம். இஸ்லாமியர்கள் இங்கு வருவதற்கு முன்பு, யாராவது தாக்குதல் நடத்துகிறார்கள் என்றால் சீக்கியர்கள்தானே காப்பாற்ற முன்னால் வந்து நின்றார்கள்? சீக்கியர்கள் யார்? இந்துக்களாக இருந்தவர்கள்தானே? இப்போது இந்துக்களும் சரி சீக்கியர்களும் சரி தாங்கள் தனித் தனி என்று நினைக்கிறார்களே?

காவலர்கள், வாயிற் காப்போன்கள், இந்து சமூகத்தின் படை வீரர்கள் இப்படி என்ன சொல்லி வேண்டுமானாலும் அழைத்துக் கொள்ளுங்கள். ஆனால் பிரிக்காதீர்கள்.

இஸ்லாமிய மக்கள் தொகை எப்படி ஏறுகிறது என்று பாருங்கள். பாகிஸ்தான் உருவாகும் போது ஏழு கோடியாக இருந்தது, இன்றைக்குப் பதினாறு கோடியாக இருக்கிறது. நாற்பது ஆண்டுகளில் இந்த ஏற்றம் நிகழ்ந்திருக்கிறது. அடுத்த நாற்பதாண்டுகளில் இன்னும் பலமடங்காக ஆகாதா? எனக்கு இக்பால் என்று ஓர் இஸ்லாமிய நண்பர் இருந்தார். தன் குழந்தையின் பிறந்தநாள் விழாவுக்கு அழைப்பதற்காக வந்திருந்தார்.

'கட்டாயம் வருகிறேன் இக்பால் சாப், உங்களுக்கு எத்தனை குழந்தைகள்?' என்றேன்.

'அதெல்லாம் இப்ப எதுக்கு, அப்புறம் சொல்றேன்.' என்று மழுப்பினார்.

'சொல்லுங்க சார், எனக்கு எத்தனை குழந்தைகள்னு சொல்லணுமா, ஐந்து மகன்கள், இரண்டு மகள்கள். சும்மா சொல்லுங்க, உங்களுக்கு எத்தனை குழந்தைகள்?'

'பதினெட்டு'

பதினெட்டு!

இந்தப் பதினெட்டு எப்படி வளர்ந்து கொண்டு போகும்? எங்கள் ஓட்டுக்கள் என்னாவது? இப்படி ஆகவே கூடாது. காலிஸ்தான் என்ற பெயரில் சீக்கியர்களை ஒடுக்கி வைத்து மக்களைத் திருப்திப் படுத்தினீர் கள். இது தேச பக்தியா? நாற்காலி பக்தி, பதவி வெறி. தேசத்தைக் கடவுளாக நினைப்பதுதான் தேசபக்தி. குருத்வாரா இயக்கத்தால்தான் இந்தியா தெய்வமாயிற்று. சுதந்தரப் போராட்டத்தில் தூக்கிலிடப்பட்ட

107 பேர்களில் 92 பேர் சீக்கியர்கள். என்ன விகிதாச்சாரம் என்று நீங்களே பார்த்துக் கொள்ளலாம்.

நம்முடைய முன்னோர்களில் அனுபவம் வாய்ந்த சாதுரியமான பெண்கள், பால் தரும் பசு மாடு அப்பப்ப உதைதச்சாத்தான் என்ன? என்று பசுவைச் சொல்வார்கள். நாங்களும் அப்படித்தான். ஆனால் பாலே தராத மாடு எட்டி உதைத்தால் என்ன செய்வது? அதை யார் சரி பண்ணுவது?

6

குழந்தைகள்

பிரிவினை குறித்து நான் அறிந்த வரலாறுகள் எதிலும் குழந்தைகள் குறித்து ஏதுமில்லை. இதில் ஆச்சரியமில்லை. வரலாற்றின் அங்கங்களாக, குழந்தைகளைப் புரிந்து கொள்வது கடினம். வரலாற்று ஆசிரியர்கள் கேட்கலாம் : குழந்தைகளின் அனுபவத்தை அவர்களின் அனுபவங்களாகவே எப்படி கண்டறிவீர்கள்? குழந்தைக் கால நினைவுகள் வயது வந்த பருவத்து அனுபவங்களாக வடிகட்டப்பட்டே கிடைக்கின்றன. இவை சுயசரிதமாக ஏற்கப்படலாம். வரலாறாக இருக்க வேண்டும் என்ற அவசியமில்லை. பின் எப்படி குழந்தைகளின் அனுபவத்தைக் கண்டறிவது?

பிரிவினையின் சரித்திரத்தைப் பொருத்தவரை இது மிகவும் முக்கியமானது. இந்த வரலாற்றின் பெரும் பகுதி குழந்தைகளைச் சுற்றிப் பின்னப்பட்டிருந்தாலும் அவர்கள் குறித்து அறிய முடியாதது துயரமானது. இந்தியாவும் பாகிஸ்தானும் பெண்கள் குறித்தோ, ஹரிஜன்கள் குறித்தோ சண்டையிட்டது போலக் குழந்தைகள் குறித்துச் சண்டையிட்டுக் கொள்ளவில்லை. குழந்தைகளின் உடல்களும் உயிர்களும்தான் மிகப் பெரிய சவாலாக இருந்தன. கவர்ந்து போகப்பட்ட, பலாத்காரம் செய்யப்பட்ட பெண்களை மதத்தின் பெயரால் திரும்ப அழைத்து வரப்பட்டு, ஒரு வகையில் புனருத்தாரணமும் செய்து விட முடிந்தது. ஆனால், இரண்டு மதங்களின் ரத்தங்கள் கலந்திருந்த குழந்தைகளைத் திரும்பக் கொணர்ந்து இணைத்துக் கொள்ள இயலவில்லையே? எண்ணிக்கைகளுக்கு ஏதேனும் முக்கியத்துவம் இருக்குமானால் அவை நம் கவனத்தைக் குழந்தைகள் பக்கம் திருப்பியே தீர வேண்டும். ஏறக்குறைய 75,000 முதல் 1,00,000 பெண்கள் பிரிவினையின் போது கவர்ந்து போகப்பட்டிருக்கிறார்கள். இதில் ஒரு சிறிய பகுதியைத் தேடிக் கண்டு பிடிக்கவே பத்தாண்டுகள் ஆகியிருக்கின்றன.

இவர்களில் பாதிப் பெண்களுக்குக் குழந்தைகள் இருந்தாக அனுமானித்தாலும் அந்த என்ணிக்கை 50,000 என்று வருகிறது. இது தவிர ஏகப்பட்ட குழந்தைகள் நிராதரவாக, கைவிடப்பட்டார்கள். இவை குறித்து விவரங்கள் இல்லை. வரலாற்றின் இந்தப் பகுதியை நாம் விட்டுவிட முடியுமா?

பல ஆவணங்களில் குழந்தைகள் குறித்த தகவல்கள் இல்லாதிருக்கும் போது, என்னுடன் பேசிய ஒவ்வொருவரும் நூற்றுக்கணக்கில் கைவிடப்பட்ட, அநாதைகள் ஆக்கப்பட்ட குழந்தைகள் குறித்துப் பேசினார்கள். சில குழந்தைகள் அவர்கள் குடும்பத்தாராலேயே கைவிடப்பட்டனர், சிலர் கவர்ந்து போகப்பட்டனர், சில குழந்தைகள் தங்கள் குடும்பம் எதுவென்றே தெரியாமல் மருத்துவமனைகளில் இருந்தன. இன்னும் சில குழந்தைகள் உறவினர்களைத் தவற விட்டன. சாவித்திரி

மகிஜனி என்பவர் ஒருங்கிணைந்த மறுவாழ்வு மற்றும் நல மையத்தின் தகவல் சேகரிப்பு ஊழியர். இந்த மையம் எட்வினா மவுண்ட் பேட்டனின் தலைமையில் செயல்பட்டது. இது தனியார் மறுவாழ்வு அமைப்புகளுக்கு துணையாகச் செயல்பட்டது. இந்த சாவித்திரி மகிஜனி, லாகூரில் இருந்த ஒரு மிகப் பெரிய முகாம் மூடப்பட்ட போது நடந்த சம்பவத்தைக் கூறினார்.

பிரிவினைக்குச் சில மாதங்கள் கழித்து, டெல்லியில் இருந்த ஒரு சமூக சேவை பள்ளியில் பணிபுரிந்து கொண்டிருந்திருக்கிறார். முகாம் மூடப்பட்ட சில நாள்களில் அவர்களுக்கு வந்த ஒரு தகவலின்படி ஏறக்குறைய ஒரு டஜன் குழந்தைகள் கைவிடப்பட்டிருந்தனர். அவர் களை என்ன செய்வது? அந்தக் குழந்தைகள் டெல்லியில் மிருதுளா சாராபாய் நடத்திய ஒரு இல்லத்துக்கு அனுப்பப்பட்டன. அந்தச் சமூக சேவைப் பள்ளியின் ஊழியர்கள், தத்து எடுப்பதற்குக் குழந்தைகள் இருப்பதாகவும், விருப்பப்பட்டவர்கள் விண்ணப்பிக்கலாம் என்றும் ஆல் இந்தியா ரேடியோவில் விளம்பரம் செய்தார்கள்.

கடிதங்கள் வந்து குவிய ஆரம்பித்தன. ஆனால் இங்கேயும், அன்றாட வாழ்வில் நடப்பது போலவே ஆண் குழந்தைதான் வேண்டும் என்றார்கள். விடப்பட்ட குழந்தைகளில் பெரும்பாலானவர்கள் பெண் குழந்தைகள். என்ன செய்வது? இறுதியில், பெரும்பாலான குழந்தை கள் தத்து எடுக்கப்பட்டார்கள். ஒரு மனிதர், தான் தத்து எடுத்த பெண் குழந்தையை அவள் ரொம்பத் துடுக்காக இருப்பதாகச் சொல்லி, திரும்பக் கொண்டு வந்து கொடுத்துவிட்டார். பெரும்பாலோர் வீட்டு வேலைக்குத்தான் ஆள் தேடினார்களே ஒழிய குழந்தையைத் தத் தெடுக்கும் விருப்பம் யாருக்கும் இல்லை. துடுக்கு யாருக்கும் தேவை யிருக்கவில்லை. அந்தப் பெண் குழந்தைக்கு என்னவாயிற்று என்று சாவித்திரிக்கு நினைவில்லை. ஆனால் இதர சமூக நல ஊழியர்கள் சொன்னது போலவே, ஆண்குழந்தைகள் சட்டரீதியாகத் தத்து எடுக்கப் பட்டார்கள், ஆனால் இளம் பெண்களை 'வேறு விஷயங்களுக்காக நிறையப் பேர் கேட்டார்கள் என்று அவரும் தெரிவித்தார். அவர் சொன்னதைக் கீழே தருகிறேன் :

> நாங்கள் டெல்லிக்கு வந்தபோது சமூகப் பணி செய்து கொண்டிருந் தேன். நாங்கள் அப்போதுதான் டெல்லி வந்திருந்தோம். இந்துக்கள் குடி பெயர்ந்து வந்திருப்பதாகவும், சில இந்திய மருத்துவர்கள் முகாம்களில் இருக்கும் இந்துக்களுக்கு மருத்துவச் சேவைக்காக பாகிஸ்தானுக்கு அனுப்பப்பட்டுள்ளதாகவும் அறிந்தோம். பாகிஸ்தானில் நிறைய மருத்துவர்கள் இல்லை. இருந்தாலும்... ஆகவே இந்திய அரசு இந்திய மருத்துவர்களை அனுப்பியிருந்தது.

அவர்கள் முகாம்களை மூடும் போது ஏழெட்டு கைவிடப்பட்ட குழந்தைகள் இருப்பதைப் பார்த்திருக்கிறார்கள். இந்திய மருத்துவர்கள் அவர்களை அங்கே விட்டுவர முடியாது என்பதால் அழைத்து வந்து விட்டார்கள். அவர்கள் இஸ்லாமியக் குழந்தைகள் என்று சொல்லப்பட்ட இந்துக் குழந்தைகளாக இருந்தாலும் அழைத்து வரப்பட்டார்கள். அப்போது ராமேஷ்வரி நேருவும் ரக்ஷா சரணும் ஒரு இல்லம் நடத்தி வந்தார்கள்.

அழைத்து வந்த குழந்தைகளை அந்த இல்லத்தில் சேர்த்தார்கள். பள்ளியில் எங்களுக்குச் சமூகப் பணிகளுக்கு வழிகாட்டியாக இருந்த ஒரு ஆசிரியை ஆல் இந்தியா ரேடியோவுக்குப் போனார். தத்து எடுக்கப்பட ஏழெட்டுக் குழந்தைகள் இருப்பதாகவும், யாராவது முன் வருகிறீர்களா என்றும் கேட்டார். அது மிகவும் குறைவான ஒரு எண்ணிக்கை, ஏழெட்டுக் குழந்தைகள் என்பது ஒரு பெரிய விஷயமல்ல. நான் அந்தப் பள்ளியில்தான் பணியில் இருந்தேன். கடிதங்கள் வர ஆரம்பித்தன. எல்லோருமே ஆண் குழந்தைதான் கேட்டார்கள், அதுவும் அழகான, ஆரோக்கியமான குழந்தையாக. யாருமே பெண் குழந்தை வேண்டுமென்று கேட்கவில்லை. ஒரு மனிதர் முன்வந்து பெண் குழந்தையைத் தத்து எடுத்தார். ஆனால் இரண்டு மூன்று நாள்களுக்குள்ளாகவே அவள் ரொம்ப துடுக்காக இருப்பதாகச் சொல்லித் திரும்பக் கொண்டு வந்து விட்டார். குழந்தைகள் துடுக்காக இல்லாமல் வேறு எப்படி இருக்க வேண்டும் என்று நினைப்பீர்கள்? அதற்குப் பிறகு அந்தக் குழந்தைகளுக்கு என்ன ஆயிற்று என்று தெரியவில்லை. இந்துப் பெற்றோர் தங்கள் குழந்தைகளை நிராதரவாக விட்டுச் சென்ற சம்பவங்களில் இதுவும் ஒன்று. மக்களின் மனோபாவம் தங்களைக் காத்துக் கொள்ள வேண்டும் என்பதிலேயே கவனமாக இருந்ததால் குழந்தைகளை ஒதுக்கிவிட்டார்கள்.

★★★

பிரிவினைக்கு நாற்பதாண்டுகள் கழித்து திரிலோக் சிங்கைச் சந்தித்தேன். அவரது அப்பாவும், இரண்டு மாமாக்களும் இந்தியாவுக்குத் தப்பிப் போவதற்காகத் தங்கள் குடும்பத்துப் பெண்களையும் குழந்தைகளையும் கொல்வது என்று தீர்மானித்தபோது திரிலோக் சிங்குக்கு ஒன்பது வயது. அவர்கள் கிராமம் பாகிஸ்தானுடன் இணையப் போவது உறுதியாகியிருந்தது. சீக்கியர்கள் தாக்குதல் தொடங்கியிருந்தது. ஒவ்வொரு நாளும் ஆபத்து நெருங்கிக் கொண்டிருந்தது. மங்கள் சிங்குக்கும் (திரிலோக்கின் மாமா) அவரது இரண்டு சகோதரர்களுக்கும் தாங்கள் தப்பிச் செல்லலாம் அல்லது தப்பிச்

செல்லும் போது கொல்லப்படலாம் என்பது தெரிந்திருந்தது. ஆனால் தங்கள் குடும்பத்துப் பெண்களுக்கும் குழந்தைகளுக்கும் அந்த வாய்ப்பே இல்லை என்றும் அவர்கள் நம்பினார்கள். இந்துக் குடும்பங்களிலும், சீக்கியக் குடும்பங்களிலும் அன்று சாதாரணமாகியிருந்த ஒரு காரியத்தைச் செய்வது என்று தீர்மானித்தார்கள்.

ஆபத்தை எதிர்த்து நிற்கச் சக்தியில்லாதவர்களைக் கொன்று விடுவது என்பதே அது. பெண்கள், குழந்தைகள், வயதானவர்கள், ஊனமுற்றவர்கள்... ஆகியோர். இவர்கள் தப்பித்துப் போவதைச் சிரமமான வேலையாக ஆக்கி விடுவார்கள் என்பது மட்டுமல்ல, அவர்கள், குறிப்பாகப் பெண்கள் வன்புணர்ச்சி செய்யப்படலாம் என்பதாலும், பலவீனமானவர்கள் மதமாற்றத்துக்குக் கட்டாயப்படுத்தப்படலாம் என்பதாலும் இந்த முடிவு. இரண்டுமே அவர்கள் மதத்துக்கும் ஆண்மைக்கும் இழுக்கு. குழந்தைகள்கூட மத மாற்றம் செய்யப்படலாம் அல்லது கவர்ந்து போகப்படலாம். இது இரண்டு சமூகங்களிலும் நிகழ்ந்த ஒன்றுதான் என்பதால் கற்பனையான விஷயமல்ல.

தன் குடும்பத்தின் மூத்த ஆண்கள் யாரெல்லாம் கொல்லப்படவேண்டும் என்பதைப் பேசிக் கொண்டிருந்ததை திரிலோக் கேட்டிருக்கிறார். அவர்கள் அதைத் தியாகம் என்று அழைத்தார்கள். அந்த ஒன்பது வயதிலும் தனக்கு வாழ வேண்டும் என்ற ஆசை இருப்பது அவருக்குப் புரிந்திருக்கிறது. ஆகவே அப்பாவிடமும் மாமாவிடமும் தன் விருப்பத்தைச் சொல்லியிருக்கிறார். தப்பித்துப் போகத் தனக்கு ஒரு வாய்ப்பு தரும்படியும், அப்படிப் போகிற போது கொல்லப்படும் ஆபத்தைச் சந்திக்கத் தான் தயாராக இருப்பதாகவும் தெரிவித்திருக்கிறார். அவர்களும் சம்மதித்திருக்கிறார்கள். குடும்பத்தின் இதர உறுப்பினர்களுக்கு இந்த வாய்ப்பு தரப்படவில்லை. அவர்களில் பதினேழு பேர் குடும்பத்தினரால் கொல்லப்பட்டார்கள். சிறுவன் திரிலோக் தப்பினான்.

நான் அவரைச் சந்தித்தபோது அமிர்தசரஸிலிருந்து முப்பது கிலோ மீட்டர் தொலைவிலுள்ள ஒரு கிராமத்தில் துணிக்கடை ஒன்றை நடத்திக் கொண்டிருந்தார். தன்னைப் பற்றியும், அந்தச் சம்பவங்கள் பற்றியும் அவருக்கு நினைவிருந்தது. மறக்க விரும்பினாலும் திரும்பத் திரும்ப நினைவுக்கு வருகிறது என்றார் திரிலோக். அப்பா மற்றும் இரண்டு மாமாக்களில் ஒருவரைத் தவிர, மங்கள் சிங்கும் அவரும்தான் அவர்கள் குடும்பத்தில் உயிருடன் தப்பியவர்கள். அவர்கள் இருவருக்குமே இப்போது புதிய குடும்பங்கள் உருவாகியிருந்தன. அந்தப் புதிய குடும்பத்தின் உறுப்பினர்கள் யாருக்கும் இவர்களுக்கு நேர்ந்த துயரச் சம்பவங்களில் அக்கரை இல்லை. ஒருவிதமான பகிர்தல் உணர்வில்

திரிலோக்கும் அவரது மாமாவும் தொடர்பில் இருந்தார்கள். ஆனாலும் அந்தச் சம்பவங்கள் குறித்து அவர்கள் பேசுவதில்லை. தங்களுக் கிடையில் அடிநாதமாக இருந்த விரக்தி உணர்வை அவர்கள் இரு வருமே உணர்ந்திருந்தார்கள்; திரிலோக் மட்டும் வேண்டிக் கேட்டுக் கொண்டிருக்காவிட்டால் அவரும் இதர குடும்ப உறுப்பினர்களுடன் சேர்ந்து கொல்லப்பட்டிருப்பார் என்ற உணர்வே அது!

மங்கள் சிங்கைச் சந்திக்கும் போதெல்லாம் இவர் கையால் நாம் செத்துப் போயிருப்போம் என்பது அவருக்கு நினைவுக்கு வரும். ஆனாலும் இந்த வினோத உணர்வினாலேயே அவர்கள் இருவரும், குற்ற உணர்வு மிக்க அமைதியால் பிணைப்பில் இருந்தார்கள். மரணங்கள் அவர் களைச் சுற்றி உயிருடன் இருந்தன. ஆனாலும் அதை அவர்கள் பேசிக் கொண்டதில்லை. பொற்கோவிலில், தியாக மரணத்துக்கு உள்ளானவர் களின் நினைவாக ஆண்டு தோறும் நடைபெறும் நாற்பத்தெட்டு மணி நேர நினைவுகூரல் விழாக்களுக்காக மங்கள் சிங் போகும் போதெல்லாம் திரிலோகும் உடன் செல்வதுண்டு. தியானம் செய்து, இறந்தவர்களை அமைதியாக நினைவுகூர்வார்கள். அதற்குப் பிறகு வீடு திரும்புவார்கள். இந்த அந்தரங்க ஷேத்ராடனத்தில் அவர்களுடன் வேறெந்த குடும்ப உறுப்பினரும் சேர்ந்து கொள்வதில்லை.

★★★

திரிலோக்கின் கதை அசாதாரணமானதல்ல. இன்றைக்கு ஐம்பதுகளில் இருக்கும் பலர் என்னுடன் பேசினார்கள்; அப்போது குழந்தைகளாக இருந்தவர்கள்தான் அவர்கள் எல்லோரும். குழந்தைப் பருவ அனுபவங்களை, இன்றைய வயது முதிர்ந்த மனநிலையில் என்னுடன் அவர்கள் பகிர்ந்தார்கள். முதியவர்கள் போல அல்லாமல், இவர் களுக்குத் தங்கள் குழந்தைப் பருவ அனுபவங்களை அடுத்தவர்கள் புரிந்துகொள்வது மாதிரி எடுத்துச் சொல்ல சொற்கள் தேர்வுகூடச் சிரமமாக இருந்தது. திரிலோகுக்குத் தன் குழந்தைப் பருவத்தில் நடந்த விஷயங்கள் குறித்துப் பேசவே பல ஆண்டுகள் ஆகியிருக்கின்றன.

பல குழந்தைகள் ஆதரவற்றவர்களாக விடுதிகளில் வளர்ந்தவர்கள். பெரும்பாலும் அவர்கள் வீதியில் நிறுத்தப்பட்டவர்கள். மிகச் சிலருக்கு விடுதிகளில் சேரும் வாய்ப்பு கிட்டியிருக்கிறது. அவர்களுக்கு வாழ்க்கை முழுக்க, தங்கள் அனுபவங்களைப் பகிர்ந்து கொள்ள யாருமே கிடைக்கவில்லை. அல்லது பகிர்ந்து கொள்ள அவர்களால் இயலவில்லை. முதிர்ச்சி அடைந்தவர்கள், தங்களின், தாங்கள் பார்த்தவர்களின் அனுபவங்கள் குறித்துப் பகிர்ந்து கொள்ளும் நிலை யில் இருந்தார்கள். ஆனால் குழந்தைகளால் அது இயலவில்லை. டாராகக் கிழிக்கப்பட்ட தங்கள் வாழ்க்கையின் துக்கங்களைப் பகிர்ந்து

கொள்ளும் அளவு சொல்வளம் எங்கிருந்து அவர்களுக்கு வரும்? பிரிவினைக் காலத்துக் குழந்தைகள் பலருக்கு மனநிலை பாதிக்கப் பட்டும், குடும்பங்களில் சேர்ந்து வாழும் மனநிலை இல்லாமலும் இருந்தார்கள். குல்வந்த் சிங் அப்படிப்பட்ட ஒரு குழந்தை.

நான் அவரைச் சந்தித்த போது அவருக்கு வயது ஏறக்குறைய அறுபது. உயரமான, ஒல்லியான மனிதர். நீண்ட நரை தாடி. அவருடைய ஒரு கை புஜத்துடன் வெட்டுப்பட்டிருந்தது - பிரிவினையின் நினைவுச் சின்னம்! 'நான் ஒரு மருத்துவமனையில் டெக்னிஷியனாக இருக்கிறேன். மீதி நேரத்தைச் சமூக சேவையிலும் பிரார்த்தனையிலும் கழிக்கிறேன்' என்றார். வாழ்க்கையைச் சாத்தியமாக்கியதற்காக குருநானக்குக்கு நன்றி சொல்வது அவரது தினசரி கடமைகளில் ஒன்று. டெல்லியின் சிஸ்கஞ்ச் குருத்வாராவில் சமூக சேவைக்காகத் தினசரி இரண்டு மூன்று மணி நேரம் செலவிடுகிறார். தினசரி அங்கே சென்று தரையை மொழுகி சுத்தம் செய்வது, காலணிகள் பாதுகாக்கும் இடத்தில் பணி புரிவது என்று தன்னால் இயன்ற எல்லா வேலைகளையும் செய்து வந்தார்.

மற்ற பலரைப் போலவே, பிரிவினை என்பது அவருக்கும் ஒரு துயர மான அனுபவம். தன் குடும்ப உறுப்பினர்கள் எல்லாரையும் இழந்தார். அப்பாவின் எரிந்து கொண்டிருக்கும் உடலுக்கருகே படுத்திருந்த அனுபவம் ஞாபகமிருக்கிறது. சுற்றிலும் அந்தத் தணலின் சூடு. கலவரக்காரர்களைத் தடுக்கும் எண்ணத்துடன் முட்களைத் தடுப்புக் காகப் போட்டிருந்திருக்கிறார்கள் அவரது கிராம மக்கள். இது ஒரு தடையாகவே பயன்படவில்லை. குல்வந்துக்கு ஒருபுறம் முள்ளின் துன்பமும் இன்னொரு புறம் நெருப்பின் தகிப்புமாக இருந்திருக்கிறது. அவர் சொல்வதைப் பாருங்கள்:

> 'நான் அப்போது சிறுவன். அப்பா கொல்லப்படுவதை, அவர் நூறு துண்டங்களாக வெட்டப்படுவதைக் கண்ணெதிரில் பார்த்துக் கொண்டிருந்தார் அம்மா. முதல் அடி அவர் கழுத்தில் விழுந்தது. அதற்குப் பிறகு துண்டு துண்டாக வெட்டியிருக்கிறார்கள். அந்த நேரம் நான் நடுநடுங்கிப் போனேன். என் கால்களைச் சுற்றிலும் பிணங்கள். எங்கே பார்த்தாலும் நெருப்பு. மரண தாகத்தில் நாக்கு வறண்டது. என் அழுகுரல் கேட்டு அப்பா கால்களையும், சித்தப்பா தலையையும் பிடித்துத் தூக்கினார்கள். ஆறு மாதமே ஆகியிருந்த மகளை பிரார்த்தனை செய்தபடி தீயில் வீசி எறிந்தார்கள். தொடர்ந்து 'நம் மதம் ஆபத்தில் இருக்கிறது. குழந்தைகளின் மானத்தைக் காப்பாற்ற முடியுமா?' என்று புலம்பினார்கள். ஒவ்வொருவராக வரிசையாகத் தங்கள் குழந்தைகளை நெருப்பில் எறிந்தார்கள். அம்மா என்னை அப்பாவின் உடலுக்கு அருகில் கிடத்தினாள்..

சுற்றிலும் நெருப்பின் சூடு.. நாக்கு வறண்டது, கால்கள் நெருப்பில் அவிந்தன.

(அதற்குப் பிறகு) எழுந்தேன். கையை வெட்டி இருந்தார்கள். ரத்தம் வழிந்து ஓடுகிறது. உடம்பெல்லாம் தீக் காயம். நடக்க முடியாமல் கீழே விழுகிறேன். என்னைத் தூக்கி நிறுத்தி நடத்தி அழைத்து வந்தார்கள். பெரிய பெரிய முட்கள் மேல் நடந்து வந்தேன். ஆனாலும் அந்த முட்கள் குத்தும் உணர்வே தெரியவில்லை.'

1948 மார்ச் வரை, ஏறக்குறைய ஒரு வருடம் ராவல்பிண்டியில் இருந்த ஒரு மருத்துவமனையில்தான் கழித்திருக்கிறார். கொஞ்சம் குணமானதும் டெல்லியில் இருந்த உறவினர் வீட்டுக்கு வந்தார். ஆனால் அந்தக் குடும்பத்துடன் சேர்ந்து வாழ மிகுந்த சிரமப்பட்டிருக்கிறார். ஆகவே அவரை ஒரு விடுதியில் சேர்த்திருக்கிறார்கள்.

'அதற்குப் பிறகு என் உறவினர் ஒருவர் வீட்டுக்கு வந்து இரண்டு மூன்று ஆண்டுகள் இருந்தேன். ஆனால் அது அவ்வளவு சந்தோஷமாக இல்லை. சித்தப்பா பையன் தார்லோக் சிங் எப்போது பார்த்தாலும் நான் துக்கமாகவே இருப்பதாகச் சொல்லி, என்னை விடுதியில் கொண்டு சேர்க்க வேண்டும் என்றான். ஒரு ஆஸ்ரமத்தின் விடுதியில் என்னைச் சேர்த்தார்கள். அங்கே முதலில் ஒரு காய்கறி மண்டி இருந்தது. பிறகு கஸ்தூரிபா நிகேதன் வந்தது. ஏறக்குறைய 16 ஆண்டுகள் அங்கே இருந்தேன். பள்ளி இறுதி வரை படித்தேன். எனக்குச் சேர வேண்டிய பணம் என்று ஐயாயிரம் ரூபாயோ என்னவோ தந்தார்கள். தங்க ஒரு இடம் கொடுத்தார்கள். விடுதிக் காப்பாளருக்கு நன்றி, எனக்கு மௌலானா ஆஸாத் மருத்துவக் கல்லூரியின் ஜே.பி. மருத்துவமனையில் ஒரு வேலையும் கிடைக்க அவர் காரணமாக இருந்தார். இப்போது வரை நான் சேவை செய்து வருகிறேன். இதுதான் என் வாழ்க்கை.'

டெல்லி வந்து சேர்ந்த பிறகு அரசாங்கத்தின் மறுவாழ்வுத் திட்டங்களின் பல சலுகைகளைப் பெற அவருக்குத் தகுதி இருந்தது. ஒரு அநாதை விடுதியில் சேர்த்துக் கொண்டார்கள். தனியாக வேலை தேடும் வயது வரும் வரை அங்கே இருந்திருக்கிறார். இங்கும் அரசின் சலுகை உதவியிருக்கிறது. புலம் பெயர்ந்தவர்களுக்கும், அநாதைகளுக்கும் வேலை வாய்ப்பில் ஒரு மாதிரியான ஒதுக்கீடு இருந்தது. குல்வந்துக்கு அதிர்ஷ்டம் இருந்தது. நிரந்தர அரசாங்க வேலை கிடைத்து ஓரளவு வசதியாக இருக்கிற அளவு வருமானம் கிடைக்கிறது.

குல்வந்துக்கு அரசு சலுகைகள் கிடைக்கும் அதிர்ஷ்டம் இருந்த அதே சமயம், அந்த அதிர்ஷ்டம் இல்லாமல் ஏகப்பட்ட பேர் இருந்தார்கள்.

அவர்களுக்கெல்லாம் பிரிவினைக் கால அனுபவம் என்பது துயரமும் துன்பங்களும் மட்டுமே. தான் ஒரு குழந்தை என்பது மட்டுமே நினைவி லிருந்தது மூரத்துக்கு. அப்போது என்ன வயது என்பதுகூட அவருக்கு நினைவில்லை. சத்தி கன்னாவும், பீட்டர் சேப்பலும் அவரைப் பேட்டி கண்ட போது அவர் நாற்பதுகளில் இருந்தார். லாகூரில் ஒரு குதிரை வண்டியோட்டியாக இருந்தார். (டோங்கா). அவர் சொல்கிறார்:

'அவர் என்மீது கருணை காட்டினார்.. ஒரு பள்ளிக்கூட வாத்தியார் என்னை ஏற்றுக் கொண்டார், அவருடன் சேர்ந்து இருக்க ஆரம்பித் தேன். என் குடும்பத்து உறவினர்களைவிட என்மீது அன்பாக இருந்து என் தேவைகளைக் கவனித்துக் கொண்டார். அவருடைய கால்நடைகளை மேய்க்க அழைத்துப் போவேன். இந்திய பாகிஸ்தான் பிரச்சினை ஆரம்பித்தது. யாருமே என்னை வைத்துக் கொள்ளத் தயாராக இல்லை. வேண்டா வெறுப்பாக ஒரு முதியவர் ஏற்றுக் கொண்டார்.

எப்போதும் தெருவில் விளையாடிக் கொண்டிருப்பேன். சில சீக்கியர்கள் அங்கே வசித்தார்கள். அவர்கள் 'எப்போதும் வெளியில் விளையாடிக் கொண்டிருக்கிறான். துப்பாக்கிக் குண்டுகள் பறந்து கொண்டிருக்கின்றன. குண்டடி பட்டுக் கொல்லப்படப் போகி றான்.' என்றார்கள். ஆனாலும் வெளியில் விளையாடுவதை நிறுத்த வில்லை. செத்துப் போய் விடுவேனோ என்ற பயத்தில், என் தாய் மாமாக்கள் வீட்டுக்கு அழைத்துப் போனார்கள். ஒருநாள் வீட்டில் இருந்த போது மாமாக்கள் வந்து அருகில் உட்கார்ந்தார்கள். சீக்கியர்கள்... (மகளைப் புணர்கிறவர்கள் என்பதான கெட்ட வார்த்தையைப் பிரயோகிக்கிறார்)... அவர்கள் வந்து தொலைத் தார்கள்.

முதலில் என் மாமாவை வெட்டிச் சாய்த்தார்கள். என்னையும் கொன்று விடப் போகிறார்கள் என்று நினைத்து வெளியே ஓடப் பார்த்தேன். வெளியில் கட்டுக் கட்டாக கரும்புகள் இருந்தன. அதற்குள் குதித்து கரும்புகளால் மறைத்துக் கொண்டேன்.'

மூரத் அங்கே இருப்பதை இன்னொரு மாமா பார்த்திருக்கிறார். அவர்கள் இருவரும் கொஞ்சமாவது பாதுகாப்பாக இருக்க முடிந்த அருகாமை முகாம் ஒன்றுக்குப் போயிருக்கிறார்கள். 'ரொம்பக் கொடூரம்.. இஸ்லாமியரைப் பார்த்தாலே கொன்றார்கள்' என்றார். முகாமுக்கு அருகில் ஒரு கரும்புத் தோட்டம், ஆனால் முகாமில் சாப்பிட எதுவுமில்லை. தரையில் படுத்துக் கொண்டு நேரத்தை ஓட்டினோம்.

மூரத்தின் கதை, வாழ்க்கை பிரிவினையால் சின்னாபின்னமான பல்லா யிரக்கணக்கானவர்களின் கதையைப் பிரதிபலிக்கிறது. ஒரு முறை, முகாமில் இருந்த போது பாகிஸ்தான் செல்லும் லாரி ஒன்றில் ஏறி யிருக்கிறார். எல்லை அருகே வந்ததும் அவனை இறக்கி விட்டு 'எங்கே யாவது போ' என்று டிரைவர் சொன்னது அவருக்கு ஞாபகமிருக்கிறது. 'எங்கே போவது? வழியும் தெரியாது..' மூரத் வழி தெரிந்து போய்க் கொண்டிருந்த சிலருடன் சேர்ந்து கொண்டார். குழந்தையாக இருந்தாலும் பணம் முக்கியம் என்பது அவருக்குத் தெரிந்திருந்தது. 'கையிலிருந்த கொஞ்சம் காசை நான் செலவழிக்காமல் வைத்திருந் தேன். நிலைமை மோசமாகும் போது அது தேவைப்படும் என்று தோன்றியது'. சுற்றிலும் அழிவும் மரணமுமாக இருக்க எல்லைக்கு அருகில் இருந்த அட்டாரியில் ஒரு மூதாட்டியைச் சந்தித்தது அவருக்கு நினைவிருக்கிறது.

'அம்மா, நான் இங்கே தங்கிக்கலாமா?'

'எங்கேந்துப்பா வர்ரே?'

'கிணத்துலேர்ந்து காட்டுக்கு.'

பையனின் வெறுப்பைப் பார்த்த அந்த மூதாட்டி சாப்பிட உணவும், தங்க ஒரு இடமும் தந்திருக்கிறார். ஓர் இரவு தங்கி விட்டு, 'எனக்கு யாருமில்லை. போய்கொண்டே இருக்க வேண்டியதுதான்' என்று புறப்பட்டு விட்டார்.

கிடைத்த வேலையை எல்லாம் அவ்வப்போது பார்த்துக் கொண்டு அநாதை வாழ்க்கையைப் பல வருடங்கள் வாழ்ந்திருக்கிறார் மூரத். சில நேரம் காய்கறி மண்டியில், சில சமயம் அவருக்கு உதவி, சில நேரம் இவருக்கு உதவி என்று வாழ்க்கை ஓடியது. ஒரு நிலையில், லாகூருக்கு வந்து அங்கிருந்த குதிரை வண்டிக்காரர்களுக்கு, அவர்களுடைய குதிரையைப் பார்த்துக் கொண்டு உதவியிருக்கிறார். ஒரு குதிரைக்கு இரண்டணா . 'காலம் போச்சு' என்கிறார். ஒருநாள் அந்த வண்டிகளின் சொந்தக்காரரிடம் 'நானும் ஒரு வண்டி ஓட்ட அனுமதி கிடைக்குமா?' என்று கேட்டிருக்கிறார். 'உனக்கு வழியே தெரியாதே இந்த ஊரில்... எப்படி ஓட்டுவே?' என்று மறுத்து விட்டார்கள். ஆனால் அதிர்ஷ்டம் அவர் பக்கம் இருந்திருக்கிறது. வண்டியோட்டி ஒருவர் எதிர்பாராமல் வேலையை விட்டுப் போய்விட, அந்த இடத்துக்கு யாரும் கிடைக் காமல் சிரமப்பட்டிருக்கிறார்கள். மூரத்திடம் அந்த வண்டி தரப் பட்டது. வண்டியில் வருகிறவர்களையும், சாலையில் இருப்பவர் களையும் வழி கேட்டுக் கேட்டு ஓட்ட ஆரம்பித்தார். வேலை

கிடைத்துவிட்டது. கொஞ்சம் பணமும் தொடர்ச்சியாகக் கிடைக்க ஆரம்பித்தது. ஒரு மாதிரி வாழ்க்கை அமைந்துவிட்டது.

'பிரிவினை குறித்துப் பேசப் பெரிதாக ஏதுமில்லை' என்று அவர் சொல்வது இந்த வாழ்க்கையின் திருப்தியிலோ என்னவோ! கையில் காசில்லை போக இடமில்லை என்பவை மட்டும்தான் அவரது முக்கியக் கவலையும், நினைவுகூரத் தக்க விஷயமுமே. போக இடமே இல்லாவிட்டால் எங்கே போவீர்கள்? என்கிறார். அவர் கழித்தவை சங்கடமான இரவுகள், முக்கியமாக பண்டிகை நாள்களில். பிரிவினை ஆகப் போகிறது என்பது தெரிந்ததும், ஊரை விட்டுப் போக வேண்டும் என்ற அவசியம் வந்ததும் நடந்த விவாதங்கள் அவருக்கு நினைவிருக் கின்றன.

'எங்கே போறது?'

'பாகிஸ்தானுக்குப் போ.'

'அது எங்கே இருக்கு?'

'அங்கதான், லாகூர் பக்கத்துல.. அது பெரிய பட்டணமாமே.'

'அந்த ஊரே தெரியாது, பார்த்ததில்லை. அது பட்டணமான்னு எப்படித் தெரியும்?'

'நீ லாகூர் போகத்தான் வேணும்.'

தொடர்ந்து, 'நான் பிறந்த இடம்தான் எனக்கு லாகூர். ஆனாலும் எப்படியோ லாகூருக்கு இழுத்து வரப்பட்டேன்' என்றார்.

★★★

பிரிவினைக் காலக் குழந்தைகளின் அனுபவங்களை நான் கேட்கும் போதெல்லாம் நாம் பேசிக் கொண்டிருப்பது குழந்தைகள் பற்றி என்று திரும்பத் திரும்ப நான் சொல்லிக்கொள்ள வேண்டியிருந்தது. குழந்தைப் பருவத்தில் நடந்ததாகப் பெரியவர்கள் சொன்ன கதைகள் அல்லவா அவை... ஆறு, எட்டு, ஒன்பது, பன்னிரண்டு என்று பல்வேறு வயதினர். இந்த மாதிரி விஷயத்தில் நினைவாற்றலின் சக்தியை நான் வியந்ததுண்டு. எவ்வளவு பின்னோக்கி மக்களின் ஞாபகம் பார்க்க முடியும், அது எவ்வளவு தூரம் துல்லியமாக இருக்கும்? இவர்களெல் லாம் அந்த நாள்களை ஞாபகப்படுத்திப் பார்க்க விரும்பியிருப் பார்களா? அவர்களுக்கு வேறு வழி இருந்திருக்குமா? குழந்தைகளாக இருந்தவர்களாயிற்றே, அவர்களுடைய ஞாபகத்தில் எவ்வளவு நம்பகத்தன்மை இருக்கும்? குழந்தை இட்டுக்கட்டிச் சொல்கிறது

என்று அவற்றை விட்டுவிடலாமா? இவையெல்லாம் பதில் காணச் சிரமமான கேள்விகள்.

குல்வந்த் சிங் தன் குடும்பத்துப் பெண்கள் முதலில் தங்கள் குழந்தைகளைக் கொன்றதையும், பிறகு தங்கள் உயிரை மாய்த்துக் கொண்டதையும் சொன்னபோது அவை உணர்வாக இல்லாமல் வெறும் சொற்கள் என்றே என்னை எண்ண வைத்தன. குழந்தைக் கால நினைவு பக்குவப்பட்ட மனிதரின் சொற்களாக வெளிவருகின்றன, அவ்வளவுதான். தான் கவனித்ததாக இப்போது சொல்லும் விஷயங்கள் எல்லாவற்றையும் ஒரு குழந்தையாக இருந்த அவர் கவனித்திருப்பாரா? ஞாபகம் மறு கட்டமைப்புச் செய்யப்பட்டிருக்குமா? அல்லது குழந்தைப் பருவத்தில் கேட்ட விஷயங்களை வைத்து இப்போதிருக்கும் முதிர்ந்த பருவத்து மனம் கதைகளைப் பின்னுகிறதா?

ஆனால் அவருக்குப் பயங்கரக் கனவுகள் வருவதாகவும், சுற்றிலும் நெருப்பு சுடுவது போன்ற உணர்வுடன் திடீர் திடீரென்று இரவில் அவர் விழித்தெழுவதாகவும் குல்வந்த் சிங்கின் மனைவி சொன்னார். இது மாதிரி கொலைச் சம்பவங்களில் அனுபவம் இருக்கும் இன்னொரு சீக்கியர் போபாலில் இருக்கிறார். அவர் நடு ராத்திரி அலறிக் கொண்டு எழுந்திருக்கிறாராம். தன் உதவியுடன் கொல்லப்பட்ட இஸ்லாமியர்களின் ஓலத்தை அவரால் மறக்கவே முடியவில்லை என்று அவரது மனைவி தெரிவித்தார். திரிலோக் தன் தகப்பனாரிடமும், மாமாவிடமும் உயிர் பிழைக்க வாய்ப்பு வேண்டியதை அவர் தெரிவித்த அளவுக்குத் துல்லியமாக நினைவில் வைத்திருப்பாரா? அதுவும் ஒன்பது வயதில்? அல்லது இவையெல்லாம் அது குறித்து மற்றவர்கள் பேசிக் கொண்டதை வைத்துச் சொன்னாரா? அப்படியானால் அவற்றை நிஜமென்று எடுத்துக் கொள்வதா வேண்டாமா? என்னிடம் இருப்பதெல்லாம் கேள்விகள், கேள்விகள், மேலும் கேள்விகள்தான்!

★★★

1948 நவம்பரில் அனிஸ் கிட்வானி டெல்லியில் இருக்கும் இர்வின் மருத்துவமனைக்குச் சென்றார். பிரிவினைக் காலத்து கைவிடப்பட்ட குழந்தைகளைத் தேடிப் போனார் அங்கே. அவரது தோழி ஜமில் பேகம் உள்ளிட்ட ஜாமியாவைச் சேர்ந்த பலர், இது மாதிரி குழந்தைகளுக்கு ஆதரவு அளிக்கும் அமைப்பு ஒன்றை நிறுவியிருந்தார்கள். கிட்வானி அங்கே பல தரப்பட்ட வயதுகளில் குழந்தைகளைப் பார்த்தார். தலையில் அடிபட்ட குழந்தை, கையை இழந்தவர்கள், காலை இழந்தவர்கள்... ஐந்து வயதுக்குக் கொஞ்சம் அதிக வயது இருந்த ஒரு பெண் குழந்தை சந்தோஷமாக உட்கார்ந்து பாடிக் கொண்டிருந்ததை அவர்

பார்த்திருக்கிறார். 'என்னம்மா சந்தோஷமா இருக்கே போலிருக்கே?' என்று கேட்டிருக்கிறார். 'ம்ம்ம் அங்க ஆண்ட்டியோட வந்தேன் (உண்மையில் அது ஆயா). அவங்க இப்ப செத்துட்டாங்க!' என்றது குழந்தை. அது மட்டுமில்லாமல் குழந்தைகளை ஒவ்வொருவராக அறிமுகமும் செய்திருக்கிறாள். 'அது ரஷீத். அவன் குடும்பத்தில் எல்லாரும் செத்துப் போய்விட்டார்கள். அது ஸைனாப். அவர்கள் குடும்பத்தைக் கொன்று விட்டார்கள். அதோ அங்கே இருக்கிற நபுவின் அம்மாவைக் கழுத்தைத் துண்டாக்கிச் சாக அடித்து விட்டார்கள்.' ஆர்ப்பாட்டமாக சிரித்தபடி இவற்றையெல்லாம் சொல்லியிருக் கிறாள்.

இந்தக் குழந்தைகளுக்கு ஒரு தங்குமிடம் அமைக்கும் கிட்வானியின் ஆர்வம் அநேகமாக ஒரு தனியார் நிறுவனத்தின் முயற்சியில் ஓர் அங்கம். சமூக சேவை ஆர்வமுள்ள பிரஜைகளின் முயற்சியில் அவர் பங்கேற்றார். இது போல் நிறைய முயற்சிகள் எடுத்துக் கொள்ளப் பட்டன. ஆதாரமாக ஆவணங்கள் ஏதுமில்லாததால் இதில் அரசின் பங்கு உண்டா என்பதைக் கண்டறிவது கடினம். (அரசாங்கமே பல அநாதை இல்லங்களையும் மறுவாழ்வு இல்லங்களையும் அமைத் திருந்தது) சிலர் வீட்டை அல்லது வீடுகளை நன்கொடையாக அளித் தார்கள், சிலர் தங்கள் நேரத்தைக் கொடுத்தார்கள்; கிட்வானி மருத்துவ மனைகளுக்கு குழந்தைகளைத் தேடிச் சென்றார். ஒரு சிறுவன் தன் வீடு லக்னோவில் இருப்பதாகச் சொன்னான், அதைத் தவிர ஏதும் அவனுக்குத் தெரிந்திருக்கவில்லை. ஃபெரோஸ் காந்தி அவனைத் தன்னுடன் அழைத்துப் போய் அவன் குடும்பத்தை கண்டுபிடிக்க உதவ முன்வந்தார். வழியில், ஏதோ ஒரு ஸ்டேஷனில் தண்ணீர் குடிக்க இறங்கிப் போன அந்தக் குழந்தை பயத்துடன் ஓடி வந்தது. 'எனக்குக் கொஞ்சம் தண்ணீர் கொண்டு வருகிறாயா?' என்று காந்தி கேட்ட போது, 'ஐய்யய்யோ அங்கே நிறைய சீக்கியர்கள் இருக்கிறார்கள், அவர்கள் என்னைக் கொன்று விடுவார்கள்' என்றது குழந்தை.

இன்னொரு குழந்தையின் கதை சற்று வித்தியாசமானது. பெயரைக் கேட்ட போது 'சீதா ஹஸீனா' என்றாள். அப்பா பெயர் என்ன என்று கேட்டால் மறுபடி இந்து இஸ்லாம் கலப்படமான பெயர் வந்தது. யார் குழந்தை இது? இந்துக் குடும்பமா, இஸ்லாமியக் குடும்பமா, அல்லது கலப்படமான பெற்றோரா? இந்துக்களுக்கும் இஸ்லாமியர்களுக்கு மிடையே கோடு வரையப்பட்டுவிட்டது. குழந்தை எங்கே போகும்? பாகிஸ்தானுக்கா இந்தியாவுக்கா? சீதா ஹஸினா அவளது அடை யாளத்தைக் கண்டறியும் எல்லா முயற்சிகளையும் இது போன்ற பதில் களால் முறியடித்தாள். காந்தியின் அறிவுரைப்படி அவள் கஸ்தூரிபா டிரஸ்ட்டுக்கு அனுப்பப்பட்டாள்.

எல்லாக் குழந்தைகளின் பிரச்னைகளும் இவ்வளவு எளிதாகத் தீர்க்கப் பட்டுவிடவில்லை. குழந்தைகளைத் தேடிக் கண்டுபிடிப்பது அத்தனை சுலபமாக இல்லை. டெல்லி மருத்துவமனைகளில் அவர்களைத் தேடி கிட்வாய் அலைந்த போது எவ்வளவு குறைந்த அளவில் இருந்தார்கள் என்பதைப் பார்த்து அலுப்படைந்தார். ஒவ்வொரு மருத்துவமனை யிலும் ஏகப்பட்ட குழந்தைகள் இருப்பதாகப் பேசிக் கொண்டார்கள். ஒவ்வொரு மருத்துவமனையிலும் கைவிடப்பட்ட ஏதாவது ஒரு குழந்தையின் உறவினர் இருந்தார்; ஆனால் தேடிப் போனபோது யாரும் கிடைக்கவில்லை. 'இந்தக் குழந்தைகளுக்கு என்ன ஆயிற்று? இன்னமும் எனக்குப் புரியவில்லை. எங்கே மறைந்து போனார்கள்? உடம்பு சரியாகி அனுப்பப்பட்டு விட்டார்களா, அல்லது (கிறிஸ்தவ) மத அமைப்புகள் (மிஷினரிகள்) அழைத்துப் போய் விட்டனவா?'*

இறுதியில் சொன்னது காரணமில்லாத பயமில்லை. பொதுவாக, மதமாற்றம் குறித்த மோசமான பயத்துக்கு இந்த மிஷினரிகள்தான் பொறுப்பு. ஆர்.எஸ்.எஸ். போலவே அவர்களும் முகாம்களில் மறு வாழ்வுக்காகவும், மருத்துவ வசதிகளுக்காகவும், இதர அதரவுகளுக் காகவும் பணி புரிந்தார்கள். ஆர்.எஸ்.எஸ். மக்களை இந்து மதத்தில் சேர்த்துக் கொண்டது. இது அப்போது பொதுவாக ஏற்றுக் கொள்ளப் பட்டது. மிஷினரிகள் அவர்களைக் கிறிஸ்தவர்களாக மாற்றி ஏற்றுக் கொண்டன. குழந்தைகள் கையாளக் கடினமானவர்கள். நிறையக் குழந்தைகள் திட்டமிட்டு அமைக்கப்பட்ட கூட்டங்களால் கவர்ந்து போகப்பட்டு பிச்சை எடுக்கவும், விபச்சாரத்துக்கும் விற்கப்பட்டார் கள். வடநாட்டின் முக்கிய நகர்களின் தெருக்களில் முன்னெப் போதையும்விட அதிக குழந்தைகள் அப்போது காணப்பட்டதாக மக்கள் தெரிவித்தார்கள். ஆனால் இவை குறித்த உண்மை அறியும் அளவு ஆவணங்கள் ஏதுமில்லை.

குழந்தைகள் கவர்ந்து போகப்பட்டதற்குப் பல்வேறு காரணங்கள் கூறப்பட்டன. இவற்றை உறுதி செய்ய வழியேதும் இல்லை. ஆனால், சமூக சேவகர்களின் கூற்றுப்படி இஸ்லாமியர்கள் கவர்ந்து போன இந்து மற்றும் சீக்கியக் குழந்தைகள்தான் அதிகம். இது நிஜம் என்றால் ஏன் அப்படிச் செய்தார்கள்? தமயந்தி சாகல் சொன்ன விளக்கம்:

> 'நவாப் ஒருவர் சிம்மாசனத்தில் அமர்ந்திருப்பாராம். கவர்ந்து வரப் பட்ட இளம் பெண்களை அணிவகுப்பு மாதிரி அவர் முன்னால் அழைத்துப் போவார்களாம். அழகான பெண்களை அவர் தேர்ந்

---

* Anis Kidvani : Azadiki Chaon Mein. Both the above stories are from this above book.

தெடுத்துக் கொள்வாராம். அந்தப் பெண்களால் இதை எதிர்த்து எதுவும் செய்ய முடியவில்லை. பெற்றோரை இழந்த இரண்டு பையன்களைக் கூட அவர்கள் வைத்திருப்பதாக அறிந்தேன்.

அவர்களை அணுகி அந்தப் பையன்களை அனுப்பும்படி கேட்டுப் பார்த்தேன். மறுத்து விட்டார்கள்.

'ஏன், உங்களுக்கென்று குடும்பம், குழந்தைகள் இல்லையா?' என்று அந்த நவாபின் மனைவியைக் கேட்டேன்.

'இருக்கிறார்கள். எங்கள் மகன்களே இருக்கிறார்கள்.'

'பின்னே இவர்கள் எதற்கு?'

'நாங்கள் செய்வதில் ஒரு ஒழுங்கு, அர்த்தம் இருக்கிறது. கண்ட உப யோகமில்லாதவர்களையும் நாங்கள் வாங்குவதில்லை. தேர்ந் தெடுத்துதான் வாங்குவோம். இந்தப் பையன்கள் எங்கள் மகன் களுடன் சேர்ந்து படிக்கிறார்கள். மேல்படிப்புக்கு இங்கிலாந்து அனுப்புவோம். எங்களிடம் பணம் இருக்கிறது. இந்தப் பையன்கள் புத்திசாலிகள். இவர்களோடு சேர்ந்தால் என் பிள்ளைகள் புத்திசாலி யாக இருப்பார்கள். இவர்களுக்குக் கல்யாணம் பண்ணி வைக்கும் போது பிறக்கிற குழந்தைகள் புத்திசாலியாக இருப்பார்கள். இந்துக்கள் இங்கிருந்து போனதில் அன்பும் போய்விட்டது. அந்த அன்பைத் திரும்ப அழைத்து வந்து பல மடங்காகப் பெருக்குவோம். இவர்களின் பிள்ளைகளை நல்ல இஸ்லாமியர்களாக வளர்ப்போம்'

தமயந்தி மற்றும் இதர சமூக சேவகர்களின் பேச்சு இந்து, சீக்கியக் குழந்தைகளின் புத்திசாலித்தனம் குறித்த இந்த நம்பிக்கையைப் பறை சாற்றியது. இந்து மற்றும் சீக்கியர்களின் பொருளாதார மற்றும் அறிவுப் பூர்வமான வெற்றியின் காரணமாக ஒரே ரீதியில் யோசிக்கும் பேராசை பிடித்த இஸ்லாமியர்களின் கருத்தாகத்தான் இது இருந்திருக்கும் என்று நம்புகிறேன். இது போன்ற இஸ்லாமியர்களின் பார்வையில் இந்துக் கள் உடல்ரீதியாக பலகீனமானவர்களாகவும், மனத்தளவிலும் அறி விலும் வலிமையானவர்களாகவும், இஸ்லாமியர்கள் இதற்கு நேர் எதிராகவும் இருந்தார்கள். இதற்காகத்தான் குழந்தைகள் கவர்ந்து போகப்பட்டார்கள் என்றால் அது பெரிய வருத்தத்துக்கும் வேதனை மிகுந்த ஏளனத்துக்கும் உரியது. பெண்கள் மதத்தின் மாண்புக்கு நொண்டிச் சாக்காக இருந்தது போலவே குழந்தைகள் புத்திசாலித் தனத்துக்குச் சாக்காக இருந்திருக்கிறார்கள் என்பதே உண்மை.

பெரியவர்களான பிறகும் தங்கள் குழந்தைப் பருவ அனுபவங்களைப் பகிர்வது சிலருக்குச் சிரமமாக இருந்ததற்கு, அவர்களை மௌனத்தில்

ஆழ்த்திய பிறர்தான் காரணமாக இருந்தார்கள். அந்த அனுபவங்கள் கசப்பானவை என்பதாலோ, ஞாபகத்தில் வைத்திருப்பது சாத்திய மில்லை என்பதாலோ அவை மறக்கப்பட வேண்டியவை என்பதாலோ இருக்கலாம். ஜலந்தரின் காந்தி வனிதா ஆஸ்ரமத்தில் இருந்த ஒரு வெற்றிகரமான பெண் மருத்துவர் குறித்துக் கேள்விப்பட்டேன்.

அந்தப் பெண் மருத்துவர் அதே ஆசிரமத்தில் வளர்ந்தவர். அவரது தாயார் பிரிவினையின் போது விதவையானவர். தன் மகன் மற்றும் மகளுடன் ஆசிரமத்துக்கு வந்தவர். குழந்தைகள் இருவரும் பெரும் பகுதி வளர்ந்தது ஆசிரமத்தில்தான். ஆனாலும் இதர குழந்தைகள் போல இல்லாமல் ஆசிரமத்தில் பல சலுகைகளை அடைந்தவர்கள். ஆசிரமம்தான் அவர்களின் படிப்புச் செலவை முழுமையாக ஏற்றது என்றும், அந்தப் பெண்ணுக்கு மருத்துவப் படிப்பு படிக்க உதவித் தொகை பெற்றுத் தந்தது என்றும் படிப்புக்குப் பல விதத்திலும் ஆசிரமம் உதவியாக இருந்தது என்றும் சொன்னார்கள். வெற்றிகரமான மருத்துவராக இருந்த அந்தப் பெண்மணிக்கு அப்போது திருமணமாகி இருந்தது; இந்த விஷயங்களை நினைவுகூர அவர் விரும்பவில்லை. என்னிடம் பேச ஒப்புக் கொண்ட போது தன் பெயரைக் குறிப்பிட வேண்டாம் என்று கேட்டுக் கொண்டார். தன் குழந்தைகளுக்கு கடந்த காலம் தெரியாது என்றும், அவர்களுக்கு அது தெரிய வேண்டாம் என்றும் சொன்னார்.

இது அவமானத்துக்குரியது என்பதால் அல்ல, அவரைப் பொறுத்த வரை அவர் சுயமாக ஆளான பெண்மணி என்பதாலும், அவரோ அவரது தாயாரோ ஆசிரமத்தின் உதவிகளைப் பெற்றதில்லை என்ப தாலும்தான் என்று குறிப்பிட்டார். இது ஆசிரமத்தில் இருந்தவர்கள் சொன்னதற்கு நேர் மாறாக இருந்தது.

ஒரு பெண் என்ற கோணத்திலிருந்து வந்த பயமாக இது இருந்திருக் கலாம் என்று எனக்குத் தோன்றியது. அவரது தாயார் பிரிவினைக்குப் பிறகு வந்தவர். விருப்பமே இல்லாமலும், குடும்பத்தின் ஆண் உறுப் பினர்களின் வற்புறுத்தலாலும்தான் அவர் வர வேண்டியிருந்தது என்று வேதனையுடன் அந்த மருத்துவர் குறிப்பிட்டார். அவரது தாயாருக்கு பாகிஸ்தானிலேயே இருக்க வேண்டும் என்பதுதான் விருப்பமாக இருந்ததாம். அவர் கணவர் ராணுவத்தில் இருந்தவர் என்பது நான் புரிந்து கொண்டது.

'அம்மா ஆசிரமத்தின் ஆதரவில் இருக்கவில்லை. அப்பாவின் ஓய் ஊதியம் அவருக்குக் கிடைத்துக் கொண்டிருந்தது' என்றார். ஆசிரமத் தின் உதவிகள் என்பது வெறும் பணமல்ல. அதற்கு அப்பாற்பட்டு

தங்கும் வசதி, பாதுகாப்பு, குழந்தைகளின் கல்வி, வேலை வாய்ப்பு என்று நிறைய இருந்தன. அந்த மருத்துவர் இதையெல்லாம் கவனத்தில் கொள்ளவே இல்லை. அவர் தன்னை இதர ஆசிரமக் குழந்தைகளி லிருந்து வேறுபடுத்திக் காட்டிக் கொள்ள விரும்பியதற்கு இன்னொரு காரணமும் இருந்திருக்க வேண்டும். அந்தக் குழந்தைகளில் பெரும் பாலோர் கவர்ந்து போகப்பட்ட பெண்களுக்குப் பிறந்தவை (இந்தப் பெண்களுக்கும் என் அம்மாவுக்கும் எந்தச் சம்பந்தமும் கிடையாது) என்பதால் ஒருவகையில் அவை மாசு படிந்த குழந்தைகளாகக் கருதப்பட்டன. அவர் வேறுபட்டவர்.

பிரிவினைக்குப் பிறகு இந்திய அரசு மிகப் பெரிய மறுவாழ்வுப் பணிகளைத் தொடங்கியது. பிரிவினையால் விதவையான பெண்களும் தனிமைப்படுத்தப்பட்ட பெண்களும் அரசின் பொறுப்பில் ஏற்கப் பட்டார்கள். பிரிவினை தொடர்பான குழந்தைகளுக்கு கல்வி, அநாதை விடுதிகளில் இடம், தத்தெடுக்கப்பட உதவி என்று நிறைய ஆதரவு நல்கப்பட்டது. அந்த மருத்துவர் இன்றைக்கு இருக்கும் வசதியான நிலையின் கோணத்தில் இவற்றை மறக்க விரும்பினார். இந்த மறுப்புக்கு இன்னொரு காரணமும் சொல்லலாம். சுயமாக உருவான பெண் என்ற அடையாளம் ஒவ்வொரு பஞ்சாபியும் ஆசைப்படும் ஒன்று. இதன் காரணமாகவே அவரது குழந்தைக் கால அனுபவங்கள் இன்று இல்லாமலே போய் விட்டன. பதிலாக அந்த அனுபவங்கள் வேறு மாதிரியாக உருமாறத் தொடங்கியிருந்தன. ஆசிரமத்தில்தான் அவர் இருந்தார் என்பதை மறுக்க முடியாது, ஆனால் அந்த வளர்ப்பின் தன்மையை மாற்றிச் சொல்லலாமே!

இந்த மருத்துவர், குல்வந்த் சிங், மூரத், திரிலோக் சிங் என்று பல தரப்பட்ட பிரிவினைக் காலக் குழந்தைகள் இருக்கிறார்கள்.

★★★

கவர்ந்து போகப்பட்ட பெண்களின் குழந்தைகளால் வேறு விதமான பிரச்னைகளும் இருந்தன. 1954ம் ஆண்டு, இந்திய பாகிஸ்தான் அரசுகள், மீட்கப்பட்ட பெண்கள் வேறு நாட்டுக்குச் சென்றாக வேண்டும் என்று வற்புறுத்தப்படக்கூடாது என்று ஒப்பந்தம் செய்து கொண்டன. இது, பெண்களின் விருப்பம் என்னவாக இருந்தாலும் அவரவர் மதத்தின் அடிப்படையிலான நாட்டுக்கு அவர்கள் அனுப்பப் பட்டாக வேண்டும் என்ற முந்தைய முடிவுக்கு நேர்மாறானது. இந்த மாற்றத்துக்குக் காரணம், பெரும்பாலான பெண்களுக்குக் குழந்தைகள் இருந்ததும், அவர்களைப் பிரிய மனமில்லாமல் அவர்கள் இருந்ததும் தான். பல குடும்பங்கள் பெண்களைத் திரும்ப அழைத்துக் கொள்ளத் தயாராக இருந்தன, ஆனால் குழந்தைகளை ஏற்க முன்வரவில்லை.

கவர்ந்து போகப்பட்டவர்கள் என்பதன் வரையறை ரொம்ப விலாவரி யாக இருந்தது. The Abducted Persons Recovery and Restoration Act 1949 என்ற இந்தியச் சட்டத்தின்படி, கவர்ந்து போகப்பட்டவர் என் பதற்கு கீழ்வரும் விளக்கம் அளிக்கப்படுகிறது.16 வயதுக்குக் கீழே இருக்கும் ஆணாகவோ, பெண் என்றால் எந்த வயதினராகவுமோ, மார்ச் முதல் தேதியோ அதற்குச் சற்று முன்னதாகவோ காணாமல் போனவ ராகவோ, ஜனவரி 1949 அன்றோ அதற்குப் பிறகோ குடும்பத்திலிருந்து பிரிந்து வேறொரு மனிதர் அல்லது குடும்பத்தின் கட்டுப்பாட்டில் வாழ்பவராகவோ, அப்படிப்பட்டவர் ஒரு பெண் என்றால் அவருக்கு மேற்சொன்ன தேதிகளுக்குப் பிறகு பிறந்த குழந்தையாகவோ இருப் பவரைக் குறிக்கும். நிச்சயம் இது புரியாது. இன்னும் சற்று சுருங்கச் சொல்ல வேண்டுமானால், பிரிவினையின் போதோ அதற்குப் பின்னரோ கவர்ந்து போகப்பட்ட குழந்தைகள் அல்லது பெண்கள், அப்படிப்பட்ட பெண்களுக்கு பிரிவினைக்குப் பிறகு பிறந்த குழந்தை கள், அல்லது மாற்று மதத்தினருடன் வாழ்ந்து கொண்டிருக்கும் பெண்களோ குழந்தைகளோ என்று சொல்லலாம்.

பிறக்கப் போகும் குழந்தைகளின் கதி என்ன? மீட்கப்பட்ட பல பெண்கள் கருவுற்றிருந்தார்கள். குழந்தை பிறக்கும் வரை அவர்களைப் பொது மக்கள் பார்வையிலிருந்து மறைவாக வைத்திருக்கவும், பின்னர் குழந்தைகளை அவர்களிடமிருந்து எடுத்துக் கொள்ளவும் ஒரு வழி வேண்டியிருந்தது. ஒரு வேளை கர்ப்பம் ஆரம்ப நிலையில் இருந்தால், என்ன செய்வது என்று அவர்களின் விருப்பத்தைக் கேட்டறிந்து அது போலச் செய்ய வேண்டியிருந்தது. இந்த நிலை எவ்வாறு கையாளப் பட்டது என்று தமயந்தி சாகல் சொல்கிறார் :

> ‘மீட்கப்பட்ட பெண்களுக்காக ஹொஷியார்பூரில் முகாம் அமைத் தோம். இவர்கள் எல்லோரும் இளம் பெண்கள், மீட்புப் பணிகள் ஆரம்பிக்கப்பட்டு ஒரு வருடத்துக்கு மேல் ஆகியிருந்தது. அவர் களில் பலர் திருமணமாகி குழந்தையை எதிர்நோக்கிக் கொண்டிருந் தவர்கள். இது ஒரு பெரிய பிரச்னை. என்ன செய்வது? அவர்களைக் கேட்ட போது பிடிவாதமாகக் குழந்தை பெற்றுக் கொள்கிறேன் என்று சொன்னார்கள். அதைச் செய்யத்தானே வேண்டும்? (தமயந்தி அதை என்று குறிப்பிடுவது அபார்ஷனை) ஒரு தாய் என்ற கோணத்தில் அவர்கள் மறுப்பது இயற்கைதானே? இதனால் அரசாங்கமே ஷாரதா பவன் என்ற இடத்தை, குழந்தை பெறுவதற்காக அமைக்க வேண்டியிருந்தது.

இஸ்லாமியத் தகப்பனுக்கு உண்டான குழந்தைகள் வேண்டாத குழந்தைகளாயின. ‘குழந்தையை எடுத்துப் போக ஆசைதான், ஆனால் என்னுடன் வைத்து வளர்க்க முடியாதே? எல்லோரும் தூ..

தூவென்று காறி உமிழ்வார்களே என்று அவர்கள் கவலையுடன் சொல்வார்கள். ஆகவே குழந்தை வேண்டுமா, வேண்டாமா என்று எல்லோரிடமும் முன்னரே கேட்டுக் கொள்வோம். கபூர் மருத்துவ மனைக்கு அபார்ஷன் செய்து கொள்ள விருப்பம் தெரிவித்த வர்களை அனுப்பினோம்.'

இந்த இடத்தில் தமயந்தியின் சகோதரி கமலா இடைமறித்து, அது மீட்புச் சட்டத்தின் ஒரு சாராம்சம் என்றார்.

'ஆகவே அரசாங்கமே இப்படி ஒரு திட்டத்தை வைத்திருந்தது. ஆனால் அபார்ஷன் சட்ட விரோதமானது. மாசி (பிரேம்வதி தாப்பர், மீட்புப் பணிகளை மேற்பார்வை செய்த மூத்த அதிகாரி) மருத்துவ ரிடம், இந்தக் குழந்தைகள் பிறந்தால் அவர்கள் என்ன செய்வார்கள்? கொடுமையான நிலை அல்லவா? என்று எடுத்துச் சொல்லியும், 'இது சட்டப்படி தவறு, நான் எப்படி இதைச் செய்வது?' என்று மறுத்தார். உங்களுக்கும், உங்கள் மருத்துவமனைக்கும் பணம் தரு கிறோம். தயவு செய்து செய்யுங்கள் பாவம், இந்தப் பரிதாபத்துக் குரிய பெண்கள் காப்பாற்றப்படுவார்கள்' என்று சமாதானம் செய்து செய்ய வைத்தோம். சட்ட விரோதமாகக் கருத்தடைகள் செய்யப் பட்டன. அந்த மருத்துவர் இதற்காகச் சிறையில் வைக்கப்பட்டிருக் கலாம். சில பெண்கள் அபார்ஷன் வேண்டாம் என்று மறுக்கவும் செய்தார்கள். 'ஒரு பக்கம் எங்களுக்கு யாருமில்லை, இன்னொரு பக்கம் எங்களை ஏற்க யாரும் முன்வரவில்லை, எங்களுக்கு இந்தக் குழந்தையை விட்டால் யார் இருக்கிறார்கள்?' என்பது அவர் களுடைய சங்கடமான நிலை.'

சில பெண்கள்தான் அபார்ஷனுக்குச் சம்மதித்தார்கள் (என்று சொல்லப் பட்டாலும் பெருமளவில் நடந்ததாகவும், சட்ட விரோதம் என்பதால் வெளியில் சொல்ல பலருக்கு விருப்பமில்லை எனவும் சமூகப் பணி யாளர்கள் சொன்னார்கள்) பலர் வற்புறுத்தப்பட்டார்கள். பிள்ளை பெற்றுக் கொண்டவர்கள் முதிர்ந்த கர்ப்பநிலையில் இருந்தவர்களும், ஏற்கெனவே பிரசவம் ஆனவர்களுமே. 'அவர்களெல்லாம் அலகாபாத் தில் இருந்த விடுதியில் குழந்தைகளை ஒப்படைத்து விட்டார்கள். குழந்தை பெற்றுக் கொண்டவர்கள் நிலை ரொம்ப கஷ்டமானது. குடும்பத்தார் சம்மதம் இருந்தாலொழிய அந்தக் குழந்தைகளைப் போய் பார்க்க முடியாது. பலர் எங்களிடம் அனுமதி பெற்றுக் கொண்டு, பயணத்துக்கு நாங்கள் டிக்கெட்டும் வாங்கித் தந்து போய்ப் பார்த்து வருவார்கள். அந்தக் குழந்தைகளின் எதிர்காலம் என்னவாகியிருக்கும்? யாருக்குத் தெரியும்!'*

---

* Damayanthi Sahgal : Personal Interview

உண்மையில் யாருக்கும் தெரியாதுதான். ஆயிரக்கணக்கில் மறைந்து போன குழந்தைகள்தான் பிரிவினைச் சரித்திரத்தின் மிகப் பெரிய துயரம். கம்லா பென்னின் கூற்றுப்படி, பல பெண்கள் மருத்துவப் பரிசோதனைக்குச் சம்மதித்தாலும், முப்பத்தைந்து வயதுக்கு மேற்பட்ட பெண்கள் அவமானத்தால் வர மறுத்து விட்டார்கள். தங்கள் குடும்பத்தின் பார்வையில் ஒரு மாதிரியான நிலைக்குத் தள்ளப் பட்டிருந்த அவர்கள் அபார்ஷன் செய்து கொண்டு அவர்களுடன் சேர்ந்து இருப்பது இயலாதது என்று நினைத்தார்கள். குழந்தை பெற்றுக் கொண்டாலும் அதை எடுத்துக் கொண்டும் போக முடியாது, என்ன விளக்கம் சொல்வது, என்ன சமாதானம் சொல்வது? இளம் தாய் களுக்கு, குறிப்பாக முதல் குழந்தையாக இருந்தவர்களுக்கு இந்த இரண்டுங்கெட்டான் நிலையில்லை. பெரும்பாலும் குழந்தை பெற்றுக் கொண்டு என்னுடன் வைத்துக் கொள்வேன் என்ற தீர்மானத்தில் அவர்கள் இருந்தார்கள். பிரச்னை என்னவென்றால் அதற்கு அவர்கள் அனுமதிக்கப்படுவார்களா என்பதுதான். கம்லா பென் சொல்கிறார் :

'உறவினர்கள் பார்க்க வந்தபோது, இந்தப் பெண்கள் அவர்களைப் பார்க்கவே தயங்கினார்கள். ரொம்ப அவமானமாக உணர்ந்தார்கள், சிலர் அழுதார்கள். பெற்றோருடன் போவதாக இருந்தால் குழந்தை கள் ஏற்கப்பட மாட்டா என்பதை அவர்கள் அறிந்திருந்தார்கள். குழந்தைகளை விட்டுப் போவதா, அல்லது குழந்தையுடன் முகாமில் இருப்பதா என்கிற சிரமமான கேள்வி அவர்கள் முன் இருந்தது. பெரும்பாலானவர்கள் குழந்தையை விட்டுவிட்டு அழுதபடி போனார்கள்.'

இந்தக் குழந்தைகளுக்கு பின் என்னதான் ஆயிற்று? இந்தக் குழந்தைகள் கூடைகளில் வைக்கப்பட்டு, கூடவே ஒரு கடிதத்துடன் எப்படி விமானத்தில் அனுப்பப்பட்டன என்பதை கம்லா பென் சொல்கிறார் :

'அமிர்தசரஸுக்கும் டெல்லிக்கும் இடையே விமான சர்வீஸ் இருந்தது. இந்தக் குழந்தைகளை டெல்லிக்கு அழைத்துப் போக அவர்கள் சம்மதிப்பார்களா என்று கேட்டோம். சம்மதித்தார்கள். ஒவ்வொரு குழந்தையையும் ஒரு கூடையில் போட்டு அதன் சரித்திரம் அடங்கிய ஒரு கவரை வைப்போம். கொஞ்சம் துணிமணி கள் இதர பொருள்களும் கூடையில் இருந்தன. அவைகளைப் பொறுப்பேற்றுக் கொண்டு, டெல்லியில் இருந்த எங்கள் சமூக சேவகர்களிடம் விமானப் பணிப் பெண்கள் ஒப்படைத்தார்கள். அங்கிருந்து இதே போல மீண்டும் அலகாபாத்துக்கு. அங்கே எங்கள் சமூகப் பணியாளர்கள் மருத்துவமனைக்கு எடுத்துப் போவார்கள். இந்த மாதிரி ஏறக்குறைய 200 குழந்தைகளை அனுப்பினோம்.'

குழந்தைகள் ஏன் கொண்டுவரப்பட்டன, ஏன் அனுப்ப முடியவில்லை என்பது குறித்தெல்லாம் நிறைய விவாதங்கள் நடந்தன. 1948 மே மாதம் தன் 13 வயது மகள் கடத்தப்பட்டு விட்டதாகவும், மீட்டுத் தரும் படியும் மீர் இனயத்துல்லா கான் என்பவர் இந்தியாவில் இருந்த பாகிஸ்தான் ஹை கமிஷனில் புகார் கொடுத்தார். கவர்ந்து போனவர்கள் யாரென்பது அவருக்குத் தெரியும்; இதில் மட்டுமல்ல இன்னும் பல சம்பவங்களிலும் சம்பந்தப்பட்ட குடும்பங்களுக்குத் தெரிந்திருந்தது. இது குறித்து பாகிஸ்தான் உதவி ஹை கமிஷனர் கிழக்கு பஞ்சாபின் தலைமைச் செயலருக்கு எழுதியது :

1. அமிர்தசரஸ் மாவட்டத்தின் போமா கிராமத்தைச் சேர்ந்த ஜீவன் சிங் என்பவரின் மகனாகிய பவா சிங் என்பவர் வசம் கடத்தப்பட்ட தன் 13 வயது மகள் ரஸியா பேகம் இருப்பதாக மீர் இனயத்துல்லா கான் என்பவர் புகார் செய்திருப்பதை மரியாதையுடன் தெரிவித்துக் கொள்கிறேன். இந்தப் புகாருக்குப் பதிலாக, இந்திய ராணுவ அதிகாரிகள் அவரிடம், ரஸியா பேகத்துக்கு தன் கணவரைப் பிரிந்து வர விருப்பமில்லை என்று தெரிவித்திருக்கிறார்கள். இந்திய பாகிஸ்தான் அரசுகளின் கூட்டுப் பேச்சு வார்த்தையின் போது, 1947, மார்ச் முதல் தேதிக்குப் பிறகு நடந்த மதமாற்றங்களும், திருமணங்களும் செல்லா என்று தீர்மானிக்கப்பட்டதை நீங்கள் அறிந்திருக்கலாம். இப்படிப்பட்டவர்கள் சொந்த நாட்டுக்குத் திரும்ப அனுப்பப்பட வேண்டியவர்கள். சம்பந்தப்பட்ட நபரின் விருப்பம் இந்தத் தீர்மானத்துக்கு முரணாக இருக்கிறது.

2. இந்தப் பெண் மீட்கப்பட்டு, லாகூரில் இருக்கும் அவரது தகப்பனார் வசம் ஒப்படைக்கப்பட நடவடிக்கை எடுக்கப்படுமானால் நான் மிகவும் நன்றியுள்ளவனாக இருப்பேன். இந்தப் பெண் தொடர்பான விவரங்கள் இணைக்கப்பட்டுள்ளன. விரைவான பதில் வேண்டப்படுகிறது.*

திருத்தப்பட்ட பிரிவினைச் சட்டங்களின் காரணமாக, ஒரு அரசாங்கத்தால் குழந்தை என்று தீர்மானிக்கப்பட்டு, கவர்ந்து போகப்பட்டவர்கள் பட்டியலில் இருக்கும் ஒரு பெண், திடீரென மனைவி அந்தஸ்து பெற்று, சுயமாக முடிவெடுத்து, பெற்றோர்கள் வேண்டாம் என்று தீர்மானிக்கும் உரிமையைப் பெற்றாள்!

★★★

* Dawn, 12 May 1948.

பிரிவினைக் காலக் குழந்தைகள் இன்னொரு பிரச்சினைக்குரிய பிரிவில் சேர்ந்தார்கள். அதாவது, கவரப்பட்டதற்குப் பிந்தைய குழந்தைகள். 1954 ஜனவரி முதல் தேதியிலிருந்து, 1957 செப்டெம்பர் 30 வரை பாகிஸ்தானுக்கு மீட்டு அழைத்துச் செல்லப்பட்ட பெண்களால் சுமார் 860 குழந்தைகள் விட்டுச் செல்லப்பட்டன. 410 குழந்தைகள் அவர் களால் அழைத்துச் செல்லப்பட்டன. இன்னொருபுறம், 1952 புள்ளி விவரப்படி, இந்து, சீக்கியத் தாய்களுக்குப் பிறந்து பாகிஸ்தானிலிருந்து அழைத்து வரப்பட்ட குழந்தைகளின் எண்ணிக்கை 102. இந்த எண்ணிக்கைகள் ஒரு மிகச் சிறிய பகுதியைத்தான் குறிக்கின்றன என்பது தெளிவு. ஆகவே, கவரப்பட்டதற்குப் பிந்தைய குழந்தைகள் (Post-abducted children) என்பதில் இரு பிரிவுகள் இருந்தன. ஒன்று, இந்தியா வுக்குக் கவர்ந்து வரப்பட்ட இஸ்லாமியத் தாய்மார்கள் குழந்தைகள். இன்னொன்று பாகிஸ்தானுக்குக் கவர்ந்து போகப்பட்ட இந்து, சீக்கியத் தாய்களின் குழந்தைகள். இரண்டிலுமே குழந்தைகள் கலப்படமான ரத்தங்களுக்குப் பிறந்தவர்கள். அப்படியென்றால் அவர்கள் எந்த நாட்டுக்கு உரியவர்கள்?

பிரச்னை அங்கே முடியவில்லை. இருநாடுகளும் செய்து கொண்ட ஒப்பந்தம் மற்றும் தொடர்ந்த சட்டத்தின் படி, மார்ச் 1947 முதல் தேதி என்று ஒரு அறுதி நாள் போதுமான விவாதங்களுக்குப் பிறகு தீர் மானிக்கப்பட்டது. மார்ச் என்று தீர்மானித்ததற்குக் காரணம் முதன் முதலில் பஞ்சாபில் கலவரம் அப்போதுதான் தொடங்கியது. இதற்குப் பிறகு நடந்த மதமாற்றங்கள், திருமணங்கள், சொத்துப் பிரிவினைகள் எல்லாமே தன்னிச்சையானவை அல்ல என்று அறிவிக்கப்பட்டன. தொடர்ந்து, இந்த உறவுகளில் தோன்றிய குழந்தைகளும் பிரச்னைக் குரிய காலத்தில் பிரவேசித்தார்கள். இந்தக் குழந்தைகளின் சட்டப் பூர்வமான ஏற்பு நிலையை எந்தத் தேதியை வைத்து நிர்ணயிப்பது?

ஜூன் அல்லது ஜூலை 1947ல் பிறந்த, இருமதத் தொடர்புள்ளவர்களின் குழந்தைகள் மேற்சொன்ன அறுதி நாளுக்கு முன்னர் கருத்தரிக்கப் பட்டவர்கள். ஆனாலும் சட்டப்பூர்வத்தைத் தீர்மானிக்க முடியாத குழப்ப காலத்தவர்கள். கவர்ந்து போகப்படும் போது அந்தப் பெண் கருவுற்றிருந்திருக்கலாம், கருவில் இருந்த குழந்தை சட்டப்பூர்வமான தாக இருந்திருக்கலாம், ஆனால் அந்தக் குழந்தை உலகில் அவதரிக்கும் நாளை வைத்து அது ஏற்பில்லாத குழந்தை என்று தீர்மானிக்கப் படுகிறது.

இந்த அடிப்படையில் பார்க்கும்போது அந்தக் குழந்தை யாருக்குச் சொந்தம்? தாய்க்கா தந்தைக்கா? எங்கே அனுப்பப்பட வேண்டும்? தாயின் நாட்டுக்கா, தந்தையின் நாட்டுக்கா? சட்டமன்றத்தில் ஒரு

உறுப்பினர் கேட்டார்: 'ஒரு இஸ்லாமியத் தாய்க்கும் இந்துத் தகப்ப னுக்கும் பிறந்த குழந்தை பாகிஸ்தானுக்கு அனுப்பப்பட்டால் அநாதை யாகாது என்று என்ன நிச்சயம்? இதை ஒரு கவர்ந்து போகப்பட்ட பெண்ணின் கோணத்திலிருந்து பார்ப்போம். அந்தக் குழந்தை, அவளுக்கு இரண்டாண்டுகள் தொடர்ந்த அவலங்களின் அடையாளம். அவளைப் பொறுத்தவரை அந்தக் குழந்தை ஒரு தேவையற்ற சொத்து. இந்தக் குழந்தையுடன் அவள் பாகிஸ்தான் போனால் அந்தக் குழந்தையைத் தங்கள் குடும்ப உறுப்பினராக அந்தப் பெண்ணின் உறவினர்கள் மதிக்கப் போவதில்லை என்பது வெளிப்படை. அநேகமாக அந்தக் குழந்தையை அநாதை விடுதிக்கு அனுப்பி விடு வார்கள். இந்த நிலையில் அந்தக் குழந்தையை ஏன் இந்தியாவிலேயே வைத்துக் கொள்ளக் கூடாது? எப்படிப்பட்ட நடத்தை உடையவராக இருப்பினும், அந்தக் குழந்தையின் தகப்பன், குழந்தை என்னுடையது என்று நினைத்தால் அப்படிச் செய்வது சரிதானே?'*

இந்நிலையில், கவர்ந்து போனவர்தானே தகப்பனார்? அவரது உரிமை, தாயின் உரிமையைக் காட்டிலும் சரியானது. லாகூரில் நடந்த பிரி வினைக்குப் பிந்தைய குழந்தைகள் குறித்த மாநாட்டில் இது போன்ற கருத்துகள் விவாதத்துக்கு வந்தன. அந்த மாநாட்டில் கலந்து கொண்ட பெரும்பாலான சமூகப் பணியாளர்கள், பாகிஸ்தானில் பிறந்த குழந்தைகளை இந்தியாவுக்கு அழைத்துப் போவதற்குப் பதிலாக, பாகிஸ்தானில் இருக்கும் தகப்பனிடம் விடுவதே சரி என்ற கருத்தை முன்வைத்தார்கள். இந்தியா வந்தால் அவர்கள் முகாம்களுக்கோ அநாதை விடுதிகளுக்கோதான் அனுப்பப்படுவார்கள். காரணம் இந்து, சீக்கிய மதத்தினரின் 'புனிதம் பாதிக்கப்படும்' மனப்பங்கு. இந்தக் கருத்தை எதிர்த்த மற்ற உறுப்பினர்கள், பெண்கள் தங்கள் குழந்தை களை அழைத்துச் செல்ல அனுமதிக்கப்பட வேண்டும் என்று வலி யுறுத்தினார்கள்.

மீட்புப் பணிகளில் தீவிரமாக ஈடுபட்டிருந்த இரண்டு முக்கியப் பெண் களான ராமேஷ்வரி நேருவும், மிருதுளா சாராபாயும்கூட இந்த விஷயத்தில் நிறைய கருத்து வேறுபாடுகள் கொண்டிருந்தார்கள்; முக்கியமாக ராமேஷ்வரி நேரு பெண்கள் பால் மிகுந்த இரக்கம் கொண் டவர். மிகுந்த விவாதங்களுக்குப் பிறகு ஒரு முடிவுக்கு வந்தார்கள். அதன்படி, பெண்கள் குழந்தையைத் தங்களுடன் எடுத்து வரலாம். தாங்கள் எடுத்து வந்த குழந்தையை வைத்துக் கொள்வதா வேண்டாமா என்று தீர்மானிக்க 15 நாள்கள் அவகாசம் தரப்படும். இதில் ஒரு

---

* Constituent Assembly Debates, 1949. All quotations relating to the debate are from here, unless otherwise stated.

உறுதியற்ற தன்மை இருந்தது. 15 நாள்களுக்குப் பிறகு குழந்தை வேண்டாம் என்று தீர்மானிக்கப்பட்டால் என்ன ஆகும்? குழந்தையை பாகிஸ்தானுக்கு அனுப்பி விடுவார்களா? அங்கே காவல் அதிகாரிகளோ சமூக சேவகர்களோ தகப்பனைத் தேட முயற்சி எடுப்பார்களா? அப்படியே கண்டு பிடித்தாலும் - சந்தேகம்தான் என்றாலும் - அவர் குழந்தையை ஏற்பாரா? இல்லை என்றால் யார் பொறுப்பேற்பார்கள்? உண்மையில் பல பெண்கள் குழந்தையை விட்டுத்தான் வர வேண்டியிருந்தது. குழந்தைகள் இல்லாவிட்டால்தான் அவர்களைக் குடும்பத்தினர் ஏற்றார்கள். குழந்தைகள் அநாதை விடுதிக்கோ முகாம்களுக்கோதான் போனார்கள். இது குறித்து கம்லா பென் சொன்னது:

'பாகிஸ்தானில் பிறந்த குழந்தைகளை அங்கேயே விடுவதென்றும், இந்தியாவில் பிறந்த குழந்தைகளை இந்தியாவில் விடுவதென்றும் அரசாங்கம் ஒரு மசோதாவை ஏற்படுத்தியிருந்தது. லாகூரில் இது குறித்து விவாதிக்கக் கூட்டப்பட்ட கருத்தரங்கில் கலந்து கொள்ள என்னை அழைத்தார்கள். ஆனால் நான் மறுத்து விட்டேன். நான் கலந்து கொள்ளப் போவதில்லை, அப்படிக் கலந்து கொண்டால் என் உண்மையான கருத்தைச் சொல்ல முடியாது என்று மிருதுளா பென்னிடம் சொன்னேன். ஏற்கனவே எவ்வளவோ துன்பங்களை அனுபவித்த ஒரு பெண்ணிடம் நீ போகலாம் ஆனால் குழந்தையை விட்டுவிடு என்று ஒரு தாயிடம் எப்படிச் சொல்ல முடியும்? என்று நான் கேட்டேன்.'

'நான் சொல்ல விரும்பியது என்னவென்றால், தாயும் குழந்தையும் பிரிக்கப்படக்கூடாது என்பதே' என்றார். குழந்தைகளை வைத்துக் கொள்வதா, விட்டுப் போவதா என்று முடிவு செய்யும் உரிமை பெண்களுக்கு இருந்ததாகச் சொல்லப்பட்டாலும், இது உண்மையில் ஒரு தேர்வுரிமையே அல்ல. பலர் முகாம்களில் குழந்தையை விட்டுப் போகும்படி ஏறக்குறைய வற்புறுத்தப்பட்டார்கள் என்பதே உண்மை. 'ஒவ்வொரு பெண்ணும் குழந்தையை விட்டுப் போகும் போது அழுதார்கள். குழந்தையைப் பார்த்துக் கொள்ளுங்கள் என்று முகாம் பொறுப்பாளர்களிடம் கெஞ்சிக் கேட்டுக் கொண்டும், தனக்கு அவ்வப்போது தகவல் சொல்லும்படி வேண்டிக் கொண்டும்தான் போனார்கள்' என்றார் கம்லா பென். 'முகாம் பொறுப்பாளர்கள் தந்த உறுதிமொழிகள் பெரும்பாலும் மீறப்பட்டன. அந்தப் பெண்கள் கிளம்பிப் போகிற தருணத்துடன் கதை முடிந்தது என்று அவர்கள் நினைத்தார்கள். குழந்தையின் வாழ்க்கை இன்னொரு, வேறுபட்ட கதையாக அங்கிருந்து ஆரம்பித்தது.'

கவர்ந்து போகப்பட்டவர்களின் மீட்புபற்றிய சட்டம் குறித்து சட்ட மன்றத்தில் நடந்த விவாதங்களின் பெரும் பகுதி கவர்தலுக்குப் பிந்தைய குழந்தைகளின் சிரமங்கள் பற்றியவை. இந்தச் சட்டம் இந்தியாவில் இருந்த இஸ்லாமியப் பெண்கள் மீட்கப்பட வேண்டியது குறித்தும் சொல்கிறது. அவர்களுடைய குழந்தைகளை பாகிஸ்தான் அனுப்புவதா, இங்கேயே வைத்துக் கொள்வதா என்பது கேள்வி. லாகூர் கருத்தரங்கில் இது குறித்து விவாதிக்கப்பட்டது. தாய்தான் அதிகம் உரிமை உள்ளவர் என்ற கருத்தை சர்தார் ஹுக்கம் சிங் ஏற்க வில்லை. 'தாய்க்கு விருப்பம் இல்லாத சந்தர்ப்பங்களும் இருக்கலாம், தகப்பன் குழந்தை தன்னிடம்தான் இருக்க வேண்டும் என்று விருப்பப்படும் சந்தர்ப்பங்களும் இருக்கலாம்.' என்றார் அவர். வேறு பலரைப் போலவே இந்த விஷயத்தில் தன் கருத்தும் மனிதாபிமான அடிப்படையிலானது என்றார் அவர். அந்தப் பெண்களைத் தங்கள் குழந்தையை அழைத்துப் போக அனுமதித்தாலும் அங்கும் அந்தக் குழந்தை சட்டப்பூர்வமில்லாத குழந்தைகளாகத்தானே இருக்கும் என்கிறார். அந்தப் பெண்ணுக்கும் அது அவமானமான விஷயமா யிற்றே? அப்படி எடுத்துப் போனாலும் அந்தக் குழந்தைகள் கொல்லப் படும் அல்லது கைவிடப்படும்.

ஆகவே, மனிதாபிமான அடிப்படையில்தான் தான் பேசுவதாக அவர் கூறினார். இந்தக் கருத்து வலியுறுத்திய செய்தி, இந்தக் குழந்தைகள் இந்தியாவிலேயே விடப்பட வேண்டும் என்பதாகும். இந்தக் குழந்தை களின் உயிரியல் ரீதியான தகப்பனார்கள் அந்தக் குழந்தைகளைப் பார்த்துக் கொள்வார்கள் என்ற அனுமானத்தின் அடிப்படையில் சொல்லப்பட்டது இது. மற்றவர்களும் சட்டமன்றத்தில் இக்கருத்தை ஆதரித்தார்கள். இந்திய கார்டியன்கள் சட்டத்தை அரசாங்கம் கவனத் தில் கொண்டிருக்கிறதா என்ற கேள்வியை அவர்கள் எழுப்பினார்கள். இதன் படி, (உயிரியல் ரீதியான) தகப்பனுக்கு சகல உரிமையும் உண்டு.

அரசாங்கத்தின் பிரச்சினை வேறு. சமூகப் பணியாளர்கள் மீட்புப் பணியில் ஈடுபட்டிருந்த போது, எந்தப் பெண்ணும் தன் குழந்தையை விட்டு வருவதற்குச் சம்மதிக்கவில்லை. ஆகவே, அமைச்சர், கவர்ந்து போகப்பட்டவர்கள் என்பதன் வரையறையைப் பதினாறு வயதுக்கு உட்பட்ட குழந்தைகளும் சேர்க்கப்படுமாறு மாற்ற கோரிக்கை வைத் தார். குழந்தைகளும் கவரப்பட்டவர்கள் என்ற வரையறையில் சேர்க்கப் பட்டால், தாயுடன் குழந்தைகளையும் மீட்பது எளிது. கார்டியன்கள் சட்டம் தகப்பனுக்கு உரிமை தருகிறதே, இது அதற்கு எதிரானதாகாதா என்று உறுப்பினர்கள் அமைச்சரிடம் கேள்வி எழுப்பினார்கள். இன்னொரு உறுப்பினர் ஒரு வித்தியாசமான கருத்தைச் சொன்னார். பெண்களைச் சட்டப்பூர்வமில்லாத குழந்தைகளை அழைத்துப் போக

அனுமதிக்கலாம். சட்டப்பூர்வமானது என்றால் தகப்பனாரிடம் இருக் கட்டும் என்றார் அவர். அல்லது இந்தக் குழந்தைகளைப் போர்க் குழந்தைகள் என்று அறிவித்து தகப்பனுக்குப் பொறுப்பை அளிக்கலாம் என்பது அவர் கருத்து. கேள்வி என்னவென்றால், தகப்பன் எங்கே என்பதுதான்!

தகப்பனார்களின் முழு உரிமை என்ற இந்தக் கருத்தை எல்லோரும் ஆதரிக்கவில்லை. ரயில்வே மற்றும் போக்குவரத்துத் துறை அமைச்சர் கோபால்சாமி ஐயங்கார், 'எனக்கு கார்டியன் சட்டமெல்லாம் தெரியாது. சட்டப் பூர்வமானதோ இல்லையோ, நீங்கள் அந்தக் குழந்தையை அணுகும் விதம்தான் முக்கியம். குழந்தை என்ற போது அம்மாவுக்குத் தான் முன்னுரிமை. அவள் முன் வராத போது அவளது கருத்து என்ன என்பதைப் பொறுத்து முடிவெடுக்கப்பட வேண்டும்' என்று சொன்னார்.

கவர்ந்து போகப்பட்டவர்கள் குறித்த வரையறையை மாற்ற வேண்டும் என்று அமைச்சர் சொன்ன போது அதை எல்லோரும் ஆதரித்துவிட வில்லை. ஹிருதயனாத் குன்ஸுரு என்னும் உ.பி. மாகாணத்தைச் சேர்ந்தவர் கவர்ந்து போகப்பட்டவர்கள் என்ற பட்டியலில் குழந்தை கள் சேர்க்கப்படக்கூடாது என்று கருத்து தெரிவித்திருந்தார். ஒரு பெண்ணைக் கவர்ந்து போனவன், அந்த உறவில் பிறந்த குழந்தைக்குத் தான் தகப்பன் என்று சொல்லிக் கொள்ள முன்வருவானா என்பது அவர் கேள்வி. மேலும், கவர்ந்து போவது என்பது ஒரு மெச்சத் தகுந்த செயலல்ல; தன் நாட்டையே தலைகுனிய வைக்கிற செயலைச் செய்த குற்ற உணர்வு அவனுக்கு இருக்கும் என்றார். கவர்ந்து போகப்பட்ட பெண்ணின் கோணத்தில் இதைப் பார்க்கலாம். அவளது குழந்தை, அவள் அனுபவித்த கொடுமைகளின் சின்னம். அவளைப் பொறுத்த வரை அது வேண்டாத குழந்தை. அதை எடுத்துக் கொண்டு அவள் பாகிஸ்தானுக்குப் போனால் அந்தக் குழந்தையைத் தங்கள் குடும் பத்துப் பிரஜையாக அந்தப் பெண்ணின் குடும்பத்தினர் அங்கீகரிக்க மாட்டார்கள் என்பது உறுதி. அநேகமாக அது அநாதை விடுதிக்குத்தான் அனுப்பப்படும்.'

மற்றவர்களும் இந்தக் கருத்தை ஆதரித்தார்கள். பாண்டிட் தாகூர் தாஸ் பார்கவா அந்தக் குழந்தை இந்தியாவில்தான் இருக்க வேண்டும். இந்தியாவில் பிறந்த அனைவரும் இந்தியர்கள் என்ற கருத்தை முன் வைத்தார். ஒரு இந்து ஆணும், இஸ்லாமியப் பெண்ணும் மணம் செய்து கொண்டால், குழந்தையின் பாதுகாவலர் யாராக இருக்க முடியும் என்ற கேள்வியை இதற்கு ஆதரவாக வைத்தார். இந்துத் தகப்பனுக்குப் பிறந்த குழந்தையை ஒரு பெண் பாகிஸ்தானுக்கு எடுத்துச் சென்றால் அது சட்ட விரோதமான குழந்தையாகக் கருதப்பட்டு கொல்லப்படும் அல்லது தவறாக நடத்தப்படும் என்றார் அவர். சட்டம் சொல்கிறது என்ற ஒரே

காரணத்துக்காகக் குழந்தையைப் பாகிஸ்தானுக்கு அனுப்ப வேண்டும் என்பதில்லை. பதிலாக, குழந்தையின் தகப்பன் நான் பார்த்துக் கொள்கிறேன் என்று முன்வந்தால் அந்த எண்ணம் ஆதரிக்கப்பட வேண்டும். ஒரு மேலாண்மை நடவடிக்கையாக அந்தக் குழந்தையை ஏன் பாகிஸ்தானுக்கு அனுப்ப வேண்டும் என்று எனக்குப் புரிய வில்லை!' என்பவை அவர் சொன்ன கருத்துக்கள்.

ஆனால் எல்லா உறுப்பினர்களும் ஒருமித்த குரலில் ஒரே கருத்தைச் சொல்லவில்லை. ஸ்ரீ பிராஜேஷ்வர் பிரசாத் என்கிற பிகார் உறுப்பினர் கருத்து வேறு மாதிரி இருந்தது. 'இந்து சமூகமும் இஸ்லாம் சமூகமும் வெவ்வேறு மனப்பாங்குள்ளவை என்பதால் குழந்தை இந்தியாவில் இருக்க வேண்டும் என்ற கருத்தில் அர்த்தமில்லை. சட்டத்தின் பார்வை யில் சட்டவிரோதம் என்று கருதப்படும் குழந்தைகளுக்கு இங்கே இட மில்லை. ஒருவேளை அப்படி இங்கே தக்கவைத்துக் கொண்டால் அவர்கள் நாய்களாகத்தான் இருக்க வேண்டியிருக்கும்' என்பது அவர் கருத்து.

இஸ்லாமியத் தாய்க்கும், இந்துத் தகப்பனுக்கும் பிறந்த குழந்தைகள் இந்தியர்கள் இல்லையா? உயிரியல் ரீதியான தகப்பனிடம்தான் இருக்க வேண்டும் என்ற கருத்தை வலியுறுத்திப் பேசிய உறுப்பினர்கள் பிரஜா உரிமைக்கு எதிராகப் பேசினார்களா? இந்துத் தாய்க்கும், இஸ்லாமியத் தகப்பனுக்கும் பிறந்த குழந்தைகளுக்கும் இதே வழிமுறை கையாளப் படுமா? பிரஜா உரிமை தாயின் அடிப்படையிலானதா, தகப்பனின் அடிப்படையிலானதா, மத அடிப்படையிலானதா அல்லது பிறந்த தேசத்தின் அடிப்படையிலானதா?

புதிதாகத் தோன்றிய நாட்டில், பிரஜா உரிமை என்பதே விவாதத்துக் குரிய ஒன்றாகவும், தெளிவில்லாத தன்மையுடையதாகவும் இருந்தது. நாட்டில் வந்து குவிந்த அகதிகளைப் பெற்றோரின் கண்ணோட்டத்தில் அணுகியது அரசாங்கம். நலத்திட்டங்கள், மறுவாழ்வுத் திட்டங்கள், இழப்பீட்டுச் சட்டங்கள் எல்லாமே அகதிகளைக் கைதூக்கி விடும் கோணத்தில் இருந்தன. பஞ்சாபிய அகதிகளுக்கு இது ஏற்புடையதாக இல்லை. அவர்கள் தன்னிறைவு பெற்றவர்களாக, தன்னிச்சையாக வாழ்க்கையை அமைத்துக் கொள்ளும் மனப்பாங்கினராக இருந்ததால், அரசாங்கத்திடம் கையேந்தி நிற்பதில் விருப்பமில்லாதவர்களாக இருந் தார்கள். ஆண்களைப் பொருத்தவரைதான் இப்படி. பிரஜை என்கிற கோணத்தில் பெண்கள் வேறு மாதிரி மனப்பாங்கினராக இருந்தார்கள்.

உதாரணத்துக்கு ஹிருதயநாத் குன்ஸ்ருவின் லாஜிக்கைப் பாருங்கள். கவர்ந்து போவது என்ற சட்ட விரோதச் செயலைச் செய்திருந்தாலும், இந்துத் தகப்பனுக்கு இஸ்லாமியத் தாய் மூலம் பிறந்த குழந்தைகள்

இந்தியப் பிரஜைகள் என்றால், இந்து, சீக்கிய ஆண்களும் அவர்கள் குழந்தைகளும் பிரஜா உரிமை பெற்றவர்கள். ஆனால், இந்து, சீக்கியப் பெண்களுக்கு இந்த வசதி இல்லை. மதச்சார்பற்ற நாட்டின் தாய்மார் களாக இருக்கும் அவர்கள் குழந்தையை விட்டுவிடுவதா அழைத்து வருவதா என்ற சிரமமான தேர்வைச் செய்தாக வேண்டும். குழந்தை களின் குழப்பமான கலப்பட மத நிலை அவர்களுடைய பிரஜா உரிமை யில் கேள்விக்குறியாக இருந்தது மட்டுமில்லை, அந்தக் குழந்தைகளின் தாய்க்குப் பிரஜா உரிமை ஏறக்குறைய இல்லாமல் இருந்தது குழந்தை களின் தாய்நாட்டைத் தீர்மானிப்பதில் பெரிய குழப்பமாக இருந்தது.

மீட்பு நடவடிக்கைகள் தொடங்கிய பிறகு பெண்கள் இன்ன நாட்டின் பிரஜைகள் என்பதைவிட இன்ன மதத்தினர் என்ற அடையாளத்தில் தான் பார்க்கப்பட்டார்கள். எந்த நாட்டில் வாழ்வது என்று தேர்வு செய்கிற அடிப்படை உரிமை அவர்களுக்கு இல்லை. குறை தீர்க்கும் குழுக்களின் முடிவுக்கு மீறி சட்டத்தில் இதற்கு இடமும் இல்லை அவர்களுக்கு. குழந்தைகளை என்ன செய்வது என்று தீர்மானிக்கும் உரிமையும் பெண்களுக்கு இல்லை. பிரஜா உரிமை என்பது பால்சாராத சித்தாந்தமாக இல்லை என்பது தெளிவு. இந்தக் கோணத்தில்தான் குழந்தைகளும் கவர்ந்து போகப்பட்டவர்கள் என்கிற வரையறைக்குள் வரவேண்டும் என்கிற கருத்து முக்கியமானதாகிறது. 16 வயதுக்கு மேற் பட்ட ஆண்கள் கவர்ந்து போகப்பட்டவர்களாகக் கருதப்படவில்லை. ஆனால் பெண்கள் எந்த வயதினராக இருப்பினும் அவ்வாறு கருதப் பட்டார்கள். இந்த மசோதாவை இயற்றியவர்கள், 16 வயதுக்கு மேற் பட்ட ஆண்களுக்கு தங்கள் நாட்டைத் தேர்ந்தெடுக்கும் திறன் இருப்ப தாகவும், பெண்களுக்கு எத்தனை வயதானாலும் அந்தத் திறன் இருக்காது என்றும் நினைத்தார்களா?

கவர்ந்து போகப்பட்ட குழந்தைகள் பட்டியலில் இருப்பவர்கள் இன் னொரு அதிகம் விவாதிக்கப்பட்ட விஷயத்துக்கும் காரணமாக இருந் தார்கள். தாய்மை. இந்தியாவைத் தாயாக மதிப்பதையும் அது துண் டாடப்பட்டது தாயின் கைகள் வெட்டப்பட்டதாகச் சித்தரிக்கப் பட்டதையும் அது இந்திய சீக்கியப் பெண்களின் கற்பழிப்புக்கு உவமை யாகச் சொல்லப்பட்டதையும் முன் அத்தியாயங்களில் சொல்லியிருக் கிறேன். குழந்தைகள் சட்டவிரோதமானவர்கள் என்று கருதப்பட்டா லும் தாய்மை சட்டப்பூர்வமாகவே கருதப்பட்டது. இது போன்ற குழந்தைகளாலோ, அந்தக் குழந்தைகளை வைத்துக் கொள்ள விருப்பப் படுவதாலோ தாயின் தூய்மை, புனிதம், அவர்களுடைய பாலுணர்வின் நேர்மை போன்றவை கேள்விக்குறியாயின.

கவர்ந்து போகப்பட்ட பெண்கள் அவர்கள் நாட்டுக்கு, அவர்கள் குடும்பத்துக்கு, அவர்கள் சமூகத்துக்குத் திரும்ப அழைத்து வரவேண்டி

யிருந்தது போலவே அவர்கள் குழந்தைகள் அவர்களிடமிருந்து பிரிக்கப் பட்டு அநாதைகள் ஆக்கப்பட்டன. பெண்களின் ஒழுக்கம் குறித்த பேச்சுகள் ஒடுக்கப்படுவதற்கு இந்தக் குழந்தைகள் பிரிக்கப்பட வேண்டியது அவசியமாயிற்று. அவர்கள் மீண்டும் தாய் என்ற நிலையை எட்டவும் இவை அவசியமாயின.

ஒரு பெரிய சோகம் என்னவென்றால் தாய்மை என்ற மிக அந்தரங்க மான ஒரு விஷயத்தை மதம் மற்றும் குடும்பத்தாரின் துணையுடன் அரசாங்கம் மறுவரையறை செய்ததுதான்!

★★★

இறுதியில், எந்தப் பிரிவிலும் சேராமல் ஒவ்வொருவரின் நிலை ஒவ் வொரு விதமாக அமைந்தது என்பதே உண்மை. சில பெண்கள் குழந்தையைத் தங்களிடம் வைத்துக் கொண்டார்கள், சிலர் விட்டு வந்தார்கள், சிலருக்கு அதைத் தேர்ந்தெடுக்கிற சந்தர்ப்பமோ வாய்ப்போ இல்லாமலிருந்தது. கவர்தலுக்குப் பிந்தைய குழந்தைகள் சட்டப்பூர்வமானதா, சட்ட விரோதமானதா என்கிற பிரச்சினையில் சிக்கித் தவித்த அதே சமயம், பிரிவினைக் கால விதவைகளின் குழந்தை கள் அரசின் மறுவாழ்வுக் கொள்கையால் சலுகைகள் பெற்றன. இது போன்ற குழந்தைகளும் அவர்களின் தாயும் அரசின் நிரந்தரப் பொறுப்பின்கீழ் வந்தார்கள். அநாதை இல்லங்களும் முகாம்களும் அரசாங்கத்தாலும் தனியாராலும் நடத்தப்பட்டன. மாணவர்களுக்கு நிதியுதவி வழங்கப்பட்டது. மீட்பு மற்றும் மறுவாழ்வு அமைச்சகத்தின் ஒரு பகுதி புலம்பெயர்ந்த ஆதரவற்ற பெண்கள் மற்றும் குழந்தை களுக்காகவே ஒதுக்கப்பட்டது.

இந்திய அரசாங்கம் புலம் பெயர்ந்த விதவைகள் மற்றும் அவர்கள் குழந்தைகளுக்கான பொறுப்பை ஏற்றது.* ஊனமுற்ற மற்றும் மறு வாழ்வு இல்லங்களில் சேர இயலாத பெண்களுக்கு மாதம் பதினைந்து ரூபாயும், அவர்கள் சார்ந்திருக்கும் ஒவ்வொரு குழந்தைக்கும் மாதம் எட்டு ரூபாயும் உதவித் தொகையாக வழங்குவதற்கு மாநில அரசு களுக்கு அதிகாரம் தரப்பட்டது. அனைத்தையும் மீறி, ஆதரவற்றவர் களின் எண்ணிக்கை கவலையளிப்பதாக இருந்தது.

இந்திய ராணுவத்தின் முன்னாள் தலைவராகவும் துணை மறுவாழ்வுத் துறை அமைச்சராகவும் இருந்த ஜே.கே.போன்ஸ்லே 1957ல் ஒரு திட்டத்தைக் கொண்டு வந்தார். புலம் பெயர்ந்த மாணவர்களுக்கான அந்தப் பயிற்சித் திட்டம், ஆரோக்கியமான வலிமையான தேகம், தீவிர

---

* U.Baskar Rao : The Story of Rehabilitation, p. 77

ஒழுக்கம், தார்மிகமான, ஆன்மிக விழுமங்கள் ஆகியவற்றை அவர்களுக்கு தருவதற்காக ஏற்படுத்தப்பட்டது. புலம் பெயர்ந்த குழந்தைகளின் பிரச்னையே ஒழுங்கீனம்தான் என்பது போலவும், ஆன்மிக விழுமியங்கள் போதிக்கப்படுதலே இதற்குத் தீர்வு என்பது போலவும் இருந்தது. இந்தத் திட்டம் எந்தக் குழந்தைகளை மனதில் வைத்துச் செய்யப்பட்டது என்பதில் தெளிவில்லை. ஆனால் நோக்கம், உறுதியான விழுமம் நிறைந்த பிரஜைகளை உருவாக்கி, இந்தியாவின் எதிர்காலத்திற்கு அவர்களால் பங்களிப்பு செய்யத் தயாராக்குவதாக இருந்தது. இதைச் செயலாக்குவதற்காக, இந்தியாவின் பாரம்பரியம், கலாச்சாரம், வரலாற்று நாயகர்கள் மற்றும் நாயகிகளின் வாழ்க்கை, குடிமை மற்றும் தேசப்பற்று ஆகியவற்றுக்கு முக்கியத்துவம் தரப்பட்டது.

தொடக்க முயற்சியாக, டெல்லியின் லஜ்பத் நகரிலிருந்த கஸ்தூர்பா நிகேதன் பள்ளியைச் சேர்ந்த ஒரு சில புலம் பெயர்ந்த மாணவர்களுக்கு தேசிய ஒழுக்கத் திட்டம் முயற்சி செய்யப்பட்டது. பிற்பாடு இந்தத் திட்டம் இதர பள்ளிகளிலும் புலம் பெயர்ந்தவர்கள், மற்றவர்கள் எல்லாருக்குமாக சுமார் 1 லட்சம் பேருக்கு நீட்டிக்கப்பட்டது. கைவிடப்பட்ட, அநாதை மற்றும் புலம் பெயர்ந்த குழந்தைகள் பிரச்னை இந்திய அரசுக்கு எளிதாகக் கையாளும் பிரச்னையாக இல்லை. கல்விக்கு நிதியுதவி உள்பட பல்வேறு மறுவாழ்வுத் திட்டங்கள் கொண்டுவரப்பட்டன. இந்தத் திட்டங்கள் அரசாங்கத்தால் பொறுப்பேற்கப்பட்டவர்களுக்கும் மறுவாழ்வு இல்லங்களில் இருந்தவர்களுக்கும் மட்டுமே பயன்பட்டன. வீடில்லாமல், தெருவில் அநாதையாகத் திரிய விடப்பட்டவர்களுக்கு இந்தச் சலுகைகள் போய்ச் சேரவில்லை. இந்தத் திட்டங்களின் பலன் ஓரளவுக்குத்தான் இருந்தது. ஒழுக்கம், விழுமியம் என்பதையெல்லாம் வலியுறுத்தினாலும் சம்பந்தப்பட்ட குழந்தைகள் அனுபவித்திருந்த துயரமான சூழல்களை அவர்கள் மனத்திலிருந்து முழுமையாக விலக்குவதாக இல்லை. பல்வேறு கொடை நிறுவனங்கள் மறுவாழ்வுத் திட்டங்களுக்கு தங்கள் பங்களிப்பை நல்கின.

குழந்தைகளைக் காப்போம் குழு, கஸ்தூர்பா தேசிய நினைவு அமைப்பு, சிந்தி பெண்கள் - குழந்தைகள் அமைப்பு, ஆர்ய பிரதேசிக் ப்ரதிநிதி சபா, ஜைனேந்திர குருகுலம் ஆகிய அமைப்புகள் இதில் அடங்கும். மத்திய ஆலோசனைக் குழுவுடன் இணைந்து அவர்கள் செயல்பட்டார்கள். மேம்படுத்துவதே எங்கள் முனைப்பு என்பது அவர்கள் கோஷமாக இருந்தது. மேம்படுத்துவதில் வெற்றி அடைந்தார்களா என்பதை உறுதி செய்ய வழிகள் ஏதுமில்லை.

★★★

இன்னமும் தெரியாத விஷயங்கள் பல இருக்கின்றன. கைவிடப்பட்ட அல்லது கொல்லப்பட்ட குழந்தைகளில் எத்தனை பேர் பெண்கள் என்று நான் யோசித்திருக்கிறேன். சமூகப் பணியாளர்களின் கருத்துப்படி முகாம்களில் விடப்பட்டவர்களில் பெரும்பாலானோர் பெண் குழந்தைகள். இந்தக் குழந்தைகளுக்கு தத்து எடுப்போரைத் தேடுவது பெரிய காரியமாக இருந்தது. பல பெண்கள் வீட்டு வேலை செய்பவர்களாகவும் பாலியல் தொழிலாளிகளாகவும் ஆனார்கள். எழுத் தாளர் க்ரிஷ்னா சோப்தியின் கூற்றுப்படி பிரிவினைக்காகப் பலியிடப் பட்ட பெண்களின் எண்ணிக்கை அதிகமானது. மறுவாழ்வு இல்லங் களும் கல்வி நிலையங்களும் ஆண்கள், பெண்கள் இருபாலருக்கும் அமைக்கப்பட்டன. ஆனால், விடுதியிலிருந்து வெளியேறி, தங்கள் வாழ்க்கையைத் தாங்களே அமைத்துக் கொள்ளும் நாள் வந்தபோது ஆண்பிள்ளைகள்தான் எளிதாகச் செய்ய முடிந்தது. சில பெண்களுக்கு மறுவாழ்வு இல்லப் பொறுப்பாளர்களே திருமணம் செய்து வைத் தார்கள். அவர்களால் ஒரு வாழ்க்கையை அமைத்துக் கொள்ள முடிந்தது. ஆனால் பலருடைய வாழ்க்கை வடிவத்தையே மாற்றி அமைத்தது பிரிவினை.

குழந்தைகள் சட்டப்பூர்வமானவர்களா எதிரானவர்களா என்ற பிரச்னையை பிரிவினையின் ஒட்டுமொத்தப் பரிமாணத்தில் அணுக வேண்டும். பல்வேறு மதத்தினரிடையே வேறுபாடுகள் வளரத் தொடங்கிய போது இந்து, சீக்கிய மதங்களின் புனிதம் முக்கியமான தாகக் கருதப்பட்டது. முக்கியமாக பஞ்சாபில். அங்கே ஆரிய சமாஜத் தின் வளர்ச்சியும், பஞ்சாபிய இந்துக்களின் ஒருமைப்பாடும் இந்து கிறிஸ்தவ மதங்களின் மத மாற்ற முயற்சிகளினால் உண்டான பயத்தின் விளைவாக இருந்தது. மதமாற்றத்தால் சட்டப்பூர்வ பிரஜை என்ற அடையாளத்துக்கு ஊறு விளையும் என்பதே அடிப்படைக் கவலை யாக இருந்தது. பிரிவினையின் விளைவாக தேசத்தின் உடலில் ஒரு பகுதி சீரிய முறையில் மதமாற்றம் அடைந்து இழக்கப்பட்டு விட்டது. ஆனால் பெண்களின், குழந்தைகளின் உடலுக்குள் இருந்த தேசத்தின் எல்லைக்கோடு உறுதியில்லாத தன்மையுடன் இருந்தது. இந்து சீக்கியப் பெண்கள் ஆசையாலும், நேசத்தாலும் இஸ்லாமியர்களால் வற்புறுத்தப்பட்ட உறவுகளுக்கு ஆட்பட்டிருந்தார்கள் என்று சொல்லப் பட்டாலும், பெரும்பாலானோர் தாமே முன்வந்துதான் ஏற்றிருந் தார்கள்.

ஆனால் அரசாங்கத்தின் உதவியுடன் அவர்கள் இந்து அடையாளத் துக்குத் திரும்ப அழைத்து வரப்பட்டு புனிதப்படுத்தப்பட்டார்கள். ஆனால் குழந்தைகளின் ரத்தத்தில் இரண்டு மதங்களும் இரண்டறக் கலந்திருந்தன. இதை எந்தப் யுக்தியையும் பயன்படுத்திப் பிரிக்க

முடியாது, எந்த இடத்திலும் கோடு வரைய முடியாது. அவர்கள் எந்த நாட்டுக்குச் சொந்தம் என்பதை முடிவே செய்ய முடியாமல் இருந்தது. அவர்களை மறந்து விடுவது அல்லது அவர்கள் இருக்கிறார்கள் என்றே தெரியாத மாதிரி இருந்து விடுவது உத்தமம்.

இதை நம்மால் எளிதாகச் செய்ய முடிந்தது. தங்கள் குழந்தைகளை இழந்த பல பெற்றோர் அவர்களைத் தேடிக் கண்டுபிடிக்க முயன் றார்கள். விண்ணப்பங்கள், புகார்கள், வாய்வழியாகவும் எழுத்து மூலமும் தகவல்கள் என்று பலவிதமாக முயன்றார்கள். குருஷேத்ரா வில் இருக்கும் தேரா துப்சாதி என்ற இடத்தைச் சேர்ந்த தரம் கௌர் போன்ற சிலருக்கு அதிர்ஷ்டம் இருந்தது. அவர், பிரிவினைக் கால வன்முறையில் தன் உறவினர்கள் பலரை இழந்தார். வன்முறை நடந்த இடத்தில் தன் மகள் மஹீந்த்ர கௌரைத் தவிர்த்து இதர எல்லா உறவினர்களின் உடல்களையும் அவர் பார்த்தார். அவருக்குத் தெரி யாமல், ஒரு நல்ல மனம் படைத்த தாதியால் அநாதை இல்லத்தில் சேர்க்கப்பட்டு அன்வர் சாதீகா என்ற பெயரில் வளர்ந்தாள் மஹிந்தர கௌர். பல ஆண்டுகள் கழித்து, அவளுக்குக் கல்யாணம் ஆகும்போது தான் அந்தத் தாதி அவள் கதையைச் சொன்னாள்.

> தன் மகள் அஸ்மத்துடன் ஒருநாள் பேருந்தில் போய்க் கொண்டிருந்த போது சாதீகா ஒரு சீக்கியரின் அருகில் உட்கார வேண்டியிருந்தது, குழந்தைகளுக்கே உரித்தான துடுக்குடன், அஸ்மத் தாவி அந்த சீக்கியரைப் பிடித்து ஏனோ அவரை மாமா என்று அழைத்தது. ஒரு நிமிடம் புல்லரித்துப் போன சாதிகா அந்தப் பெரியவரிடம் தன் கதையைச் சொல்லி இருக்கிறார். நிரஞ்சன் சிங் என்ற அவர் நெடுங் காலம் பிரிந்திருந்த தன் சகோதரியைப் போலப் பாவித்து அவருக்கு உதவுவதாக வாக்களித்திருக்கிறார். இந்தியா திரும்பியதும், லூபன் வாலா அகதிகள் தன் வீட்டின் அருகே இருந்த குருஷேத்ராவில் இருப்பதை அறிந்திருக்கிறார்.*

நிரஞ்சன் அனுதினமும் தான் செல்லும் பேருந்தில் ஒரு அறிவிப்புச் செய்வார். 'பாகிஸ்தானில் இருக்கும் ஒரு தாயைப் பிரிந்த பெண்ணிட மிருந்து நான் வருகிறேன். உங்களில் யாராவது லூபன்வாலா சீக்கியராக இருந்தால் தயவு செய்து எழுந்து நில்லுங்கள்' இதில் பலனிருந்தது. பிரிவினைக்கால அகதிகள் பலர் தங்கள் உறவுகளுடன் மீண்டும் இணையக் காரணமாக இருந்த வாய்வழிச் செய்தி இங்கும் பயன் பட்டது. சாதீகாவின் பெற்றோர் உயிருடன், குருஷேத்ரா அருகி

* India Today, special issue to mark fifty years of Independence, August 1997.

லிருக்கும் சிறிய கிராமமான தேரா தூப்சாதியில் இருப்பதை நிரஞ்சன் சிங் அறிந்தார்.*

கிடைத்த இந்தத் தகவலின் பேரில் நிரஞ்சன் சிங் மேலும் விசாரித்தார். ஒரு நாள் இரவு முன்னறிவிப்பு இன்றி தரம் கௌரின் வீட்டுக்குப் போய்ச் சேர்ந்தார். செல்கிற போது சாதிகா எழுதி அனுப்பியிருந்த ஒரு குறிப்பையும் உடன் எடுத்துப் போயிருந்தார். அதில் சுருக்கமாக, ‘ ஜாவிந்த் சிங்கின் மகளான மொஹீந்தர் கௌரான நான் உயிருடன்தான் இருக்கிறேன்’ என்று எழுதப்பட்டிருந்தது. சில ஆண்டுகள் கழித்து சாதிகாவுக்கு துப்ஸாதி வந்து அம்மாவைச் சந்திக்கும் வாய்ப்பு கிடைத்தது. அம்மாவும் பாகிஸ்தான் சென்று தன் பேத்தியின் கல்யாணத்தில் கலந்துகொண்டார்.

ஆனால் எல்லோருக்குமே இது போன்ற அதிர்ஷ்டங்கள் இல்லை. காந்தி வனிதா ஆஸ்ரமத்தின் பணியாளர்கள் 1947ல் ஆஸ்ரமத்துக்கு வந்த இரண்டு வயதுக் குழந்தையை நினைவுகூர்ந்தார்கள். அந்தக் குழந்தை யார், எங்கிருந்து வந்தது என்பதெல்லாம் யாருக்கும் தெரியவில்லை. இன்று, தன் ஐம்பத்தி இரண்டாவது வயதிலும் சரித்திரம் இல்லாத, சரித்திரக் குழந்தையாக அவர் இன்னும் ஆசிரமத்தில்தான் வசிக்கிறார்.

எல்லோருமே தரம் கௌர் போலவும், சாதிகா போலவும் அதிர்ஷ்டக் காரர்கள் அல்லவே! 1956ல் கராச்சியிலிருந்து வரும் டான் இதழில் வெளியான தலையங்கம், கவர்ந்து போகப்பட்டவர்களின் மீட்பு குறித்த இரு நாடுகளின் வெவ்வேறு கோணங்கள் குறித்து விவாதித்தது. அந்தத் தலையங்கம் ஒரு குறிப்பிட்ட தகப்பனின் அனுபவம் குறித்து எழுதியிருந்தது. அந்த விரக்தியுற்ற தகப்பன் அந்த இதழின் நிருபர்களிடம் அடிக்கடி பகிர்ந்த துயரக் கதை அது. கவர்ந்து போகப் பட்ட பெண்களின் உறவினர்களுக்கு எல்லா உதவிகளும் செய்யப் படும் என்ற (இருநாடுகளின்) ஒருங்கிணைந்த உறுதிமொழிக்கு எவ் வளவு நம்பகத் தன்மை இருக்கிறது? என்ற வருத்தமான கேள்வியை அவர் எழுப்பினார். கவர்ந்து போகப்பட்ட தன் மகளைத் தேடி வந்த அந்த பாகிஸ்தான்காரருக்கு அதிகாரிகள் உதவி செய்ய மறுத்தது மட்டுமில்லை, மோசமான காரணங்களின் அடிப்படையில் சிறையிலும் தள்ளினார்கள்.

கமாருதின் அஹமத் என்ற அந்தத் தகப்பன், சொந்த கிராமத்திலிருந்து கவர்ந்து போகப்பட்ட தன் மகளைத் தேடி இந்தியாவுக்குப் பலமுறை வந்திருக்கிறார். 1951ம் ஆண்டு உளவாளி என்று குற்றம் சுமத்தப்பட்டு சிறையில் வைக்கப்பட்டார். மூன்றாண்டுகள் சிறையில் இருந்தார்.

‘இந்திய அரசாங்கம் என் மகளைக் கண்டுபிடித்துத் தர மறுத்தது ஆச்சரியமில்லை. நான் மீண்டும் மீண்டும் கேட்டுக் கொண்டும், என் சொந்த நாடே

சட்டப்பூர்வமாகவோ, ஆதரவாக இருந்தோ என் மகளைக் கண்டு பிடிக்க எந்த உதவியும் செய்யாததுதான் துயரம்’ என்கிறார் அவர். சிறைத் தண்டனை முடிந்து பாகிஸ்தான் திரும்பிய பிறகு மீண்டும் மகளை மீட்டுத் தரும்படி பாகிஸ்தான் அரசாங்கத்துக்கு விண்ணப்பம் செய்தார். ‘இந்திய அரசு உங்கள் மகளைத் திரும்பி அனுப்ப மறுக்கிறது’ என்ற பதில்தான் கிடைத்தது. எங்கள் அரசாங்கமும் அத்தோடு அதை விட்டுவிட்டது’* 1957 ம் ஆண்டு மீட்பு முயற்சிகள் அதிகாரப்பூர்வமாக முடிவுற்றது. அத்துடன் இவரின், இவர் போன்ற பல தகப்பன்களின் தேடல்களும் முடிவுக்கு வந்துவிட்டன.

★★★

முன் அத்தியாயங்களில், கவர்ந்து போகப்பட்டவர்களின் மாவட்ட ரீதியான பட்டியல் அடங்கிய புத்தகம் குறித்துச் சொல்லியிருந்தேன். இந்தப் புத்தகத்தில் 16 வயதுக்குக் குறைவானவர்கள் குழந்தைகள் என்ற வகையில் சேர்க்கப்பட்டிருந்தார்கள். (சில சமயம் 16 வயதுக்காரர்கள் பெரியவர்களாகவும் காட்டப்பட்டிருந்தார்கள்). இது தவிர, கவரப் பட்டவர்களின் வரையறையில், பெண்கள், விதவைகள் மற்றும் ஒரு அபூர்வமான ரகம், வயது வந்த ஆண் எல்லோரும் இருந்தார்கள். கவரப்பட்ட குழந்தைகளின் பிரச்னையின் பரிமாணத்தை அறியும் நோக்கத்தில் சில புள்ளிவிவரங்களை அந்தப் புத்தகத்தில் தேடினேன். எனக்குக் கிடைத்தவை :

கேம்ப்பெல்பூரில் மொத்தம் கவர்ந்து போகப்பட்ட 92 பேரில் 30 பேர் குழந்தைகள். தேரா காசி கானில் இது 107 - 23. ராவல்பிண்டியில் 598 - 146. குர்டாஸ்பூரில் 188 - 69. ஷேகுபுராவில் 916 - 318. இவர்களில் ஆண் குழந்தைகள் மூன்றில் ஒரு பங்கிலிருந்து பாதி வரை இருந்தார்கள்.

குழந்தைகள் குறித்த அத்தியாயத்தை முடிக்கும் முன், பட்டியலில் இருந்த குழந்தைகளில் சிலரை உதாரணம் காட்ட விருப்பம். இந்த விவரங்கள் ஷேகுபுரா மாவட்டத்தைச் சேர்ந்தவை. இந்த விவரங்கள் உண்மையாக இருக்கும்பட்சத்தில், வல்லுறவுக்கு ஆளானவர்களும் கவர்ந்து செல்லப்பட்டவர்களும் அதே கிராமத்தைச் சேர்ந்தவர்கள். காணாமல் போன குழந்தைகளின் குடும்பத்தினருக்கு மிகவும் தெரிந்தவர்கள்.

---

* Dawn, August 1956.

கீழே இருக்கும் பட்டியலைப் பாருங்கள்.

R.No.	*Particulars of abducted person*	*Place and date of abduction*	*Particulars of abductors*
QSP/S-13/U-3C	Angraiz Singh, 4 years, s/o Prakash, Moh. Akandpurian, P.S., P.O. Sayeed Wala Teh. Nankana Sahib, Sheikhupura	Sheikhupura, during riots	He is likely to be in or about Sheikhupura
QSP/B/N/-4C	Arvel Kaur, 9 years, d/o Magar Singh, P.S. Muridki, Teh. Shahadra Distt. Sheikhupura	Chak. No. 9 Sheikhupura Sept. 1947	Bakshi Thadola Pind Thadel, Distt. Sheikhupura
QSP/S-2/N-1C	Amar Kaur, 4.5 years, Vill. Sheikuch P.O. Kathiala Kalan, P.S., Teh. and Distt. Sheikhupura	Vill. Sheikuch, Distt. Sheikhupura, Aug. 47	Kathiala Kalan, Teh. and Distt. Sheikhupura
QSP/S-13/N-3C	Ashok Kumar, 3.5 years, s/o Harbans, Vill. Lal P.O. and P.S. Naranag Mandi, Teh. Shahadara, Distt. Sheikhupura	Narang Mandi Aug. 47	Karim bibi, w/o Jawahar Mosech, Narang Mandi, Distt. Sheikhupura
QSP/S-1/N3C	Dayal, 3 years, d/o Dharam Singh, Vill. Kalary, Chak 282, Teh. and Distt. Sheikhupura	Kalary No. 282, Sheikhupura	Phallo Isai, Vill. Kallary, Chak No. 482, Distt. Sheikhupura

நான் மேலே குறிப்பிட்ட விவரங்கள் யாராலும் அதிகம் தொடப் படாதவை. இதைச் செய்யும் போது தொடர்ந்து என் மனதில் எழுந்து கொண்டே இருந்த கேள்வி : குழந்தைகளின் வரலாற்றை எப்படிக் கண்டறிவது? மௌனங்களால் மறைக்கப்பட்ட பெண்களின் மனதை அறிவதே சிரமம் என்றால் குழந்தைகளின் அனுபவங்களைக் கண்டறி வது அதை விட சிரமமாயிற்றே? அதுவும், தங்களுக்கு நேர்ந்தவை களை அவர்களால் விளக்கவே முடியாது என்னும் நிலையில் இன்னும் கடினமானதல்லவா அது? பிரிவினையின் வரலாற்றில் குழந்தைகள் மையப் பொருளாக இருந்தும் எதுவும் அறிய முடியாமல் இருப்பது பிரிவினையின் தனிப்பட்ட குணமல்ல. பொதுவாக சரித்திரமே, இந்திய சரித்திரம் மொத்தமுமே இந்த முக்கிய வினாவுக்கு விடை சொல்லவில்லை. மேற்கத்திய நாடுகளில் ஹோலோகாஸ்ட் அனு பவம் என்று சொல்லப்படும் நிகழ்வுகளின் காலக் குழந்தைகள், தங் களைச் சுற்றி நிகழ்ந்த துயரங்களைத் திரும்ப நினைவுகூர ஆரம்பித்

திருக்கிறார்களாம். ஆன் ஃபிராங்க் என்பவர் பல ஆண்டுகளுக்கு முன்பு ஆரம்பித்த முயற்சி இது.

பிரிவினையும் இதைப் போன்ற ஒரு நிகழ்வுதான். தங்கள் குடும்பமும், சமூகமும் கொடூரமான முறையில் சிதைக்கப்பட்டதைக் குழந்தைகளால் நினைவுகூர முடிந்திருக்காது என்றாலும் நடந்த எதிலும் அவர்களுக்குத் தொடர்பு இல்லாமல் இருந்திருக்காது. இந்தக் குழந்தைகளுக்கு என்ன ஆகியிருக்கும்? அவர்களின் எதிர்காலம் பலரால் விவாதத்துக்கு உள்ளாகி இருந்த போது இவர்கள் எல்லோரும் ஆசிரமங்களிலும் அநாதை இல்லங்களிலும் இருந்தார்கள். அல்லது கூடைகளில் நாட்டில் ஓரிடத்திலிருந்து இன்னொரு இடத்துக்கு, ஒரு விடுதியிலிருந்து இன்னொரு விடுதிக்கு மாற்றப்பட்டுக் கொண்டிருந்தார்கள். இவர்களில் பெரும்பாலோர் வரலாற்றில் கரைந்து போனார்கள்.

எப்போது, எப்படி இந்தக் குழந்தைகளின் வரலாற்றைத் தேடி எடுத்து அறியப் போகிறோம்? அதை எப்படி வரலாற்றில் இணைக்கப் போகிறோம்?

★★★

மூரத்

'நான் எப்போதும் வெளியிலேயே விளையாடிக் கொண்டிருப்பேன்...'

மூரத் லாகூரைச் சேந்த ஒரு டோங்கா ஓட்டி. பிரிவினைக் காலத்தில் இந்தியாவில் வசித்த ஒரு சிறுவன். பல சிறுவர்களைப் போலவே அவனுக்கும் சுற்றி என்ன நடக்கிறது என்பது தெரிந்திருக்கவில்லை. பாகிஸ்தானுக்குப் போகும்படி பலவந்தமாக அனுப்பப்பட்டவன். நான் மூரத்தைச் சந்தித்ததில்லை. பீட்டர் சேப்பலுக்கும், சாதி கன்னாவுக்கும் அவர்கள் எடுத்த படத்துக்காக மூரத் அளித்த பேட்டியை அவர்கள் அனுமதியுடன் இங்கே தந்திருக்கிறேன். மிகுந்த யோசனைக்குப் பிறகு, சில முக்கிய காரணங்களுக்காக இந்தப் பேட்டியைச் சேர்த்திருக்கிறேன். மூரத்தின் குழந்தைக்கால புலப் பெயர்ச்சி அனுபவங்கள், நான் சொல்லியிருக்கும் பல விஷயங்கள் குறித்து மேலும் விளக்குவது போல் எனக்குத் தோன்றியது.

கோர்வையாகவும், சுவாரஸ்யமாகவும், கொஞ்சம் விலகி இருந்து பார்க்கும் தன்மையுடனும் சொல்லப்பட்டிருக்கும் இந்த அனுபவங்கள் முதிர்ச்சி பெற்ற பிறகு வந்த சொற்களில் சொல்லப்பட்டிருப்பதாகவே தோன்றுகிறது. பேட்டி எடுக்கும் போது அவர் தன் ஐம்பதாம் வயதுகளில் இருந்தார். பேட்டியாளர்களைப் பொறுத்த வரை, மூரத் தன் அனுபவங்களைச் சுயஉணர்வுடன் பகிர்வது இதுவே முதல் முறை. இது நிஜம் என்றால் எனக்கு அதில் ஆச்சரியங்கள் இருந்தன. சுய உணர்வுடன் பகிரப்படும் அனுபவங்களில் இத்தனை கோர்வையும் தொடர்ச்சியும் இருக்குமா?

இன்னொரு கேள்வி கூட என் மனதில் எழுந்தது. அவர் சொல்லியிருக்கும் விஷயங்களில் சில அச்சமூட்டும் அனுபவங்களாக இருந்தும் அதை விளையாட்டாகச் சொல்லும் ஒரு அண்டர் பிளே தன்மை இருந்தது. உதாரணத்துக்கு, 'நாங்கள் அங்கே படுத்துக் கொண்டு பொழுதைப் போக்கிக் கொண்டிருந்தோம்' என்ற மாதிரி வர்ணனைகள் ஒரு குழந்தையின் பார்வையில் மிரண்டு போகும் அளவு அச்சம் தரக் கூடியவை. இதனாலேயே இந்தப் பேட்டியைத் திரும்பத் திரும்பப் படித்துப் பார்த்தேன். ஒரு குழந்தையின் அனுபவங்கள், அதே குழந்தையால் ஒரு முதிர்ச்சி அடைந்தவராக எவ்விதம் நினைவுகூரப்படுகிறது என்பதைப் புரிந்து கொள்ளவே இப்படித் திரும்பத் திரும்பப் படித்தேன். பேட்டியின் போது, இந்துக்களுக்கும் இஸ்லாமியர்களுக்கும் இருந்த வேறுபாடுகளைக் குறித்த அவரது மனப்பாங்கில் குழப்பமே இல்லை.

தவிரவும், இந்த அனுபவங்களில் கடந்த காலத்தை ரசிக்கும் தன்மை இருந்தது. இறுதியில் அவர் சொல்லும் கதையில் இரண்டு மதங்களின் இனிய சங்கமம் பற்றிச் சொல்லியிருப்பதில் ரியலிஸம் இருக்கிறது. இந்த உணர்வை

அவருக்குத் தந்தது புலப் பெயர்ச்சியின் காரணமாக அமைந்த லாகூரா, அல்லது பிரிவினையா? இந்துவா இஸ்லாமியனா என்று தெரியாத, இஸ்லாமியராக மாறிக் கொண்டு வந்த மூரத்துக்கு, அண்டை வீட்டிலிருக்கும் இந்துக் குழந்தைக்கும் தனக்கும் இருந்த அடையாள வேறுபாடு புரிந்திருக்குமா, அல்லது பிரிவினையால் வந்த புரிதலா இது? லாகூருக்குப் பலவந்தமாகக் குடிபெயர வைக்கப்படாமல் இது போன்ற புரிதல் இயற்கையாக வந்திருந்தால், மூரத்தின் வாழ்க்கையில் துயரக் கோடுகள் இத்தனை ஆழமாக விழுந்திருக்குமா? பிரிவினைக்குப் பின்னர், தெளிவான மத அடையாளங்களைப் பிரிந்தறிந்த ஒவ்வொருவர் மனதிலும் இந்தக் கேள்விகள் எழும். எளிதாக விடை காண முடிந்த கேள்வி அல்ல இது.

மூரத்தின் நேர்காணல் இன்னொரு விதத்திலும் முக்கியமானது. பிரிவினையின் 'மற்றொரு புறக்' கோணத்தைத் தரும் ஒரே நேர்காணல் இது. அனுபவங்கள் இங்கிருப்பவர்களின் அனுபவம் போன்றே இருப்பது ஆச்சரியமாக இல்லை. பூகோள ரீதியான அடையாளத்தையும், பெயரையும் மறந்து விட்டால், இந்த அனுபவங்கள் எல்லையின் இரு புறங்களில் எந்தப் பக்கத்துக் குழந்தைக்கும் பொருந்தும். மதத்தையும், வசிப்பிடத்தையும் விட அனுபவங்களின் ஆழமே முக்கியம் என்பது தெளிவு. உதாரணத்துக்கு : உதவியை எங்கிருந்து பெற்றார் என்பதை விளக்கும் போது, 'நிலச் சுவான்தார்கள் நிலச் சுவான்தார்களிடம் போவார்கள், ஏழைகள் ஏழைகளிடம் போவார்கள்' என்கிறார். வாழ்க்கைத் தரம் எளிதாக மறுக்கப்படுவதோ, மறக்கப்படுவதோ இல்லை!

★★★

மூரத் வார்த்தைகளில்

'நான் அப்போது சிறுவன். என் மாமா இந்தியாவில் இருந்தார். என்னை எங்கு வேண்டுமானாலும் அழைத்துப் போக மக்கள் தயாராக இருந்தார்கள். ஆனால் என்னைக் கூட வைத்துக் கொள்ளவோ, எனக்குப் பொறுப்பேற்கவோ யாரும் முன்வரவில்லை. 'நான் ஒரு அதிர்ஷ்டம் கெட்டவன்' என்றார்கள்.

ஒரு பள்ளிக்கூட வாத்தியார் என்னை ஏற்றுக் கொண்டார், அவருடன் சேர்ந்து இருக்க ஆரம்பித்தேன். என் குடும்பத்து உறவினர்களை விட என் மீது அன்பாக இருந்து என் தேவைகளைக் கவனித்துக் கொண்டார். அவருடைய கால்நடைகளை மேய்க்க அழைத்துப் போவேன். இந்திய பாகிஸ்தான் பிரச்னை ஆரம்பித்தது. யாருமே என்னை வைத்துக் கொள்ளத் தயாராக இல்லை. வேண்டா வெறுப்பாக ஒரு முதியவர் ஏற்றுக் கொண்டார்.

எப்போதும் தெருவில் விளையாடிக் கொண்டிருப்பேன். சில சீக்கியர் கள் அங்கே வசித்தார்கள். அவர்கள் 'எப்போதும் வெளியில் விளை யாடிக் கொண்டிருக்கிறான். துப்பாக்கிக் குண்டுகள் பறந்து கொண் டிருக்கின்றன. குண்டடி பட்டுக் கொல்லப்படப் போகிறான்.' என் றார்கள். ஆனாலும் வெளியில் விளையாடுவதை நிறுத்தவில்லை. செத்துப் போய் விடுவேனோ என்ற பயத்தில், என் தாய் மாமாக்கள் வீட்டுக்கு அழைத்துப் போனார்கள். ஒருநாள் வீட்டில் இருந்த போது மாமாக்கள் வந்து அருகில் உட்கார்ந்தார்கள். சீக்கியர்கள்... (மகளைப் புணர்கிறவர்கள் என்பதான கெட்டவார்த்தையைப் பிரயோகிக் கிறார்)... அவர்கள் வந்து தொலைத்தார்கள்.

முதலில் என் மாமாவை வெட்டிச் சாய்த்தார்கள். என்னையும் கொன்று விடப் போகிறார்கள் என்று நினைத்து வெளியே ஓடப் பார்த்தேன். வெளியில் கட்டுக் கட்டாகக் கரும்புகள் இருந்தன. அதற்குள் குதித்து கரும்புகளால் மறைத்துக் கொண்டேன்.'

மூரத் அங்கே இருப்பதை இன்னொரு மாமா பார்த்திருக்கிறார். அவர்கள் இருவரும் கொஞ்சமாவது பாதுகாப்பாக இருக்க முடிந்த அருகாமை முகாம் ஒன்றுக்குப் போயிருக்கிறார்கள். 'ரொம்பக் கொடூரம்.. இஸ்லாமியரைப் பார்த்தாலே கொன்றார்கள்' என்றார். முகாமுக்கு அருகில் ஒரு கரும்புத் தோட்டம், ஆனால் முகாமில் சாப்பிட எதுவுமில்லை. தரையில் படுத்துக் கொண்டு நேரத்தை ஓட்டினோம்.

நான் குழந்தையாக இருந்தபோதே என் பெற்றோர் இறந்து விட்டார் கள். எங்கே போனாலும் யாரும் என்னை ஏற்கவில்லை. துரதிர்ஷ்டக் காரன் என்று சொல்லி ஒதுக்கினார்கள். என்னை ஏற்க யாரும் முன்வர வில்லை. வேண்டா வெறுப்பாக ஒரு முதியவர் என்னை அழைத்துக் கொண்டார். எங்கள் கிராமத்தில் வீட்டருகில் சில சீக்கியர்கள் வசித் தார்கள். 'இவன் எப்போதும் வெளியில் விளையாடிய படி இருக்கிறான். துப்பாக்கிக் குண்டுகள் பறந்து கொண்டிருக்கின்றன. கொல்லப்படப் போகிறான்' என்றார்கள். என்னைக் கிராமத்துக்கே திரும்ப அழைத்துப் போனார்கள். சில வண்டிக்காரர்கள் கவனத்தில் வளர்ந்தேன். அவர்கள் குதிரைகளை மேய அழைத்துப் போவேன். அவர்களுடனே சாப்பிடு வேன். ஒருநாள் கூரையில் ஏறிப் பார்த்த போது சீக்கியர்கள் வந்து அவர்களில் மூன்று நான்கு பேர்களைக் கொல்வதைப் பார்த்தேன். அவர்களைக் கொன்றால் என்னை மட்டும் விடவா போகிறார்கள் என்று நினைத்தேன். என்னையும்தானே கொல்வார்கள்?

கரும்புக் கட்டுகள் அடுக்கி வைத்திருந்தார்கள். அதில் குதித்து ஒளிந்து கொண்டேன். கரும்புதான் என்று நினைத்து ஒழிந்து போகட்டும்

அவர்கள் என்று நினைத்தேன். அதற்குப் பிறகு தப்பிக்கிற வழியைப் பார்த்துக் கொள்ளலாம் என்று இருந்தேன். மாமா வந்து 'அவங்க உங்க தாத்தாவையும் கொன்று விட்டார்கள். வா, இங்கிருந்து போயிடலாம்' என்றார். முகாமை நோக்கிப் போனோம். எங்கும் சீக்கியர்கள் நின்றிருந் தார்கள். ராணுவ ரயில் வந்தது. 'குடும்பம் இல்லாதவர்கள் எல்லாரும் வண்டியில் ஏறுங்கள். பாகிஸ்தான் போகிறது வண்டி' என்றார்கள். வண்டியில் ஏறினோம். பியாஸ் நதிக்குப் பக்கத்தில் ஒரு சின்ன பாலம் இருந்தது. வண்டி அங்கே நின்றது, நாங்கள் இறங்கினோம். நாங்கள் ஒரு மூன்று நான்கு பையன்கள் இருந்தோம். வா லஸ்ஸி குடிக்கலாம் என்றார்கள். இல்லை, அவர்கள் விஷம் கலந்திருப்பார்கள் நான் குடிக்க மாட்டேன் என்றேன். கடைத் தெருவில் நுழைந்தோம். அவர்கள் மூன்று பேரும் லஸ்ஸி குடித்தார்கள். நான் குடிக்கவில்லை. இதை விட ஆற்றுத் தண்ணீரைக் குடிக்கலாம். அதில் விஷமில்லை. நம் ஆட்கள் சோதித்து விட்டார்கள் என்றேன். திரும்பி வந்தோம். அவர்கள் மூன்று பேரும் சுருண்டு விழுந்து செத்துப் போனார்கள்.

பாகிஸ்தான் போகும் லாரிகள் நின்றிருந்தன. 'சீக்கியர்கள் நம்மை போகும் வழியிலேயே வெட்டி விடுவார்கள்' என்றார் ஒருவர். 'நான் போகவில்லை' என்று சொல்லிவிட்டேன். 'எங்க ஆட்கள் வந்தால்தான் நான் கிளம்புவேன்' என்றேன். 'ஏற்கெனவே எனக்கு யாருமில்லை, சாவை ஏன் நாமே அழைத்துக் கொள்ள வேண்டும்' என்றேன். இஸ்லாமியர்களின் லாரி வந்தது. அதில் ஏறிக் கொண்டோம். வாஹா பார்டரில் போய்ச் சேர்ந்தோம். 'இனிமே நீங்களே போய்க்க வேண்டி யதுதான்' என்றார்கள். எங்கே போவது. போக இடமே இல்லையே என்று நினைத்தேன். வழியும் தெரியாது. ஜலந்தர்காரர் ஒருவரைத் தொடர ஆரம்பித்தேன். கையிலிருந்த கொஞ்சம் காசை செலவு செய்ய வில்லை நான். நிலைமை மோசமாகும் போது அது தேவைப்படும். சாஹேத்ராவை அடையும் போது இரவாகி விட்டது. சுற்றிலும் புதர் களும் பேரீச்ச மரங்களும் இருந்தன.

ஜனங்கள் காலரா வந்து பரிதாபமாக இருந்தார்கள். அங்கிருந்து புறப்பட்டு அட்டாரி என்ற இடத்தை அடைந்தேன். ஒரு மூதாட்டி இருந்தார். 'அம்மா, நா இங்கே தங்கலாமா?' என்று கேட்டேன்.

'தங்கிக்கோப்பா' என்றார்.

'எங்கேர்ந்துப்பா வர்ரே?'

'கிணத்துலேந்து பள்ளத் தாக்குக்கு. சொந்தக்காரங்க யாருமில்லை'

பிரியமாகப் பேசினார். சாப்பிட ரொட்டி தந்தார்.

'இங்கேயே இருக்கிறதா இருந்தா வீடு தர்ரேன் தங்க!'

'ஏம்மா? எனக்கெதுக்கு வீடு? குடும்பமே இல்லை.'

ரோட்டுக்கு வந்தேன். லாரி ஒன்று வந்தது. நின்றது. அப்போதெல்லாம் பஸ்கள் ரொம்பக் குறைவு. லாரிகளில்தான் ஜனங்கள் பிரயாணம் செய்வார்கள். ஒரு ஆள், 'ஜாரன்வாலா...' என்று பொதுவாக ஒரு குரல் கொடுத்து விட்டு 'கிழங்கு பிடுங்கத் தெரியுமா உனக்கு?' என்றார் தொடர்ந்து.

'என்னைத்தான் ஏற்கெனவே வேரோடு பிடுங்கி எறிந்து விட்டார்களே, என்னை ஏன் இம்சை பண்றே?' என்றேன்.

'ரொம்ப நொந்து போயிருக்கே போலிருக்கு... வா, வண்டியில் ஏறிக்க' என்றார் டிரைவர்.

ஜாரன்வாலாவில் இறங்கினேன். கொஞ்சம் அங்கும் இங்கும் திரிந்தேன். இங்கேதான் கிழங்கு பிடுங்குகிறார்களா? என்று எனக்குள் சொல்லிக் கொண்டேன்.

எனக்கு அங்கே யாரையும் தெரியாது. ஒரு டோங்கா ஓட்டி வந்தார்.

'சாரன் டி கூ' என்றார்.

'அப்டீன்னா?' என்றேன்.

'அது ஒரு ஊர்'

'என்னை அங்கே கூட்டிட்டு போறீங்களா?'

'கண்டிப்பா'

'உன்னால எந்தத் தொந்திரவும் வராது, சின்னப் பையந்தானே நீ.'

'கொஞ்சம் காசு செலவாகுமே?'

'கவலைப் படாதே.. காசு இல்லாமயே கூட்டிப் போறேன்'

'நல்லவர்ங்க நீங்க.'

சொன்ன இடத்துக்கு அழைத்துப் போனார். அங்கே ஒரு சின்ன கிராமம் இருந்தது. போனேன். நிலச் சுவான்தார்களாக இருந்தால் நிலச் சுவான்தார்களிடம் போவார்கள். ஏழைகள் ஏழைகளிடம் போவார்கள். மூட்டைத் தூக்கிகள் இருந்தார்கள் அங்கே. போய் என் கதையைச் சொன்னேன். 'நாங்கள் ரொம்ப மோசமான நிலையில் இருக்கிறோம். உன் கஷ்டம் எங்களை விட அதிகமாக இருக்கும் போலிருக்கிறது.

ஆனாலும் எங்களால் உனக்கு என்ன செய்ய முடியும்?' என்றார்கள். நிலைமை இங்கேயே இப்படி என்றால் பிரயோஜனம் இல்லை. மண்டிக்குப் போய் என் அதிர்ஷ்டம் எப்படி இருக்கிறது என்று பார்க்கலாம் என்று நினைத்தேன்.

'மண்டியில வேலை ஏதாவது கிடைக்குமா?' என்று கேட்டேன்.

'கிடைக்கும்' என்று வழி காட்டினார்கள். ஒரு குடிசையையும் காட்டி னார்கள்.

அதற்குப் பிறகு லாகூர் வந்தேன். அங்கே ஒரு கோயில் இருந்தது. அந்த இடத்துக்கு அடிக்கடி போவேன். அங்கே வண்டிக்காரர்கள் நிறையப் பேர் இருப்பார்கள். அவர்கள் குதிரைகளைப் பார்த்துக் கொள்ள ஆரம்பித்தேன். குளிப்பாட்ட ஒரு குதிரைக்கு இரண்டணா கிடைத்தது. காலம் ஒரு மாதிரியாகப் போயிற்று. முதலாளியிடம் 'நானும் ஒரு வண்டி ஓட்டுகிறேனே' என்றேன்.

'உனக்கு ரோடெல்லாம் தெரியாதே லாகூரில்'

'தெரிஞ்சவங்க கிட்டே கேட்டுக்கறேனே?'

அந்த சமயம் ஒரு வண்டிக்காரர் வேலையை விட்டுப் போய் விட்டார். அந்த வண்டி இருந்தது. நல்ல வண்டியோட்டியும் இல்லை. எனக்கு சான்ஸ் கிடைத்தது. பிரயாணிகளிடமே எங்கே போறீங்க, எப்படிப் போகணும், எந்த ரோடு என்றெல்லாம் ஜாடை மாடையாகக் கேட்டுக் கொள்வேன். எனக்கு வழி தெரியாது என்ற விஷயத்தைக் காட்டிக் கொள்ளவில்லை. ஆனாலும் ஒரு துரதிர்ஷ்டம். கை கால்கள் வீங்க ஆரம்பித்தன. வேலை செய்ய முடியவில்லை. மறுபடி தெருவுக்கு வந்து விட்டேன். ஒரு மூதாட்டியைப் பார்த்தேன். கொஞ்சம் பணம் கொடுத்தார். நான் மறுத்து விட்டு எனக்காகப் பிரார்த்தியுங்கள் போதும் என்றேன். கடவுள் கிருபையால் குணமாயிற்று.

ஒருநாள் ஒரு பிரயாணி வந்து, 'மீரான் டி காஹி போகணும்.' என்றார்.

'சரி' என்றேன்.

'எவ்வளவு வண்டிச் சத்தம்?'

'சாதாரணமா எவ்வளவு தருவீங்க?'

ஏதோ ஒரு தொகையைச் சொன்னார். ஒப்புக் கொண்டேன். ஆனால் வழி தெரியாது.

‘எப்படிப் போகணும்?’ என்று கேட்டுவிட்டு தொடர்ந்து ‘சுருக்கு வழி தெரிஞ்சா சொல்லுங்க’ என்று சொன்னேன்.

‘முதல்லே நேரா டெல்லி கேட்டுக்குப் போ.’ என்றார்.

‘திரும்பணுமா?’

‘நேராப் போய்யாங்கிறேன், திரும்பணுமாவா?’

நான் லாகூருக்குப் புதியவன் என்பதைக் காட்டிக் கொள்ளக் கூடாது என்பதால் தந்திரமாகப் பேசுவேன். ஒரு வண்டி ஸ்டாண்ட் வந்தது. நிறுத்தினேன். சிகரெட் வாங்கப் போகிறவன் மாதிரி பாசாங்கு செய்தேன். கடைக்காரரிடம் போக வேண்டிய இடத்தைச் சொல்லி எப்படிப் போகணும் என்று கேட்டேன்.

‘இதான்யா அந்த இடம்’ என்றார்.

‘பாலியிலிருந்து இங்கே வர வண்டிக்காரங்க சாதாரணமா எவ்வளவு கேப்பாங்க?’

‘வண்டி லோடு ஃபுல்லா இருந்தா ஒரு ரூபா.’

அந்த மனிதர் பனிரெண்டணா தருவார் என்று நினைத்தேன். ஒன்றரை ரூபாய் கொடுத்தார்.

பிரிவினை பற்றிப் பேசப் பெரிதாக ஒன்றுமில்லை. எங்கள் சமூகத்தில் கல்யாணங்கள் எல்லாம் எடைக்கு எடை மாதிரி. உங்கள் வீட்டில் பெண் இருந்தால் உங்களுக்குப் பெண் கிடைக்கும். ஒரு கிலோ கொடுத்தா ஒரு கிலோ என்ற பண்டமாற்று மாதிரி. உங்கள் வீட்டில் பெண் இல்லா விட்டால் கல்யாணமே கிடையாது. ரொம்ப வருத்தமாக இருந்தது. ஆதரவுக்கு யாருமே இல்லை. போக இடமே இல்லாவிட்டால் எங்கே போவது? ஈத் பண்டிகை வரும்போது ரொம்பத் தனியாகவும் வருத்த மாகவும் இருக்கும். ராத்திரி பூரா தூக்கம் இருக்காது. இந்தியாவில் கலவரம் வந்தது. முதலில் தேர்தல் வந்தது. முஸ்லிம் லீகும் காங் கிரஸும் போட்டி போட்டது. லாரியில் வந்து ஓட்டு கேட்டார்கள். காயித் ஈ ஆஸாம் எங்கள் தலைவர் என்றார்கள். வதந்திகள் வர ஆரம்பித்தன.

‘நீ அங்க போகத்தான் வேணும்’ என்றார்கள்.

‘எங்கே போறது?’

‘பாகிஸ்தானுக்குப் போ.’

‘அது எங்கே இருக்கு?’

‘அங்கதான், லாகூர் பக்கத்துல.. அது பெரிய பட்டணமாமே.’

‘அந்த ஊரே தெரியாது, பார்த்ததில்லை. அது பட்டணமான்னு எப்படித் தெரியும்?’

‘நீ லாகூர் போகத்தான் வேணும்.’

தொடர்ந்து,‘நான் பிறந்த இடம்தான் எனக்கு லாகூர். ஆனாலும் எப்படியோ லாகூருக்கு இழுத்து வரப்பட்டேன்.’

பிரச்னைகளுக்கு மூலக் காரணம் இதுதான். ஆங்கிலேயர்கள் யாரையும் முன்னேற விடவில்லை. குறிப்பாக இஸ்லாமியர்களை. யாருடைய கையும் ஓங்குவதை அவர்கள் விரும்பவில்லை. இது என்னுடைய கருத்து. நானே பார்த்தது. நான் சிறுவனாக இருந்த போது காட்ரி வகுப்பைச் சேர்ந்த பஞ்சாபி இந்து ஒரு ஆங்கிலேயரிடம் கேட்டார், ‘ஐயா, இஸ்லாமியர்கள் ஒரு நாளைக்கு இரண்டு வேளை சாப்பிடவே கஷ்டப்படுகிறார்களே, இதற்கு ஏதாவது செய்யக் கூடாதா?’

அதற்கு அவர், ‘அவர்கள் இருக்கிறபடியே இருக்கட்டும். வயிறு நிறைஞ்சா கொலை பண்ண ஆரம்பிச்சிடுவாங்க’ என்றார். இப்போது, சுற்றிலும் எங்கும் கொலைகள். எங்கு பார்த்தாலும் போலிஸ் துரத்திக் கொண்டிருக்கிறது.

எங்கள் கிராமத்தில் செக்கு ஓட்டும் இரண்டு வலிமையான இளைஞர்கள் இருந்தார்கள். சீக்கியத் திருவிழா நடக்கும். தூரத்திலிருந்தெல்லாம் அதற்கு மக்கள் வருவார்கள். குருத்வாராக்களை நிர்வகிக்க மஹந்த்கள் இருப்பார்கள். சீக்கியர்கள் அவர்களைப் பல்லக்கில் தூக்கிப் போவார்கள். பூக்களைத் தூவியபடி ‘ஹரே ராம், ஹரே ராம்’ என்று கோஷமிட்டபடி போவார்கள்.

முன்பெல்லாம் இந்துக்களும் இஸ்லாமியர்களும் சகோதரர்களாக இருந்து ஒருவரை ஒருவர் கவனித்துக் கொண்டார்கள். பெரிய மிராசுதார் கூட ஒரு பணியாளர் கல்யாணம் என்றால் ஏகப்பட்ட உதவிகள் செய்வார். பெரிய கல்யாண விருந்துக்கு ஏற்பாடு செய்வார். கோலா கலமாக எல்லாரும் கூடுவார்கள். நிறைய நட்பு உணர்வு இருந்தது. ஆனால் பிரிவினைக்குப் பிறகு எல்லாம் தலைகீழாயிற்று. பச்சைக் குழந்தைகளைக்கூட கத்தியால் குத்த ஆரம்பித்தார்கள். கத்தியில் குத்தி இறந்த உடலைத் தூக்கிப் போவான் ஒருவன். ‘ஒன்றுதானா?’ என்று கேட்பான் இன்னொருவன். ஒருவரை ஒருவர் வெறுக்க ஆரம்பித்

தார்கள். முன்னர், மிகப் பெரிய பணக்காரன் வீட்டுக்குள் புகுந்து பரம ஏழை மோர் வாங்கிச் சாப்பிட முடிந்தது.

இப்போது கோடு போட்டுப் பிரித்து விட்டார்கள். எல்லைகள் வகுக்கப்பட்டுவிட்டன. நாங்கள் இங்கேயும் அவர்கள் அங்கேயும் இருக்கிறோம். பாகிஸ்தானிலிருந்து இந்தியாவுக்கு ஏதாவது அனுப்பினால் இந்தியாவில் வரி போடுகிறார்கள். இந்தியாவிலிருந்து பாகிஸ்தானுக்குப் பொருள் வந்தால் பாகிஸ்தானியர்கள் வரி போடுகிறார்கள்.

★★★

7

‘எல்லைக் கோடுகள்’

பிரிவினையின் வரலாறு சமீபத்தில் மீண்டும் திறக்கப்பட்டிருப்பினும் அதிகாரப்பூர்வ வரலாற்றுச் சான்றுகளில் சில செய்திகள் காணப்பட வில்லை. இருப்பினும், பாரம்பரிய வரலாற்று ஆதாரங்களான ஆவணங்கள், அறிக்கைகள், அதிகாரப்பூர்வக் கடிதங்கள், செய்திகள் ஆகியவற்றை ஆராய ஆரம்பித்தால் இன்னமும் வெளிவராத சில விஷயங்கள் அகப்படுகின்றன. தாங்கள் பார்க்கும் உலகம் முழுமை யானது என்ற தவறான புரிதலில் வாழும் பலரின் கதைகள் இவற்றில் உள்ளன. பிரிவினை குறித்து எழுதப்பட்டிருப்பவை எல்லாமே இந்துக்கள், சீக்கியர்கள், இஸ்லாமியர்கள் தவிர்த்து மக்களில் வேறு அடையாளங்களே இல்லை போன்ற மனப்பாங்கில் எழுதப்பட்டிருக் கின்றன. இன்னும் சொல்லப் போனால் இந்து, இஸ்லாமிய, சீக்கிய ஆண்கள் குறித்து மட்டுமே எழுதப்பட்டுள்ளன. இதனால்தான் மேற்சொன்ன வரலாறுகள் மறைக்கப்பட்டுவிட்டன. இந்து, முஸ்லிம், சீக்கியர் என்பதெல்லாம் வெறும் மத அடையாளங்கள். ஜாதி வேறு பாடுகள், ஏழை பணக்காரன் வித்தியாசங்கள், வாழ்க்கைத் தர வித்தி யாசங்கள், பால் வேறுபாடுகள் இவை எதுவுமே கவனத்தில் கொள்ளப் படவில்லை. இந்து, முஸ்லிம், சீக்கிய அடையாளங்களின் தனிப்பட்ட பார்வையின் காரணமாகவே வேறு அடையாளங்கள் மறைந்து போயின.

அப்படி ஒன்றுதான் தாழ்த்தப்பட்டவர்கள் / தீண்டத்தகாதவர்களின் வரலாறும். ஹரிஜன், தலித், தீண்டத் தகாதவர்கள் எப்படி அழைக்கப் பட்டாலும், அவர்கள் இந்த வரலாற்றிலும் தீண்டத்தகாதவர்களாகவே இருந்துவிட்டார்கள். அவர்களின் குரலை வெளிக் கொணர நான் ஒரு புது யுக்தியைக் கையாண்டு விட்டதாகச் சொல்லிக் கொள்ள விரும்ப வில்லை. பல ஆண்டுகளுக்கு, நானும் மற்றவர்களைப் போலப் பிரிவினையை மத அடையாளத்தில் மட்டுமே பார்த்தேன். குறிப்பாக ஒன்றுக்கொன்று எதிரான இரு சமூகங்களின் வரலாறாக மட்டுமே பார்த்தேன். மாறுபட்ட கோணத்தில் ஒருவர் ஒரு விஷயத்தை எப்போது பார்க்க ஆரம்பிக்கிறார் என்று குறிப்பாகச் சொல்வது கடினம். எனக்கு, பெண்கள் மற்றும் குழந்தைகளின் வரலாற்றைப் பார்க்கிறபோது அந்த மாறுபட்ட கோணம் உதித்தது. 1986 ம் ஆண்டு, நான், பீட்டர் சேப்பல், சாதி கன்னா மூவரும் படாலாவைச் சேர்ந்த ஒரு கூட்டும் பெண்ணுடன் பேசினோம். அந்தப் பெண்ணின் அடையாளத்தை மாயா ராணி என்ற பெண்ணாக (மட்டும்) நானாகவே நினைத்துக் கொண்டு, அப்படித்தான் அவளும் சொல்வாள் என்று எதிர்பார்த்தேன்.

ஆனால் அவள் தன்னை அறிமுகம் செய்து கொண்ட விதம் வித்தியாச மாக இருந்தது. அவளது அறிமுகத்தில் ஹரிஜன் என்பது முன்னுரிமை தரப்பட்டு, பெண் என்பதே பின்னால் தள்ளப்பட்டது. அப்போது

ஹரிஜன்களின் வரலாறும் பிரிவினையில் இருக்கிறதோ? பெண்களின், குழந்தைகளின் வரலாறு மட்டுமே மௌனத்தில் மறைக்கப்பட்டதல்ல என்பதை உணர ஆரம்பித்தேன். பிரிவினை இன்னும் பலரின் வாழ்க்கையை எதிர்பாராத விதங்களில் பாதித்திருப்பதும் அவை நமக்குத் தெரியாமல் போனதும் பின்னர்தான் தெரிந்தது. இதற்குப் பிறகுதான் மற்ற கதைகளை, மற்ற மௌனங்களைத் தேட ஆரம்பித்தேன்.

★★★

மாயாவை நாங்கள் சந்திக்கும் போது ஐம்பதுகளின் மத்தியில் இருந்தார். நல்ல திடமான பெண்மணி; படாலாவில் ஒரு பள்ளியில் கூட்டுகிற பெண்ணாக வேலை பார்த்தார். (அவர் அதைக் கல்லூரி என்றார்) வேலை முடிந்ததும் சில இடங்களில் மாலையில் வீட்டு வேலை பார்த்துச் சம்பாதித்தார் மாயா. தீனாநகர் என்னும் தன் சொந்த ஊர் பற்றி அவர் பேசினார். 1947ம் ஆண்டு பாதிப்புக்குள்ளாகி சிதையுண்ட கிராமங்களில் அவரது கிராமமும் ஒன்று. (பாடாலா இருக்கும் குர்தாஸ்பூர் மாவட்டம் ரொம்பவும் பிரச்சினைக்குரிய மாவட்டம். அதை இந்து/சீக்கியப் பகுதி என்றும் சொல்ல முடியாது, இஸ்லாமியர்கள் பகுதி என்றும் சொல்ல முடியாது) 'திடீரென்று இந்த ஊர் பாகிஸ்தானுடன் சேரப் போகிறது என்பார்கள், மறு நாளே அது இந்தியாவுடன் சேரும் என்பார்கள்' என்கிறார். ஒவ்வொரு நாட்டுடன் இணைத்து வதந்தி வரும் போதும் வேற்று மதத்துக்காரர்கள் அனைவரும் அவர்கள் உடைமைகளை விட்டுவிட்டு ஓடுவார்கள். மாயாவும் அவரது தோழிகளும் இந்தப் பதற்றமான புலப்பெயர்ச்சியை ஒரு விளையாட்டு போலப் பார்த்திருக்கிறார்கள். கீழ்வரும் கதையைச் சொல்கிற போது அவருக்குச் சிரிப்புத் தாங்கவில்லை:

'எங்களுக்குப் பயமாக இருந்ததா? இல்லை. எங்கள் பெற்றோர் உட்படப் பலர் பயம் காட்டினார்கள். அந்த ஊரிலிருந்த குழந்தைகள் பயப்படாமல் இருந்தோம். பல சமயம் பக்கத்து வீட்டுக் கூரை மீது வேடிக்கை பார்ப்பதற்காகவே ஏறுவோம். வீடு வீடாகப் போவோம். ஜனங்கள் விட்டுப் போன பொருள்கள் நிறைய இருக்கும். சில வீடுகளில் அரிசி இருக்கும், சிலதில் பருப்பு இருக்கும், பாதாம் இருக்கும் அதையெல்லாம் கொண்டு வந்து எங்கள் வீடுகளில் சேர்த்து வைக்க ஆரம்பித்தோம். பெரிய பெரிய பாத்திரங்கள், அண்டாக்கள் என்று என்னென்னமோ இருக்கும். அதையெல்லாம் கொண்டு வருவோம்.

ஆமாம், குழந்தைகள்தான் இந்த வேலையை எல்லாம் செய்தோம். ஊரிலிருந்த இந்து பெரியவர்கள் 'இது சரியில்லை. திருட்டு

வேலை. இப்படியெல்லாம் பண்ணக் கூடாது' என்பார்கள். ஊர் முக்கிய பெரியவர்களில் ஐந்தாறு பேர் சேர்ந்து கொண்டு எங்களை அழைத்தார்கள். எங்க ஜனங்கள் எல்லாரும் போனோம். 'இப்படிப் பண்ணாதீங்க. உங்க வீட்டைச் சோதனை போட்டு எல்லாத்தையும் பிடுங்கி விடுவார்கள்' என்று எச்சரித்தார்கள். நாங்கள் நிறுத்த வில்லை. நாங்கள் பாட்டுக்கு பண்ணிக் கொண்டிருந்தோம்.

அப்பாகூட சொல்லிப் பார்த்தார். அவர் சொல்கிற போதெல்லாம் 'சரி, பண்ணல்லை' என்போம். எல்லாரும் போய் உட்கார்ந்து பேச ஆரம்பித்தவுடன் மறுபடி கிளம்பி விடுவோம். நல்ல நல்ல பொருளெல்லாம் கொண்டு வருவோம். கடையிலிருந்து சுத்தமான நெய்யும் பாதாமும் திருடிக் கொண்டு வந்தோம். சில கடைகளில் துணிமணிகள் கிடைக்கும். ஏகப்பட்ட பாத்திரங்கள் கிடைத்தன. இவ்வளவு பெரிய அறை நிறைய நிரப்பி வைத்தோம். இதெல்லாம் தெரிந்ததும், ஊர்ப் பெரியவர்கள் 'யார் வீட்டில் தாமிரப் பாத்திரங்கள் இருந்தாலும் அது உரிமையாளர் இல்லாத சொத்தாகக் கைப்பற்றப் படும். இருந்தால் உடனே விற்று விடுங்கள்.' என்று அறிவித் தார்கள். அவர்களுக்கு அதையெல்லாம் கைப்பற்ற ஆசை இருந் திருக்கும் போலிருக்கிறது. எல்லாப் பாத்திரங்களையும் கிலோ இரண்டு ரூபாய் இரண்டரை ரூபாய் என்ற விலைக்கு விற்றோம். பிறகுதான் இந்தப் பாத்திரத்தையெல்லாம் மலிவாக வாங்க அவர்கள் செய்த தந்திரம் அது என்பது தெரிந்தது. கடைக்காரர்கள் ஏகப்பட்ட பாத்திரங்களை வாங்கினார்கள்.

நான் ஏகப்பட்ட பாத்திரங்களைத் தனியாக என் கல்யாணத்துக்காக ஒதுக்கி வைத்திருந்தேன். கல்யாணமாகி வரும் போது நிறையப் பாத் திரங்களை எடுத்து வந்தேன். அது மட்டுமல்ல மெத்தைகள், தலை யணைகள் கூட நிறைய வைத்திருந்தேன். சில ஏற்கெனவே செய் தவை, பொருள்களைக் கொண்டு வந்து நான் பின்னர் செய்தவையும் இருந்தன. நானும் என் மாதிரி இன்னும் பதினோரு பெண்களும் இதையெல்லாம் செய்தோம். ரெண்டு பேர் பாடாலாவிலேயே கல்யாணம் பண்ணிக் கொண்டு தங்கிவிட்டார்கள்.'

மாயாவின் கதை என்னைப் பிரமிக்க வைத்தது. எப்படி அவர்களால் இதையெல்லாம் செய்திருக்க முடியும்? உங்களை யாரும் எதுவும் செய்யவில்லையா? வன்முறையிலிருந்து எப்படித் தப்பினீர்கள்? என்று கேட்டோம். அண்டை வீடுகளில் திருடும் போது கொஞ்சம் பயம் இருந்ததாக ஒப்புக் கொண்டார்.

'ஆனால் தெருவுக்குத் தெரு மாறி இதைச் செய்து கொண்டிருந்தோம். எங்கள் பெற்றோருக்குப் பயம். எங்களை இஸ்லாமியர்கள் என்று

நினைத்துக் கொன்று விடுவார்களோ என்று அவர்கள் பயந்தார்கள். ஆனால், எங்களை யார் தடுக்கப் போகிறார்கள், யாரால் கொல்ல முடியும்? நாங்கள் ஹரிஜன்கள் ஆயிற்றே! இந்துக்கள், முஸ்லிம்கள், கிறிஸ்தவர்கள் யாரும் கிட்டே வரமாட்டார்கள். அதனால்தான் கூரை கூரையாகத் தாவிக் குதித்து எதைப் பற்றியும் கவலை இல்லாமல் எங்கள் வேலையைச் செய்து கொண்டிருந்தோம்' என்கிறார்.

முதல் முறை இதைக் கேட்கும் போது எனக்கு அதிர்ச்சியாக இருந்தது. திருட்டு, கொள்ளை என்பவை எல்லாம் கலவரம் நடக்கிற போது சாதாரணம்; பொருளாதார ரீதியில் அடிமட்டத்தில் இருப்பவர்களுக்கு இம்மாதிரி சூழ்நிலைகள் சந்தர்ப்பமாக அமைந்து விடுவதுண்டு. ஆகவே எனக்குக் கவலையளித்த விஷயம் அதுவல்ல. ஹரிஜனங்கள், காந்தி சொன்னது போலக் கடவுளின் குழந்தைகள், அவர்கள் இந்து சமூகத்தின் அங்கம், நம்மில் ஓர் அங்கம் என்கிற எண்ணம் எல்லா இந்துக்களையும் போல என் மனதிலும் ஆழமாகப் பதிந்திருந்தது. ஆனாலும் அவர்கள் ஏன் இப்படி நினைத்துக் கொள்ள வேண்டும்? அவர்கள் தங்களைக் குறித்துக் கொண்டிருந்த கருத்து இதுதானா?

அவர்கள் தங்களை இந்துக்களாகவோ, கிறிஸ்தவர்களாகவோ, இஸ் லாமியர்களாகவோ நினைக்கவில்லை, தங்களைக் குறித்த அவர்களின் அடையாளம் தனிப்பட்டது என்பதில் மாயா தெளிவாக இருந்தார். இந்தக் கவலையளிக்கும் உணர்தலுடன் கூடவே இன்னொன்றும் இருக்கிறது. ஜாதியே இல்லாத அவர்களின் அடையாளம் அவர்களை இந்து சமூகத் துக்கு வெளியில் வைத்திருக்கிறது. தாழ்வானதென்று கருதப்பட்டாலும் அத்தியாவசியமான பணிகளைச் செய்கிறவர்கள். கழிவுகளை அகற்றி, கழிவறைகளைச் சுத்தம் செய்து, தொடப்படாத, காணப்படாத பணிகளைச் செய்கிறவர்கள். அதனாலேயே காணப்படாதவர்களாக, தொடப்படாதவர்களாகப் போனவர்கள். மாயாவின் கூற்று உண்மையாக இருக்குமானால், அவர்களின் இந்தச் சமூகநிலை இந்துக்களுக்கும் இஸ்லாமியர்களுக்கும் நடந்த சண்டையிலும் கலவரங்களிலும் அவர்களுக்கு அரணாக இருந்திருக்கிறது.

ஹரிஜன்களின் இந்தக் காணப்படாத நிலை, அவர்களுக்கு இன்னொரு மறைவையும், காணப்படாத நிலையையும் தந்துவிட்டது. வரலாற்றி லும் அவர்கள் காணப்படவில்லை. எனக்கு ஒன்று புரிந்தது. இந்து, இஸ்லாமிய, சீக்கியர்களே பிரிவினையில் அழுத்தமாக ஆழமாகக் காணப்பட்டதால், மனிதர்களை வேறு எந்த அடையாளத்திலும் காண முடியவில்லை. இதைப் பதிவு செய்ய ஆரம்பித்த போது முதலில் மேலோட்டமாகத்தான் இது குறித்த மேல்விவரங்களைத் தேட ஆரம் பித்தேன்.

நிறைய விவரங்கள் கிடைத்தன. 1948ம் ஆண்டு ஜனவரி மாதம், சுசிலா நையார், அனிஸ் கிட்வானி என்ற இரண்டு சமூக சேவகிகள் டெல்லியின் புறநகர்ப் பகுதியில் இருக்கும் திஹார் கிராமத்துக்குச் சென்றார்கள். பாகிஸ்தானைச் சேர்ந்த ஒரு பணக்கார இந்து குடி பெயர்ந்து போனபோது ஏகப்பட்ட சொத்துகளை விட்டுப் போய்விட்டதாக அவர்கள் கேள்விப்பட்டார்கள். போகிறபோது திகாரைச் சேர்ந்த ஒரு பணக்கார (பாகிஸ்தான்) இஸ்லாமியருடன் சொத்துகளைப் பரஸ்பரம் மாற்றிக் கொண்டார். சொத்துகளைப் பரிமாற்றம் செய்து கொண்டார்களே ஒழிய, தொழில்களைத் தொடர விருப்பமில்லை. வேலைக்கு இருந்த எல்லா பழைய தொழிலாளிகளையும் அந்த இந்து வேலையிலிருந்து நீக்கி விட்டார். பெரும்பாலோர் இஸ்லாமியர்கள், மூன்றில் ஒரு பகுதியினர் ஹரிஜன்கள். இஸ்லாமியர்கள் அவர்களுக்கென்று அமைக்கப்பட்டிருந்த முகாம்களுக்குப் போனார்கள். இந்துக்களுக்கும் இஸ்லாமியர்களுக்கும் நடந்த போரின் விளைவாக வெளியேற்றப்பட்ட ஹரிஜன்களுக்குப் போக்கிடமே இல்லை.

இந்தக் கஷ்டமான தருணத்தில் அவர்களுக்கென்று முகாம்களே இல்லை. அரசாங்கம் இந்துக்களின், இஸ்லாமியர்களின் பிரச்னைகளைத் தீர்ப்பதில் மும்முரமாக இருந்தது. அரசியல் தலைவர்களின் பார்வையும் வேறுபுறம் இருந்ததால் அவர்களிடமிருந்தும் எந்த உதவியும் கிடைக்கவில்லை.

ஹரிஜன்களை இந்துக்களிலிருந்து வேறுபட்டவர்களாக அரசியல்வாதிகளால் பார்க்க முடியாததற்கு வேறொரு காரணமும் இருந்தது. 1932ம் ஆண்டு அப்போதைய அரசாங்கம் தலித்துகளைத் தனிப்பட்ட இனமாக அங்கீகரித்து அவர்களுக்குத் தனித் தொகுதிகளைத் தேர்தலில் வழங்கியிருந்தது. சில மாதங்கள் கழித்து இதை சிறிது மாற்றி பூனா உடன்படிக்கை என்ற பெயரில் கொண்டு வந்தார்கள். இதனால் முஸ்லிம் லீகுக்கு எதிர்கட்சியாக இருந்த காங்கிரஸ் தன்னை தலித்துகளின் நலன் விழைபவர்களாகக் காட்டிக் கொண்டு அவர்களைத் தங்கள் குடையின் கீழ் அழைத்துக் கொண்டது. இந்திய அரசியலில் தேசிய அளவில் முக்கியப் பங்கு வகித்தார்கள் அவர்கள். வேறுபாடுகள் அங்கீகரிக்கப்பட்டு பூனா உடன்படிக்கை மூலம் ஒதுக்கீடுகள் நிர்ணயிக்கப்பட்டாலும், ஹரிஜன்கள் கூட்டுத் தொகுதிகளின் அங்கமாகத்தான் இருந்தார்கள்.

1946ம் ஆண்டு அமைச்சர் ஓர் இடைக்காலத் திட்டத்தை அறிவித்தார். இந்தத் திட்டம் அமைதியாகவும் படிப்படியாகவும் இந்தியர்கள் வசம் ஆட்சி மாறுவதற்குப் பயன்படும் என்று நம்பப்பட்டது. இந்தச் சட்டம் ஹரிஜன்களை மேலும் சமூகத்தின் பார்வையிலிருந்து மறப்பது போல்

ஆயிற்று. இந்தச் சட்டம், இந்தியப் பிரதிநிதிகள் அடங்கிய ஓர் அரசியல் நிர்ணயச் சபையைச் சிபாரிசு செய்தது. ஆனால், மக்கள் பிரதிநிதிகளாக யார் இருப்பார்கள் இந்தச் சபையில்? பொது, இஸ்லாமியர்கள், சீக்கியர்கள் என்ற மூன்று பிரிவுகளே காட்டப்பட்டிருந்தன. சீக்கியர் களையும் இஸ்லாமியர்களையும் தவிர மீதமிருந்த அனைவரும் பொதுப் பிரிவில் வந்தார்கள். இதைப் பலர் இந்து என்றே அர்த்தம் செய்து கொண்டார்கள். இந்தப் பிரிவுகள் எதிலும் சேராத, வேறுபட்ட தேவைகளை உடைய ஹரிஜன்களின் தேவைகள் எப்படி அடையாளம் காணப்படும்?

அனிஸ் கித்வானியும், சுசிலா நய்யாரும் திகார் போன போது கிராமத் தின் புறப்பகுதியில் நின்று பழுதடைந்த தங்கள் வீடுகளை வருத்தத் துடன் பார்த்துக் கொண்டிருந்த முதிய ஹரிஜன்களைப் பார்த்தார்கள். பாகிஸ்தானிலிருந்து வரப்போகும் இந்து அகதிகளைத் தங்க வைப் பதற்காக அவர்கள் கிராமம் தயார் செய்யப்பட்டுக் கொண்டிருந்தது. 'எங்களுக்கு என்ன ஆகப் போகிறது? நாங்கள் எங்கே போவது?* என்ற கேள்விகள் அவர்களுக்குள் எழுந்தது. அவர்களைக் கவனிக்க யாரு மில்லை. உதவி பெறத் தகுதியான புலம் பெயர்ந்தவர்கள் என்ற வரையறையில் அவர்கள் வரவில்லை. 1947 டிசம்பரில் கிழக்கு பாகிஸ்தானுக்கு அகதிகளாக வந்திருந்த தாழ்த்தப்பட்ட மக்களுக்கு அகதிகள் முகாம்களில் இடமில்லை என்ற புகாரை அம்பேத்கர் நேருவுக்கு எழுதினார். முகாம்களில் இருந்த அதிகாரிகள் ஜாதி இந்துக்களையும் தாழ்த்தப்பட்டவர்களையும் இனம் பிரித்துப் பார்த்ததே காரணம் என்றும் எழுதியிருந்தார்.

முகாம்களில் இருப்பவர்களுக்கு மட்டுமே உணவு, துணிமணிகள் கொடுக்கப்படும் என்று மீட்பு மற்றும் மறுவாழ்வுத் துறை அறிவிப்பு வெளியிட்டிருந்தது. 'முகாம்களில் தங்க இயலாமையின் காரண மாகவே தாழ்த்தப்பட்ட இன அகதிகளுக்கு உணவும் உடைகளும் கிடைக்கவில்லை'+ என்று அவர் கூறியிருந்தார். அவர்களும் இந்துக்கள் தானே? முகாம்களில் பாகிஸ்தானிலிருந்து வந்திருந்த இந்துக்களும் பாகிஸ்தான் போகக் காத்திருந்த இஸ்லாமியர்களுமே இருந்தார்கள். அங்கே இடம் கிடைக்காத ஹரிஜன்கள் எங்கே போவார்கள்?

இதில் மேலும் சில குழப்பங்கள் இருந்தன. எல்லா ஹரிஜன்களுமே வீடில்லாதவர்களாகவும், முகாம்களில் இடம் கிடைக்காதவர்களாக வும் இல்லை. பெரும்பாலோர் நிலங்களில் வேலை செய்தவர்கள்.

---

* Anis Kidwai, Azadi ki Chaon Mein pp. 80-82

\+ Ambedkar to Nehru, December 18, 1947

அவர்கள் பிரச்னை வேறு விதமாக இருந்தது. இழப்பீட்டு நிலங்கள் நில உரிமையாளர்களாக இருந்த விவசாயிகளுக்கு மட்டுமே என்று சட்டம் சொன்னது. இவர்கள் விவசாயிகளாக இருந்தாலும் நில உரிமை யாளர்கள் இல்லையே! ஆகவே அவர்களுக்கு இழப்பீடு கிடைக்க வில்லை. இந்தப் பிரச்னைக்கு தீர்வு வேண்டி அரசாங்கத்துக்குப் பல வேண்டுகோள்கள் போயின. ஹரிஜன்கள் துறையின் அதிகாரியாக இருந்த ராமேஸ்வரி நேரு 1948 மே 3 அன்று எழுதிய விண்ணப்பம் :

ஐயா,

1. சுமார் 2,50,000 ஹரிஜன்கள், அதாவது 50,000 குடும்பங்கள் மேற்கு பஞ்சாபிலிருந்து புலம் பெயர்ந்து வந்து கிழக்கு பஞ்சாப் முகாம்களில் சிரமப்படுகிறார்கள். இவர்களில் 90% பேர் சிறந்த விவசாயம் தெரிந்தவர்கள். 'அதிக உணவு விளைவியுங்கள்' (Grow More Food) திட்டத்துக்கு இவர்களால் மிகச் சிறப்பான பங்களிப்பை நல்க முடியும். ஆனால் தற்சமயம் இவர்கள் வேலை எதுவுமின்றி, அரசாங்கத்தின் இலவச, போதாத உணவுப் பொருள்களை நம்பி பரிதாபமாக வாழ்ந்து கொண்டிருக்கிறார்கள்.

2. அவர்கள் மறுவாழ்வுக்கு நம் உடனடி கவனம் தேவை. தோராயமாக ஒரு அகதிக்கு ஒரு நாளைக்கு அரசாங்கம் செலவு செய்யும் தொகை ஒரு ரூபாய் என்று வைத்தாலும், அரசாங்கம் நாளொன்றுக்கு ரூ.2,80,000 செலவு செய்து கொண்டிருக்கிறது. இது மிகப் பெரிய செலவு. மேலும் வேலையின்றி சும்மா இருப்பதால் மெல்ல மெல்ல ஒழுங்கீனம் பரவி வருகிறது. ஆகவே உடனடியாக அவர்கள் மறுவாழ்வு குறித்து ஏதாவது செய்தாக வேண்டும்.

3. இத்தனை காலமாக விவசாயத்தில் ஊறிய அவர்களை வேறு துறைகளுக்கு மாற்றுவது சரியான முடிவாக இருக்காது. அவர்களை விவசாயத்தில் ஈடுபடுத்தி, இயலுமானால் அவர்களுக்கு நவீன முறைகள் கற்றுத் தரப்படவேண்டும்.

4. பிரச்னை, எங்கிருந்து நிலத்தைக் கொண்டு வருவது என்பதே. கிழக்கு பஞ்சாபின் ஆளுனர் டாக்டர் கோபிசந்த் பார்கவா நவம்பர் 26, 1947 அன்று கொடுத்துள்ள ஒரு அறிக்கையின் படி : கிழக்கு பஞ்சாபிலிருந்து வெளியேறிய இஸ்லாமியர்கள் 33 லட்சம் ஏக்கர் நிலத்தை விட்டுப் போயிருக்கிறார்கள். மேற்கு பஞ்சாபின் இஸ்லாமியர் அல்லாதவர்கள் 61 லட்சம் ஏக்கர்களை விட்டு வந்திருக்கிறார்கள். மேலும் 12 லட்சம் ஏக்கர்கள் ஜிந்த், பாட்டியாலா, ஃபரித்கோட், கபுர்த்தலா ஆகிய இடங்களில்

இஸ்லாமியர்கள் விட்டுப் போயிருக்கிறார்கள். ஆக, மேற்கு பஞ்சாபிலிருந்து வரும் அகதிகளுக்குப் பங்கீடு செய்ய மொத்தம் 45 லட்சம் ஏக்கர்கள் இருக்கின்றன. தற்போது அறிவிக்கப் பட்டிருக்கும் அரசுக் கொள்கைப்படி நில உரிமையாளர்களுக்கு மட்டுமே இந்த நிலம் பிரித்து வழங்கப்படும், அதில் பணி செய்த ஹரிஜன்களுக்கு கிடைக்காது. இருக்கும் 45 லட்சம் ஏக்கர்களில் ஐந்து லட்சம் ஏக்கர்களை மட்டும் ஹரிஜன்களுக்கென்று ஒதுக்கீடு செய்து மீதமிருக்கும் 40 லட்சம் ஏக்கர்களை நில உரிமை யாளர்களாக இருந்த அகதிகளுக்கு வழங்கும் படி பணிவான யோசனை முன்வைக்கப்படுகிறது. இதனால் நில உரிமையாளர் களுக்கு பெரிய இழப்பும் நேராது. அதே சமயம் ஹரிஜன்களின் மறுவாழ்வுக்கான தைரியமான முதல் அடியாக இது இருக்கும். இதன் மூலம் ஒவ்வொரு ஹரிஜன் குடும்பமும் 10 ஏக்கர் நிலத்தைப் பெறுவார்கள். அவர்களிடையே கூட்டுறவு விவசாய முறையின் வாயிலாக உற்பத்தியைப் பெருக்கவும் செய்யலாம்.

5. இந்திய அரசின் தலையீட்டின் காரணமாக பிகானர் மாகாணத்தில் கங்கா நகர் காலனியில் இஸ்லாமியர்கள் விட்டுச் சென்ற ஒரு லட்சம் ஏக்கர் நிலங்களை உழுதவர்களின் குடும்பங்களுக்கு தலா 16 ஏக்கர் என்கிற வகையில் பங்கிட்டு அளித்தது சந்தோஷமான விஷயம். அதே பகுதியில் சுமார் 1200 ஹரிஜன் குடும்பங்கள் அதாவது சுமார் 6000 ஹரிஜன்களுக்கும் நிலங்கள் வழங்கப் பட்டுள்ளன. பரத்பூர் மற்றும் ஆல்வார் மாகாணங்களிலும் இஸ்லாமியர்கள் விட்டுச் சென்ற நிலங்கள் உழுதவர்களுக்கே பகிர்ந்தளிக்கப்படும் என்று மறுவாழ்வுத் துறை முடிவெடுத் துள்ளது. இந்தக் கொள்கையைப் பகுதி செயலாக்கமாக (partial application) கிழக்கு பஞ்சாப் ஹரிஜன்களுக்கு செயல் படுத்தி னால் காங்கிரஸ் அரசின் மூலம் அவர்களுக்கு பொருளாதார சுதந்தரம் கிட்டும். வெறும் கூலிக்காரர்களாக இதுவரை இருந்த அவர்கள் சுதந்தர இந்தியாவில் நில உரிமையாளர்களாக ஆகி கொஞ்சம் பெருமிதமும் ஓரளவு வசதியும் பெறுவார்கள். சுயராஜ் யத்தின் அர்த்தத்தையும், காங்கிரஸ் அரசின் முக்கியத்துவத்தை யும் அவர்கள் உணர்வார்கள். தளைகள் உடைக்கப்பட்டு சுய சார்புள்ள சுதந்தரப் பிரஜைகளாக உணர்வார்கள்.

6. கிழக்கு பாகிஸ்தானில் பிரிவினைக்கு முன்னதாக சில இஸ்லாமி யர்களே நில உரிமையாளர்களாக இருந்தது நினைகூறத் தகுந்தது. பெரும்பாலும் சிறிய நிலச்சுவாந்தார்கள் வசமே நிலங்கள் இருந்தன. உழுபவர்கள் கூட்டுறவு விவசாயத்தில் பங்கேற்க வழிவகை செய்யுமாறு சிபாரிசு செய்யப்படுகிறது.

7. இன்னொரு விஷயமும் கவனிக்கத்தக்கது. வியாபாரத்தை அடிப்படை வருவாய் சாதனமாக நினைக்கும் நில உரிமையாளர்கள் நிலத்தைத் தரிசாக விட்டு வைக்க அனுமதிப்பது ஆரோக்கியமான விவசாயக் கொள்கையாக இருக்காது. சாகுபடி செய்பவர்களுக்கு நிலங்களைப் பகிர்ந்தளிப்பதே மேலானது. இந்த யோசனை ஏற்கப்பட்டால் இதர விவசாயிகளுடன் ஒருங்கிணைந்து ஹரிஜன்களும் விவசாயத்தின் மூலம் வாழ்வை அமைத்துக் கொள்வார்கள்.

8. ஒருங்கிணைத்துச் சொல்வதானால் 50,000 ஹரிஜன விவசாயக் குடும்பங்கள் சுதந்தர இந்தியாவிலும் தாங்கள் அடிமைகளாக நடத்தப்படக்கூடாது என்று நினைக்கிறார்கள். அப்படிப்பட்ட நிலையை ஏற்க அவர்கள் தயாராகவும் இல்லை. ஆகவே இந்த விஷயத்தைக் கிழக்கு பஞ்சாப் நிர்வாகத்துடன் கலந்தாலோசித்து, தங்கள் பிறப்புரிமையான விளைநிலத்தை அவர்கள் இழந்து விடாமல் இருக்க ஆவன செய்யும்படி மரியாதையுடன் கேட்டுக் கொள்ளப்படுகிறது.*

இழந்தது எவ்வளவு நிலம், இழப்பீட்டாகப் பெற்றது எவ்வளவு என்பது பிரிவினைக் காலத்து முக்கியக் கேள்வி. ராமேஷ்வரி நேரு இதர இடங்களில் உழைப்பவர்களுக்கு நிலம் கொடுக்கப்பட்டதைச் சுட்டிக் காட்டி செய்துள்ள விண்ணப்பத்தில் தெரியும் துயரமான உண்மை, அகதிகளைப் பொருத்தவரை நிலம் உரிமையாளர்களுக்குச் சொந்தமானதாகக் கருதப்பட்டதே ஒழிய உழைப்பவர்களுக்கு அல்ல. இழப்பீட்டுக் கொள்கை நிலத்தை இழந்திருந்தால் நிலம் தருவேன் என்பதே. நிலம் என்பது உரிமையை மட்டும் வைத்து முடிவு செய்யப்பட வேண்டியது அல்ல. உழுகிறவனின் உழைப்புதான் பயிராக வருகிறது. மறுவாழ்வுக் கொள்கைகள் நிலத்தை இழந்தவர்களுக்கு இழப்பீடு தந்ததே ஒழிய உழைப்பை இழந்தவர்களுக்கு அல்ல. உழைப்பை நம்பி வாழ்ந்தவர்களுக்கு உழைத்த இடம் போன போது வாழ்க்கையும் போய்விட்டது. புது இடத்தில் நிலத்துக்குப் புது உழைப்பாளிகளை நில உரிமையாளர்கள் போடலாம். நிலத்தைக்கூட வேறு விதமாகப் பயன்படுத்தலாம். உழைப்பின் இழப்பை யார் சரிகட்டுவது?

இந்தப் பிரச்னை, ராமேஷ்வரி நேருவின் கடிதத்தில் சொல்லப்பட்டது போல திஹாரின் ஹரிஜன்கள் விஷயத்தில் வெளிப்படையாக இருந்தது. ஏன் அரசாங்கத்தால் உழைப்பின் இழப்பை ஈடு செய்ய முடியவில்லை என்ற கேள்வி எழலாம். அதிகாரத்தில் இருந்தவர்களின் நிலைமையின்

* AICC Papers, Relief and Rehabilitation , F. No. 9-26 (II)/1947

கட்டாயம் அவசியமான வேலைகளைக் கவனிக்க முடியாத சூழலை உண்டாக்கியிருக்குமோ? முப்பதுகளிலிருந்து நடந்து வருவதாகச் சொல்லப்பட்ட நிலச் சீர்திருத்தங்களையும் சுதந்தரத்தையும் அது கிடைத்தால் செய்யப்போவதாகச் சொன்ன வாக்குறுதிகளையும் முன் வைத்து ஹரிஜன்களுக்கும் நிலம் கிடைக்குமாறு செய்ய இதை ஒரு சந்தர்ப்பமாக எண்ணியிருக்கலாம் அரசாங்கம். ஏன் அவ்விதம் செய்ய வில்லை? ஹரிஜன்களிடம் பொருள்களோ சொத்துகளோ இல்லாத தால்தான் அவர்கள் தாக்குதல்களில் பாதிக்கப்படவில்லையோ? சொத்துகள் அபகரிப்பு என்பது பிரிவினைக் கால வன்முறையின் ஒரு முக்கிய அம்சமாக இருந்திருக்கிறது. ஹரிஜன்களிடம் அபகரிக்க எதுவு மில்லை. கொஞ்சம் முரட்டுத்தனமான வகையில் சொல்வதானால், ஒரு நிலச்சுவான்தாரைக் கொன்றால் இன்னொருவன் அந்த இடத்துக்கு வருவான். கழிவறை சுத்தம் செய்கிறவனைக் கொன்றால் அந்த இடத்தை நிரப்ப யார் வருவார்கள்?

★★★

அடையாளம் என்பது விநோதமானது என்று எனக்குத் தோன்றியது. என் குடும்பம் பாதி சீக்கியக் குடும்பம். என் அப்பாவின் அப்பா டர்பன் அணிந்து, சீக்கியப் பெயரைத் தாங்கி, சீக்கியக் கலாசாரங்களைப் பின்பற்றியவர். ஒரு நல்ல மனைவியாக, இந்துவாக இருந்த என் பாட்டி அவருக்குத் துணை நின்றார். எல்லாக் கலப்படமான பஞ்சாபிக் குடும் பங்களைப் போலவே மூத்த மகன் சீக்கியராகவும் இதர பிள்ளைகள் தாங்கள் தேர்வு செய்த மதத்தினராகவும் இருந்தார்கள். மூத்த பிள்ளையான என் அப்பாவின் பெயரில் சிங் சேர்ந்து கொண்டது. இதர பிள்ளைகள் இந்துக்களாக இருந்தார்கள். மதக் கலாசாரங்களைப் பொறுத்தவரை குடும்பம் சீக்கியக் கலாசாரங்களையே பின்பற்றியது. இதுகூட முழுமையாக இல்லை. கல்யாணங்கள் எல்லாம் இந்து முறைப்படிதான் நடந்தன. மரணம் தொடர்பான விஷயங்களில் நாற்பத்தெட்டு மணி நேரம் முழு குரு கிராந்த் சாஹிபையும் படிப்பது உள்ளிட்ட சீக்கிய வழிமுறைகள். என் தலைமுறையில் இரு மதங்கள் குறித்த அறிவுடன் வளர்ந்தோம் என்றாலும் மதச் சம்பிரதாயங்களி லிருந்து விலகியே இருந்தோம். மதச் சார்பற்றவர்களாக வளர்ந்தோம் என்று சொல்வது சரியாக இருக்கும்.

1984ம் ஆண்டு தனது சீக்கியப் பாதுகாவலர்களால் இந்திரா காந்தி கொல்லப்பட்டார். இது சீக்கியர்களுக்கு அபாயம் விளைவிக்கும் சங்கேதமாக அமைந்து விட்டது. டெல்லியிலும் அதன் புறநகர்ப் பகுதிகளிலும் சுமார் மூவாயிரம் சீக்கியர்கள் கொல்லப்பட்டார்கள். சீக்கியப் பெயர் இருந்தவர்களும், சீக்கியத் தோற்றம் இருந்தவர்களும்

தங்களைச் சூழ்ந்திருக்கும் அபாயத்தை உணர்ந்தார்கள். அப்பா டர்பன் அணிவதை நிறுத்தினார். நீண்ட முடியை வெட்டிக் குறைத்தார். ஆனால் எங்கள் எல்லோர் பெயரிலும் சீக்கிய அடையாளம் இருந்தது.

முதல் முறையாக எங்களுக்கும் எங்கள் உறவினர் மற்றும் நண்பர் களுக்கும் பயம் உண்டாயிற்று. எங்கள் குடும்பத்து மூத்தவர்கள் எப்படிப்பட்ட அபாயமான சூழலைச் சந்திக்க வேண்டியிருந்தது என்பதை உணர்ந்தோம். பின்னர், மறுவாழ்வு முகாம்களில் என் சீக்கிய அடையாளத்தைத் திரும்பத் திரும்பச் சொல்லிக் கொள்ள வேண்டி யிருந்தது. பாதிக்கப்பட்டவர்களுடன் நெருக்கமாக உணர்வதற்கும் அவர்களுக்கு பாதுகாப்பை உறுதி செய்யவும் இது அவசியமாக இருந்தது. குழந்தைப் பருவத்தில் இந்துக் கோயில்களுக்குச் செல்லா மல் குருத்வாராக்களுக்குப் போனதையும், வீட்டில் பூஜை அறையில் குரு நானக் படம் இருப்பதையும் அடிக்கடி சொல்ல வேண்டியிருந்தது. மதச்சார்பில்லாதவர்களாக வாழ்ந்து கொண்டிருந்த நாங்கள் சீக்கியர் களாக உணர ஆரம்பித்தோம்.

எட்டு ஆண்டுகளுக்குப் பிறகு பாப்ரி மஸ்ஜித் என்று சொல்லப்பட்ட கட்டடம் இடிக்கப்பட்ட போது மீண்டும் என் சீக்கிய உணர்வு உயிர் பெற்றது. நிலைமை சீக்கிரமே சீரடைந்ததால் என் சீக்கிய அடையாளம் உயிர் பெற வேண்டிய அவசியம் எழவில்லை. கட்டிடம் இடிந்து விழுந்தபோது இந்து என்று சொல்லிக் கொள்வதில் அவமானம் இருந்தது. இந்து என்கிற அடையாளம் நான் தேர்ந்தெடுத்ததல்ல. என் பிறப்பாலும், சீக்கிய அடையாளத்தை நீக்கி வைக்கவும் ஏற்பட்ட அடையாளம்தான் இந்து என்பது. என் இஸ்லாமிய நண்பர்களிடம் மன்னிப்புக் கோர வேண்டும் என்று தோன்றியது. தீவிரவாத இந்துக் களிடமிருந்து விலக்கிக் காட்டிக் கொள்ளும் உணர்வு எழுந்தது. இஸ் லாமிய மதத்தை, அது தன் போட்டி மதமான இந்து மதத்துக்கு விரோத மதமானாலும் விமரிசனக் கண்ணோட்டத்துடன் இனி பார்க்கக்கூடாது என்று தோன்றியது.

இந்து, சீக்கிய மதங்களுக்கிடையே இருக்கும் வேறுபாடுகள் இந்து, முஸ்லிம் அளவு உறுதியானவை அல்ல. குறைந்தபட்சம் பஞ்சாபில், இந்துக்களும் முஸ்லிம்களும் வெவ்வேறு மதத்தினராக இருந்தாலும் பஞ்சாபியர்கள் என்ற வகையில் அவர்களுக்கும் நிறைய ஒற்றுமைகள் இருந்தன. இன்றும்கூட பஞ்சாபிய இந்துக்களும் இஸ்லாமியர்களும் சந்தித்துக் கொள்ளும்போது நாம் பஞ்சாபியர்கள் என்ற உணர்வு அவர்களுக்குள் எழுகிறது. அப்படியானால், மத அடையாளங்களும் வேறுபாடுகளும் எப்படி எழுகின்றன, அவை எப்படி கலாசார அடை யாளத்தை மழுங்கடிக்கின்றன?

பிரிவினை என்பது சீக்கியர்களுக்கும் இந்துக்களுக்கும் இஸ்லாமியர்களுக்கும் மட்டுமே தொடர்புடையது அல்ல என்றால் இதர பிரிவினர் அதை எப்படி எதிர் கொண்டார்கள், அவர்கள் வாழ்க்கை எவ்விதம் பாதிக்கப்பட்டது? கிறிஸ்தவர்களின் நிலை இரண்டுங்கெட்டான் நிலையாக இருந்தது. எண்ணிக்கையில் மிகக் குறைந்த மதமாக இருந்த அவர்களுக்கு ஹரிஜன்களுக்கு இருந்தது போலத் தொழில் ரீதியான அடையாளம் எதுவுமில்லை. ஆட்சியாளர்களுக்கு நெருக்கமானவர்கள் என்று கருதப்பட்டதால் தேசிய அரங்கில் அவர்கள் ஏற்கப்படவில்லை. எல்லாம் போகட்டும், அவர்களின் உணர்வு எப்படி இருந்திருக்கும்? அவர்களைப் பொறுத்தவரைப் பிரிவினை என்பது இந்து முஸ்லிம் சண்டை மட்டும்தானா அல்லது அதற்கு அப்பாற்பட்டு ஏதேனும் இருந்ததாக நினைத்தார்களா? அவர்கள் பங்கேற்பு இருந்ததா?

1947 கலவரங்களின் போது சட்டம் ஒழுங்கை சீர்படுத்தும் பணியில் இருந்த ராணுவ அதிகாரி ஒருவரின் மனைவி லஷ்மி ஃபென். இப்போது அவரது கணவர் இறந்து விட்டார். அவரும் அவரது கணவரும் இந்தியர்கள் என்ற அடையாளத்தைத் தவிர வேறெந்த அடையாளமும் தங்களுக்கு இருப்பதாக நினைக்கவில்லை. இப்படிப்பட்ட மனப்பாங்கு இருப்பவர்கள் நாங்கள் மட்டுமல்ல என்றும் அவர் சொன்னார். ஆனால் இப்படிப்பட்ட மனப்பாங்கு அவர்களுக்கு இருக்கும் என்பதை பெரும்பாலான மக்கள் எதிர்பார்த்திருக்க மாட்டார்கள்.

ராஜஸ்தான் பாலைவனத்தில் அவசரமாகத் தரையிறங்கிய இரண்டு விமானப்படை அதிகாரிகள் குறித்துச் சொன்னார் அவர். அவர்கள் இருவரும் கிறிஸ்தவர்கள். விமானத்திலிருந்து வெளியேறிய அவர்களை உள்ளூர் மக்கள் சூழ்ந்து கொண்டார்கள். யார் நீங்கள், இந்துக்களா, இஸ்லாமியர்களா? என்பது மக்களின் முதல் கேள்வியாக இருந்தது. இரண்டுமே இல்லை, மதத்தால் நாங்கள் கிறிஸ்தவர்கள், தொழிலளவில் விமானப்படை அதிகாரிகள் என்பது அவர்கள் பதில். மக்களுக்குப் புரியவில்லை. ஏறக்குறைய கொலை செய்யப்படும் நிலைக்கு அவர்கள் ஆளானார்கள்.

இப்போது எண்பது வயதாகும் ஜீன் சைமன் கூறுகிறார் : இளம் வயதில் நான் தேசிய இயக்கத்தில் தீவிரமாக ஈடுபட்டிருந்தேன். என் சமூகத்தவர்களே இதை எதிர்ப்போடு பார்த்தார்கள். உனக்கு எதற்கு இதெல்லாம், இந்துக்களும் இஸ்லாமியர்களும் அவர்கள் வேறுபாடுகளைத் தாங்களே தீர்த்துக் கொள்ளட்டுமே என்பார்கள். பிரிவினையின் போது ஜீன் சைமன் பெல்காமிலிருந்த ஒரு கிறிஸ்தவக் கல்லூரியில் தன் கணவர் மற்றும் சித்தப்பாவுடன் வசித்திருக்கிறார். ஒருபுறம் இஸ்லாமி

யரும் மறுபுறம் இந்துவும் இருந்திருக்கிறார்கள். அச்சமாக இருந்தாலும், இருபுறமும் சேராதவர் என்பதால் இரண்டு குடும்பங்களும் அவர்களுக்கு பாதுகாப்பை நல்கியிருக்கின்றன. வன்முறை நடக்கும் இடத்தில் விதிமுறைகளுக்கு இடமில்லை என்றாலும், அவர்களை (கிறிஸ்தவர்களுக்கு) ஆபத்து அண்டாது என்ற நம்பிக்கை எல்லோரிடமும் இருந்தது.

பிரிவினை, இந்துக்கள், சீக்கியர்கள் மற்றும் இஸ்லாமியர்களுடன் மட்டுமே தொடர்புடையது என்ற எண்ணம் எனக்குள்ளும் அழுத்தமாக இருந்தது என்பதை எனக்கு மாயா ராணியின் நேர்காணல்தான் உணர்த்தியது. பிரிவினை இன்னும் பல்வேறு விஷயங்களுடன் தொடர்புடையது என்பது அப்போது புரிந்தது. அந்த நேர்காணலில் பிரிவினையின் ஜாதிக் கோணம் புரிந்தது. இதை இன்னும் சற்று ஆழ்ந்து பார்க்கும் ஆவலில் மாயாவின் நேர்காணலை மறுபடி ஒருமுறை பார்த்தேன். தன் தலித் அடையாளம் குறித்து அவர் மேலும் ஏதாவது சொல்லியிருந்து நான் விட்டிருக்கிறேனா என்று பார்க்க விரும்பினேன். திரும்பப் படித்த போது, நான் கவனிக்காத இடங்கள் கண்ணில் பட அதிர்ச்சியாகவும் அவமானமாகவும் உணர்ந்தேன். இஸ்லாமிய நண்பர்கள் யாராவது உண்டா என்ற கேள்விக்கு அவர் சொல்லியிருந்த பதில் :

> *‘இல்லை. எனக்கு நேரடியாக இஸ்லாமிய நண்பர்கள் யாரும் கிடையாது. ஆனால் என் அம்மாவின் ஒரு இஸ்லாமிய தோழியின் நிலை எனக்கு வருத்தத்தைக் கொடுத்தது. அம்மாவுக்குச் சகோதரிகள் இல்லை. இந்தத் தோழியை ஒரு சகோதரி ஸ்தானத்தில் வைத்திருந்த அம்மா அவருக்காக அழுதார். அம்மா சொன்னாள், ‘உன் சித்தியின் நிலைமை ரொம்ப மோசமாக இருக்கிறது. அவளுக்கு மகள்கள் இருக்கிறார்கள். அவர்களை உங்களிடம் வைத்துக் கொள்ளுங்கள் என்று என் அம்மாவிடம் கெஞ்சினாள். ஆனால் அம்மாவோ, எப்படி எங்களால் முடியும்? போலிஸ் எங்களை அனுமதிக்காது. இந்துக்கள் எங்களை அனுமதிக்க மாட்டார்கள். எப்படி மறைத்து வைக்க முடியும்? என் கைகள் கட்டப்பட்டிருக்கின்றன என்று சொல்லி விட்டாள். இந்துக்கள் சுற்றிலும் கவனித்துக் கொண்டே இருந்தார்கள். யாரையாவது மறைத்து வைத்தால் உடனே வந்து அவர்களை வெளியில் விடச் சொல்லி விடுவார்கள்.’*

தலித்துகள் இஸ்லாமியர்களுக்குப் பாதுகாப்புக் கொடுக்கக்கூடாது என்பதில் இந்துக்கள் தீவிர கவனம் செலுத்தினார்கள். பெரும்பான்மை சமூகத்தினருக்கு எதிரானவர்கள் என்ற பொதுவான தன்மை பஞ்சாபின் தலித்துகளுக்கும் இஸ்லாமியர்களுக்கும் நெருக்கத்தைக் கொடுத்தது. பிரிவினைக்குச் சில ஆண்டுகளுக்குப் பிறகு தன் தோழியைச்

சந்திப்பதற்காக தன் தாயார் பாகிஸ்தானுக்குப் போன சம்பவம் குறித்து மாயா சொன்னார். இருநாடுகளுக்கிடையே சில காலம் போக்குவரத்து அனுமதிக்கப்பட்டது. நெடுங்காலம் கழித்துத் தங்கள் தோழியைச் சந்தித்த பல இஸ்லாமியத் தோழிகள் சந்தோஷமடைந்தார்கள். 'ஏன் சந்தோஷப்பட மாட்டார்கள்? சண்டை இந்துக்களுக்கும் இஸ்லாமியர் களுக்கும்தானே? நாங்கள் ஒன்றும் இஸ்லாமியர்களுடன் சண்டை போடவில்லையே? எங்களுக்கும் அதற்கும் சம்பந்தமில்லையே?'

தனக்கும் தன் தோழிகளுக்கும் எந்தத் தீங்கும் நேரவில்லை என்று மாயா திரும்பத் திரும்பத் தெரிவித்தார். இது நிஜமாக இருக்குமா? இந்தக் கேள்வியை நானே என்னைத் திரும்பத் திரும்பக் கேட்டுப் பார்த்துக் கொண்டேன். இத்தனைக்கும் மாயா அப்போது குழந்தையல்ல, அவருக்கு அப்போது பதினாறு வயது. நடந்த கலவரத்தில் தொடர் பில்லாதது போன்ற அவரது மனப்பாங்கு எனக்கு ஆச்சரியத்தைத் தந்தது. மக்கள் எல்லோரும் எப்படிப்பட்ட பயத்தில் இருந்தார்கள் என்பது அவருக்கு நினைவிருக்கிறது. சம்பவம் நடந்த காலத்து நினைவு கள் திரைப்படம் மாதிரி மனதில் பதிவாகியிருக்கிறது அவருக்கு. ஆனாலும் பயம் இல்லை. மாறாக, அந்தக் குழப்பமான சூழ்நிலையைப் பயன்படுத்தி நிறைய பொருள் சேர்த்து விட்டதை ஒரு சாதனை போல, பெருமிதத்தோடு நினைவு கூர்கிறார் :

> '...எங்களுக்கு எந்த ஆபத்தும் இல்லை. ஏனென்றால் நாங்கள் ஹரி ஜன்கள். நாங்கள் இருந்த இடம் பாகிஸ்தானாக ஆனதா அல்லது இந்தியாவாகவா என்பதில் எங்களைப் பொறுத்தவரை எந்த வேறு பாடும் இல்லை. நாங்கள் பிறந்த இடத்திலேயே தங்கி விட்டோம். எது என்ன ஆனாலும் வசித்த இடத்தை விட்டுப் போவதில்லை என்று எங்கள் முன்னோர் தீர்மானித்தார்கள். எங்கள் சொந்த ஊர் இதுதான். யாராவது எங்களைக் குடிபெயர்ந்து போகச் சொல்லி வற்புறுத்தி இருந்தால் எதிர்த்து நின்றிருப்போம். எங்கள் பலத்தைக் காட்டியிருப்போம். ஹரிஜன்கள் சும்மா இல்லை. பலம் மிக்க அணி எங்களுடையது. அப்படி ஏதாவது ஆயிருந்தால், எங்களுக்கென்று தனி நாடு கேட்டிருப்போம். அவர்களும் தந்திருக்க வேண்டி யிருக்கும். இந்த விஷயத்தில் நாங்கள் உறுதியாக இருந்தோம்.'

'எங்கள் பலத்தை உணர்ந்திருந்தோம். நாங்கள் பலம் வாய்ந்த அணி யினர்' இந்த உணர்வு தலித்துகளிடையே சில காலம் மேலோங்கி இருந் தது. கிழக்கு பஞ்சாபின் 1.26 கோடி மக்கள்தொகையில், 6.9% தலித்து கள். (சுமார் 8,69,400 பேர்) எந்தச் சமூகத்தினர் பெரும்பாலான அளவில் இருக்கிறார்கள், யார் சிறுபான்மையினர் என்று காட்டுவதற்கு

எண்ணிக்கை முக்கியமாக இருந்தது. அது ஓர் ஆயுதம் என்றே சொல்ல லாம். இந்த விழிப்புணர்ச்சியின் காரணமாகத்தான் மாயா உள்ளிட்ட வர்கள் தங்களை பலம் வாய்ந்த அணியினர் என்று குறிப்பிட்டுக் கொண்டிருக்க வேண்டும்.

நான் சற்று ஆழ்ந்து பார்க்கத் தொடங்கியபோது மாயாவும் அவரது தோழியரும் சமூகத்தின் பார்வையில் காணப்படாமல் இருந்த விஷயங் களில் முரண்பாடுகள் தென்பட ஆரம்பித்தன. ராவல்பிண்டி கலவரங் களைத் தொடர்ந்து அப்போது அகில இந்திய தாழ்த்தப்பட்டவர்கள் அமைப்பின் பொதுச் செயலராக இருந்த பி.என்.ராஜ்போஜ் அந்த இடத்தைச் சென்று பார்த்தார். 'நான் போன இடங்களிலெல்லாம் தாழ்த்தப் பட்டவர்கள் பாதிப்புக்கு உள்ளாகவில்லை என்பதைப் பார்க்க திருப்தி யாக இருந்தது. எங்காவது யாராவது பாதிப்புக்குள்ளாகி இருந்தால், அவர் ஜாதி இந்துவாக தவறாக அடையாளம் காணப்பட்டது காரணமாக இருக் கலாம். அப்படி இல்லாமல் தான் ஒரு இந்துவும் அல்ல, இஸ்லாமியனும் அல்ல என்று சொன்ன யாரும் தாக்குதலுக்கு உள்ளாகவில்லை.'*

பல கேள்விகள் இன்னும் விடை கிடைக்காமல் கிடக்கின்றன. ஆனாலும், இந்தத் தீண்டத்தகாத தன்மையும் சமூகத்தின் பார்வையில் இல்லாமையும் பெண்களும் குழந்தைகளும் கடத்தப்படுவதிலிருந்தும், பாலியல் பலாத்காரத்தில் இருந்தும் தங்களைக் காத்துக் கொள்ள அவர்களுக்கு உதவி செய்ததா? கலவரம் செய்தவர்களுக்கு அவர்கள் இந்துக்களும் இல்லை, இஸ்லாமியர்களும் இல்லை என்று யார் சொல்லியிருப்பார்கள். எப்படித் தெரியும் அவர்களுக்கு? தலித்துகள் தங்கள் சமூக நிலையின் காரணமாக வன்முறையிலிருந்து தப்பினார்கள் என்றால் கலவரக்காரர்களுக்கு தாங்கள் கொல்வதும், கவர்ந்து போவ தும், பலாத்காரம் செய்வதும் யாரை என்பது தெரிந்திருக்கும் என்றா கிறது. கலவரக்காரர்கள், வன்முறையாளர்கள் உள்ளூர்க்காரர்கள் அல்ல, அவர்கள் வெளியிலிருந்து வந்தவர்கள் என்ற பொதுவான கருத்தை இது தூக்கிக் குப்பையில் போட்டுவிடுகிறது. கலவரத்தில்கூட தனக்கு நிகரான சமூக அந்தஸ்து இருப்பவர்களைத்தான் தாக்குவேன் என்ற மனப்பாங்கு இருந்திருக்கிறது. இஸ்லாமியர்களும் இந்துக்களும் சமமான சமூக அந்தஸ்து உடையவர்கள் என்று கூறிவிட முடியாது. ஆனால் அவர்களைப் பொறுத்தவரை தலித்துகள் இருந்த நிலையை விட சற்று மேலான நிலையாகக் கருதிக் கொண்டார்கள் என்று சொல்ல லாம். தலித் பெண்களின் பலாத்காரம் என்பது எத்தனை நெருக்கமான தீண்டல், எத்தனை அந்தரங்கமான தீண்டல், அங்கே ஏன் தீண்டாமை

* AICC Papers, F. No. G-19 (KW-I) Harijan Sewak Sangh, 1946-48

உணர்வு எழவில்லை? வல்லுறவு என்பது கொலை கொள்ளை யிலிருந்து மாறுபட்ட வெளிப்பாடா?

சமூகத்தின் பார்வையிலிருந்து விலகி இருப்பதற்கு இன்னொரு கோணமும் இருக்கிறது. பல்வேறு சமூகத்தினர் சேர்ந்து வாழும் இடங் களில் குறிப்பிட்ட ஏற்பாடு ஒன்று இருக்கும். செய்யும் தொழில் சார்ந்து மக்கள் ஓரிடத்தில் ஓரணியாக இருப்பார்கள். கீழ் ஜாதி என்று கருதப் பட்டவர்களும், தலித்துகளும் சமூகத்துக்கு அதி அவசியமான சில பணிகளைச் செய்தார்கள். பிரிவினை மாதிரியான சக்தி வாய்ந்த சமூக அவலம் இந்த ஏற்பாடுகளை டாராகக் கிழித்து விட்டது. உயிருக்குப் பயந்து ஓடும்போது இந்த மாதிரியான ஏற்பாடுகளைக் கவனிக்க அவகாசமில்லை. இதன் காரணமாக தலித்துகள் தங்கள் இடங்களில் இருந்தபோது கவனத்துக்கு வராமல் இருந்திருந்தாலும் அவர்கள் இல்லாதபோது எல்லார் கவனத்தையும் கவர்ந்தார்கள். எங்கே போனார்கள்? அவர்கள் செய்த பணிகளை யார் செய்வார்கள்? வாழ்க்கை எப்படி நகரப் போகிறது? என்ற கேள்விகள் எழுந்து ஜாதி இந்துக்கள் தலித்துகளைப் 'பார்க்க' ஆரம்பித்தார்கள். அவர்களுக்கு அடையாளம் கிடைக்க ஆரம்பித்தது.

குறிப்பிடத் தகுந்த கால அவகாசம் வரை அவர்களுக்கு ஓர் அடையாளம் கிட்டியதை என்னால் உணரமுடிந்தது. காந்தியும் அம்பேத்கரும் வெவ்வேறு விதமாக தலித்துகள் மேல் கவனத்தைச் செலுத்தினார்கள். காந்தி அவர்களுக்காகப் போராடிய ஒரே கிணற்றிலிருந்து நீர் எடுத்தல், ஆலயப் பிரவேசம் போன்ற விஷயங்களைக் கண் துடைப்பு என்ற அளவில் ஹரிஜன்கள் நிராகரித்தார்கள். அவர்கள் வலியுறுத்தியது அரசியல் ரீதியான அங்கீகாரமும் நிர்வாகப் பங்கேற்புமாகும். முக்கிய மாக சமப் பிரஜா உரிமையை வலியுறுத்தினார்கள். 1947 ஜூன் 10ம் தேதி, அகில இந்திய தாழ்த்தப்பட்டோர் அமைப்பின் தலைவர் ஹெச்.ஜே. காண்டேகர் மவுண்ட்பேட்டனுக்கு மனு ஒன்றை அனுப்பினார். அதில் எல்லைக் கோடுகளைத் தீர்மானிப்பதற்காக அமைக்கப்பட்டிருந்த குழுவில் தாழ்த்தப்பட்டோருக்குப் போதுமான பங்கேற்புக்கு வாய்ப் பளிக்க வேண்டும் என்று கேட்டிருந்தார். இதன் மூலம் அவர்கள் உரிமைகள் நசுக்கப்படாமல் பாதுகாக்கப்படும் என்றும் தெரிவித் திருந்தார்.

பஞ்சாபின் மக்கள் தொகையில் தாழ்த்தப்பட்டவர்கள் எண்ணிக்கை கணிசமாக இருந்தது. இதர பிரிவினரைக் கலந்தாலோசிப்பதாக இருந்தால், தாழ்த்தப்பட்டவர்களின் கருத்துகளும் ஆலோசனைக்கு எடுத்துக் கொள்ளப்பட வேண்டும் என்றார். மனுவுடன் அமைப்பின் தீர்மானத்தின் பிரதியையும் இணைத்திருந்தார். அதில் :

1. பஞ்சாப் மற்றும் வங்காளத்தைப் பிரிப்பதன் விளைவாகத் தாழ்த்தப்பட்டவர்கள் பெரிதும் பாதிக்கப்படுவார்கள் என்று இந்தக் கூட்டத்தின்படி அகில இந்திய தாழ்த்தப்பட்டோர் அமைப்பு கருதுகிறது. இஸ்லாமியர்கள் பெரும்பான்மையாக இருக்கும் பகுதிகளில் கட்டாய மதமாற்றம் நடைபெறக்கூடும் என்று அமைப்பு அஞ்சுகிறது. இது தவிர்க்கப்பட வேண்டு மானால் அந்தக் குழுவில் தாழ்த்தப்பட்டவர்களும் உறுப்பினர் களாக அனுமதிக்கப்பட வேண்டும்.

2. கடந்த பஞ்சாப் அரசில் தாழ்த்தப்பட்டோரின் பிரதிநிதிகள் இல்லாததால் தாழ்த்தப்பட்டோருக்கு ஆக்கப்பூர்வமாக எந்த உதவியும் செய்ய இயலாமல் போய்விட்டது. புதிய மாகாணத் தில் ஏற்பட இருக்கும் அமைச்சரவையில் தாழ்த்தப்பட்டோருக்கு போதிய பிரதிநிதித்துவம் வழங்க ஆவன செய்யும்படி இந்த அமைப்பு, காங்கிரஸையும், இந்து, சீக்கியத் தலைவர்களையும் கேட்டுக் கொள்கிறது.

3. இஸ்லாமிய, கிறிஸ்தவ, சீக்கிய அமைப்புகள் தாழ்த்தப்பட் டோரைத் தங்கள் மதத்துக்கு மாற்றி, தங்கள் பங்கேற்பை அதி கரித்துக் கொள்வதற்கான நடவடிக்கைகளில் ஈடுபட்டிருப்பதை இந்த அமைப்பு கவலையுடன் கவனித்துக் கொண்டிருக்கிறது. சரியான நேரத்தில் இதைக் கவனத்தில் கொள்ளாவிட்டால் தாழ்த்தப்பட்ட சமூகம் காணாமல் போய்விடுவதுடன், இந்து சமூகம் பாதிப்புக்குள்ளாகும். ஒவ்வொரு மாநிலத்திலும் புதுப் புது அரசியல் பிரச்னைகளும், குழப்பங்களும் நேரும்.*

வெவ்வேறு சமூகத்தின் பலத்தைக் காட்டிக் கொள்ளத் தாங்கள் பயன்படுத்திக் கொள்ளப்பட்டு விடுவோமோ என்ற அச்சத்திலோ அல்லது கட்டாய மதமாற்றம் செய்யப்பட்டு விடுவோம் என்ற அச்சத்திலோ தாழ்த்தப்பட்டவர்கள் தங்கள் மாற்றுக் கருத்தை வலியுறுத்தினார்கள் அதன் வழியே தங்கள் பலத்தையும் வெளிக்காட்டி னார்கள். நிர்வாகத்தில் தங்கள் பிரதிநிதிகள் இருக்க வேண்டும் என்று நினைத்தது தாழ்த்தப்பட்டோர் மட்டுமல்ல. 1948 நவம்பரில் அகில இந்திய கிறிஸ்தவர் நல அமைப்பின் சிம்லா கிளை தங்கள் கவலையை வெளியிட்டது. 'கிழக்கு பஞ்சாபின் முதன்மை நிர்வாகியும், சபா நாயகரும் சிறுபான்மையினர் உரிமை அமைப்பு என்று அழைக்கப்படும் உப அமைப்பை உருவாக்கியிருக்கிறார்கள். இதில் கிறிஸ்தவர்களின்

* All India Depressed Classes League, Karol Bagh, in AICC Papers, F. No. G-19 (KW-I) Harijan Sewak Sangh, 1946-48

பிரச்னைகள் இரக்கமின்றி நிராகரிக்கப்படுகின்றன.'* என்றது அந்த அறிக்கை.

அடையாளத்தை நிலைநிறுத்த தங்களைத் தனிமைப்படுத்திக் காட்டும் உணர்வு அவசியமாகிறதோ என்று தோன்றியது. இஸ்லாமியர்கள், சீக்கியர்கள், கிறிஸ்தவர்களால் மதமாற்றம் செய்யப்படுவோம் என்ற அச்சம் இப்படித்தான் வந்திருக்க வேண்டும். (தாழ்த்தப்பட்டவர் களுக்கு பல்வேறு அமைப்புகள் இருந்தன. ஷெட்யூல்ட் கேஸ்ட் ஃபெடரேஷன் இஸ்லாமியர்களுடன் நெருக்கமாகவும், டிப்ரெஸ்ட் கிளாஸஸ் லீக் இந்துக்களுடன் நெருக்கமாகவும் இருந்தது) தங்கள் சமூகத்தின் எண்ணிக்கையை அரசியல் காரணங்களுக்காக அதிகரித்துக் காட்டும் அவசியம் எல்லோருக்கும் இருந்ததால்தான் மதமாற்றம் குறித்த பயம் எழுந்தது. சரியான அளவில் நிர்வாகப் பிரதிநிதித்துவம் இருக்க வேண்டும் என்பதற்காக தனித் தொகுதிகள் மற்றும் பல்வேறு தீர்மானங்கள் எடுக்கும் அமைப்புகளில் அதன் அவசியத்தை வலியுறுத்தினார்கள். தாங்கள் சமூகத்தில் மாறுபட்டவர்கள், தனியான வர்கள் என்ற உணர்வின் முக்கிய வெளிப்பாடாக மேற்சொன்ன விஷயங்கள் இருப்பதை மாயா ராணியின் தனிமைப்படுத்தப்பட்ட உணர்விலிருந்து அறிந்தேன்.

தாழ்த்தப்பட்ட சமூகத்தினர் எல்லோருமே இந்தத் தனிமைப்படுத்தப் பட்ட உணர்வுக்கு ஆதரவானவர்கள் அல்ல. ஒரு சில அணியினர், ஜாதி அடிப்படையைவிட, பொருளாதார அடிப்படையில் சலுகைகள் அளிப்பது பொருத்தம் என்ற ரீதியில் கருத்துகளைப் பரப்ப ஆரம்பித் தனர். எப்படிப் பார்த்தாலும் ஒரு தனிமை உணர்வு வளர்ந்ததென்னவோ நிஜம்தான். பி.என்.ராஜ்போஜின் மேற்குறிப்பிட்ட பம்ஜ்சாப் பயணத்தின் போது அவர் சொன்னதாகக் கூறப்படுவது :

தாழ்த்தப்பட்டவர்களுக்கு ஜாதி இந்துக்களுடன் பகிர்வது போன்ற பொதுவான விஷயம் ஏதுமில்லை. ஆனால், சீக்கியர்கள் ஜாதி இந்துக் களின் ரத்தமும் எலும்பும் போன்றவர்கள். மஸாபி சீக்கியர்களையும் சேர்த்து எத்தனை சீக்கியர்கள் உள்ளார்களோ அதற்குச் சமமான எண்ணிக்கை தாழ்த்தப்பட்டவர்களுடையது. ஆகவே பஞ்சாபைப் பிரிக்க வேண்டுமானால், அது மூன்று பகுதிகளாகப் பிரிக்கப்பட வேண்டும். இஸ்லாமியப் பஞ்சாப், இந்து மற்றும் சீக்கிய பஞ்சாப், தாழ்த்தப்பட்டவர்களுக்கான பஞ்சாப் என்பவையே அவை.

★★★

---

* AICC Papers, Punjab, F. No. G-26, 1948

இந்த இடத்தில் பிரிவினைக்கு ஓர் இணையான சரித்திரம் இருக்கிறது. இந்து இஸ்லாமியத் தலைவர்கள் பிரிவினைக்கு முன்னதாகவும் பிரிவினையின் போதும் தங்கள் பலம், பிரதிநிதித்துவம், அரசியல் முக்கியத்துவம் ஆகியவை குறித்தும் பின்னர் சொத்துக்கள், பணம், மக்கள் (பெண்கள் குழந்தைகள் குறித்து) குறித்தும் சண்டை யிட்டார்கள். இன்னொரு சமூகம் தங்களையும் தங்கள் குரலையும் சண்டையில் சேர்த்துக் கொள்ளும்படி சண்டையிட்டது. எங்களை அங்கீகரியுங்கள் என்பது போல ஒலித்தது அவர்கள் குரல். நாங்களும் சிறுபான்மையினர்தான், எங்களுக்கும் எங்களைக் குறித்த அச்சம் இருக்கிறது, எங்களுக்கும் கோரிக்கைகள் இருக்கின்றன, எங்கள் தேவைகளும் உரிமைகளும் இருக்கின்றன, நாங்களும் எங்கள் நாட்டைச் செம்மைப்படுத்த ஆவலாயிருக்கிறோம். இது ஒரு பகல் கனவு போலத் தெரியக் கூடாது என்பதற்காக அவர்கள் கேட்கும் ராஜ்ஜியத்துக்கு அச்சுதிஸ்தான், தீண்டத்தகாதவர்கள் தேசம் என்று பெயரிட்டார்கள். இதைத்தான் மாயாராணி குறிப்பிட்டார் என்று நினைக்கிறேன். 'நாங்கள் தனி நாடு கேட்க வேண்டியிருந்திருக்கும். அவர்கள் தரவேண்டியிருந்திருக்கும்.'

நவம்பர் 1946 இல் அகில இந்திய அச்சுதிஸ்தான் இயக்கம் தொடங்கப் பட்டது. அதன் நிறுவனர் பியா லால் கிழ்காணும் அறிக்கையை வெளியிட்டார் :

> இந்தியா அச்சுத்களின் நாடு, அது அவர்களிடம் வழங்கப்பட வேண்டும் என்ற கருத்து நியாயமானதே. அச்சுதிஸ்தான் என்ற பதம் அச்சுட் என்ற வார்த்தையிலிருந்து உருவாக்கப்பட்டது. அச்சுட் என்றால் தூய்மையற்றது அல்ல என்று பொருள்படும். ஆனால் அது ஹிந்துஸ்தான், பாகிஸ்தான், இங்கிலிஷ்ஸ்தான் ஆகியவற்றால் தூய்மையற்றதாக ஆக்கப்பட்டது. பாகிஸ்தான் மட்டும்தான் வேண்டும் என்று அச்சுதிஸ்தானை மறந்து வாதிடும் ஜின்னாவின் செயல் முட்டாள்தனமானது. பாகிஸ்தான், ஹிந்துஸ்தான், இங்கிலிஷ்ஸ்தான் ஆகியவற்றைவிட அச்சுதிஸ்தானின் பிரச்னை தலையாயது. இந்த மூன்று ஸ்தான்களும் முதல் ஸ்தானின் மக்களை நசுக்க மிகவும் முயன்றன. மெஹ்தார்கள், நகர சுத்தி தொழிலாளி கள், சாமார்கள் இவர்களின் நிலை என்ன?
>
> நகர சபைகளும், மாவட்ட அமைப்புகளும், கிராமத்து சாமார்களும் அவர்களைத் தங்கள் கழிவறைகளைச் சுத்தம் செய்யவும், இறந்த விலங்குகளின் உடலை அப்புறப்படுத்தவும் கட்டாயப்படுத்து கிறார்கள். அதிகாரிகள் நிலச் சுவான்தார்கள் சொல்வதைத்தான் கேட்கிறார்கள். நிலச் சுவான்தார்கள்தான் பாகிஸ்தான், ஹிந்துஸ்தான்,

இங்லிஷ்ஸ்தான் எல்லாவற்றிலும். அச்சுதிஸ்தானின் பல்வேறு அமைப்புகள் அரசுக்கு விழிப்புணர்ச்சியைத் தருகின்றன, ஆனால் அவர்களின் சக்தி ஒடுக்கி வைக்கப்படுகிறது. ஹிந்துஸ்தான்காரர்கள் அவர்களை ஹரிஜன்கள் என்று அழைத்தும், பாகிஸ்தான்காரர்கள் ஷெட்யூல்ட் இனத்தவர் என்று அழைத்து இஸ்லாமுக்கு மாற்றியும் இங்கிலீஷ்ஸ்தான்காரர்கள் ஒடுக்கப்பட்ட ஜாதியினர் என்று அழைத்தும் தாங்கள் மேலேறி வந்து கொண்டிருக்கிறார்கள்.'* என்கிறது பியா லாலின் அறிக்கை.

மேற்சொன்ன குறைகள் அசாதாரணமானவை அல்ல என்பதை பஞ்சாப் கவர்னருக்கு, லாகூரில் வந்த கீழ்காணும் கடிதம் காட்டுகிறது. தேதி இல்லை;

மேன்மை மிகுந்தவருக்கு,

பஞ்சாப் மாகாணம் பிரிக்கப்பட இருப்பது தொடர்பாக தாழ்த்தப்பட்டவர்கள் சார்பாக பஞ்சாப் மாகாண தாழ்த்தப்பட்டவர்கள் அமைப்பு இந்த மனுவைச் சமர்ப்பிக்கிறது :

1. ஆலோசிக்கப்பட்டு வரும் பிரிவினை தாழ்த்தப்பட்டவர்களின் பிரச்னையைக் கவனத்தில் கொள்ளவே இல்லை. நாங்களும் இந்துக்கள் அல்லாத சிறுபான்மையினர்தான்.

2. தாழ்த்தப்பட்டவர்கள் குறிப்பிட்ட மாவட்டங்களில் மட்டுமல்ல, மாகாணத்தின் எல்லா மூலைகளிலும் இருக்கிறார்கள். பிரிவினை ஏற்கப்பட்டால் தாழ்த்தப்பட்டவர்கள் சுத்தமாக இதர சமூகத்தினரின் கருணையில் விடப்படுவார்கள்.

3. புலப்பெயர்ச்சி தாழ்த்தப்பட்டவர்களைப் பொருளாதார ரீதியாகவும், அரசியல் ரீதியாகவும் பாதிப்புக்கு உள்ளாக்கும் அபாயம் உடையது.

4. அண்மையில் நடந்த மதக் கலவரங்கள் தாழ்த்தப்பட்டவர்கள் இந்துக்கள் அல்ல என்பதை அறுதியாக நிரூபித்துள்ளது. கிழக்கு பஞ்சாபில் பெரும்பான்மையாக இருக்கும் இந்துக்கள் தாழ்த்தப்பட்டவர்களை நியாயமாக நடத்துவார்கள் என்று எதிர்பார்க்க முடியாது. கடந்த இருபது ஆண்டுகளாக எந்த உரிமைகளுக்காக தாழ்த்தப்பட்டவர்கள் போராடி வருகிறார்களோ அந்த உரிமைகள் நசுக்கப்பட்டு விடும். இந்துக்கள் ஏற்கெனவே தாழ்த்தப்பட்டவர்களின் தார்மிக உரிமைகளை மறுத்து ஏமாற்றி

* AICC Papers, F. No. G-19 (KW-I) Harijan Sewak Sangh, 1946-48.

விட்டார்கள். பிரிவினை அவர்களின் முன்னேற்றத்துக்கு மேலும் இடையூறாகவே இருக்கும்.

5. தாழ்த்தப்பட்டவர்கள் ஏற்கெனவே ஒடுக்கப்பட்டுப் புண்படுத்தப் பட்டிருக்கிறார்கள். பிரிவினை அவர்களை இரு கூராக்கி அவர்கள் பலத்தையும், ஒற்றுமையையும் குலைத்து விடும். இதர சமூகத்தினர் பெரும்பான்மையாக இருக்கும் இடங்களில் தாழ்த்தப்பட்டவர்கள் தங்கள் மாண்பையும் கலாச்சாரத்தையும் முன்னேற்றத்தையும் நிலைநாட்டிக்கொள்ள இயலாது.

6. பஞ்சாப் மாகாணத்து தாழ்த்தப்பட்டவர்களுக்குப் பெரும்பான்மை சமூகத்தினரால் ஆளப்படுவதை விட சாவு மேலானது. விருப்பத்துக்கு எதிராகத் திணிக்கப்படும் எந்த முடிவையும் அவர்கள் ஏற்கவோ ஆதரிக்கவோ மாட்டார்கள்.

7. இந்தியர்களுக்கு ஆட்சிப் பொறுப்பை வழங்குவதற்கு முன், குறிப்பாக பஞ்சாப் மாகாணம் பிரிக்கப்படுவதற்கு முன் பிரிட்டிஷ் அரசாங்கம் தாழ்த்தப்பட்டவர்களுக்கு அளித்த வாக்குறுதிகளை நிறைவேற்ற வேண்டும்.

8. பஞ்சாப் மாகாணத்தைப் பிரிப்பதுதான் ஒரே தீர்வு என்கிற பட்சத்தில், தாழ்த்தப்பட்டவர்களின் கீழ்வரும் கோரிக்கைகள் ஒதுக்கப்பட்டுவிடக் கூடாது:

   (அ) பிரிவினைப் பிரச்னைக்கு எல்லாச் சமூகத்தினரின் உண்மையான பிரதிநிதிகளால் சட்டமன்றத்தில் தீர்வு காண வேண்டும். இதைச் சரியாகச் செய்ய தற்போதைய சட்டமன்றம் கலைக்கப்பட்டு புதிய தேர்தல் மூலம் உண்மையான பிரதிநிதிகள் தேர்ந்தெடுக்கப்பட வேண்டும். சென்ற தேர்தலில் இந்துக்களுடன் ஒருங்கிணைந்த தொகுதி என்பதால் தாழ்த்தப்பட்டவர்களால் தங்கள் உண்மையான பிரதிநிதியைத் தேர்ந்தெடுக்க முடியவில்லை. தற்போதைய காங்கிரஸ் ஹரிஜன் எம்.எல்.ஏக்கள் இந்துக்களின் வாக்குகளில் தேர்ந்தெடுக்கப்பட்டதால் உண்மையில் அவர்கள் இந்துக்களின் பிரதிநிதிகளே. தாழ்த்தப்பட்டவர்களுக்கு காங்கிரஸ் மீது நம்பிக்கை இல்லை. தற்போதைய காங்கிரஸ் ஹரிஜன் எம்.எல்.ஏக்கள் தாழ்த்தப்பட்டவர்கள் சார்பாகப் பேச இயலாது.

   (ஆ) தாழ்த்தப்பட்டவர்கள் பெரும்பான்மையாக இருக்கும் ஜலந்தர், அம்பாலா பகுதிகளை இணைத்து தாழ்த்தப்பட்டவர்களுக்கு

> தனியான மாகாணம் வழங்கப்பட வேண்டும். மாநிலத்தின் பல்வேறு பகுதிகளிலிருந்து தங்களுக்கென்று ஒதுக்கப்பட்ட மாநிலத்துக்குக் குடி பெயர அவர்களுக்கு ஆகும் செலவை அரசாங்கம் ஏற்க வேண்டும். அவர்கள் திருப்திகரமாகப் புது இடத்தில் வாழ்க்கை தொடங்கும் வரை பாதுகாப்பும், தங்கும் வசதியும், உணவும் வழங்கப்பட வேண்டும். குடிபெயரும் போது ஏற்படும் இழப்புகளுக்கு அரசாங்கம் இழப்பீடு வழங்க வேண்டும்.*

பிரிவினை நெருங்க நெருங்க முக்கியக் கட்சிகளான முஸ்லிம் லீகும், காங்கிரஸூம் ஹரிஜன்களின் ஆதரவைத் தங்கள் பக்கம் வைக்க வேண்டியதன் அவசியத்தை உணர ஆரம்பித்தன. ஒரு மாதிரியான சமாதானப்படுத்தல் தொடங்கியது. அரசியல் கூட்டணிகள் இந்த விஷயத்தில் எப்போதுமே உதவியாக இருக்கும். இந்தச் சந்தர்ப்பம் விதிவிலக்கு அல்ல. 1947 மார்ச் 6ம் தேதி இடைக்கால அரசின் சட்ட உறுப்பினரான ஜே.என்.மண்டல், தனக்கு காந்தி மீது சுத்தமாக நம்பிக்கை இல்லை என்று உ.பி. மாகாண தாழ்த்தப்பட்டவர்கள் அமைப்பின் மாநாட்டில் தெரிவித்தார். ஏனெனில், காந்தி செய்ய முன்வந்த ஒரே காரியம் தாழ்த்தப்பட்டவர்களுக்குக் கோயிலைத் திறந்து விடுவதே என்றும் சொன்னார். 'நான் முஸ்லிம் லீகின் கருத்துடன் ஒன்று படுகிறேன். ஏனெனில் முஸ்லிம்கள் தாழ்த்தப்பட்டவர்கள் இரு சாராருமே ஏழைகளாகவும், பிற்படுத்தப்பட்டும் இருக்கிறார்கள். குறைந்த பட்சம் வங்காளத்தில் இரு சாராருமே கூலித் தொழிலாளர்களாகவும், விவசாயப் பணியாளர்களாகவும் இருக்கிறார்கள். அவர்களுக்கு மறுவாழ்வு அவசியம். இஸ்லாமியர்களின் நன்மைக்காக இயற்றப்படும் எந்த சட்டமும் தாழ்த்தப்பட்டவர்களுக்கு உபயோகமில்லாததாக இருக்காது.'+

மீண்டும் ஒரு முறை வேறுபடுத்திக் காட்டும் கோடுகள் வரையப்பட்டன. மீண்டும் ஒருமுறை அவர்கள் அழுத்தமானவர்கள் என்பதும் புரிந்து கொள்ளக் கடினமானவர்கள் என்பதும் நிரூபணமானது. எங்கிருந்து ஹரிஜனத்துவம் தொடங்குகிறது, எங்கே இந்துத்துவம் முடிகிறது? சிறுபான்மையினர் என்பது எண்ணிக்கையை வைத்து தீர்மானிக்கப்படுவதா?(அப்படிப் பாத்தால் இஸ்லாமியர்கள் பஞ்சாபில் பெரும் எண்ணிக்கையில் அல்லவா இருந்தார்கள்?) அல்லது சமூகப் பொருளாதாரப் பின்னடைவுகளை வைத்தா? அப்படிப் பார்த்தால் ஹரிஜன்களும் கிறிஸ்தவர்களும்தான் முதலில் கவனத்தில் கொள்ளப்பட்டிருக்க வேண்டும்.

---

* AICC Papers, Punjab, F. No. G-26, 1948

+ AICC Papers, F. No. G&19 (KW-I) Harijan Sewak Sangh, 1946-48

எல்லாவற்றையும் விட, பிரிக்கும் கோடுகள் வரையப்பட்டதும், திருத்தி வரையப்பட்டதும் நம் சுயத்தை எவ்வளவு தூரம் பிரதிபலித்தன என்பதைத்தான் காட்டின என்பது என் கருத்து. தாழ்த்தப்பட்டவர்கள் வேறுபாட்டைப் பதிவு செய்ய விரும்பினார்கள். ஆனாலும் அப்படிப் பதிவு செய்த வேறுபாட்டின் ஒரு பகுதி இதர உரிமை மறுக்கப்பட்ட பிரிவினர்களைப் போலவே, பெரும்பான்மை சமூகத்தினருக்கு இணையான பிரதிநிதித்துவம் கோருவதாக இருந்தது. சரித்திரம் தங்களை எங்கே வைத்திருக்கிறதோ அதன் அடிப்படையில் இந்துக்கள், இஸ்லாமியர்களுக்கு சமமான சமூக நிலையை அவர்கள் கேட்டிருக் கிறார்கள். ஆகவே இவ்விரு சமூகத்தினரையும் தங்களுக்குப் போது மான சமூக அந்தஸ்து கிடைக்கும் வரை எதிர்ப்பதும் விமரிசிப்பதும் அவசியமாயிற்று. ஹரிஜன் தலைவர்கள் இப்படிப்பட்ட வேறு பாட்டைப் பதிவு செய்தாலும் காங்கிரஸுடனும், முஸ்லிம் லீகுடனும் தாங்கள் அவர்களின் சமூகத்தின் கலாசாரங்களுக்கு எத்தனை நெருக்க மானவர்கள் என்பதையும் கூறி நியாயப்படுத்த வேண்டியிருந்தது. கிடைத்த அரசியல் தருணத்தைப் பயன்படுத்திக் கொள்வதற்காக ஒரு சமயம் ஒரு சமூகத்திடமும், பிறிதொரு சமயம் வேறொரு சமூகத்திட மும் ஹரிஜன் அணிகள் சாமர்த்தியமாகக் காய் நகர்த்த வேண்டி யிருந்தது.

பெரும்பான்மை சமூகத்துக்கு இது புரியாமல் இல்லை. அவர்களுக்கும் ஹரிஜன்களைத் திருப்திப்படுத்த வேண்டியது அவசியமாக இருந்தது. இதன் காரணம் அரசியல் தேவைகள் மட்டுமல்ல, ஹரிஜன்கள் செய்த பணிகளைத் தக்க வைத்துக் கொள்ளும் அவசியமும் இருந்தது. இது பிரிவினைக்குப் பின்னர் மிகத் தெளிவாகத் தெரிந்தது. ஹரிஜன்களைத் தக்க வைத்துக் கொள்வதற்காக இந்திய அரசாங்கம் அவர்களின் மறு மலர்ச்சிக்காகப் பல்வேறு அமைப்புகளை உண்டாக்கியது. ஹரிஜன் வீட்டு வசதித் திட்டம் என்ற அமைப்பு அவர்களுக்கு வீடு கட்டக் கடன் தருவதற்காக அமைக்கப்பட்டது. இந்த நடவடிக்கைகளை மேற் பார்வை செய்யவும், புலம் பெயர்ந்த ஹரிஜன்களின் தேவைகளைக் கவனிக்கவும் ஹரிஜன் சேவாக் சங் நிறுவப்பட்டது. இந்த நட வடிக்கைகளில் இருந்த ஒரு வருந்தத் தக்க முரண்பாடு, எந்த வேறு பாடுகளைக் களைய ஹரிஜன்கள் போராடினார்களோ அந்த வேறு பாடுகள் மேலும் அழுத்தமாக வெளிப்பட்டன என்பதுதான். அரசியல் ரீதியாக வேறுபாடுகளைக் களைய அவர்கள் போராடினாலும், அன்றாடத் தேவைகளுக்கு, அடிப்படைத் தேவைகளுக்கு சலுகைகள் தேவைப்பட்டன. ஆகவே, தனிப்பட்ட முறையில், வேற்று அடை யாளத்தில் வழங்கப்பட்டாலும் வீட்டு வசதிச் சலுகை மறுக்கப்பட வில்லை.

இந்த விஷயத்தில் வேறொரு அசாதாரணத் திருப்பமும் ஏற்பட்டது. பாகிஸ்தானின் உருவாக்கம் பலருக்கு வேலை வாய்ப்பைத் தருவதாக அமைந்தது. மத அடையாளமோ, மத உரிமைகளோ கோராத அணிகளும் தனிப்பட்டவர்களும் நல்ல வாழ்க்கையை அமைத்துக் கொள்ள இரு நாடுகளுக்கும் சென்றார்கள். இதில் தலித்துகள் விதிவிலக்கல்ல. ஆரம்ப நிலையில் கணிசமான எண்ணிக்கையில் இந்தியாவிலிருந்து பாகிஸ்தானுக்கு அவர்களும் புலம் பெயர்ந்து போனார்கள். ஆனால் இவர்களில் பலருக்கு வாழ்க்கை எதிர்பார்த்த வண்ணம் அமையவில்லை. திரும்பி வருவது சாத்தியம் என்ற நிலையில் பலர் திரும்பியும் வந்து விட்டார்கள்.

இந்தியா மறுவாழ்வுத் திட்டங்கள், கடனுதவிகள், வீட்டு வசதி, வேலை வாய்ப்பு ஆகியவற்றைக் காட்டி அவர்களைத் திரும்பி வர வழைக்க முயன்றது. பட்டினி, உணவுப் பற்றாக்குறை, ஏழைமை, விலைவாசி ஆகியவற்றைச் சொல்லி இந்தியாவின் நிலையை மோசமாகக் காட்டி அவர்களைத் தக்க வைத்துக் கொள்ள பாகிஸ்தான் முயன்றது. சிந்து மாகாணத்தில் பல ஹரிஜன்கள் இருந்தார்கள். அவர்களுக்கு வசதியான போக்குவரத்து கடல்வழிதான். கப்பல்களின் எண்ணிக்கை குறைவாக இருந்தது. மேலும் வெளியேற விரும்பும் மக்கள் அனுமதி வாங்க வேண்டும் என்று சிந்து அரசாங்கம் அறிவித்தது. ஒவ்வொரு நாளும் மிகக் குறைந்த எண்ணிக்கையிலேயே அனுமதிகள் வழங்கப்பட்டன. பெரும் எண்ணிக்கையிலான ஹரிஜன்கள் தாற்காலிக முகாம்களில் தங்க வேண்டியிருந்தது. அவர்கள் இல்லாமல் கராச்சியின் சுகாதாரத்தில், சுத்திகரிப்புப் பணியில் பெரும் பின்னடைவு ஏற்பட்டது. அத்தியாவசியப் பணிகள் பராமரிப்பு சட்டம் என்ற சட்டத்தை இயற்ற வேண்டிய கட்டாயம் சிந்து அரசாங்கத்துக்கு ஏற்பட்டது. இந்தச் சட்டம், ஹரிஜன்கள் நாட்டை விட்டு வெளியேறுவதைத் தடுத்தது. இந்திய அரசியல் தலைவர்கள் இதைக் கண்டு கொதித்தெழுந்தார்கள். சட்டமன்றத்தில் அமளி உண்டாயிற்று. அரசாங்கம் என்ன செய்து கொண்டிருக்கிறது என்று கேட்டார்கள். அரசாங்கத்தால் எதுவும் செய்ய முடியவில்லை.

அரசாங்கத்தால் பேரம் பேசத்தான் முடிந்தது. 1952ம் ஆண்டு தேர்தல் சுற்றுப் பயணத்தின் போது அம்பேத்கர் உணர்வுப்பூர்வமான அறிக்கை ஒன்றை வெளியிட்டார்.

> ‘பிரிவினை நடந்து முடிந்ததும் உடனடியாக தாழ்த்தப்பட்டவர்கள் நாட்டிலிருந்து வெளியேறுவதைத் தடுக்கும் வகையில் பாகிஸ்தான் அரசு ஆணை ஒன்றைப் பிறப்பித்தது. இந்துக்கள் வெளியேறுவது குறித்து பாகிஸ்தான் கவலை கொள்ளவில்லை. ஆனால் ஹரிஜன்கள்

வெளியேறினால் அவர்கள் செய்த இழிவான சுத்திகரிப்புப் பணி களை யார் செய்வார்கள்? அவர்களின் புலப் பெயர்ச்சியைத் தடுக்கும் இந்தச் சட்டத்தை விலக்க ஆவன செய்யும்படி நான் பண்டிட் நேருவைக் கேட்டுக் கொண்டிருக்கிறேன். அவர் இது குறித்து எதுவும் செய்யவில்லை. அவர் இந்த விஷயத்தை பாகிஸ்தா னுடன் நடந்த பல்வேறு விவாதங்களில் கோடிட்டுக் கூடக் காட்டாமல் கிடப்பில் போட்டுவிட்டார். காங்கிரஸ் ஹரிஜன்கள் யாரும் பாகிஸ்தானில் இருக்கும் தங்கள் சகோதரர்களுக்கு நேர்ந் திருக்கும் அவலம் குறித்து விரலைக் கூட உயர்த்தவில்லை.'*

புலம் பெயர்ந்த ஹரிஜன்கள் குறித்து சட்டமன்றத்தில் கேள்விகள் எழுந்தன. பாகிஸ்தான் அரசாங்கம் ஹரிஜன்களை வெளியேற விடாமல் தடுப்பது உண்மைதானா என்று மறுவாழ்வுத் துறை அமைச்சர் மோகன் லால் சக்ஸேனாவிடம் கேட்கப்பட்டது. ஆம், சுமார் 35,000 ஹரிஜன்கள் அத்தியாவசியப் பணிகள் பராமரிப்புச் சட்டத்தின் காரணமாக வெளியேற முடியாமல் இருக்கிறார்கள் என்று பதிலளித்தார். 1947ல் இருந்து அம்பேத்கர் தானே ஹரிஜன்கள் சரியாக நடத்தப்பட வேண்டும் என்பதற் காகப் போராடி வந்தார். 1947 டிசம்பரில் தாழ்த்தப்பட்டவர்கள் தங்கள் நாட்டிலிருந்து வெளியேறுவதைத் தடுக்க பாகிஸ்தான் அரசு இயன்றவரை முயற்சித்து வருவதை ஜவாஹர்லால் நேருவிடம் சுட்டிக் காட்டி யிருக்கிறார். நிலமில்லாத விவசாயத் தொழிலாளிகளாகவும், சுத்திகரிப்பு வேலைகளுக்காகவும்தான் இதைச் செய்கிறார்கள் என்பதையும் சொல்லி யிருக்கிறார். பெருக்குபவர்களையும் அத்தியாவசியப் பணியாளர் களாக அறிவித்ததில் குறிப்பிட்ட ஆசை இருப்பதையும் கூறியிருக் கிறார்.+ இந்த வேறுபாடு பாகிஸ்தான் அரசிடம் மட்டும் இல்லை. இந்திய அகதிகள் முகாம்களிலும் தாழ்த்தப்பட்டவர்கள் நுழைய அனுமதிக்கப்படவில்லை. மேலும் அரசாங்கம் அறிவித்த விவசாய சமூகத்தினர் என்ற வரையறையிலும் அவர்கள் இல்லை.

கிழக்கு பஞ்சாபில் வசித்த சில தாழ்த்தப்பட்ட சமூகத்தினர் தங்கள் நிலங்களை விட்டுக் கொடுக்கும்படி அங்கிருந்த சீக்கியர்களாலும், ஜாட்களாலும் கட்டாயப்படுத்தப்பட்டிருக்கிறார்கள். அம்பேத்கர் நேரு விடம் அப்போது செய்த புகார்: 'இஸ்லாமியர்களின் பிரச்னைக்காக இதுவரை இந்திய அரசால் கவனமும் பல்வேறு நடவடிக்கைகளும் எடுக்கப்பட்டுவிட்டன. தாழ்த்தப்பட்டவர்களின் பிரச்னை இருப்ப

---

* Bhagwan Das, Thus Spoke Ambedkar, selected speeches, Vol. II, 1969, Bhim Patrika Publications, jalandhar, pp. 31-42

+ Ambedkar to Nehru, December 14, 1947.

தாகவே கருதப்படவில்லை அல்லது கவனம் தேவைப்படும் அளவு பெரிதல்ல என்று நினைக்கப்படுகிறது'* என்பதாகும்.

இந்து, இஸ்லாமியர், சீக்கியர் என்ற அடையாளங்களை முன்னிலைப் படுத்தியதில் தாழ்த்தப்பட்டவர்களின் பிரச்னைகள் காணாமல் போய் விட்டன என்ற அம்பேத்கரின் கருத்து சரிதான். சமூகத்தின் பார்வை யிலிருந்து தாழ்த்தப்பட்டவர்கள் முழுவதுமாக விலக்கி வைக்கப்பட முடியாமல் அத்தியாவசியமான சுத்திகரிப்புப் பணிகளைச் செய்கிற வர்களாக அவர்கள் இருந்தார்கள். அவர்களின் இந்த இரட்டை நிலையை லாகூரிலிருந்து வந்த அகதி ஒருவர் ஹிந்து மஹாசபாவுக்கு தொகுத்து எழுதியிருந்தார். அதில் அவர்களது ஆகாந்த் ஹிந்துஸ்தான் குறித்த ஆசையைக் குறிப்பிட்டிருந்தார். 'ஓர் இந்திய இஸ்லாமியரை (அல்லது கிறிஸ்தவரை) சுரண்டிப் பார்த்தால் அவனது ஆதி கால இந்து ஜாதித் தனங்கள் இன்னமும் இருப்பதைப் பார்க்கலாம். மேலோட்ட மாக இருக்கும் வெளிக் கலாசாரமே அவனை இந்துவிடமிருந்து பிரித்துக் காட்டுகிறது. மஹாசபா இந்த மேலோட்டத்தில் இருக்கும் உணர்வுகளைப் போக்க முயல வேண்டும் என்கிறார். அதே சமயம், இந்தியாவில் இருக்கும் இந்துக்கள் அல்லாதவர்களை மனமாற்றம் செய்ய முயல வேண்டுமே தவிர மொத்தமாக அழிக்க முயலக் கூடாது என்றும் எச்சரிக்கிறார். (ஸ்பெயினில் இருக்கும் கிறிஸ்தவர்கள் இஸ்லாமியர்களை அழித்து விட்டார்கள்) அப்படிச் செய்வது நம் சமூகத்தின் திறமையான கைத்தொழிலாளிகளை இழக்கச் செய்து, நம் நாட்டின் பொருளாதார நெருக்கடியை மேலும் தீவிரப்படுத்தி விடும்'+ என்கிறார்.

அழித்துவிடுவது என்பது ஒரு தீவிரமான நிலை என்பது வெளிப்படை. அப்படிப்பட்ட நிலை அதீத தீவிரவாதம் பேசும் குழுக்களுக்குத்தான் எழும். திறமையான தொழிலாளிகள் சமூகத்தைச் சேர்ந்த தாழ்த்தப் பட்டவர்களை மனிதர்களாக ஏற்க மறுத்து, அதே சமயம் அவர்கள் தொழில்திறனைப் பயன்படுத்திக் கொள்ளும் வேலையை காங் கிரஸும் முஸ்லிம் லீகும் செவ்வனே செய்தன.

★★★

ஒவ்வொருவரின் அனுபவத்தையும் கேட்கும் போது எனக்கொரு கதை ஞாபகம் வந்தது. மாண்ட்டோ எழுதிய தோபா டேக் சிங் என்ற கதை அது. அந்தக் கதையின் நாயகன் மனநிலை பாதிக்கப்பட்டவன். மத அடிப்படையில் வாழ வேண்டிய நாட்டைத் தேர்ந்தெடுக்கும்படி

---

* Ibid.

\+ Hindu Mahasabha Papers, F. No. C-168/1947.

பணிக்கப்படுகிறான். இறுதியில், இரு நாடுகளின் எல்லைக் கோடுகளின் இடையே இருக்கும் இடத்தைச் செத்துப் போகத் தேர்ந்தெடுக்கிறான்.

பிரிவினை வரலாற்றின் படி மயங்கிய மதச் சார்பற்ற அடையாளம் சாத்தியமில்லை என்று தோன்றுகிறது. உங்கள் அடையாளம் அறுதியானது. உங்களைத் தாக்கப் பயன்படும் கழியாக அது செயல்படும். அதே சமயம் உங்கள் உரிமைகளுக்குப் போராடும் கழியாகவும் அதை உபயோகிக்கலாம்.

ஆனாலும் சில அடையாளங்கள் இந்த வரையறையில் எளிதாகப் பொருந்தவில்லை. அவை நிலையின்றி மாறிய வண்ணம் இருந்தன. ஹரிஜன்கள் தங்களை இந்துக்களிடமிருந்தும் இஸ்லாமியர்களிடமிருந்தும் வேறுபடுத்திக் கொண்டார்கள். ஆனாலும் அவர்கள் கலாசார ரீதியாக இவற்றில் ஏதாவது ஒரு மதத்துக்கு நெருக்கமாகக் காட்டிக் கொண்ட தருணங்களும் உண்டு. நாட்டின் பெரும்பான்மை மதத்தினரான இந்துக்கள் பஞ்சாபில் சிறுபான்மையினர். ஆனாலும் சீக்கியர்கள்தான் சிறுபான்மையினராக உணரப்பட்டார்கள். வடமேற்கு மாகாணங்களில் இருந்த இந்துக்கள் காங்கிரஸால் நிராகரிக்கப்பட்ட சில விரோத சமூகத்தினரால் சூழப்பட்டு சிறுபான்மையினராக உணர்ந்தார்கள். ஹரிஜன்களுக்கு வழிபாட்டு வாய்ப்புக்களும் இல்லை நம்பிக்கைகளும் இல்லை என்பதால் அவர்களால் தங்களை இந்துக்களுடனும் இணைத்துக் கொள்ள முடிந்தது, இஸ்லாமியர்களுடனும் இணைத்துக் கொள்ள முடிந்தது. இந்த இணைப்பு மதத்தின் அடிப்படையில் இல்லாமல் கலாசார அடிப்படையிலும், பொதுவான எதிரி என்பதன் அடிப்படையிலும் இருந்தது.

பிரிவினை குறித்து அறிந்துகொண்ட போதும், பிரிவினைக் கால அனுபவம் இருப்பவர்களிடம் பேசும்போதும் எனக்குள் ஒரு ஆர்வம் எழுந்தது. சமூகத்தால் ஒதுக்கி வைக்கப்பட்ட மக்கள் பிரிவினை குறித்து என்ன கருத்து கொண்டிருப்பார்கள்? பிரிவினை போன்ற வன்முறை வரலாறுகளைப் பார்க்கிற போது அவற்றில் ஒரு சமத்துவம் தெரியும். அதாவது இந்த வன்முறைகள் ஜாதி பேதம் பார்ப்பதில்லை. இடப் பெயர்ச்சி தவிர்க்க முடியாமல் இருந்ததும் இந்தச் சமத்துவத்துக்கு வழி வகுத்தது என்று சொல்லலாம். பெண்கள் கற்பழிக்கப்படும்போது அங்கே ஜாதி மத இன வேறுபாடு உணர்வுகள் எழவில்லை. வசதி படைத்த பெண்களின் பயணங்களில் எந்த ஆபத்தும் ஏற்படவில்லை. காரணம் அவர்கள் விமானத்திலோ, காரிலோதான் பயணம் செய்தார்கள் அதுவும் பாதுகாப்புக்கு ஆள்களுடன். ஏழைப் பெண்கள் போல கால்நடைப் பயணமாக அவர்கள் செல்லவே

இல்லை. வல்லுறவுக்கு ஆளாக்கப்பட்ட பெண்களில் பெரும்பாலா னோர் ஏழைகள். வீடுகளை இழந்த ஏழைகளுக்கு இழப்பீடு பெறுவது கூட சிரமமாக இருந்தது. ஹரிஜன்கள் விவசாயிகளாக இருந்தாலும் அவர்களுக்கு நிலம் கிடைக்கவில்லை என்று ஏற்கெனவே பார்த்தோம்.

பாதிக்கப்பட்ட பெண்களையும் குழந்தைகளையும் போலல்லாமல், தலித்துகள் தங்களை ஒரு தனி அணியாகப் பார்த்தார்கள். இதைச் சொல்வது அவர்கள் ஒருமித்து ஒன்றுபட்டு இருந்தார்கள் என்று சொல்வதற்கு அல்ல. அவர்களுக்குள்ளும் கோஷ்டிகள் இருந்தன. இஸ்லாமியர்களுக்கு நெருக்கமாக இருந்தவர்கள், இஸ்லாமியர், இந்துக்கள் இரண்டுமே இல்லை தாங்கள் என்று நினைத்தவர்கள், இந்துக்களுக்கு நெருக்கமாக இருந்தவர்கள் என்று பல ரகம் இருந்தது பிரிவினைக் காலத்தில். கிறிஸ்தவர்களுக்கும் ஹரிஜன்களுக்கும் தங்கள் தேவைகளை கேட்டுக் குரலெழுப்ப சங்கங்கள், அமைப்புகள் இருந்தன. பாதிக்கப்பட்ட பலருக்கு இந்த சௌகர்யம் இருக்கவில்லை. மதத்தின் பெயரால் பிரிந்து சிறை பிடிக்கப்பட்டவர்கள், எந்தப் புறத்தை வாழ்க்கைக்குத் தேர்ந்தெடுப்பது என்று புரியாமல் கதையில் வருவது போலவே நிஜ வாழ்விலும் இருக்கும் 'மனநோயாளிகள்', தொழு நோயாளிகள், பிள்ளைப் பேறு இல்லாதவர்கள்... எல்லோருமே தாங்கள் என்ன மதம் என்பதை அறிவிக்க வேண்டியிருந்தது. அப்படி அறிவிக்க முடியாதவர்களுக்கு அடையாளம் தேர்ந்தெடுக்கும் வாய்ப்பு வழங்கப்பட்டது.

பல கோணங்களில் தாழ்த்தப்பட்டவர்களின் அனுபவங்கள் பெண் களின் அனுபவத்துக்கு இணையாக இருந்தன. சமூகத்தின் இயக்கத் துக்கு அவசியமானவர்களாக இருந்தும், ஒரு மாதிரி ஒதுக்கி வைக்கப் பட்டவர்கள் இருசாராருமே. அவர்களின் முக்கியத்துவம் அழுத்தமாக அதே சமயம் சற்று வித்தியாசமாகக் காணப்பட்டது. தாழ்த்தப்பட்ட வர்கள் விவசாயத்துக்கும், சுகாதாரத்தைப் பராமரிக்கவும், மதக் கலா சாரங்களைப் பராமரிக்கவும் மிக முக்கியமானவர்களாக இருந்தார்கள். பெண்கள் சமூகத்தின் படைப்புக்கும் பராமரிப்புக்கும் முக்கியமான வர்கள். பெண்களுக்கு மெல்லிய ஆனால் மிக முக்கியமான தன்மை இருந்தது. அதாவது சமூகத்தின் மாண்பு, சந்தோஷம், தாய்மை ஆகிய வற்றுக்குப் பொறுப்பானவர்கள். ஆண்களின் ஆண்மையைப் பறை சாற்ற அவர்கள் அவசியம். ஆயினும், பெண்கள் தங்கள் தேவைகளை ஒட்டுமொத்தமாக சமூகத்தின் முன் வைக்க யாருமின்றி இருந்தார்கள்.

வன்முறையும் இடப்பெயர்ச்சியும் பொதுவாகவே எல்லோருக்கும் நடந்தது என்றாலும் பெண்கள் அதில் தனிமைப்பட்டு இருந்தார்கள். காரணம் அவற்றைப் பல்வேறு காரணங்களால் அவர்கள் வெளிச்

சொல்ல முடியாமல் இருந்தது. இதற்கு மாறாக, தலித்துகள், தங்கள் பிரச்னைகளை முன் வைக்க அமைப்புகள் இருந்த காரணத்தால், தேவைகளைக் கூறவாவது முடிந்தது அவர்களால். பெண்களுக்கு இப்படி எந்த அமைப்பும் இல்லை. இதனால்தான் அவர்களின் எதிர்ப்புகள் தனிநபர் அளவிலேயே நின்றன. தனிநபர்க் குரல்களாக இருந்ததாலேயே அவற்றுக்குச் சரித்திரத்தில் இடமின்றிப் போனது. தலித்துகளின் சார்பாக நிறைய ஆவணங்கள், பேச்சுகள்,கோரிக்கைகள் எல்லாம் சரித்திரத்தில் தேடினால் கிடைக்கின்றன. ஆகவே தலித்து களின் பிரச்னையைத் தேடியாவது அறிய முடிகிறது. பெண்களின் குரல் சரித்திரத்தில் எவ்வளவு தேடினாலும் கிடைப்பதில்லை. இதில் தலித் பெண்களும் அடக்கம். தலித்துகள் குறித்த செய்திகளிலும் பெண்கள் குறித்து ஏதுமில்லை. பெண்களை ஒரு அணியாகக் கொண்டால் அவர்களின் ஒற்றுமை தெரிந்த ஒரே விஷயம், மௌனம்!

முரண்பாடுகளும் குழப்பங்களும் இருக்கத்தான் செய்தன. புதிதாக அமைந்த நாட்டின் மறுமலர்ச்சித் திட்டங்கள் சொல்லும் ஜனநாயகக் கோணம், சமூகக் கோணம் இரண்டுக்கும் இடையில் ஒரு எளிய கோணம் காண்பது எளிதாக இல்லை. மறுவாழ்வு தரப்பட்ட பிறகும் ஹரிஜன்கள் இரண்டாம் தரப் பிரஜைகளாகவே இருந்தனர். புது நாட்டின் கொள்கைகளில் ஹரிஜன்களின் முன்னேற்றத்துக்கு மிகக் குறைந்த வாய்ப்புகளே இருந்தன. ஆனால் பெண்களுக்கு வாய்ப்புகள் நிறைய இருந்தன. காரணம் பெண்களின் தேவைகளாக உணரப் பட்டவை சற்று மாறுபட்டு இருந்ததே. விதவைகள் அரசாங்கத்தின் நிரந்தரப் பொறுப்பின் கீழ் வந்தார்கள். கைவிடப்பட்ட, கற்பிழந்த பெண்களுக்கு இல்லங்களும் ஆசிரமங்களும் அமைக்கப்பட்டன, திருமன ஏற்பாடுகள் செய்து தரப்பட்டன...

இவ்வளவுக்கும் மீறி, புது நாட்டின் பிரஜா உரிமை ஏறக்குறைய ஆண் களுக்குத்தான் இருந்தது. இதனால்தான் பெண்கள் விஷயத்தில் பாதுகாப்பைக் கருதி அதீதக் கட்டுப்பாடுகளை முன்வைப்பதாகவும், கண்டிப்பான பெற்றோரின் தன்மையுடையதாகவும் அரசாங்கம் இருந்தது. எனவே, இந்தியப் பிரஜைகள் என்ற விதத்தில் பெண்களுக்கு உரிமைகள் இருந்தாலும், விருப்பமில்லாத பெண்களைக் கட்டாய மீட்புச் செய்ததன் மூலம் அந்தக் கொஞ்ச நஞ்ச உரிமைகள் காற்றில் கரைந்தன.

★★★

இந்த அத்தியாயத்தில் தாழ்த்தப்பட்டவர்களின் இந்து மதம் சார்ந்தும், இந்திய பாகிஸ்தான் அரசுகள் சார்ந்ததுமான அனுபவங்களைச் சொல்லி யிருக்கிறேன். இந்தியாவுக்கு வெளியில் நிகழ்ந்த விஷயங்கள் குறித்து

என்னிடம் தகவல்கள் ஏதும் இல்லை. இறுதியாக இதை முடிக்குமுன், இரண்டு கதைகளைச் சொல்ல வேண்டியது அவசியம். ஏழை, ஒதுக்கப்பட்ட மக்களின் பிறப்புக்கும் இறப்புக்கும் தொடர்புடைய அனுபவங்களைப் புரிந்து கொள்ள அவை உதவும். பிரிவினை மக்களின் வாழ்க்கையை மறைமுகமாக எவ்வளவு தூரம் தாக்கி யிருக்கிறது என்பதற்கு இந்த அனுபவங்கள் சான்று.

மருத்துவச்சிகள் என்று அழைக்கப்பட்ட பெண்கள் பிரசவத்துக்குத் துணையிருந்து உயிர்களை இந்த மண்ணுக்குக் கொண்டு வரக் காரணமாயிருப்பவர்கள். இவர்கள் பொதுவாக தாழ்ந்தது என்று கருதப்படும் ஜாதியைச் சேர்ந்தவர்கள். மகா சங்கடம் பிடித்த வேலை இது. தொப்புள் கொடியை வெட்டுவது, ரத்தத்தைத் துடைப்பது, அப்படி இப்படி என்று நெருடலான வேலை. இதே போலத்தான் இறந்தவர்களை எரிப்பவர்களின் பிழைப்பும். நிறைய சாங்கியங்கள் இருக்கின்றன. இந்த சாங்கியங்களை நெருங்கிய உறவினர்கள் அல்லது இது மாதிரி சாங்கியங்களில் அனுபவப்பட்டவர்கள் செய்கிறார்கள்.

நான் மீண்டும் மீண்டும் படித்த அநிஸ் கிட்வாயின் நூல் இறுதிச் சடங்கு செய்ய யாருமில்லாத ஒருவனைப் பற்றிய கதையைச் சொல்கிறது.

> ‘ஒருநாள் முகாமுக்குள் நான் பிரவேசிக்கும் போது, ஆஸ்பத்திரி கூடாரத்துக்குள் நோயாளி ஒருவரின் படுக்கைக்கு அருகில் ஒரு சடலத்தைப் பார்த்தேன். இது புதிதல்ல. வாழ்பவர்களைப் பார்த்துக் கொள்ளவே நேரம் சரியாக இருக்கும் போது இறந்தவர்களைப் பார்த்துக் கொள்ள சுத்தமாக நேரமில்லை. பொதுவாக உடலைக் குளிப்பாட்டுவது, உடைகள் அணிவிப்பது உள்ளிட்ட விஷயங் களை நெருங்கிய உறவினர்களோ வைதீகர்களோ செய்ய வேண்டி யது என்பதால் நான் அது குறித்துக் கவலை கொள்வதில்லை.’

கொஞ்ச நேரம் கழித்து அநிஸ் கிட்வாய் அந்தப்பக்கம் போகும் போது உடல் இன்னமும் அப்புறப்படுத்தப் படாததைக் கவனித்திருக்கிறார். இந்த வயோதிகருக்கு இறுதிச் சடங்கு செய்ய யாருமில்லையா? சொந்தக்காரர்கள் எல்லோரும் எங்கே? என்று கேட்டிருக்கிறார். ஒரே ஒரு பெண்ணும் - அவர் மகளாக இருக்கலாம், அந்தப் பெண்ணின் குழந்தையும் மட்டுமே இருந்தார்கள். மகள் அழுது கொண்டே இருந் தாள் ஆனால் இறுதிச் சடங்கைச் செய்யும் விருப்பமின்றி இருந்தாள். கிட்வாயும், தோழி ஜமிலாவும் யாராவது கிடைப்பார்களா என்று பார்க்கப் போயிருக்கிறார்கள். மறுவாழ்வுக் கமிட்டி அவர்களை பிரேக் போட்டு நிறுத்தி விட்டது. புதைகுழி தயார் செய்பவர்களும், எரி மேடை தயார் செய்பவர்களும் கடைசி ரயிலைப் பிடித்து பாகிஸ்தான் போய் விட்டதாக அவர்கள் சொன்னார்கள். எவ்வளவோ வற்புறுத்தி

யும் அந்தப் பொறுப்பாளர் இது என் வேலையல்ல, எனக்கு வேறு வேலைகள் இருக்கின்றன என்று சொல்லி உதவி செய்ய மறுத் திருக்கிறார்.

நொந்து போன கிட்வாயும் ஜமிலாவும் மாணவர்கள் யாரையாவது துணைக்கு அழைக்க முடியுமா என்று பார்த்திருக்கிறார்கள், அவர்களும் இல்லை. இறந்தவரின் மகளையே வற்புறுத்திப் பார்த்தும் பயனில்லை. ஒருத்தருமே இல்லை என்று நொந்து போய் உட்காரும் போது இரண்டு மூதாட்டிகள் வந்து தாங்கள் உதவி செய்வதாகச் சொன்னார்கள். 'இதற்கு முன்னால் நாங்கள் இந்த வேலையைச் செய்ததில்லை. ஆனால் அல்லாவின் முன் நாம் எல்லோரும் சமம். இதைச் செய்யத்தானே வேண்டும்' என்றார்கள் அவர்கள். கிட்வாய், ஜமீலா இன்னும் சிலருடன் இணைந்து அந்த வேலையைச் செய்ய ஆரம்பித்தார்கள். கிழவர் புதைக்கப்படும் வரை அவர் மகள் அழுததைத் தவிர வேறெதுவும் செய்ய வில்லை. முடிந்ததும் பொறுப்பு தீர்ந்தது என்று பாகிஸ்தான் புறப்பட்டு விட்டார்.

சவக்குழி தோண்ட ஆளில்லாமல் இறந்தவர்களுக்குப் பிரச்னை வந்தது போலவே மருத்துவச்சிகள் இல்லாமல் பிறக்கப் போகிறவர்களுக்கும் பிரச்னை! கிட்வாயின் பதினேழே வயதான மகள் ஒரு பிரசவத்துக்குத் துணையாக இருக்க வேண்டியிருந்தது. மருத்துவச்சிகள் எல்லோரும் பாகிஸ்தானில்! டாக்டர் ஓர் இந்து, ஆண். பிரசவம் ஆகிறவருக்கு முதுகைக் காட்டியபடி கிட்வாயின் மகளுக்கு ஆலோசனைகள் வழங்கி பிரசவத்தை முடித்திருக்கிறார். பிரிவினை எத்தனையோ பேரின் வாழ்வை நாசமாக்கியிருந்தாலும் அந்தச் சமயத்தில் பிறப்புகளும் இறப்புகளும் தடையின்றி நடந்து கொண்டுதான் இருந்தன என்று கிட்வாய் குறிப்பிடுகிறார். அன்றாட வாழ்க்கை நடந்து கொண்டுதான் இருந்தது. இதன் காரணமாகத்தான் ஒதுக்கப்பட்டிருந்த பலரின் முக்கியத்துவம் வெளிவந்தது.

★★★

மாயா ராணி

'முழங்கால் வரை ரத்தம்...'

1985-86ல் பீட்டர் சேப்பலும், சத்தி கன்னாவும் A Division of Hearts என்ற திரைப்படத்தைத் தயாரித்துக் கொண்டிருந்தபோது அவர்களுடன் சேர்ந்து மாயா ராணியைச் சந்தித்தேன். நீங்கள் இங்கே பார்க்கும் நேர்காணல் ஒரு கூட்டு முயற்சி என்றாலும் பெரும்பாலான கேள்விகளைக் கேட்டவர் சத்தி. மொழிபெயர்ப்பும் எழுத்து வடிவில் மாற்றுவதுமே நான் செய்தது. இந்த

நேர்காணலைச் சேர்த்ததற்கு பல காரணங்கள் உண்டு. பிரிவினை குறித்த நேர்காணல்கள், விவாதங்கள் எல்லாமே இஸ்லாமியர், இந்து, சீக்கியர் இவர்களைச் சுற்றியே இருக்கிறது. பிரிவினையால் பாதிக்கப்பட்ட இதர மக்களின் குரல்கள் அவைகளில் ஒலிப்பதே இல்லை. மாயாவின் இந்த நேர்காணல் ஜாதிக் கோணத்திலும் பார்ப்பதால் இது முக்கியம் என்று கருதினேன். இந்த முக்கியத்துவம் மெல்லத்தான் எனக்கு உறைத்தது. சாதியும் சமூகப் பொருளாதார நிலையும் கூட பிரிவினையில் முக்கியப் பங்கு வகித்த அம்சங்கள் என்பது புரிந்தது. மாயா ராணி பேசுவதன் அர்த்தம் எனக்கு முன்பே புரிந்திருந்தால், இதே ரீதியில் பேசும் பலரைத் தேடிப் பிடித்திருப்பேன். ஆனால், மாயா ராணியின் நேர்காணல் மட்டுமே இந்தத் தனிப்பட்ட கோணத்தைக் காட்டுவதாக இருப்பதால் அது முக்கியமாகிறது.

நாங்கள் சந்தித்தபோது மாயா தன் ஐம்பதுகளின் இடைக்காலத்தில் இருந்தார். திடமான பஞ்சாபிப் பெண். தினமும் அயராது உழைக்கிறவர். ஒரு பள்ளியில் நிரந்தர வேலையில் இருந்ததால் அவர் பேச்சில் தன்னம்பிக்கை தெரிந்தது. நாங்கள் அவருடன் அவர் வீட்டில் பேசினோம். பிரிவினையின் ஞாபகங்களாக இருந்த பல பொருள்களைச் சுட்டிக் காட்டிப் பேசினார். கலவரச் சூழலைப் பயன்படுத்திக் கொண்டு அவரும் அவர் தோழிகளும் திருடிச் சேர்த்த பொருள்கள் அவை. சண்டை போட்டுக் கொண்ட இரு சமூகத்தில் எதையும் சேர்ந்தவர்கள் அல்ல தாங்கள் என்ற உணர்வு அவர்களுக்குக் குற்ற உணர்ச்சியே இல்லாமல் செய்திருக்கலாம். சொன்ன விஷயங்கள் எதிலும் உணர்வுப் பூர்வமான ஈடுபாடு இன்றி விலகி நின்று நகைச்சுவையாக அவர் விவரித்தது எனக்கு அதிர்ச்சியாக இருந்தது.

கண்ணீர் இல்லை, பழைய ஞாபகங்களின் உணர்ச்சி மிகுந்த நினைவு கூரல் இல்லை, துக்கம் தொண்டையை அடைக்கவில்லை... யாருக்கோ நடந்த வன்முறைகளைச் சொல்வது போன்ற ஒரு விலகி நிற்கும் உணர்வு தெரிந்தது. நிஜமும் அதுதானே! மாயாவுக்கும் அவர் தோழிகளுக்கும் எள்ளளவும் பயமிருக்கவில்லை அப்போது. அந்தக் குழந்தை பருவத்தில் விளையாட்டாக இருந்திருக்கிறது. ஒரு வன்முறைச் சம்பவத்தையும் வல்லுறவு சம்பவத்தையும் அவர் விளக்க வேண்டியிருந்த போது, சில இளைஞர்கள் ஒரு பெண்ணைத் தூக்கிப் போனதைச் சொன்னார்; தொடர்ந்து அப்படியே இரண்டு மணி நேரம் போயிற்று என்ற அளவில் நிறுத்திக் கொண்டார். முதல் நேர்காணல் என்பதால் அவரிடம் கேட்காத கேள்விகளும் முக்கியமாகத் தோன்றின. அவரது ஹரிஜன அடையாளத்தை இன்னும் சற்று விவரமாகக் கேட்டறிய ஏன் நாங்கள் முயலவில்லை? எல்லோருக்குமே இதே போன்ற மனநிலைதான் இருந்ததா என்று அறிய ஏன் முற்படவில்லை? 10 அல்லது 12 ஆண்டுகள் கழித்து இதையெல்லாம் யோசிப்பதில் அர்த்தமில்லை. மாயா இப்போது எங்கிருக்கிறார் என்பது எனக்குத் தெரியாது, அவரைத் தேடிப்

பிடிக்க முடியுமா என்பதும் தெரியாது. அவர் சொன்ன வார்த்தைகளின் முக்கியத்துவம் எனக்குச் சரியாகப் புரியாமல் போனது மிகப் பெரிய ஏமாற்றம். அப்படிப் புரியாததால் தொடர்ந்து கேட்டறிய முடியாமல் போனது மிகப் பெரிய வருத்தம்.

★★★

மாயா ராணி வார்த்தைகளில்

அன்றைக்கு வழியில் ஏதேதோ பார்த்தோம்; கொள்ளை, ஜனங்கள் ஒருவரை ஒருவர் கொலை செய்தது... எல்லாரும் கூரை மீது ஏறி நின்று வேடிக்கை பார்த்தோம். இந்த மாதிரி மோசமான விஷயங்கள் நடந்து கொண்டிருந்தன. கொஞ்ச நேரம் கழித்து ராணுவம் வந்தது. கீழே இறங்கி வாருங்கள் இல்லையென்றால் சுட்டுவிடுவார்கள் என்று ராணுவத்தினர் சொன்னார்கள். அப்போதும் எங்களுக்குப் பயம் வரவில்லை. சின்ன வயசில்லையா, எதைச் சொல்லியும் பயமுறுத்த முடியாது. நடப்பதைப் பார்த்தபடி நின்றோம். ரகளை நடந்தது. பொருள்கள் எல்லாம் விசிறியடிக்கப்பட்டன. கையில் காதில் கழுத்தில் நகை இருந்தால் பறித்துக் கொண்டு ஓடினார்கள். ஜனங்களைத் துரத்தித் துரத்தி வெட்டினார்கள். இரண்டு நாள்கள் தெரு பூரா பிணங்கள். நாய்கள்கூட வேண்டாம் என்று ஒதுங்கிப் போகும் அளவு பிணங்கள். பாகிஸ்தானும் ஹிந்துஸ்தானும் உருவாவதற்காக நடந்த வன்முறைகள் பிரமிக்க வைப்பவை.

ஒரு பணக்கார இஸ்லாமிய வழக்கறிஞர் இருந்தார். அவருக்கு ஆறு வீடுகள் இருந்தன. என்ன ஆனாலும் சரி நாங்கள் விட்டுப் போவதில்லை என்று சொல்லிக் கொண்டிருந்தார். தினாநகரில் இருக்கும் வீட்டுக் குள்ளேயே இருப்போம். பிரச்னை இல்லை, ஆபத்து எதுவுமில்லை என்றபோதுதான் வெளியே வருவோம் என்றார். வயதான பெண்கள் எல்லாம் இருந்தார்கள். பொதுவாகவே அவர்கள் வெளியில் வருவ தில்லை. சரி இருந்து விட்டுப் போகட்டும் என்று ஜனங்கள் நினைத் தார்கள். ஒரு மாதம் வீட்டுக்குள்ளேயே இருந்தார்கள். அதற்குப் பிறகு சில பையன்கள் வந்து நாங்கள் அழைத்துப் போகிறோம் என்றார்கள். அவர்களும் லாரியில் ஏற ஆரம்பித்தார்கள். பொருள்களையும் அவர்கள் ஏற்ற ஆரம்பித்தபோது, இதையெல்லாம் விட்டுடுங்க நாங்க அப்புறம் எடுத்துகிட்டு வர்ரோம், பணத்தையும், நகைகளையும் மட்டும் எடுத்துக்கங்க என்றார்கள் அந்தப் பையன்கள். அவர்களும் சரி என்று அப்படியே செய்தார்கள். லாரி கொஞ்ச தூரம் போனதுமே பெட்ரோல் ஊற்றிக் கொளுத்தி அதிலிருந்த எல்லாரையும் கொன்றார்கள். நாங்கள் பார்த்த விஷயங்களில் ஒன்று இது.

எங்களுக்குப் பயமாக இருந்ததா? இல்லை. எங்கள் பெற்றோர் உள்பட பலர் பயம் காட்டினார்கள். அந்த ஊரிலிருந்த குழந்தைகள் பயப் படாமல் இருந்தோம். பல சமயம் பக்கத்து வீட்டுக் கூரைமீது வேடிக்கை பார்ப்பதற்காகவே ஏறுவோம். வீடு வீடாகப் போவோம். ஜனங்கள் விட்டுப் போன பொருள்கள் நிறைய இருக்கும். சில வீடுகளில் அரிசி இருக்கும், பருப்பு இருக்கும், பாதாம் இருக்கும். அதையெல்லாம் கொண்டு வந்து எங்கள் வீடுகளில் சேர்த்து வைக்க ஆரம்பித்தோம். பெரிய பெரிய பாத்திரங்கள், அண்டாக்கள் என்று என்னென்னமோ இருக்கும். அதையெல்லாம் கொண்டு வருவோம்.

ஆமாம், குழந்தைகள்தான் இந்த வேலையை எல்லாம் செய்தோம். ஊரிலிருந்த இந்து பெரியவர்கள் 'இது சரியில்லை. திருட்டு வேலை. இப்படியெல்லாம் பண்ணக் கூடாது' என்பார்கள். ஊர் முக்கிய பெரிய வர்களில் ஐந்தாறு பேர் சேர்ந்து கொண்டு எங்களை அழைத்தார்கள். எங்க ஜனங்கள் எல்லாரும் போனோம். 'இப்படிப் பண்ணாதீங்க. உங்க வீட்டைச் சோதனை போட்டு எல்லாத்தையும் பிடுங்கி விடுவார்கள்' என்று எச்சரித்தார்கள். நாங்கள் நிறுத்தவில்லை. நாங்கள் பாட்டுக்கு பண்ணிக் கொண்டிருந்தோம்.

அப்பா கூடச் சொல்லிப் பார்த்தார். அவர் சொல்கிற போதெல்லாம் 'சரி, பண்ணலை' என்போம். எல்லாரும் போய் உட்கார்ந்து பேச ஆரம்பித்த வுடன் மறுபடி கிளம்பி விடுவோம். நல்ல நல்ல பொருளெல்லாம் கொண்டு வருவோம். கடையிலிருந்து சுத்தமான நெய்யும் பாதாமும் திருடிக் கொண்டு வந்தோம். சில கடைகளில் துணிமணிகள் கிடைக் கும். ஏகப்பட்ட பாத்திரங்கள் கிடைத்தது. இவ்வளவு பெரிய அறை நிறைய நிரப்பி வைத்தோம். இதெல்லாம் தெரிந்ததும், ஊர்ப் பெரியவர்கள் 'யார் வீட்டில் தாமிரப் பாத்திரங்கள் இருந்தாலும் அது உரிமையாளர் இல்லாத சொத்தாகக் கைப்பற்றப்படும். இருந்தால் உடனே விற்று விடுங்கள்' என்று அறிவித்தார்கள். அவர்களுக்கு அதையெல்லாம் கைப்பற்ற ஆசை இருந்திருக்கும் போலிருக்கிறது. எல்லாப் பாத்திரங்களையும் கிலோ இரண்டு ரூபாய் இரண்டரை ரூபாய் என்ற விலைக்கு விற்றோம். பிறகுதான் இந்தப் பாத்திரத்தையெல்லாம் மலிவாக வாங்க அவர்கள் செய்த தந்திரம் அது என்பது தெரிந்தது. கடைக்காரர்கள் ஏகப்பட்ட பாத்திரங்களை வாங்கினார்கள்.

நான் ஏகப்பட்ட பாத்திரங்களைத் தனியாக என் கல்யாணத்துக்காக ஒதுக்கி வைத்திருந்தேன். கல்யாணமாகி வரும் போது ல் நிறையப் பாத் திரங்களை எடுத்து வந்தேன். அது மட்டுமல்ல மெத்தைகள், தலை யணைகள் கூட நிறைய வைத்திருந்தேன். சில ஏற்கெனவே செய்தவை, சில பொருள்களைக் கொண்டு வந்து நான் பின்னர் செய்தவை. நானும் என் மாதிரி இன்னும் பதினோரு பெண்களும் இதையெல்லாம்

செய்தோம். ரெண்டு பேர் பாடாலாவிலேயே கல்யாணம் பண்ணிக் கொண்டு விட்டார்கள்.'

'இல்லை. எனக்கு நேரடியாக இஸ்லாமிய நண்பர்கள் யாரும் கிடையாது. ஆனால் என் அம்மாவின் ஒரு இஸ்லாமிய தோழிகளின் நிலை எனக்கு வருத்தத்தைக் கொடுத்தது. அம்மாவுக்கு சகோதரிகள் இல்லை. இந்தத் தோழியை ஒரு சகோதரி ஸ்தானத்தில் வைத்திருந்த அம்மா அவருக்காக அழுதார். அம்மா சொன்னாள், 'உன் சித்தியின் நிலைமை ரொம்ப மோசமாக இருக்கிறது. அவளுக்கு மகள்கள் இருக்கிறார்கள். அவர்களை உங்களிடம் வைத்துக் கொள்ளுங்கள் என்று என் அம்மாவிடம் கெஞ்சினாள். ஆனால் அம்மாவோ, எப்படி எங்களால் முடியும்? போலிஸ் எங்களை அனுமதிக்காது. இந்துக்கள் எங்களை அனுமதிக்க மாட்டார்கள். எப்படி மறைத்து வைக்க முடியும்? என் கைகள் கட்டப்பட்டிருக்கின்றன என்று சொல்லி விட்டாள். இந்துக்கள் சுற்றிலும் கவனித்துக் கொண்டே இருந்தார்கள். யாரையாவது மறைத்து வைத்தால் உடனே வந்து அவர்களை வெளியில் விடச் சொல்லி விடுவார்கள்.'

கொஞ்சம் நிலைமை சீரடைந்தபோது அம்மாவின் இஸ்லாமியத் தோழி மோசமான நிலைகளைச் சந்திக்க வேண்டியிருந்தது. அவர் வசித்த இடம் அழிக்கப்பட்டிருந்தது. அம்மா கொஞ்ச காலம் கழித்து தன் தோழியைப் பார்க்க பாகிஸ்தான் போனார். இரு நாடுகளுக்கிடையே சில காலம் போக்குவரத்து அனுமதிக்கப்பட்டது. லாகூரில் இருந்த தன் இஸ்லாமியத் தோழிகளிடம் இந்தப் பெண், ஃபாத்திமா குறித்து அம்மா விசாரித்தார். அவர் இருந்த இடம் அடையாளம் தெரியாமல் அழிந்து போயிருந்தது. அம்மாவுக்கு நீண்ட காலம் கழித்து தன் தோழிகளைப் பார்த்ததில் சந்தோஷம். அவர்களுக்கும் அதே மகிழ்ச்சி இருந்ததாம்.

இப்போதும் நாங்கள் பாகிஸ்தான் போகும்போது பழைய நண்பர் களைப் பார்க்கிறோம். அவர்கள் உற்சாகமாக வரவேற்றுப் பேசு கிறார்கள். சண்டை இஸ்லாமியர்களுக்கும் இந்துக்களுக்கும்தானே, நாங்கள் இஸ்லாமியர்களுடன் சண்டையிடவில்லையே.. எங்களுக்கும் அதற்கும் சம்பந்தமே இல்லையே..

நான் அங்கே போகவில்லை. அம்மாதான் போயிருந்தார். என் தோழி, எங்கள் கேங்க் தலைவி என் மாமாவைச் சந்தித்து எனக்கும் குழந்தை களுக்கும் நிறைய பரிசுப் பொருள்கள் அனுப்பியிருக்கிறாள். இப்போது வந்திருக்கிறாள். அடிக்கடி விசா பெற்று போய் வருகிறாள். மாமாவுக்கு அனுப்ப ஏதாவது இருக்கிறதா என்று கேட்டாள்.

★★★

அது ஒரு காலம். குழந்தைகளாக இருந்ததால் எல்லாமே எங்களுக்கு விளையாட்டாக இருந்தது. விளைவுகள் என்ன என்று இம்மியளவும் தெரியாத பருவம். ஒரு குறிப்பிட்ட பருவம், வயது வந்தால்தான் அது மாதிரி சிந்தனையே வருகிறது. குழந்தைகளுக்கு எப்படி விளைவுகள் தெரியும்! கல்யாணமான பிறகு பாகிஸ்தான் குறித்து சுத்தமாக மறந்து விட்டேன். சேமித்த பொருள்களை எல்லாம் டௌரிக்குப் பயன் படுத்திக்கொண்டேன். பட்டாலாவில் இருக்கும் தோழிக்கும் எனக்கும் ஒரே சமயம்தான் கல்யாணமானது. என்னிடம் தங்கமே இல்லை; ஆனால் அவள் சில வீடுகளிலிருந்து நிறைய நகைகள் எடுத்திருந்தாள்; அவற்றைக் கல்யாணத்துக்கு உபயோகித்துக் கொண்டாள். விமரிசை யாக நடந்தது அவள் கல்யாணம். கல்யாணத்துக்குப் பிறகு அந்த நாள்களை நாங்கள் மறந்து விட்டோம்.

எங்களுக்கு எடுத்துச் சொல்ல யாருமில்லை. அப்போது ஒரு பக்குவ மான மனிதர் இருந்து எங்களை வழி நடத்தியிருந்தால் என்ன நடக்கிறது என்பது புரிந்திருக்கும். நாமே எல்லாவற்றையும் யோசித்துப் புரிந்து கொள்ள முடியாதே.

இஸ்லாமியர்களும் இந்துக்களும் சண்டையிட்டதற்குக் காரணமே இங்கிலீஷ்காரர்கள்தான். அவர்கள்தான் பிரித்து வைத்தார்கள். சுதந் தரம் வேண்டுமென்றால், நீங்களே ஆண்டு கொள்ள வேண்டுமென்றால் நீங்கள் பிரிந்துதான் ஆக வேண்டும் என்றார்கள். இல்லாவிட்டால் எதற்காக நாம் பிரிய வேண்டும்? முதலில் இரண்டு நாடுகளிலுமே இந்துக்களும் இஸ்லாமியர்களும் சேர்ந்து வாழலாம் என்றுதான் வதந்தி வந்தது. கேட்க நன்றாக இருந்தது. இந்துக்களையும் இஸ்லாமியர் களையும் தூண்டி விட்டு எதிரெதிர் பக்கத்துக்கு அனுப்பும் ஆசாமிகள் இருந்தார்கள். அவர்கள், இந்தப் பகுதியை விடுதலை பெறச் செய்ய மண்ணில் முழங்கால் ஆழ ரத்தம் சிந்தியாக வேண்டும் என்றார்கள். அதுதான் நடந்தது. சிந்திய ரத்தம் முழங்கால் ஆழம் வரத்தான் செய்தது. கெட்டவர்கள் ஆலோசனை இது. தனியாகப் போங்கள், தனியே வாழுங்கள் அமைதியே வேண்டாம் என்றார்கள். இங்கே அமைதி கெட்டுப் போனால் இங்கிலீஷ்காரர்கள் திருப்தியடைந்து அடுத்த இடத்தைத் தேட ஆரம்பிப்பார்கள். இதுதான் சில பாவிகளின் திட்ட மாக இருந்தது.

எனக்கு இங்கிலீஷ்காரர்களைத் தெரியாது; கேள்விப்பட்டதை வைத்து சொல்கிறேன். ஒரு வயதான சாமியார் இருந்தார். கலகங்களின் பின்னணியில் இருப்பவர்கள் வெள்ளைக்காரன் திரும்ப வரவேண்டும் என்று நினைப்பவர்கள் என்று சொல்வார். நமக்கு ஒரு நாட்டை ஆளும் சாமர்த்தியமே இல்லை என்ற விஷயம்தான் திரும்பத் திரும்பக் காதில்

விழுந்தது. சண்டை மூட்டி விடுவது நல்ல தந்திரமாக இருந்தது. இவர்கள் அவர்களைக் கொன்று, அவர்கள் இவர்களைக் கொன்று... சமாளிக்க முடியாத அளவு ரகளை ஆகி என்னால் முடியாது, நீயே நாட்டைப் பார்த்துக் கொள் என்று நாம் சொல்ல வேண்டுமாம்!

அமைதியா? இரண்டாம் தரமும் எல்லா ரகளையும் நடந்தது. ஆனால் இம்முறை இந்துக்களுக்கும் சீக்கியர்களுக்கும் இடையே நடந்தது. பாகிஸ்தான் உருவாகும் போது நடந்த அதே இழப்புகளும் பங்கீடு களும் இப்போதும் நடந்தன. இப்போதும் நாம் பிரிந்து போவதுதான் தீர்வு என்று சொல்லும் பாவிகள் இருந்தார்கள். சீக்கியர்களில் பலர் தனியாகப் போக வேண்டும் என்றார்கள். அந்தச் சம்பவங்கள் போலவே இந்தப் பிரிவினர் சாகிறார்கள், அந்தப் பிரிவினரும் சாகிறார்கள். எங்கே முடியப் போகிறது என்ற ஆபத்தை அரசாங்கத்தில் இருப்பவர்கள் உணர்ந்ததும் உடனடியாகக் கட்டுப்படுத்தி விட்டார்கள். இல்லா விட்டால் நிலைமை இன்னும் மோசமாகி இருக்கும்.

அப்போது எனக்குப் பதினாறு வயது. வேலைக்குப் போய்க் கொண் டிருந்தோம். நான் அவர்கள் வீட்டில் மாட்டை மேய்ப்பது, வீடு சுத்தம் பண்ணுவது மாதிரியான வேலைகளைச் செய்து வந்தேன். வேலை முடிக்கும் போது அப்பா வந்தார். தோள் மேல் இவ்வளவு பெரிய வாள் வைத்திருந்தார். வந்தவர் கர்ஜித்தார்.

'பஸந்த கௌர்...'

'வாங்கண்ணே.. நீங்க இப்படி இங்கே?' என்று பஸந்த கௌர் வெளியில் வந்தார்.

'எம் மகளைக் கூட்டிட்டுப் போக வந்திருக்கேன்'

'ஏன் என்னாச்சு?'

'ஒண்ணுமில்லை, சும்மாதான்.'

'ஒண்ணுமில்லைன்னு எப்படிச் சொல்றே.. என்ன விஷயம் சொல்லு. நீ இந்தப் பக்கம் வரவே மாட்டே, இன்னைக்கு வந்திருக்கே.. சொல்லு ஏதோ இருக்கணும்?'

'ஒண்ணே ஒண்ணு மட்டும் சொல்றேன் தங்கச்சி, உடனே காலி பண்ணிகிட்டுப் புறப்படத் தயாரா இரு.'

'ஏன்?'

'பாகிஸ்தான் உண்டாக்கிட்டாங்க.'

‘ராம்.. ராம்.. என்ன இது இப்படிப் பண்ணிட்டாங்க.’

கொஞ்ச நேரத்தில் அந்தப் பகுதி மக்கள் எல்லோரும் கூடி விட்டார்கள். என்ன ஆச்சு, என்ன ஆகப் போகுது, என்ன பண்ணணும் என்று ஒரே கூச்சல் குழப்பம். பக்கத்தில் ஒரு இஸ்லாமியர் வீடு இருந்தது. அங் கிருந்து ஒரு பெண்மணி, ‘ஒண்ணும் கவலைப் படாதீங்க, நாம எப்பவும் போல இப்படியே சேர்ந்து இருக்கலாம்!’ என்று சொன்னபடி இருந்தார். அவர்கள் எல்லோரும் பல ஆண்டுகளாக நண்பர்கள். ஆகவே தன்னிச்சையாக இதைச் சொன்னார்.

நாங்கள் வெளியேற ஆரம்பித்தோம். போக வேண்டாம், என்னதான் ஆகுதுன்னு பார்த்துடலாம் என்றார்கள். கொஞ்ச தூரம் நடந்ததும் இரண்டு பிணங்கள் கிடந்தன. இன்னும் சற்றுப் போனதும் சில பையன் கள் ஒரு பெண்ணைத் தூக்கிக்கொண்டு சென்று கொண்டிருந்தார்கள். அவர்கள் இஸ்லாமியர்கள். இரண்டு மணி நேரம் ஆயிற்று. அதற்குப் பிறகு ‘ஹிந்துஸ்தான், ஹிந்துஸ்தான்’ என்ற கோஷங்கள் கேட்டன. இந்துக்களுக்குக் கொஞ்சம் நம்பிக்கை பிறந்து, ‘ஒன்றும் ஆகாது, இந்த இந்து முஸ்லிம் பிரச்சினையெல்லாம் நம்மை ஒண்ணும் பண்ணாது. நாம எப்பவும் போல இருக்கலாம்’ என்று சொல்ல ஆரம்பித்தார்கள்.

கலகக்காரர்களுக்கு இது பிடிக்கவில்லை. அவர்கள் கலவரம் செய்து பிரிப்பதில் குறியாக இருந்தார்கள். சமையல் பண்ணிக் கொண்டிருந்த ஒரு வீட்டில் பிசைந்த மாவை அப்படியே போட்டு விட்டு ஓட வேண்டியதாயிற்று. நாங்கள் பார்த்தபோது அடுப்பு இன்னும் எரிந்து கொண்டிருந்தது. வீடுகளிலிருந்து பொசுங்கல் வாசனை. ஜனங்கள் எங்கேயோ போய் ஒளிந்திருந்தார்கள். உள்ளே போய் கிடைத்ததை எடுக்க வேண்டும் என்ற தூண்டுதல் எழுந்தாலும், ஒருவேளை வீட்டுக்காரர்கள் அங்கேயே இருப்பார்களோ என்ற பயமும் எழுந்தது. ஆனால் தெருவுக்குத் தெரு மாறி இதைச் செய்து கொண்டிருந்தோம். எங்கள் பெற்றோருக்கு பயம். எங்களை இஸ்லாமியர்கள் என்று நினைத்துக் கொன்று விடுவார்களோ என்று அவர்கள் பயந்தார்கள். ஆனால், எங்களை யார் தடுக்கப் போகிறார்கள், யாரால் கொல்ல முடியும்? நாங்கள் ஹரிஜன்கள் ஆயிற்றே! இந்துக்கள், முஸ்லிம்கள், கிறிஸ்தவர்கள் யாரும் கிட்டே வரமாட்டார்கள். அதனால்தான் கூரை கூரையாகத் தாவிக் குதித்து எதைப் பற்றியும் கவலை இல்லாமல் எங்கள் வேலையைச் செய்து கொண்டிருந்தோம்.

இன்னொரு நாள் நிலைமை ரொம்ப மோசமாயிற்று. ஜனங்கள் பொருள் களைத் தூக்கிக் கொண்டு கிளம்பிக் கொண்டிருந்தார்கள். மொத்த இஸ்லாமியக் குடியிருப்பையும் தீயிட்டிருந்தார்கள். எல்லாப் பக்கமும்

நெருப்பு. பணக்காரர்களின் வீடே இப்படி எரிந்து சாம்பல் ஆனால் ஏழைகள் எம்மாத்திரம்? ஏழைகள் வீடுகளும் எரிய ஆரம்பித்தன. எரிந்து கொண்டிருந்த ஒரு வீட்டில் ‘எங்கம்மாவப் பார்த்தியா?’ என்று ஓர் குழந்தை அழுது கொண்டிருந்தது.

என்ன நடந்து கொண்டிருக்கிறது என்று வியந்தோம், ஆனால் என்ன வென்று சுத்தமாகப் புரியவில்லை. பெரியவர்களுக்கு மட்டும் தெரிந் திருக்கும் என்று தோன்றியது. நாங்கள் பெரும்பாலும் வேடிக்கைதான் பார்த்துக் கொண்டிருந்தோம். நாங்கள் இருந்த பகுதி பாகிஸ்தானுக்குப் போவதால் எங்களுக்கு ஆபத்தில்லை. ஏனென்றால் நாங்கள் ஹரிஜன்கள். பாகிஸ்தான் ஹிந்துஸ்தான் இரண்டுக்கும் எங்களைப் பொறுத்தவரை ஒன்றும் வித்தியாசமில்லை. நாங்கள் பிறந்த இடத் திலேயே இருக்கலாம். எது என்ன ஆனாலும் வசித்த இடத்தை விட்டுப் போவதில்லை என்று எங்கள் முன்னோர் தீர்மானித்தார்கள். எங்கள் சொந்த ஊர் இதுதான். யாராவது எங்களைக் குடிபெயர்ந்து போகச் சொல்லி வற்புறுத்தி இருந்தால் எதிர்த்து நின்றிருப்போம். எங்கள் பலத்தைக் காட்டியிருப்போம். ஹரிஜன்கள் சும்மா இல்லை. பலம் மிக்க அணி எங்களுடையது. அப்படி ஏதாவது ஆயிருந்தால், எங்களுக் கென்று தனி நாடு கேட்டிருப்போம். அவர்களும் தந்திருக்க வேண்டி யிருக்கும். இந்த விஷயத்தில் நாங்கள் உறுதியாக இருந்தோம்.

சீக்கியர்கள் இப்போது தனி நாடு கேட்டுக் கொண்டிருக்கிறார்கள். பாகிஸ்தான், ஹிந்துஸ்தான், சிக்கிஸ்தான் என்று மூன்று நாடுகளாகி விடும். நான்காவதாக ஒன்றை நாங்கள் கேட்டால் என்ன தப்பு? அந்தக் காலத்தில் எங்கள் முன்னோர்கள் இப்படி நினைத்தார்கள். இப்போது நாங்களும் நினைக்கிறோம். இந்துக்களோ, சீக்கியர்களோ, இங்கிலீஷ் காரர்களோ யார் அதிகாரத்தில் இருந்தாலும் எங்கள் நிலை என்ன? நாங்கள் ஏன் மறக்கப்பட்டோம்? ஏழைகள் பற்றி யாருமே கவலைப் படவில்லை, ஹரிஜன்களும் கிறிஸ்தவர்களும் கவனிக்கப்படுவதே இல்லை. நாங்கள் இந்திரா காந்தியிடமும் பேசியாயிற்று, அவரது தகப்பனாரிடமும் பேசியாயிற்று. இரண்டு பேரும் ஒரே விஷயத்தைத் தான் பதிலாகச் சொன்னார்கள்; இது உங்கள் சொந்த நாடு, நீங்கள்தான் ராஜா. இருவரும் இதைத்தான் சொன்னார்கள் என்று அப்பாதான் சொல்வார்.

என் அப்பாவும் தாத்தாவும் என்ன வேலை செய்தார்கள் என்று கேளுங்கள். தாத்தா அரிசி மண்டியில் பெருக்குபவராக இருந்தார். அப்பாவும் அதைத்தான் செய்தார், ஆனால் அவருக்கு அரசாங்க உத்தியோகம் இருந்தது. என் சகோதரனும் அரசாங்க வேலையுடன் சேர்த்து அந்த வேலையைச் செய்தார். அரிசி மண்டி வேலை எங்கள்

குடும்பத்தில் பல தலைமுறைகளாக இருக்கிறது. நான் இந்தக் கல்லூரியில் வேலை செய்து கொண்டே வீட்டு வேலைகளும் சில இடத்தில் செய்கிறேன். காலையில் எட்டு மணிக்கு வீட்டு வேலைக்குப் போவேன். பதினோரு மணி வரை செய்துவிட்டு அப்புறம் கல்லூரிக்குப் போவேன். பிறகு சில வீடுகளில் வேலை மறுபடி இரண்டு மணிக்குக் கல்லூரி. வீடுகளுக்குப் போக தாமதமானாலும் யாரும் எதுவும் சொல்வதில்லை. வேலைகளைக் குறைத்துக் கொள்வதில்லை. துணி துவைப்பது, சுத்தம் பண்ணுவது எல்லா வேலைகளையும் விடாமல் செய்வேன்.

வாழ்க்கையை நான் புரிந்துகொண்ட விதத்தில் ஒன்று தெரிகிறது. விரோதங்களுக்கும் சண்டைக்கும் முடிவே இல்லை. முடிகிற மாதிரி இருந்தாலும் சமூக விரோதிகள் விட மாட்டார்கள். பதினாறாம் வயதிலிருந்து இப்போது வரை விரோதமும் சண்டைகளும்தான் பார்த்துக் கொண்டிருக்கிறேன். இதுவெல்லாம் முடிவுக்கு வர வழி இருப்பதாகத் தெரியவில்லை. அதற்கான வழிமுறை நம் யாரிடமும் இல்லை. அவர்கள் தாங்களாக நிறுத்திக் கொண்டால் நன்றாகத்தான் இருக்கும். அப்படி நிறுத்தினால், நம்முடைய பஞ்சாபிலும், நம் முடைய பாகிஸ்தானிலும், நம்முடைய ஹிந்துஸ்தானிலும், ஏன் நம் உலகத்திலேயே அமைதி நிலவும். ஆனால் கலவரக்காரர்கள் அதை அனுமதிக்க மாட்டார்கள். பஞ்சாபிலேயேகூட இனி அமைதியை நிலைநாட்டுவது கஷ்டம் என்று நினைக்கிறேன்.

ஒரு பெண் வெட்டப்பட்டு தூக்கி எறியப்பட்டு இறந்திருப்பதைப் பார்த்தோம். அவள் காதணியைக் கழற்றிக் கொண்டு தூக்கிப் போட்டு விட்டுப் போய் விட்டார்கள். இன்னொரு இளம் பெண்ணை இழுத்துக் கொண்டு வந்தார்கள், என்ன ஆகுமோ என்று பயந்து அருகிலிருந்த வாய்க்காலில் குதித்து விட்டாள். ஒரு ஷேக்கின் மகள் இருந்தார். இரண்டு குழந்தைகள். பையன் வேறெங்கோ வளர்ந்ததால் பெண்ணை பையனாகவே வளர்த்தார். நீ ஒரு பையன் என்றே சொல்லி வளர்த்தார். எல்லாரும் காகா என்றுதான் அழைப்பார்கள். சில ரௌடிகள் கூப்பிடு அந்த காக்காவை என்று அவளைப் பிடித்துக் கொள்ள வந்ததும் கூரை மேலிருந்து மானத்தைக் காப்பாற்றிக் கொள்ள குதித்து விட்டாள்.

போலிஸ்காரர்களுக்குக் கவலையே இல்லை. அவர்கள் யாரையும் எதுவும் கேட்கவில்லை. ராணுவம் கொஞ்சம் உதவி செய்தது. குடி பெயர்ந்து போகிறவர்களுக்குப் பாதுகாப்பு கொடுத்து பத்திரமாக அனுப்பி வைத்தார்கள். கொள்ளையில் போலிஸ்காரர்களும் சேர்ந்து கொண்டார்கள். அப்படி நடக்கும் போது மக்களுக்கு நீதி நியாத்தின் பேரில் இருந்த மரியாதையே போய் விட்டது.

தினாநகர் பாகிஸ்தானுடன் சேரப் போகிறது என்று பேசப்பட்ட இரண்டரை மணி நேரத்தில் இஸ்லாமியர்கள் இந்துக்களைக் கொன்று குவிக்க ஆரம்பித்தார்கள். இதெல்லாம் நடந்து முடிந்த பிறகு, தினாநகர் பாகிஸ்தானுடன் சேரவில்லை அது இந்தியாவுடன் சேர்கிறது என்று தொலைபேசிச் செய்தி வந்தது. உடனே நிலைமை தலைகீழாக மாறி இந்துக்கள் இஸ்லாமியர்களைக் கொல்ல ஆரம்பித்தார்கள். ஆரம்பத்தில் இந்துக்கள் சொன்னது நாமெல்லோரும் சகோதரர்கள், எல்லோரும் ஒன்று என்பதே. பாகிஸ்தானுடன் இணைந்தாலும் நாம் ஒன்றாகவே இருப்போம் என்றுதான் முதலில் சொன்னார்கள். எப்படி மக்கள் வீடுகளை விட்டுப் போக முடியும்? சேர்ந்து கூட இருந்திருப்பார்கள். பிசாசுகள்தான் கலவரத்தை ஆரம்பித்தன. பிரித்து விடுவதுதான் குறிக்கோள். ஆட்சி செய்யத் தகுதி இல்லை என்று காட்டுவதுதான் நோக்கம். அப்போதுதானே ஆங்கிலேயர்களுக்கு திரும்பி வருகிற வாய்ப்பு உண்டாகும்!

★★★

8

ஞாபகம்

இது மாதிரி முயற்சிகளில் இருக்கும் மிகப் பெரிய சவாலே எப்படி முடிப்பது என்பதுதானோ என்று தோன்றுகிறது. திருப்திகரமான முடிவுரையாக அமையுமாறு பிரிவினை பற்றி நான் என்ன சொல்ல முடியும்? தீவிர முக்கியத்துவம் உள்ள ஒரு நிகழ்வு என்பதா? மக்களின் வாழ்க்கையை எதிர்பாராத அளவிலும் ஆழமாகவும் தொட்டது என்பதா? அதன் சரித்திரம் இந்தத் துணைக் கண்டத்தில் அழியாமல் நிலைத்து விட்டது என்பதா? எல்லாமே சரிதான். ஆனால் இதெல்லாம் போதாது. பிரிவினை குறித்து அறிய வேண்டியவை இன்னும் நிறைய இருக்கின்றன. நான் முயற்சித்திருப்பது போன்ற செயல்கள் இந்தச் சரித்திரத்தை அறியும் முதல் படியாகவே இருக்கும்.

பிரிவினை குறித்த வேலையை ஆரம்பிக்கும் போது என்னவெல்லாம் தெரிந்து கொள்ளப் போகிறேன் என்பது சுத்தமாகத் தெரியாமல் இருந்தது. ரொம்ப வெகுளியாக ஆரம்பித்தேன் என்று சொல்ல வேண்டும். அந்த நிகழ்வின் சரித்திரம் அறிந்தவளாக, பள்ளிகளில் நவீன சரித்திரம் படிக்க வேண்டியிருக்கும் பலரைப் போல, அது குறித்த கதைகளைக் கேட்டு வளர்ந்தவளாக, அந்தக் கதைகள் படித்த சரித்திரத்துடன் பொருந்தாத ஆச்சரியம் உடையவளாக, அதனாலேயே அந்தக் கதைகளை நிராகரித்தவளாக...

1984 க்குப் பிறகு அந்தக் கதைகளைக் காது கொடுத்துக் கேட்க ஆரம் பித்தபோது நான் பெற்ற முதல் உணர்வு, கோபம். சாதாரண மக்கள் பிரிவினையால் எவ்விதம் பாதிக்கப்பட்டார்கள் என்பது ஏன் சரித்திரத் தில் இல்லை? அடியில் மறைந்திருக்கும் விஷயங்களாக நான் பார்த்த வற்றைக் கண்டறிய ஏன் சரித்திர ஆசிரியர்கள் முயற்சிகூட எடுக்க வில்லை? உணர்வுகள், வலியும் துன்பங்களும், இழப்புக்கள், மறைத்து வைத்த மௌனங்கள் எதுவுமே ஏன் காணப்படவில்லை? இது வெறும் சரித்திரப்பூர்வமான அலட்சியமா அல்லது அதனிலும் ஆழமான காரணங்கள் உண்டா? நிகழ்வுகளைச் சந்திக்குமுன் அதிலிருந்த ஆழ்ந்த வலிகளையும் துன்பங்களையும் முன்னிட்டு சரித்திர ஆசிரியர்கள் உண்டாக்கிக் கொண்ட தூரமா?

சரித்திர ஆய்வுக் கருவிகள் கடந்த காலத்தின் பாரபட்சமற்ற தோற் றத்தை நோக்கி அழைத்துச் செல்வதற்காக உருவாக்கப்பட்டவை. உங்கள் குடும்பமே சம்பந்தப்பட்டிருந்தால் எப்படி அப்படிப்பட்ட தோற்றத்தைப் பெற முடியும்? மரணம், இடப் பெயர்ச்சி, வீடுகள் குடும்பங்களின் இழப்பு இவையெல்லாம் பல சரித்திர ஆசிரியர்களின் சொந்த அனுபவங்களாகவே குறிப்பாக வட இந்தியர்களிடம் இருந்தன. ஆகவே பிரிவினையின் சரித்திரம் ஒரு நாட்டின் சரித்திர மாகவே இருப்பதில் ஆச்சரியமில்லை. 1984 பல சரித்திர ஆசிரியர்

களுக்கு ஒரு திருப்பு முனை என்றே சொல்லலாம். அதற்கு முன்னும் பின்னும்கூட அதற்கு இணையான வன்முறைகள் நிகழ்ந்துள்ளன. பஞ்சாப் வன்முறைகள், வடகிழக்கு மாகாணங்களில் சண்டை, 1992 ல் நிகழ்ந்த மதக் கலவரங்கள், பாபர் மசூதி என்றழைக்கப்படும் கட்டடத்தின் இடிப்பு, அதைத் தொடர்ந்த கலவரங்கள்...

இந்திய சமூகம் இன அடையாளத்திலும் மத அடையாளத்திலும் சிக்கிச் சிதைந்து போவதை மக்கள் மிரண்டு போய் செய்வதறியாமல் பார்த் தார்கள். பிரிவினைக் காலத் துன்பத்தை அனுபவித்தவர்களையும் அதைப் பார்வையாளர்களாகப் பார்த்தவர்களையும் மீண்டும் அதே துன்பங்கள் வந்து சந்தித்தன. அந்தக் கால நிகழ்வுகளின் கதைகள் மறுபடி உயிர் பெற்றன. 1984 மீண்டும் ஒரு பிரிவினையாகவே அமைந்தது. 'எங்கள் சொந்த நாட்டிலேயே எங்களுக்கு இப்படி ஆகும் என்று நாங்கள் எதிர்பார்க்கவே இல்லை' என்பது சீக்கியர்களும் இஸ்லாமியர்களும் 1984 மற்றும் 1992 நிகழ்வுகள் குறித்துச் சொன்னது.

இந்திய சமூகம் இப்படி மதங்களின் அடிப்படையில் துருவங்களாகப் பிரிந்து கொண்டு போவது அதிகமானதால்தான் பிரிவினையின் வரலாறு திரும்ப ஆராய வேண்டிய ஒன்றாகப் போனது என்று எண்ணு கிறேன். இதே காரணத்தால்தான் சில சரித்திர ஆய்வுகள் சில குறிப் பிட்ட காலகட்டங்களில் அவசியமாகின்றன என்பதை உணரத் தலைப் பட்டேன்; நிகழ்காலம், அதில் நமக்கு இருக்கும் ஈடுபாடு, நாம் விரும்பும் எதிர்காலத்தை அமைத்துக் கொள்ள உண்டாகும் விருப்பம் தான் நம்மைக் கடந்த காலத்தை மறு ஆய்வு செய்ய வைக்கின்றன. சரித்திர ஆய்வைத் தொழிலாகக் கொண்டவர்களுக்கு இது புதிதல்ல. ஆனால் எனக்கு இது பெரிய விஷயமாக இருந்தது. எனக்குள் ஆக்கிர மித்த கேள்விகள் என்னுடையவை மட்டுமல்ல உன்பதை உணர்ந்தேன். மற்றவர்களும் அதே ரீதியில் சிந்தித்தார்கள், ஆய்வுகள் செய்தார்கள்.

அரை நூற்றாண்டு என்பது ஒரு குத்துமதிப்பான அளவை என்றாலும் அந்தக் காலகட்டத்தில் நிறைய விஷயங்கள் இருந்தன. நிறைய ஆரம் பங்கள் இருந்தன. பிரிவினைக்குப் பலியானவர்களும் தப்பியவர்களும் இப்போது எழுபது எண்பது வயதானவர்கள். சாத்தியமாக இருக்கிற இந்தக் காலகட்டத்திலேயே அவர்கள் அனுபவங்களைக் கேட்டறிவது சரித்திர மறு ஆய்வு செய்பவர்களுக்கு அவசியமாக இருந்தது. அனு பவத்தைப் பகிர்ந்தவர்களுக்கே இந்த அரை நூற்றாண்டு தூரம் என்பது ஞாபகங்களை நினைவுகூற ஒரு வாய்ப்பாக அமைந்தது. பகிர்வதற்குச் சங்கடப்பட்ட சிலர் இருந்தாலும் சிலர் விருப்பத்துடன் முன்வந்து பதிவு செய்ய இதுதான் தருணம் என்ற எண்ணத்துடன் பேசினார்கள்.

பிரிவினையின் மறுஆய்வு தொடங்குவதற்கான சூழ்நிலைகள் சரியாக இருந்தன.

அசாதாரணமான, தனிப்பட்ட விஷயமாக உங்களுக்குத் தோன்றும் ஒரு செயலை ஆரம்பிக்கும்போது ஒரு புது விஷயத்தைக் கண்டுபிடித்ததற்காகவும், புது அணுகுமுறைக்காகவும், உங்களை நீங்களே பாராட்டிக் கொண்டு ஆரம்பிப்பீர்கள். இது உங்கள் தனிப்பட்ட புதிய அணுகுமுறை என்ற தவறான கண்ணோட்டத்துடன் இது மாதிரி இதுவரை யாருமே அணுகியதில்லை என்று நினைத்துக்கொள்வீர்கள். ஆராய்ச்சி என்பது சாதாரண விஷயம், அது ஒன்றும் புதிதல்ல என்று அறிந்து கொண்டேன். நாம் புரிந்து அறிவிக்கும் விதம் வேண்டுமானால் புதிதாக இருக்கலாம். பல சமயம் அதுவும் புதிதாக இருப்பதில்லை. நீங்கள் செய்வதெல்லாம் கடந்த காலத்தை வேறு கண்ணோட்டத்துடன் பார்ப்பது மட்டுமே. ஆகவே முதல் முறை என்ற விஷயத்துடன் திருப்தி அடைந்துவிடக்கூடாது என்பதில் கவனமாக இருந்தேன். எனக்கு முன்னர் எவ்வளவோ பேர் முயன்றிருக்கிறார்கள்.

பிரிவினையின் அடியில் பொதிந்துள்ள விஷயம் என்னவென்று நான் நினைத்தேனோ அதன் காரணமாக பாரம்பரிய வரலாற்றுக் கருவிகளைச் சந்தேகித்தேன். ஆவணங்களும் அரசாங்க அறிக்கைகளும், பேச்சுகளும் நான் எதிர்பார்த்த உணர்வுகள் போல அடையாளம் காண முடிந்த விஷயங்களை எனக்கு எப்படிச் சொல்ல முடியும்? ஆனாலும், பாரம்பரிய வழிமுறைகள் என்று நாம் கருதும் விஷயங்கள்கூட நிறைய செய்திகளை நம்முடைய புரிதலைப் பொறுத்து நமக்குத் தர முடியும் என்பதைப் போகப் போகத் தெரிந்து கொண்டேன். பெண்கள் தாங்கள் அனுபவித்த வன்முறைகளைத் தெரிந்துகொண்ட போது, அதன் மறுபக்கத்தை ஆவணங்களிலிருந்து உணர முடிந்தது. குழந்தைகளுக்கும் தாழ்த்தப்பட்டவர்களுக்கும் என்ன ஆனது என்று அறியும் ஆர்வம் எழுந்தபோது அதற்குண்டான தகவல்களைத் தேடி எடுக்க முடிந்தது. ஓரளவுதான் என்றாலும் பேச்சுகள், செய்தித்தாள்கள், மற்றும் நாடாளுமன்ற நடவடிக்கைகளில் எனக்கு அவை கிடைத்தன. நான் முக்கியம் என்று நினைத்த தகவல்கள் எனக்குக் கிடைத்தது மகத்தானது. அவை மட்டும் கிடைக்காமல் இருந்திருந்தால் இந்த நூலில் காணப்படும் பல விஷயங்கள் குறித்த தூண்டுதல் எனக்குக் கிடைத்திருக்காது.

இந்த உணர்தல் ஒரு பெண்ணுரிமை ஆர்வலர் என்ற வகையில் எனக்கு முக்கியம். வரலாற்றில், அதுவும் சமூகத்தால் ஒதுக்கி வைக்கப்பட்டவர்களின் வரலாற்றில் ஆர்வம் இருக்கிறவள் என்ற வகையிலும், அந்த வரலாறே சரித்திர ஆசிரியர்களால் ஒதுக்கி வைக்கப்பட்டது என்ற வகை

யிலும்கூட என் உணர்தல்கள் முக்கியமானவை. இந்த நூல் எழுதும் போது மீண்டும் மீண்டும் என் மனதில் எழுந்த ஒரு கேள்வி, மனிதர்கள் அவர்களைக் குறித்த வரலாற்றில் தங்களை எப்படி சம்பந்தப்படுத்திக் கொள்கிறார்கள் என்பதே. குறைந்தபட்சம் பிரிவினை குறித்த வரலாற்றில், நாம் கற்ற, நமக்குத் தெரிந்த வரலாற்றுக்கும், மக்களின் ஞாபகத்தில் இருக்கும் வரலாற்றுக்கும் நிறைய முரண்பாடுகள் உள்ளன. மனிதர்களுக்கும் அவர்கள் குறித்த சரித்திரத்துக்கும் இருக்கும் அடிப்படைத் தொடர்பில் செலெக்டிவ் அம்னீஷியாவும், ஞாபகசக்தியும் முக்கியப் பங்கு வகிப்பதையும், சரித்திர இலக்கியம் நுட்பமாக இருந்து அம்னீஷியாவை வடிகட்டி ஞாபகத்தை வளர முயற்சிப்பதையும் பல சரித்திர ஆசிரியர்கள் கூறியிருக்கிறார்கள்.* ஆனால் அப்படிச் செய்கையில் சரித்திர இலக்கியமே கடந்தகாலத்தின் சில பகுதிகளை மட்டும் வெளிச்சம் போட்டுக் காட்டுவதால் ஒருதலைப்பட்சமாக ஆகிவிடுகிறது.

எடுத்துக் கொண்ட வேலை முடிவுக்கு வரும் தருவாயில் எனக்கு ஒரு விஷயம் தெளிவானது. கடந்த காலத்தை ஆய்வு செய்யும் எந்தப் பணியிலும், நாம் வெளிச்சம் போடும் விஷயங்கள் நிகழ்காலத்தையும், நாம் அடைய விரும்பும் எதிர்காலத்தையும் பொறுத்தே அமைகிறது. இந்தப் புத்தகத்தில் சாதாரண மனிதர்கள் மற்றும் சமூகத்தின் விளிம்பில் இருப்பவர்களின் குரலைக் கேட்பதே என் நோக்கமாக இருந்தது. கடந்த காலத்தைத் தெரிந்தே ஒரு குறிப்பிட்ட கண்ணோட்டத்துடன் பார்க்க என்னைத் தயார் செய்து கொண்டிருந்தேன். ஏனென்றால் முதல்நிலை வரலாறு இந்தப் பகுதியை ஒதுக்கியிருந்தது. என் எதிர்காலச் சித்தாந்தத்தில் எவ்வளவு சிறிய அளவில் இருந்தாலும் எல்லாப் பிரிவினரின் குரலும் இருக்க வேண்டும் என்று நினைத்தேன். பிரிவினைச் சரித்திர இலக்கியத்தின் நோக்கு, ஒரு சில விஷயங்களை மட்டுமே காட்டுவதாக அமைந்திருக்கிறது என்று நான் நம்புகிறேன். புதிய உண்மைகள் வெளிவர வேண்டுமானால், புது உபாயங்களின் வழியாக நாமறிந்த சரித்திரத்தை மறு ஆய்வு செய்வதுதான் வழி.

பெண்கள், குழந்தைகள், தாழ்த்தப்பட்டவர்கள் இவர்களின் ஒருமித்த பங்களிப்பு இருக்கும் சமூகத்தை நான் பார்க்க விரும்புகிறேன். அதனால்தான் அவர்களின் சரித்திரத்தை மறு அகழ்வு செய்து பார்த்து அவர்கள் குரல் என்று நான் சொல்லும் விஷயத்தை மீட்க விரும்புகிறேன்.

இப்படிச் செய்யும்போது பெண் வரலாற்று இலக்கியங்களின் உபாயங்கள் மிகவும் பயனுள்ளதாக இருப்பதைக் கண்டறிந்தேன். ஏனெனில்

---

* Annarita Buttafucco, 'On "mothers" and "sisters": Fragments on women/feminism/historiography,' in *Nuovo DWF* (Italian), no. 15, 1980.

அதுதான் யாரும் கேட்டிருக்காத மௌனத்தைப் புரிந்து கொள்ள வைக்கிறது.

மறைக்கப்பட்ட குரல்களை வெளிக்கொணரும் வரலாறுகள் எல்லாமே, நான் இந்தப் புத்தகத்தில் முயன்றிருக்கும் விஷயம் உள்பட, மௌனத்துக்கும் மொழிக்கும் சின்ன வேறுபாட்டைக் காட்டுகின்றன. மௌனத்தில் ஏதாவது மறைந்திருந்தால் அதை வெளிக்கொணர பேச்சு அவசியமாகிறது. பிரிவினையின் வரலாற்றில் பெண்கள், குழந்தைகள் மற்றும் தாழ்த்தப்பட்டவர்களின் குரல் அரசாங்கத்தாலும் சரித்திர எழுத்தாளர்களாலும் மௌனத்துக்கு உள்ளாக்கப்பட்டிருக்கிறது என்பதில் எள்ளளவும் சந்தேகமில்லை.

ஆனாலும் அந்த மௌனங்களைப் பொறுப்புணர்வுடனும், பிரச்னைகள் இல்லாமலும் உடைப்பது அத்தனை சுலபமில்லை. எழுதும்போது எனக்கு ஏற்பட்ட தர்மசங்கடங்களை இந்தப் புத்தகம் முழுக்கப் பல இடங்களில் சொல்லியிருக்கிறேன். மக்கள் பேசியது, மறைத்தது எல்லாவற்றையும் முழுதுமாக என்னால் அச்சில் கொண்டு வர முடியுமா? மக்களைப் பேசச் சொல்லி என்னால் எவ்வளவு தூரம் வற்புறுத்த முடியும்? கவர்ந்து போகப்பட்ட, வல்லுறவுக்கு பலியான பெண்களுக்கு அது குறித்துப் பேசுவது இப்போது எந்த வகையில் உதவியாக இருக்கும்? பெண்ணுரிமை வரலாறுகளைப் பயின்ற அனுபவத்தின் காரணமாக இந்தக் கேள்விகள் என்னுள் எழுந்தன.

பெண்களின் குரல்களைக் கேட்கக் கேட்க மௌனங்கள் பெண்களை மட்டும் ஆட்கொள்ளவில்லை, வேறு சிலரையும் ஆட்கொண்டுள்ளது என்பதும் அவர்களுடைய மௌனங்கள் இந்தச் சமூகத்துக்கு முக்கியமாகப் படவில்லை என்பதும் புரிந்தது. பெண்களின் வரலாற்றுக்கான தேடல் இது போன்ற இதரர்களின் வரலாற்றுக்கான தேடலாகப் பரிணமித்தது. பெண்கள், குழந்தைகள், தீண்டத் தகாதவர்களின் குரல்கள் எனக்குப் பிரிவினைச் சரித்திரத்தில் ஒரு புதிய பரிமாணத்தை மட்டும் உணர்த்தவில்லை. இந்த வரலாற்றை நம் அன்றாட வாழ்க்கையில் பல்வேறு வகைகளில் இன்றும் தொடர்ந்து கொண்டிருக்கும் நிகழ்வாகவும் காட்டிற்று.

இந்தப் புத்தகம் முழுவதும் குரல்களை மனிதர்களின் பேச்சு வாயிலாகவும், கடிதங்கள், ஆவணங்கள், அறிக்கைகள் வாயிலாகவும் பார்க்க முயன்றிருக்கிறேன். குரல்களை மீட்பது பிரச்னைகளுக்கு அப்பாற்பட்டதாக இருக்கவில்லை. குரல்களில் பல்வேறு ரகம் இருந்தன. சில உடனடியாக வந்தவை. அவை அவ்வப்போது இருந்த பிரச்னைகளை வெளிப்படுத்தின. சில குரல்கள் பிரச்னைகளை நன்கு பிரதிபலிப்பன. இன்னும் சில, நீண்ட காலம் ஆகிவிட்டதால் பலமுறை சொல்லி

ஒத்திகை பார்க்கப்பட்டவை. சரித்திரத்தின் இந்தக் குரல்கள் எப் போதுமே பிறரால் எழுதப்பட்டவை; மக்கள் தங்களை எப்படி முன்னிலைப்படுத்திக் கொள்கிறார்கள்; அவை எவ்விதம் பிரதி பலிக்கப்படுகின்றன என்பவை இருவேறு விஷயங்கள்.

பெண்கள், குழந்தைகள், தாழ்த்தப்பட்டவர்கள் குறித்த பிரதிபலிப்பு என்னுடைய கோணத்தில் அமைந்திருப்பதை நான் அறிவேன்; முக்கியம் என்று நான் நினைத்த விஷயங்களையே முன்னிலைப் படுத்தியிருக்கிறேன். இவை எனக்கு இன்னொரு குரலை அடையாளம் காட்டுகின்றன. இதர குரல்களைப் படித்து மொழியாக்கம் செய்யும் குரல். இதுதான் என் பிரதிபலிப்பு என்றால், சம்பந்தப்பட்டவர்கள் எவ்விதம் நினைவு கூர்ந்தார்கள் என்பதையே இது காட்டுவதாக நம்புகிறேன். சொல்லப்பட்ட விஷயங்களைவிட உபரியாக எதுவும் நான் எழுதவில்லை. பாரம்பரிய, உண்மை சரித்திரத்தில் சொல்லப் பட்டிருக்கும் விஷயங்களுக்கு மாற்றாக இவற்றை நான் முன்வைக்க வில்லை. மாறாக அவற்றோடு இணைத்து இவற்றை முன்வைக் கிறேன். இவை நிஜ மனிதர்களின் நினைவுகள், பிரிவினை வரலாற்றின் ஞாபகங்கள். அதனாலேயே அவை முக்கியமானவை.

இவற்றின் வழியாகவே பிரிவினையின் வரலாற்றைப் பார்க்க முடியும். மற்றுமொரு குரலைக்கூட என் பணி அடையாளம் காட்டுகிறது. அது அரசாங்கத்தின், அதிகாரப்பூர்வக் குரல். சில சமயம் ஆர்.எஸ்.எஸ் போன்ற எதிரணியின் குரலாக இருந்தாலும் சக்தி வாய்ந்த குரலாக ஒலிக்கிறது. இந்தக் குரல்கள் அனைத்துமாக ஒருங்கிணைந்து நான் காட்ட விரும்பிய தோற்றத்தை உண்டாக்குகின்றன.

குரல்களை மீட்பது பிரச்னைக்கு அப்பாற்பட்டவை இல்லை என்ற அதே நேரத்தில் அவை பல்வேறு வகையானவை என்பதும் ஒரு குழப்ப மாக இருந்தது. அவற்றில் ஒரு வரிசை இருந்தது. அனுபவம் ஏற்பட்டு நீண்ட காலம் ஆனவர்களுடன் பேசுகையில் பெண்களின் குரல்களை மீட்பது மிகுந்த சிரமமாக இருந்தது. பிரிவினை என்பது பெரும்பாலும் குடும்பங்களுடன் தொடர்புடையதாக இருந்ததால் ஒருவருக்கு அதிக மான நபர்களுடன் பேசும் சந்தர்ப்பங்கள் இருந்தன. குடும்பங்கள் தங்கள் உறுப்பினர்களைப் பேச விடுவதில் அச்சம் காட்டியதால், பெரும்பாலும் ஆண்களே பேசினார்கள். நேராகக் கேட்டாலும் பெண் கள் ஆண்களிடமே திசை திருப்பினார்கள். தனியாகப் பேச சந்தர்ப்பம் கிடைத்தபோதுகூட சொல்ல அப்படி முக்கியமான விஷயம் ஏது மில்லை என்றுதான் பெண்கள் சொன்னார்கள். மிக மெல்லத்தான் பேச ஆரம்பிப்பார்கள். பல சமயம் நீங்கள் எதிர்பார்ப்பதையோ அல்லது ஆண்கள் கேட்க விரும்பும் விஷயங்களையோதான் சொல்வார்கள்.

பல ஆண்டுகள் பெண்களிடமும் ஆண்களிடமும் பேசி அனுபவம் அடைந்த எனக்குச் சரித்திர ஆசிரியர்கள் சுட்டிக்காட்டியிருந்த இந்த விஷயத்தை அடையாளம் காண முடிந்தது. காத்ரீன் ஆண்டெர்சனும், டானா சி. ஜேக்கும் எழுதியிருக்கும் ஒரு கட்டுரையில் பெண்கள் தங்கள் வாழ்க்கை குறித்துப் பேசுகையில் இரண்டு கோணங்களில், பெரும் பாலும் ஒன்றுக்கொன்று முரண்பட்ட இரு கோணங்களில் பேசும் வழக்கம் உடையவர்கள் என்று குறிப்பிடுகிறார்கள். ஒன்று கலாசாரத் தில் ஆண்களுக்கு இருக்கும் ஆதிக்கத்தைப் பிரதிபலிப்பதாகவும், இன்னொன்று பெண்களின் நேரடி அனுபவங்களை உள்ளடக்கிய உண்மையாகவும் இருக்குமாம். எங்கெல்லாம் அனுபவம் சொல்ல விரும்பும் கருத்துகளோடு ஒத்துப் போகவில்லையோ அங்கே மாற்றுக் கருத்துக்கள் கிடைக்காது. ஆகவே தங்களைக் குறித்துப் பேசும்போது பெண்கள் தன்னிச்சையாக மௌனம் காக்கிறார்கள். பெண்களின் கோணத்தைச் சரியாகப் புரிந்துகொள்ள வேண்டுமானால் அவர்கள் பேச்சு, அழுத்தமான கருத்து அடக்கப்பட்ட கருத்து இரண்டையும் ஸ்டீரியோவில் கேட்டு சரியாக ட்யூன் செய்து அவற்றுக்கு இடையே இருக்கும் தொடர்பை அறிய வேண்டும்.'*

பெண்களுக்குள்ளும் மாறுபட்ட குரல்கள் இருந்தன. நடுத்தர வர்க் கத்துப் பெண்கள் பேசுவதை எளிதாகப் புரிந்துகொள்ள முடிந்தது. ஆனால் தலித் பெண்கள் பேசுவதை எவ்வளவு முயன்றாலும் எளிதாகப் புரிந்துகொள்ள முடியவில்லை. கவர்ந்து போகப்பட்ட, பலாத்காரம் செய்யப்பட்ட பெண்களுடன் பேசும் வழியே தெரியவில்லை. அவர் களில் பலர் தங்களைப் பார்வையிலிருந்து மறைத்துக் கொண்டார்கள். அவர்கள் கதையைத் தங்களுடன் மட்டுமே வைத்துக் கொண்டார்கள். அந்த அனுபவம் அவமானத்துக்குரியதாக இருந்ததால் அம்னீஷியா பட்டியலில் சேர்த்து விடுகிறார்கள்.

நினைவு தெரிந்த வரை என்னை ஒரு பெண்ணுரிமை ஆர்வலராகவே காட்டி வந்திருக்கிறேன். பெண்ணுரிமையின் அரசியல் ரீதியான அணுகுமுறை சற்று ஆழமானது. இவை என்னில் ஓர் அங்கம் என்றே சொல்லலாம். என் இந்தக் குணத்துக்கு நான் மிகவும் கடமைப்பட்டிருப் பது இந்தப் புத்தகம் எழுதும் போதுதான். பெண்கள் குறித்த பல விஷயங்களை ஆராய இந்தக் குணம்தான் தூண்டுகோலாக அமைந்தது. பெண்கள் குறித்து மறைக்கப்பட்ட வரலாறுகளை அறிய ஒரு பெண்

* Kathryn Anderson and Dana C. Jack, 'Learning to Listen : Interview Techniques and Analysis', in Sherna Berger Gluck and Daphne Patai (eds) Women's Words: The Feminist Practice of Oral History. New York, Routledge, 1991, p. 11

ணுரிமை ஆர்வலராக இருந்தே ஆக வேண்டும் என்று சொல்ல வர வில்லை; எனக்கு அது அவசியமாகவும் துணையாகவும் இருந்தது. பெண்ணுரிமை வரலாற்று இலக்கிய அனுபவங்களும் பலவாறு துணையாக இருந்தது. இந்த அனுபவம் இல்லாமல் போயிருந்தால் பாரம்பரியச் சரித்திரங்கள் பெரும்பாலும் ஆண்களை முன்வைத்தே எழுதப்பட்டவை என்பது தெரியாமல் பெண்ணுரிமை ஆர்வலர்களுக்கு இலக்கே இல்லாமல் போயிருக்கும். சரித்திரத்துக்குப் பல்வேறு காரணங் களால் பெண்ணுரிமைக் கோணம் அவசியமாகிறது. பெண்களின் பிரச்னை முக்கியத்துவம் இல்லாததாகக் கருதப்படுவதும் ஒதுக்கப்படக் கூடியதாகக் கருதப்படுவதும் இந்தக் கோணத்தில் பார்ப்பதைத் தவிர்க் கிறது. ஆனாலும், அந்தக் கோணம் முக்கியமானது என்று கருதும் என் போன்றவர்களுக்குப் பாரம்பரிய சரித்திரத்தில் இல்லாத பல பரிமாணங் கள் காணக்கிடைக்கின்றன. உதாரணமாக, இப்படிப்பட்ட கோணம் இன்றி குழந்தைகளின் பிரச்னையை என்னால் அணுகியிருக்கவே முடியாது. அதே போன்று பால் சார்ந்த கண்ணோட்டம் இன்றி தாழ்த்தப் பட்ட சமூகப் பெண்களின் பிரச்னைகளையும் ஆராய்ந்திருக்க முடியாது. என் புத்தகம் பெண்கள் குறித்தது மட்டுமல்ல என்றாலும், பெண்களின் வரலாறும் அதை நம்மை அழைத்துச் செல்லும் இடமும் இதன் மையப் பொருளாக இருக்கிறது என்ற முடிவுக்கு நான் வந்திருக்கிறேன்.

★★★

பேச்சும் மௌனமும். நினைவுகளும் மறதியும். வலியும் இதமும். இவையெல்லாம் என் புத்தகத்தின் இதயத் துடிப்பாக இருக்கின்றன. பல ஆண்டுகள் பணியில் பல்வேறு கதைகளைக் கேட்டேன். ஒவ் வொன்றுக்கும் தனித் தன்மை உள்ளது. ஒவ்வொன்றிலும் மாறுபட்ட அனுபவமும் வித்தியாசமான பிரிவினை வரலாறும் தெரிந்தது.* ஒவ்வொன்றும் ஒவ்வொரு வினாவை எனக்குள் எழுப்பியது. இந்த வேலையின் நோக்கம் குறித்த கேள்வியேகூட எழுந்தது. ஏன் எல்லா வற்றையும் திரும்பக் குடையவேண்டும்? இந்த அனுபவங்களுடன் மக்கள் வாழ்ந்து கொண்டிருக்கிறார்கள் என்றால் ஏதோ ஒரு வழியில் அமைதி அடைந்து விட்டார்கள் என்றுதானே அர்த்தம்? மறக்க நினைக்கும் பல அனுபவங்களை நினைவுகூரச் சொல்லி அவர்களை வற்புறுத்துவதால் என்ன பயன்? இதற்கு திருப்திகரமான பதில் இல்லை. அமைதியைத் தொடர்வதா, பேசுவதா எது மேலானது என்பதில் குழப்பம் நீடிக்கிறது. ஆராய்பவரின் கோணத்தில் சொல்வ தானால் மௌனத்தை அனுமதிப்பதா பேச வற்புறுத்துவதா?

---

* See James E. Young: *Writing and Rewriting the Holocaust,* op. cit.

பல்வேறு இதர விஷயங்களுடன்கூட ராணா மாமாவுடனான என் அனு பவம் என் கவனத்தை இந்தப் பணியில் திருப்பியது என்று சொல்ல லாம். முதலில் அவருடன் பேசும்போது அளவிட முடியாத உற்சாகம் உண்டானது. அவர் தன் கதையைச் சொல்ல விரும்புவது எனக்கு சந்தோஷமாக இருந்தது. பல்லாண்டு காலம் தன் மௌனங்களுடன் வாழ்ந்து விட்டார். அவர் சொன்ன விஷயங்களை எவ்விதம் கையாள் வது என்று கேட்ட போது 'நீ விருப்பப்படுவதை எழுதிக் கொள். என் வாழ்க்கை இதை விட மோசமடைய முடியாது' என்றார். உண்மை என்ற பெயரில் எல்லாவற்றையும் எழுதலாகாது என்ற தார்மிகப் பொறுப்பு எனக்கு இருந்தது. அவர் சொன்ன எல்லாவற்றையும் பிரசுரித்து பொறுப்பற்றவளாக இருக்க முடியுமா என்னால்?

அதே சமயம் ஒரு பகுதியை மட்டும் பிரசுரிப்பது தவறான அணுகுமுறை ஆகாதா? சில உண்மைகளை மறைப்பதாக ஆகாதா? இந்த தர்மசங்கடம் எனக்குள் இருந்து கொண்டே இருக்கிறது. ராவல்பிண்டி சீக்கியக் குடும்பங்கள் தாங்கள் தாக்கப்பட்ட வன்முறைச் சம்பவங்களை விவரித்தபோது இதை மட்டும் கவனத்தில் எடுப்பது சரியாகுமா என்ற எண்ணம் வந்தது. மறுபக்கத்தின் குரலும் எனக்குக் கிடைக்காமல் இருந்திருந்தால் இந்துத் தீவிரவாதிகள் தங்கள் சாதகத்துக்குப் பயன் படுத்திக் கொள்ள ஏதுவான ஒருபக்க வாதமாக அது அமைந்து விடுமே! பெண்கள் கவர்ந்து போகப்பட்டது, வல்லுறவுக்கு ஆட்படுத்தப் பட்டது தொடர்பான செய்திகளில் அவர்களுடைய மௌனத்தைக் கலைப்பது முறையாகுமா? சரித்திர உண்மைகளின் தேடல் என்ற பெயரில் அது மற்றொரு வன்முறையாகி விடாதா?

பல ஆண்டுகளுக்குப் பின் இன்னமும் விடை தெரியாத கேள்வி ஒன்று இருக்கிறது. பிரிவினைக் காலத்து நினைவுகளை அகழ்வது எவ்வளவு தூரம் முக்கியம்? கிருஷ்ணா சாப்தி என்ற பிரிவினை அகதியான எழுத்தாளர் குறிப்பிடுகிறார்: 'பிரிவினை மறக்கக் கடினமானது. ஆனால் நினைவில் வைப்பது அபாயகரமானது'. அப்படியானால் அதை நினைவுகூரலாகாது என்று ஆகிறதே? பல உறுதியின்மைகளைக் கடந்து இத்தனைக் காலத்தில் ஒருவிதமாக நான் சமாதானம் செய்து கொண்டிருக்கிறேன்; நினைவுகூர்வது அபாயகரமானதாக இருக் கலாம், ஆனால் அதைப் புரிந்து கொள்ளவும், தீர்வு காணவும், சரியாகச் சொன்னால் மறக்க ஆரம்பிக்கவுமே நினைவுகூர்தல் அவசியமாகிறது.

முன்னர் ஆர்.எஸ்.எஸ்ஸின் உறுப்பினராக இருந்த ஒரு எழுபது வயதான பேராசிரியர் குறித்து புத்தகத்தின் முற்பகுதியில் சொல்லியிருக்கிறேன். ஓர் இஸ்லாமியப் பெண் பலாத்காரம் செய்யப்பட்டு கொல்லப்பட்ட சம்ப வத்தை நினைவுகூரும் போது அழ ஆரம்பித்து அச்சத்தையும், துக்கத்தை

யும் வெளிப்படுத்த இயலாமல் இருந்ததைச் சொன்னார். ஐம்பதாண்டுகள் கழித்து நினைவுகூரவும் முடிந்தது, மறக்க ஆரம்பிக்கவும் முடிந்தது. இதைச் சாத்தியமாக்க அவர் நினைவுகளை முன்னதாக அனுமதிக்க வேண்டியிருந்தது. எவ்வளவு தூரம் ஒரு சரித்திரத்தை ஆராயப் போகி றோம் என்பதில் ஒரு தீர்மானம் வேண்டியிருக்கிறது. பிரிவினையின் தாக்கத்தைச் சரியாக உணர அதன் பல்வேறு அர்த்தங்களைப் பார்க்க வேண்டியது அவசியம். அது இல்லாததாகப் பாவித்துக் கொண்டு கண்மூடி இருப்பது அதை நீக்க உதவாது. இது மாதிரி அணுகுமுறை களில் எச்சரிக்கை அவசியம். பேச்சைவிட மௌனம் மேலானது என்ற தருணங்கள் உண்டு; பேசக் கட்டாயப்படுத்தக்கூடாத தருணங்கள் உள்ளன. அனைத்தையும் சரியாக அடையாளம் காண வேண்டியது அவசியம்.

என் அனுபவங்கள் வாயிலாக மக்கள் பேசத் தயங்கும் அடையாளம் மிகப் பரிச்சயமாயிற்று. இதனால் என்ன உபயோகம், யாருக்கு உதவப் போகிறது என்றெல்லாம் கேட்டார்கள். இந்த வேலையில் பிரயோஜன மில்லை என்ற எண்ணத்திலேயே சிலருக்கு தயக்கம் ஏற்பட்டிருக் கலாம். வேறு சிலருக்கு சொல்லும் விஷயங்கள் தமக்கு எதிராகப் பயன்படுத்தப்படுமோ என்ற அச்சத்தால் தயக்கம். பிரிவினை குறித்த மௌனங்கள் பல்வேறு வகைப்பட்டவை என்பது புரிய ஆரம்பித்தது. சில வரலாற்றுப்பூர்வமான மௌனங்கள். வேறு சில, தங்களைக் குறித்து சொல்ல தயங்கும் குடும்பப்பூர்வமான மௌனங்கள். நான் சந்தித்த இரண்டு சகோதரர்களைப் போலத் தன்னிச்சையான தயக்க மாகவோ அல்லது எதற்காகக் கண்டவர்களிடம் சொல்ல வேண்டும் என்ற தயக்கமாகவோ இருந்தது.

சில சமயம் மௌனம் ஒரு வித எதிர்ப்பைப் பதிவு செய்வதாக அமைந் தது. பலவந்தமாக மீட்கப்பட்ட ஒரு பெண் இது போல மௌனத்தைக் கையாண்டிருக்கிறார். தன் அண்டை வீட்டுக்காரரின் மகள் பலாத்காரம் செய்யப்பட்டு கொல்லப்பட்டதைப் பார்த்த ஒரு பஞ்சாபிய அகதி அதற்குப் பின் பேசுவதையே தவிர்த்தார். அட்டியா ஹொசைன் என்ற எழுத்தாளர் தான் வாழ வேண்டிய நாட்டைத் தேர்ந்தெடுக்கும் உரிமையே மறுக்கப்பட்டார். இதற்கு எதிர்ப்பைப் பதிவு செய்யும் விதமாகப் பிரிவினை குறித்து எழுதுவதையே தவிர்த்தார். புலப் பெயர்ச்சி, இழப்புகள் எல்லாவற்றையும் அனுபவித்த சிலர் அந்தச் சமயம் உதவிக்கு யாரும் வரவில்லை, இப்போது இதையெல்லாம் செய்து என்ன பிரயோஜனம்? யாருக்கு உதவப் போகிறது என்ற கருத்தில் மௌனம் சாதித்தார்கள். மன்மோகன் சிங் இதைக் கேட்ட விதத்தை என்னால் மறக்க முடியாது. 'கொண்டு வந்த டேப்பை எல் லாம் நிரப்பிக் கொண்டு போவதில் என்ன பலன் இருக்கப் போகிறது?'

மிகுந்த வலிகளுக்கிடையே சிலவற்றை ஒப்புக்கொள்ள முயன்றேன். வன்முறை, வலி, துன்பம், ஒழுங்கீனம் எல்லாம் இருக்கிறது. பெண்களைக் கொல்வது வன்முறையாக இல்லாமல் சமூகத்தின் மாண்பைக் காப்பதாக இருந்திருக்கிறது. குழந்தைகளை அவர்களின் கதி என்ன ஆகப் போகிறதோ என்ற கவலையின்றி அநாதையாக்கியது வன்முறையாக இல்லாமல் மதத்தின் தூய்மையைக் காப்பதாக இருந்திருக்கிறது... நான் ஈடுபட்ட ஒரு காரியம் இவ்வளவு ஆத்திரத்தையும் வெறுப்பையும் எனக்குத் தந்ததில்லை.

கவர்ந்து போகப்பட்ட, பலாத்காரம் செய்யப்பட்ட பெண்களின் மௌனம் வேறொரு பரிமாணமும் கொண்டிருக்கிறது. சில சமயம் இந்த வரலாறு அவர்கள் குடும்பத்தினருக்கே தெரிந்திருக்கவில்லை; குறிப்பாக ஆசிரமத்தில் வளர்ந்து ஆசிரம நிர்வாகிகளால் திருமணம் செய்துவைக்கப்பட்டவர்களின் குடும்பங்களுக்கு. சில குடும்பங்களில் மூத்தவர்களுக்குத் தெரிந்திருந்தது அடுத்தடுத்த தலைமுறையினருக்குத் தெரிந்திருக்கவில்லை. அவர்களுக்கு இது குறித்துப் பேசுவது ரணமான இதயத்தைக் கிளறுவது மட்டுமல்ல, மீண்டும் துன்பங்களைச் சந்திக்க வேண்டிய விளைவுகளையும் எதிர்கொள்ள வேண்டியிருக்கும். பல பெண்களுக்கு பிரிவினை என்பது வாழ்க்கை என்னும் ஆடையைக் கிழிக்கும் சம்பவமாக இருந்திருக்கிறது. வாழ்க்கை என்பதே பெண்களை மையப்படுத்தியது என்பதால் அவர்களுடைய இழப்பு மிகுந்த தாக்கத்தை உண்டாக்கியிருக்கிறது. குடும்பங்களிலிருந்து கவரப்பட்டோ பலாத்காரம் செய்யப்பட்டோ பிரித்துப் போகப்பட்டவர்களுக்கு விவரிக்கமுடியாத துன்பம் ஏற்பட்டிருந்தது. அவர்களுக்கு அதைச் சித்தரிக்க வார்த்தைகள் உண்டா?

வார்த்தைகள் நம் எல்லோரிடமும் இருக்கின்றன. நேர்காணல்களில் நான் பார்த்த இன்னொரு விஷயம் தங்கள் அனுபவத்தை விளக்க வார்த்தைகள் கிடைக்காமல் மக்கள் தடுமாறி இறுதியில் வார்த்தைகளில் விளக்க இயலாத நிலை... பின்னர் நிகழ்ந்த கலவரங்களுக்கும் குழப்பங்களுக்கும் பிரிவினை ஒரு முன்னுதாரணமாக அமைந்துவிட்டது துயரம். ஏதாவது ஒரு இனப் பிரச்னையை பிரிவினையோடு ஒப்பிடும்போது அதன் தீவிரமும், வன்முறையின் ஆழமும் சொல்லாமல் புரிய வைக்கப்படுகிறது. ஆனாலும் பிரிவினைக் காலத் துன்பங்களை அனுபவித்தவர்களுக்கு அதை விளக்குவது இயலாத செயலாகவே இருந்து வருகிறது. பிரிவினை என்ற சொல்லே முழுமையானது அல்ல. பிரிவினை என்பது ஒரு எளிய பிரித்தலை, பகிர்தலைக் குறிக்கிறது. ஆனால் 1947ல் இதையெல்லாம் கடந்து எவ்வளவோ நடந்திருக்கின்றன. பட்வாரா என்பது பிரிவினைக்கு இன்னொரு பெயர், அதுவும் முழுமையாக இல்லை. டாக்சீம் என்பது பிரி

வினையைக் குறிக்கும் பஞ்சாபிச் சொல். இந்தச் சொற்களெல்லாம் அந்த நிகழ்வின் பரிமாணத்தை எப்படி உணர்த்தும்?

மக்கள் ஓரிரவில் பிரிக்கப்பட்டது மட்டுமில்லை; நண்பர்கள் விரோதி களானார்கள், வீடுகள் கண்டிராத புதுப் பிரதேசங்கள் ஆயின.. இது வரை கண்டிராத புதுப் பிரதேசங்கள் வீடுகள் ஆயின. எல்லையைக் குறிக்க கோடு போடப்பட்டது - மக்களின் மனங்களும் வாழ்வும் பிரிக்கப்பட்டன. அடையாளங்களைப் புதுப்பிக்க வேண்டியிருந்தது. நீங்கள் ஒரு பஞ்சாபியாக இருந்திருக்கலாம்; மொழி, கலாச்சாரம், பூகோளம், பொருளாதாரம் என்று பல விஷயங்கள் பஞ்சாபியர்களுடன் பொதுவாக இருந்திருக்கலாம். ஆனால் இப்போது உங்கள் மதம் என்ன என்கிற அடையாளம் மட்டுமே எஞ்சியது. உங்களைச் சுற்றி நிகழ்ந்த அரசியல் பிரிவினைக்குப் பொருந்தாத எல்லாவற்றையும் ஒதுக்கி மனத்தைப் பிரிக்க வேண்டியிருந்தது. பலருக்குப் பிரிவினையால் ஏற்பட்ட நிச்சயமின்மை மட்டுமே நிச்சயமாக இருந்தது. சாதாரண, அமைதியான மக்கள் தங்களுக்குள் வன்முறையைப் பரிமாறிக் கொண் டார்கள். பலியானவர்கள் பழிவாங்கினார்கள், பழிவாங்கியவர்கள் பலியானார்கள். நீங்கள் கொல்வது வேற்று மதத்து ஆளானால் அது சரியாயிற்று. உங்கள் பழிவாங்கும் தன்மையை மறைக்க பலியான வராக நடிக்க வேண்டியிருந்தது. ஒரு எளிய சொல், மொழியின் குறியீடு, பூகோளப் பகுப்பைக் குறிக்கும் சொல் மக்கள் எதிர் கொண்ட துன்பமான அனுபவங்களை எள்ளளவேனும் சுட்டிக் காட்ட முடியுமா?

வன்முறையைச் சுற்றுப் புறத்திலும் உங்களுக்குள்ளும் விதைத்த ஒரு நிகழ்வைக் குறிக்கும் சொல்லை எங்கே காணப் பெறலாம்? இதனால்தானோ என்னவோ ஒரு வன்முறையின் அங்கமாக இருந்து கொண்டு தங்களைப் பலியானவர்களாகக் காட்டிக் கொள்வதுடன் அதை நினைவுகூர்வதிலும் தயக்கம் காட்டுகிறார்கள்.

இந்தியாவில் பிரிவினைக்கு நினைவுச் சின்னம் ஏதுமில்லை. அப்படி ஒரு நினைவுச் சின்னம் எழுப்பப் பொருத்தமான இடம் எதையும் அரசாங்கம் இன்னும் அடையாளம் காணாததாலோ என்னவோ வியட்நாம் போர் நினைவுச் சின்னம் போலவோ ஹோலோகாஸ்ட் மெமோரியல் போலவோ எதுவும் அமைக்கப்படவில்லை. லட்சக் கணக்கான மக்கள் கடந்து போன எல்லையிலோ, முகாம்கள் இருந்த இடங்களிலோ, பிரிவினையின் துயரமான சம்பவங்கள் நிகழ்ந்த எந்த இடத்திலுமோ அதை நினைவுகூர எந்தக் குறிப்பும் கட்டடமும் இல்லை. பிரிவினை என்பது சுதந்தரத்தின் இருண்ட பக்கம். ஆகவே அரசாங்கம் தாங்களே ஓர் அங்கமாக இருந்த ஒரு நிகழ்வை அதை அங்கீகரிக்காமல் எப்படி நினைவுகூர முடியும்?

பிரிவினையின் காரணமாக லட்சக்கணக்கில் மக்கள் இறந்தது உண்மை. அரை நூற்றாண்டு கழித்து அவர்களை ஒரு புதிய தேசம் உருவாகக் காரணமாக இருந்த தியாகிகளாக அடையாளம் காணலாமே? கூடவே இன்னொரு உண்மையையும் உணர்ந்தாக வேண்டும். எவ்வளவு மரணங்கள் நிகழ்ந்தனவோ அவ்வளவு கொலைகளும் நிகழ்ந்தன. ஒவ்வொரு புறமும் இறந்தோரும் உண்டு, கொலை செய்தவர்களும் உண்டு. இப்படிப்பட்ட ஒரு சரித்திரத்துக்கு நினைவுச் சின்னம் எப்படி எழுப்புவது? எதற்குப் பெருமை சேர்க்கிறீர்கள்? மக்களுக்கோ, அரசாங்கத்துக்கோ இப்படிப்பட்ட நினைவுச் சின்னத்தில் என்ன பயன்? இந்த நினைவுகூரலில் யார் பக்கம் இருக்கிறீர்கள்? வேற்று மதத்து ஆசாமிகளை மட்டும் கொல்லவில்லை ஜனங்கள்; பல்வேறு நிகழ்வுகளில் நூற்றுக்கணக்கில் தங்கள் குடும்ப உறுப்பினர்களையே கொன்றார்களே? பாலியல் அத்துமீறலும் வேற்று மதத்தினரால் மட்டும் செய்யப்படவில்லையே, பல நூறு சம்பவங்களில் சொந்த மதத்தினரே செய்திருக்கிறார்களே? இந்த அவமானச் சரித்திரத்துக்கு என்ன நினைவுச் சின்னம் எழுப்ப முடியும்?

இந்திய அரசியல்வாதிகள், காங்கிரஸ் உறுப்பினர்கள் தங்களை விருப்ப மில்லாத துரதிர்ஷ்டவசமான அங்கத்தினர்களாக இந்த நிகழ்வில் காட்டிக் கொள்ளலாம்; ஆனால் சுதந்தரத்துக்கு விலையாகத்தான் பிரிவினையை அவர்கள் ஏற்றார்கள் என்பதை மறுக்க முடியுமா? இது போன்ற சரித்திரங்களுக்கு எளிதில் நினைவுச் சின்னம் எழுப்ப முடியாது.

பெரிய அளவிலான சமூகப் பிரச்னைகளும் குழப்பமும் கலவரமுமான சூழ்நிலைகளும் நிலவிய காலகட்டத்தை நினைவுகூர பல நாடுகளில் நினைவுச் சின்னங்கள் உள்ளன. சில இடங்களில் அரசாங்கத்தின் துணை யுடனும் சில இடங்களில் தனியாரும் இதை நிறுவியிருக்கிறார்கள். கல்வியாளர்கள் மக்களின் புகைப்படங்கள், ஆவணங்கள், கடிதங்கள், புத்தகங்கள் என்று பல்வேறு நினவுகூரும் விஷயங்களை உள்ளடக்கி நினைவு வளைவுகளும் அமைத்திருக்கிறார்கள். பிரிவினை தொடர்பாகக் காணப்படும் இது போன்ற விஷயங்கள் மிகக் குறைவு. சிறிது காலம் முன்பு வரை மக்களின் நினைவுகளைச் சேகரிக்கும் முயற்சிகூட செய்யப்படவில்லை. செய்தித்தாள்களில் ஏராளமான புகைப்படங்கள் இருந்தாலும் புகைப்படக் காட்சிகள் மிக மிகச் சொற்பம். இந்திய சுதந்தரத்தின் ஐம்பதாண்டு நிறைவைப் பல்வேறு விதத்தில் கொண்டாடிவிட்டார்கள்; ஆனால் இந்திய சரித்திரத்தின் அதி முக்கியமான நிகழ்வான பிரிவினையைக் குறிக்கும் வகையில் எந்த நிகழ்ச்சியும் இல்லை.

பிரிவினை குறித்த பொதுக்கூட்டம் போன்ற பெரிய அளவிலான நினைவுகூரல்கள் இல்லையே ஒழிய வீடுகளில் கதைகளாகவும், நினைவுகூரும் சடங்குகளாகவும் இருக்கின்றது. மங்கள் சிங்கும் அவரது சகோதரர்களும் தங்கள் குடும்ப உறுப்பினர்கள் பதினேழு பேர்கள் இறந்த சோகத்தைச் சுமந்து இங்கே வந்ததும், அவர்கள் எல்லோருடைய பெயரையும் செதுக்கி ஒரு கல்வெட்டாகச் செய்து அமிர்தசரஸில் தங்கக் கோயிலில் ஒரு நினைவுச் சின்னமாகவும் வைக்கப் பெற்றார்கள். ஆண்டு தோறும் நாற்பத்தெட்டு மணிநேரம் சீக்கிய வேதநூல்கள் படிக்கப்படுவதன் மூலம் தியாக மரணம் அடைந்தவர்கள் நினைவுகூரப்படுகிறார்கள். உயிருடன் இருந்த வரை மங்கள் சிங்கின் சகோதரர்களும் இந்த நினைவுகூரல் நிகழ்ச்சியில் ஆண்டு தோறும் கலந்து கொண்டிருக்கின்றனர். அதற்குப் பின்னர் மங்கள் சிங் தான் மட்டும் தனியாகவோ அல்லது உயிருடன் இருக்கும் ஒரே குடும்ப உறுப்பினர் திரிலோக் சிங்குடனோ சென்று வருகிறார். 'எப்படி இந்த நினைவுகளோடு வாழ முடிகிறது?' என்று கேட்ட போது அவர் சுற்றியிருந்த செழிப்பான விளைநிலத்தைச் சுட்டிக் காட்டினார்; 'பிரிவினை அகதிகளாக வந்த எல்லோரும் மறக்க வேண்டிய விஷயங்களை இந்த நிலத்தில் பயிராக விதைத்து விட்டோம்' என்றார்.

புது டெல்லியின் ஜங்க்புரா பகுதியில் ராவல்பிண்டி வன்முறைகளிலிருந்து தப்பிப் பிழைத்த சிலர் வசிக்கிறார்கள். ஒவ்வொரு ஆண்டும் மார்ச் 13ம் தேதியன்று தியாகப் பலியானவர்களுக்கு அஞ்சலி செலுத்தும் வகையில் சடங்கு ஒன்றை நடத்துகிறார்கள். ஷாஹிதி திவாஸ் (தியாகிகள் தினம்) என்ற இந்த நாள் சீக்கியப் பெண்மை மாசு படாமல் தங்களை மாய்த்துக் கொண்ட பெண்களுக்கான அஞ்சலி நாள். ஆண்டு தோறும் எண்ணிக்கையில் குறைந்து கொண்டே வரும் அந்த நிகழ்வை அனுபவித்து உணர்ந்தவர்கள் கூடி வீரக் கதைகளைப் பகிர்ந்து கொள்கிறார்கள். இறந்தவர்களுக்கான பிரார்த்தனை மற்றும் அஞ்சலியுடன் நிகழ்ச்சி தொடங்குகிறது. ஒவ்வொரு மரணத்தின் பின்னணியில் இருக்கும் கதைகளும் சொல்லப்படுகிறது. அதைக் கேட்டுக் கொண்டிருக்கும் போதே 90 பெண்களை, மாண்பு காப்பதற்காக கிணற்றில் விழுந்து மாய்த்துக் கொள்ள வழிநடத்திச் சென்று தானும் விழுந்த மாதா லஜ்ஜா வந்தியின் படம் திறக்கப்படுகிறது. 'ஜோ போலே ஸோ நிஹால்' என்ற கோஷத்துடன் கிணற்றில் குதித்த பெண்கள் கண்முன் தோன்றுகிறார்கள். தொடர்ந்து கீழ்காணும் பாடலைப் பாடி பஜனை நடக்கிறது:

அவனை ஒரு வீரனாகக் கொள்வோம்
பகைவனை எதிர்த்து நின்று போரிடுவானே
அவனுடல் நூறு துண்டங்களாக வெட்டப்படட்டும்,
அப்போதும் நம்பிக்கை இழக்க மாட்டான்.

வன்முறையை எதிர்த்து நின்ற வீர வரலாறுகள் தொடர்ந்து பேசப்படும். ஆண்டுதோறும் எஞ்சியிருப்பவர்கள் குறைந்து கொண்டே வருவதால் சொல்பவர்களுக்கும் கேட்பவர்களுக்கும் இருக்கும் தூரம் அதிகரித்துக் கொண்டு வருகிறது. உணர்வுப்பூர்வமாகவும் கோர்வையாகவும் சொல்லப்படும் கதைகளை இப்போது இளைஞர்களும் யுவதிகளும் குழந்தைகளும் வாயடைத்தபடி சுவாரஸ்யமாகக் கேட்கிறார்கள். பெண்களின் தியாகம் ஆண்களும் ஓர் அங்கமாக இருந்ததையே மழுங்கடிக்கிறது. இந்த நிகழ்ச்சியில் கலந்து கொண்டு கதைகளைக் கேட்ட போதுதான் தாக்குதல் நடத்தியவர்களுடன் பல்வேறு ஊர்களில் பேரங்கள் நடந்ததை அறிந்தேன். பணம் கைமாறி இருக்கிறது. ஆயுதங்களை வீழச் செய்திருக்கிறது. இவை எல்லாவற்றையும் மீறி சில சமயம் ஆண்களுடன் இணைந்து அல்லது சில சமயம் தனியாக பெண்கள் தங்கள் மரணத்தைத் திட்டமிட்டிருக்கிறார்கள்.

பிழைத்திருப்பவர்களுக்கு இந்த நினைவுகூரல் பலவிதங்களில் பயன்படுகிறது. நிகழ்வுகளின் உண்மைகளை நினைவில் வைக்கவும் அதன் துயரங்களை மறக்கவும் பயன்படுகிறது. மறப்பதற்காக நினைவு கூர்கிறார்கள் எனலாம். நினைவில் எஞ்சியிருப்பவை பெண்களின் வீரமும், தியாகம் மட்டுமே. கவர்ந்து போகப்பட்டவர்கள், தியாகத் துக்கு மறுத்தவர்கள் குறித்த பேச்சே இல்லை. தமாலியிலிருந்து காணா மல் போனதாகச் சொல்லப்படும் சகோதரிகள் குறித்து ஏதும் பேசப் படவில்லை. காணாமல் போனவர்கள் பட்டியலில் இருக்கும் பல பெண்கள் குறித்து எதுவும் பேசப்படவில்லை. ஒவ்வொரு ஆண்டும் நினைவுகள் காக்கப்படுகின்றன, அதே சமயம் கட்டுப்பாட்டிலும் வைக்கப்பட்டு வருகின்றன. மார்ச் 1947 நிகழ்வுகளில் அவர்கள் பார்வையிலான சரித்திரம் பேசப்படுகிறது. கடத்தல், கவர்ந்து போதல் பலாத்காரம் போன்ற சம்பவங்கள் முடக்கப்பட்டு பிரிவினை என்ற நிகழ்வு, வீரப் பிரதாபமாகப் பேசப்படுகிறது.

நினைவுகளின் நிரடலான பாகத்தை நோக்கும்போது பல வகைகள் காணக்கிடைக்கின்றன. அரசின் சம்பிரதாயமான சரித்திரப்பூர்வமான நினைவுகள்; நேரடியாக அனுபவித்து இன்று உயிருடன் இருப்பவர் களின் நினைவுகள், இதில் பாதிக்கப்பட்டவர்கள், பாதிப்புக்குள்ளான வர்கள் இருசாரரும் அடக்கம்; பிரிவினைக்குப் பிந்தைய சந்ததியினரான எங்களைப் போன்றவர்கள் சுவீகரித்துக் கொண்ட நினைவுகள். இவற்றை எப்படி உபயோகிப்பது? இவை இணையான கருத்துடை யனவா அல்லது வெவ்வேறு பரிமாணங்கள் உடையனவா? மேற் பரப்பில் இருக்கும் மௌனத்திலிருந்து வெகு ஆழத்தில் இருக்கும் நினைவுகளை எப்படி அடைவது? என்னைப் பொறுத்தவரை இது ஒரு தொடக்கமே. ஆய்வு செய்யும் பொருள், ஆய்வாளர், ஆய்வு இவற்றின்

வழிமுறைகளிலிருந்து நினைவுகளின் ஆய்வைத் தனியே பிரித்துவிட இயலாது. இதை நான் முழுவதுமாக உணர்ந்திருந்தேன். பத்து ஆண்டுகளுக்கும் மிகுதியான ஆய்வு, படிப்பு, கேள்விகள் இவற்றின் இறுதியில் ஆய்வு செய்ய வேண்டியது அவசியம் என்று உணர்கிறேன். வழிமுறைகள் குறித்த கேள்விகளை எதிர்கொள்ளாமல் செய்ய முடிகிற காரியமல்ல இது. ஆய்வு செய்கிறவர் தன் எல்லைகளையும் தன் மௌனங்களையும் தீர்மானித்துக் கொள்ள வேண்டியது அவசியம். இறுதியில் ஒரு தகவல் கருவூலத்தையும் புதுப் பரிமாணத்தையும் தரவல்லதாக ஆய்வு அமைகிறது. நான் ஏற்கெனவே அறிந்திருக்கும் வரலாற்றுடன் இணைத்துப் பார்க்கையில் நம் புரிதலை இன்னும் சற்று அதிக தூரத்துக்குக் கொண்டு செல்ல வல்லது.

★★★

தொடக்கத்தில் சொன்னது போலவே இரண்டு கதைகளுடன் முடிக்க விழைகிறேன். ஆய்வு முழுவதும் இழப்பு, வன்முறை, பிரிவு தொடர்பான சம்பவங்களையே பெரும்பாலும் எதிர்நோக்கினேன். உண்மையில் அதனிலும் மிகுதியான தகவல்கள் அகப்பட்டன. பரஸ்பர உதவிகள், நட்பும் பகிர்தலும், பிரிப்பதற்காகப் போடப்பட்ட எல்லைக்கோடுகள் எத்தனை முறை கடக்கப்பட்டன, துயரங்கள் எப்படிப்பட்ட புதுச் சந்தர்ப்பங்களை உருவாக்கின போன்றவையும் தெரியவந்தன. இந்த ரீதியிலான இரண்டு கதைகளைத்தான் பகிர்ந்து கொள்ள நினைக்கிறேன்.

1989ம் ஆண்டு இந்திய அரசின் வரையரைகளின்படி பிரிவினை(க் கால) விதவைகள் என்று ஒரு பெண்களின் பிரிவு இருப்பதை அறிந்தேன். அந்தச் சமயம் மக்கள் ஜனநாயக உரிமைகள் சங்கம் (PUDR) என்ற அமைப்பு டெல்லியில் நடந்து கொண்டிருந்த ஒரு போராட்டத்தை ஆய்வு செய்வதற்காக என்னையும் வேறு சிலரையும் அமர்த்தியது. அது ஓர் அசாதாரணமான வேலைநிறுத்தம். ஈடுபட்டவர்கள் எல்லோரும் பெண்கள் என்பது மட்டுமல்ல, எல்லோருமே அறுபது, அறுபத்தைந்து வயதுக்கு மேற்பட்டவர்கள். அவர்களுடைய போராட்டக் கருவும் அசாதாரணமானதே. சம்பள உயர்வுக்கான போராட்டமில்லை, ஓய்வூதிய (அல்லது உதவித் தொகை) உயர்வுக்கான போராட்டம். பிரிவினை விதவைகளான இவர்களை அரசாங்கம் தங்கள் நிரந்தரப் பொறுப்பில் ஏற்று, பல்வேறு பயிற்சிகளும் வேலை வாய்ப்பும் அளித்து வந்தது. இதன் நோக்கம் பொருளாதார சுயசார்பும், கௌரவமும் தன்னிறைவும் தருவதே. வேலை செய்யத் தகுதியான வயதைக் கடந்ததும் ஒரு சிறிய ஓய்வூதியத்துடன் ஓய்வு பெற்றார்கள். அந்த ஊதியம் உயர்த்தப்பட வேண்டும் என்பதே கோரிக்கை.

ஒரு சிறிய உயர்வும், சில நாள் போராட்டத்தைத் தொடர்ந்து போது மான உயர்வும் அரசு வழங்கியது. அந்தப் பெண்கள் எஞ்சியிருக்கும் காலம் முழுமைக்கும் ஆண்டுக்கு மொத்தமாக ரூ. 2,50,000 என்பது இதனால் செலவாகும் தொகை. இதில் கவனிக்கத்தக்கது என்ன வென்றால், இது தங்கள் உரிமை என்ற நம்பிக்கையும் அதைக் கோரிக்கையாக அரசின் கவனத்தில் வைத்த உறுதியும்தான். 'பாகிஸ் தானிலிருந்து நடந்தே வந்தேன். கோரிக்கை நிறைவேறும் வரை தினமும் இங்கே நடக்க வேண்டும் என்றால் அதற்கும் தயார்' என்றார் ஒருவர். இன்னொருவர் உள்துறை அமைச்சரின் வீட்டைச் சுட்டிக் காட்டி, 'அவர்தான் எங்கள் தாயும் தகப்பனும்; அவருக்கு முன்னால் எங்கள் கோரிக்கையை வைப்போம்' என்றார்.

இந்தப் பெண்களின் பால் அரசாங்கத்தின் தந்தை நோக்கான (ஆணாதிக்க) ஆயினும் கருணையான தலையீடு குறித்து பல கேள்விகள் எழுப்ப லாம். ஆனால் என் நோக்கம் இங்கு அதுவல்ல. பிரிவினையின் அதிகம் அறியப்படாத உண்மைகளை முன்வைப்பதே இதைச் சொல்வதன் காரணம். துயரங்களுக்கிடையே சுதந்தரமும் சுயசார்பும், சந்தர்ப்பங் களும் நிறையப் பேருக்கு, குறிப்பாகப் பெண்களுக்கு வளர்ந்தன. விதவைகள் சுய சார்பு பெற்றார்கள்; இதரப் பெண்கள் ஆசிரியை, தாதிகள் என்று பல்வேறு வேலைகளைப் பெற்று முன்னேறினார்கள். சிலர் சிறிய தொழில்களிலும் சமூக சேவையிலும் ஈடுபட்டார்கள். பல நடுத்தர வர்க்கப் பெண்களுக்கு சமூக சேவை வாழ்க்கை முறை ஆனது. அனிஸ் கிட்வாயைப் போன்று தங்கள் இழப்புக்களையும் துயரங்களை யும் புதிய தேசம் உருவாக உரமாகப் போடும் வாய்ப்பு பல பெண் களுக்கு உண்டானது. இந்த நூலுக்காக நான் சந்தித்த மிருதுளா சாரா பாய், கம்லாபென் பட்டேல், பிரேம்வதி தாப்பர், அனிஸ் கிட்வாய், தமயந்தி சாகல் உள்ளிட்ட பல பெண்கள் இந்தத் தேசத்தை உருவாக்க வும் தேசத்தின் பெண்களுக்காகவும் தங்களை அர்ப்பணித்துக் கொண்ட வர்கள். அதில் பிரச்னைகள் இல்லாமலில்லை. பல சந்தர்ப்பங்களில் அரசின் நிலைப்பாடு பெண்களின் விருப்பத்துக்கு மாறாக இருந்தது; ஆனாலும் இவர்கள் எல்லோரும் தங்கள் நேரத்தை அர்ப்பணித்து எவ்வளவு சிறப்பாக சந்தர்ப்பத்தைப் பயன்படுத்திக் கொள்ள முடியும் என்பதிலேயே இலக்காக இருந்தார்கள்.

நான் அடுத்து சொல்ல விரும்பும் கதை ஒரு வித்தியாசமான உண்மையைக் காட்டுகிறது. இது பாகிஸ்தானில் செய்திகளில் வெளியானது. 1947ல் பிரிவினை வன்முறைகளில் தன் குடும்பத்து உறுப்பினர்களில் பெரும்பாலோரை இழந்தார் இக்பால் பேகம் (என்கிற பெண்). பலருக்கு ஆனது போலவே அவரும் அமிர்தசரஸில் இருந்த கேர் டிக்கி என்ற தன் ஊரை விட்டு பாகிஸ்தான் செல்ல நேரிட்டது. பிரிவினையின்

பயங்கரங்கள் வாழ்க்கை முழுவதும் அவளைத் தொடர்ந்தன. பல வருடங்கள் கழித்து அவரது பேரன் ஓர் அமைதிக் குழுவுடன் அமிர்த சரஸ் போக வேண்டியிருந்த போது தடுத்திருக்கிறார். 'அங்கே போகாதே, உன்னைக் கொன்று விடுவார்கள்'. இக்பால் பேகத்தை பிரிவினை வாழ்க்கை முழுக்க துயரத்துடன் தொடர்ந்தது என்றால் அவரது மகள் குல்சூமின் கதை வேறு.

அவள் அமிர்தசரஸைச் சேர்ந்த ஒரு குடும்பத்தில் வாழ்க்கைப்பட்டாள். அவளது மாமனார் செளத்ரி லத்தீஃப் ஒரு பிரிவினை அகதி. லாகூரில் முன்னர் கிருஷ்ணா நகர் என்றழைக்கப்பட்ட இஸ்லாம்புராவுக்குக் குடிபெயர்ந்து வந்தவர். அவர் அந்த மிகப் பெரிய மாளிகை போன்ற வீட்டுக்குக் குடி வந்த போது அதன் சொந்தக்காரர் யாரென்றே தெரியாது. ஒருநாள் ஜலந்தரிலிருந்து 'குடியிருப்பவர்' என்று குறிப் பிட்டு ஒரு கடிதம் வந்தது. திறந்து பார்த்த போது அந்தக் கடிதம் உருதுவில் எழுதப்பட்டிருந்தது.

> 'ஒரு மனிதனாக நான் இதை எழுதுகிறேன். இந்து ஒருவன் எழுது கிறான் என்று வீசி எறிந்து விட மாட்டீர்கள் என்று நம்புகிறேன். முதற்கண் நாம் மனிதர்கள்; இந்து இஸ்லாமியர் என்பதெல்லாம் அடுத்தது. நமக்குள் இருக்கும் மனிதப் பிணைப்பின் அடிப்படை யில் இதற்கு பதில் எழுதி என் வேண்டுகோளை ஏற்பீர்கள் என்று உறுதியாக நம்புகிறேன்.'

தொடர்ந்து அந்த வீட்டின் சொந்தக்காரரான ஹரிகிருஷ்ணன் தாஸ் பேடி பிரிவினையைத் தொடர்ந்து அவசரமாக வீட்டை விட்டு வெளி யேற நேர்ந்தது விளக்கப்பட்டிருந்தது. லாகூரின் சனாதன் தரம் உயர் நிலைப் பள்ளியில் ஆசிரியராக இருந்த பேடி மிகவும் நேசித்தது புத்தகங் களையும், அவரது கையெழுத்துப் பிரதிகளையுமே. முன்னறிவிப் பின்றி திடீரெனப் புறப்பட்டதால் எல்லாவற்றையும் விட்டுப் போக நேர்ந்திருக்கிறது. அவற்றில் முக்கியமானது ஜியோமிதி குறித்து அவர் எழுதிக் கொண்டிருந்த புத்தகத்தின் கையெழுத்துப் பிரதிகள். அவற்றை அந்த வீட்டில் தன் மேசை மீது வைத்து வந்திருந்தார். பிரிவினையைத் தொடர்ந்த செப்டெம்பரில் காவல்துறையினருடன் தன் வீட்டுக்கு வந்த பேடி அங்கிருந்த பொருள்கள் எதையும் எடுத்துச் செல்ல அனுமதிக்கப் படவில்லை. செளத்ரி லத்தீஃப் அந்த வீட்டுக்கு வந்த பிறகு புத்தகங் களும் ஆவணங்களும் எங்கெங்கு வைக்கப்பட்டுள்ளன என்ற விவரங் களை மேற்சொன்ன கடிதத்தில் எழுதியிருந்தார். எல்லையின் மறுபுறத்திலிருந்து தன் வீட்டின் புது சொந்தக்காரரை தன் அலமாரிகள் எங்கே உள்ளன, மேசைகள் எங்குள்ளன என்றெல்லாம் சுட்டிக் காட்டி பத்திரமாக வைக்கும்படி வேண்டுகோளும் விடுத்தார். உங்களுக்கு

வேண்டாத பொருள்களை ஒரு பையில் போட்டு வையுங்கள் என்று கோரிக்கை விடுத்தார். தன் பின்னணி பற்றியும் கொஞ்சம் சொன்னார்: 'என் மாணவர்களில் இந்துக்கள், இஸ்லாமியர்கள், சீக்கியர்கள் எல்லோரும் அடக்கம். என் பார்வையில் அவர்களுக்கிடையே வேற்றுமைகள் இல்லை. உங்கள் இஸ்லாமிய அண்டை வீட்டுக்காரர் சௌத்ரி சிராஜிடமும், தீனா நாத்திடமும் என்னைக் குறித்துக் கேட்டுப் பாருங்கள். அந்த இஸ்லாமியரின் வீட்டைக் கலவரங்களின் போது நான் பாதுகாத்தேன். அவர் அப்போது கிருஷ்ணா நகரில் இல்லை. ஆயினும் அவர் வீட்டைச் சேதப்படுத்த நாங்கள் யாரையும் அனுமதிக்க வில்லை.'

சௌத்ரி லத்திஃப் பேடியின் வழிநடத்தலையும் வேண்டுகோளையும் கவனமாகச் செயலாக்கினார். எல்லாவற்றையும் சேகரித்து, பொறுப் புடன் பார்சலாகக் கட்டி ஜலந்தருக்கு அனுப்பி வைத்தார். சௌத்ரி லத்திஃபின் மகன் தன் தகப்பனார் பேடியின் கடிதங்களுக்கு எப்படி பதில் எழுதினார், அவரது உடைமைகளை எப்படி ஜலந்தருக்கு அனுப்பி வைத்தார் என்ற விவரங்களை விளக்கினார். அவர்களுக்குள் ஒரு புது உறவு வளர்ந்ததாகக் குறிப்பிட்டார். அவர்களின் எல்லையைக் கடந்த கடிதப் பரிமாறல்கள் நீண்ட காலம் தொடர்ந்திருக்கிறது. லத்திஃப் இறந்த பிறகு அவரது மருமகள் குல்சூம் மாமனாரின் பீரோவில் ஒரு ஓரத்தில் பேடியின் கடிதங்கள் அழகாக கோர்த்து வைக்கப்பட்டிருப் பதைப் பார்த்திருக்கிறார். ஹரிகிருஷ்ணன் தாஸ் பேடி இப்போது உயிரோடிருக்கிறாரா என்பது யாருக்கும் தெரியவில்லை; ஆனால் லத்திஃபுக்கு அவர் எழுதியிருக்கும் கடிதங்கள் பிரிவினை வரலாற்றின் மற்றொரு பரிமாணத்துக்கு ஓர் உணர்வுப்பூர்வமான அத்தாட்சியாக விளங்குகின்றன. லத்திஃபுக்கு எழுதிய இரண்டாம் கடிதத்தில் அவர் குறிப்பிடுகிறார்:

> 'நான் உங்கள் கடிதத்தை மீண்டும் மீண்டும் படித்து அதை ஓர் உண்மையான நண்பனின் கடிதமாக உணர்கிறேன். அதை என் நண்பர்கள் பலருக்கும் படித்துக் காட்டினேன். உங்களைப் போலவே எல்லா இந்துக்களும் இஸ்லாமியர்களும் தங்கள் உணர்வு களைப் பரிமாறிக் கொண்டிருந்தால் இந்த ரத்தக் குளியல் நடந் திருக்கவே நடந்திருக்காது என்று எல்லோரும் கருதுகிறார்கள். அது மட்டுமல்லாது இந்தியாவிலும் பாகிஸ்தானிலும் இருக்கும் நாம் அவரவர் நாடுகளை உன்னத உயரத்துக்குக் கொண்டு சென்றிருக் கலாம். ஆனால் கடவுளின் திட்டங்கள் வேறு மாதிரி இருந்து விட்டன. இந்துக்களும் இஸ்லாமியர்களும் தத்தம் சகோதர நாட்டு மக்களுக்கு செய்திருப்பதை நினைக்கையில் நடுக்கமாக இருக் கிறது. இவை எல்லாம் மதத்தின் பெயரால் அரங்கேற்றப்பட்டது

துயரமானது. இது போன்ற ரத்தச் சேதத்தை எந்த மதமும் அனுமதிப்பதில்லை.'

பேடியின் நம்பிக்கைகள் உருப்பெற்றனவோ இல்லையோ அவருக்கும் லத்திஃபுக்கும் இடையிலான கடிதப் போக்குவரத்து, எல்லைகளைக் கடந்து நட்புகள் உருவாகி நிலைக்கும் என்பதற்கு அத்தாட்சியாக இருந்து கொண்டிருக்கும். ஒருவேளை நான் பிரிவினையை மறு ஆய்வு செய்வதாக இருந்தால், இந்தக் கோணத்தை, அதன் பரிமாணத்தை ஆய்வுக்கு எடுத்துக் கொள்வேன்.

★★★

www.ingramcontent.com/pod-product-compliance
Lightning Source LLC
LaVergne TN
LVHW100435051026
849518LV00004B/1509
9788184937848